नवीन अभ्यासक्रमावर आधारित

प्रगती

पूर्व उच्च प्राथमिक शिष्यवृत्ती परीक्षा मार्गदर्शक

इयत्ता पाचवी

मराठी (प्रथम भाषा) व गणित

पेपर-1

*** वैशिष्ट्ये ***

- सुधारित अभ्यासक्रमावर आधारित.
- मुद्देसूद व समर्पक उत्तरे.
- बुद्धीला चालना देणाऱ्या प्रश्नांचा समावेश
- सोपी व सुलभ भाषा.
- यशाचा महामंत्र - 'प्रगती.'

लेखक

चंद्रमौळी नारिंगकर

प्रगती बुक्स

PP001

इयत्ता पाचवी : मराठी (प्रथम भाषा) व गणित (पेपर-१)

प्रथम आवृत्ती : ऑगस्ट २०१६

प्रकाशक (Poly Plates)

निराली प्रकाशन

अभ्युदय प्रगती, १३१२, शिवाजीनगर,
जंगली महाराज रोड, पुणे ४११ ००५.
फोन : (०२०) २५५१ २३३६/३७/३९
फॅक्स : (०२०) २५५१ १३७९. Email : niralipune@pragationline.com

पुस्तक मिळण्याचे ठिकाण

प्रगती बुक सेंटर : पुणे : Email : pbcpune@pragationline.com

- १५७, बुधवार पेठ, रतन टॉकिजसमोर, **पुणे** २. ☎ (०२०) २४४५ ८८८७/६६०२ २७०७
- ६७६/ब, बुधवार पेठ, जोगेश्वरी मंदिरासमोर, **पुणे** २. ☎ (०२०) ६६०१ ७७८४/६६०२ ०८५५
- २८/अ, बुधवार पेठ, अंबर चेंबर, अप्पा बळवंत चौक, **पुणे** २.
  ☎ (०२०) ६६२८ १६६९/२०२४ ०३३५
- १५२, बुधवार पेठ, जोगेश्वरी मंदिराशेजारी, **पुणे** २. ☎ (०२०) ६६०९ २४६३/२४४५ २२५४

प्रगती बुक कॉर्नर : मुंबई

- इंदिरा निवास, शारदाश्रम हायस्कूलजवळ, १११/अ, भवानी शंकर रोड, दादर (पश्चिम),
  मुंबई २८. ☎ (०२२) २४२२३५२६/६६६२५२५४

प्रमुख वितरण केंद्रे

निराली प्रकाशन : पुणे

- ११९, बुधवार पेठ, जोगेश्वरी मंदिर मार्ग, **पुणे ४११ ००२.**
  ☎ (०२०) २४४५ २०४४, ६६०२ २७०८. **फॅक्स** : (०२०) २४४५ १५३८.
  Email : niralilocal@pragationline.com

निराली प्रकाशन : धायरी (पुणे)

- सर्वे नं. २८/२७ धायरी-कात्रज रोड, पारी कंपनीजवळ, **पुणे ४११ ०४१.**
  ☎ (०२०) २४६९ ०२०४ **फॅक्स** : (०२०) २४६९ ०३१६.

वितरक शाखा

निराली प्रकाशन :

- ३४, व्ही. व्ही. गोलानी मार्केट, नवी पेठ, **जळगाव** - ४२५ ००१.
  ☎ (०२५७) २२२ ०३९५. **मो.** ९४२३४९११८६०
- न्यू महाद्वार रोड, केदार लिंग प्लाझा, पहिला मजला, आय. डी. बी. आय. बँकेसमोर,
  कोल्हापूर - ४१६ ०१२. **मो.** ९८५० ०४६ १५५

इतर शाखा : बंगळुरु, चेन्नई, हैदराबाद, दिल्ली.

info@pragationline.com • www.pragationline.com
To Order * Email : bookorder@pragationline.com

मनोगत...

सन 2016 पासून महाराष्ट्र शासनाने इयत्ता 5 वी व 8 वी या इयत्तांना शिष्यवृत्ती परीक्षा घेण्याचे योजिले आहे. त्यानुंषगाने इयत्ता 5 वी पूर्व उच्च प्राथमिक शिष्यवृत्ती परीक्षेसाठी नवीन अभ्यासक्रम तयार केलेला आहे. पेपर-1 मध्ये भाषे (मराठी) सोबत गणित विषय समाविष्ट आहे आणि पेपर-2 मध्ये इंग्रजी (तृतीय भाषा) व बुद्धिमत्ता चाचणी या विषयांचा समावेश केला आहे. त्यानुसार पेपर-1 व पेपर-2 अशा दोन प्रश्नपत्रिका असणार आहेत.

या नवीन अभ्याक्रमाचा सखोल अभ्यास करून आणि विद्यार्थ्यांना परीक्षेतील प्रश्न सोडविताना येणाऱ्या अडचणी लक्षात घेऊन सर्व विषयांचा सहजपणे अभ्यास करता यावा यासाठी मराठी व गणित पेपर-1, इंग्रजी व बुद्धिमत्ता चाचणी पेपर-2 अशी दोन स्वतंत्र पुस्तके (मार्गदर्शके) आपणास उपलब्ध करून देत आहोत.

नवीन अभ्यासक्रम रचनेत फक्त अभ्यासक्रमच बदलत नसून प्रश्नपत्रिकेच्या स्वरूपातही बदल झालेला आहे. सदर प्रश्नपत्रिकेतील प्रश्नांची काठिण्य पातळी कशी असावी याबाबत नि:संदिग्धता व स्पष्टता आहे. प्रश्नपत्रिका प्रत्येक पेपरसाठी एकूण 75 प्रश्नांची असून त्यामध्ये 30% सोपे प्रश्न, 40% मध्यम प्रश्न आणि 30% कठीण प्रश्न असणार आहेत.

तुम्ही आयुष्यात यशस्वी होण्यासाठी धडपड, परिश्रम करीत आहात याबद्दल तुमचे अभिनंदन ! सामान्यांपेक्षा गुणवत्तेमध्ये वाढ करून श्रेष्ठत्व मिळविण्याचा तुमचा प्रयत्न स्तुत्य आहे त्यासाठी या पुस्तकाचा उपयोग निश्चितच होणार आहे.

स्वप्रयत्नाने सराव केल्यास अचूक मार्गदर्शन होऊन विद्यार्थ्यांमध्ये आत्मविश्वास निर्माण होईल. उज्ज्वल यशासाठी निश्चितच या पुस्तकांचा उपयोग होईल. 'पूर्व उच्च प्राथमिक शिष्यवृत्ती परीक्षा मार्गदर्शक' या पुस्तकामध्ये दिलेल्या पद्धतीने अभ्यास केल्यास परीक्षेत नक्की यश मिळेल असा विश्वास वाटतो. अमर्याद ज्ञानाचा मर्यादित भाग पुस्तकात वर्णिला आहे याची जाणीव आम्हास आहे.

या मार्गदर्शकांमुळे शासनाची घेतली जाणारी परीक्षा सहज आणि सोपी जाईल. त्यासाठी ही मार्गदर्शके आपली खरीखुरी मार्गदर्शक ठरतील यात शंकाच नाही.

पुस्तकाची उपयुक्तता वाढविण्याच्या दृष्टीने आपल्याकडून आलेल्या सूचनांचे स्वागतच होईल. नजरचुकीने सदर पुस्तकात काही त्रुटी वा उणिवा राहिल्या असतील तर अवश्य कळवाव्यात त्यांचे स्वागतच होईल आणि पुढील आवृत्तीत त्यांची दखल घेतली जाईल.

परीक्षेसाठी हार्दिक शुभेच्छा !

– लेखक

अभ्यासक्रम आणि परीक्षेचे स्वरूप

मराठी (प्रथम भाषा)

घटक 1 : वाचून कल्पना व संकल्पना स्पष्ट करणे [भारांश 24%]

1. उतारा व त्यावर आधारित प्रश्न
2. वृत्तपत्रातील जाहिराती व बातम्यांवर आधारित प्रश्न
3. कविता व त्यावर आधारित प्रश्न

घटक 2 : कार्यात्मक व्याकरण [भारांश 20%]

1. शब्दांच्या जाती : नाम, सर्वनाम, विशेषण, क्रियापद
2. लिंग
3. वचन
4. काळ
5. विरामचिन्हे
6. वाक्यांचे भाग
7. शुद्ध/अशुद्ध शब्द

घटक 3 : भाषेचा व्यवहारात उपयोग [भारांश 24%]

1. वाक्प्रचार
2. म्हणी
3. संवादावर आधारित प्रश्न
4. निर्देश
5. माहिती तंत्रज्ञानविषयक व मराठी भाषेत वापरल्या जाणाऱ्या इंग्रजी शब्दांना पर्यायी मराठी शब्द शोधणे.

घटक 4 : शब्दसंपत्तीवरील प्रभुत्व [भारांश 32%]

1. समानार्थी शब्द
2. विरुद्धार्थी शब्द
3. शब्दकोडी
4. जोडशब्द
5. आलंकारिक शब्द
6. शब्दसमूहाबद्दल एक शब्द
7. समूहदर्शक शब्द
8. पिल्लूदर्शक शब्द
9. घरदर्शक शब्द
10. अक्षरे जुळवून अर्थपूर्ण शब्द तयार करणे
11. वर्णानुक्रमे शब्दक्रम लावणे
12. एकाच शब्दाचे भिन्न अर्थ शोधणे
13. **भाषाविषयक सामान्यज्ञान** : लेखक, कवी, संत, शास्त्रज्ञ, खेळाडू, राष्ट्रीय प्रतीके, दिनविशेष, शौर्यपदके, पुरस्कार ग्रंथ, खेळ, रंगछटा, चव आणि प्रसिद्ध संबोधने

★★★

गणित

घटक 1 : संख्याज्ञान [भारांश 12%]

1. आंतरराष्ट्रीय व रोमन संख्याचिन्हे
2. दहा अंकांपर्यंतच्या संख्यांचे वाचन व लेखन
3. अंकांची दर्शनी किंमत, स्थानिक किंमत व विस्तारित मांडणी
4. मोठ्यात मोठी व लहानात लहान संख्या तयार करणे.
5. संख्यांचा चढता-उतरता क्रम व तुलना
6. 1 ते 100 संख्यांवर आधारित प्रश्न
7. सम, विषम, मूळ, जोडमूळ, सहमूळ, संयुक्त, त्रिकोणी व चौरस संख्या

घटक 2 : संख्यांवरील क्रिया [भारांश 20%]

1. **बेरीज (सात अंकी संख्यांपर्यंत) हातच्याची बेरीज, शाब्दिक उदाहरणे**
2. **वजाबाकी (सात अंकी संख्यांपर्यंत) हातच्याची वजाबाकी, शाब्दिक उदाहरणे**
3. **गुणाकार (पाच अंकी गुणिले तीन अंकी संख्येपर्यंत)**
4. **भागाकार (पाच अंकी भागिले दोन अंकी संख्येपर्यंत)**
5. **पदावली व अक्षरांचा उपयोग**
6. **संख्यांचे विभाजक (अवयव) व विभाज्य, एक ते दहापर्यंतच्या विभाजतेच्या कसोट्या**

घटक 3 : अपूर्णांक [भारांश 14%]

1. **व्यवहारी अपूर्णांक**
   (अ) समच्छेद व भिन्नच्छेद अपूर्णांकाचा लहान-मोठेपणा, चढता-उतरता क्रम, बेरीज, वजाबाकी, गुणाकार.
   (ब) अंशाधिक, छेदाधिक व पूर्णांकयुक्त अपूर्णांक-परस्पर रूपांतर
   (क) सममूल्य अपूर्णांक
2. **दशांश अपूर्णांक**
   (अ) वाचन, लेखन
   (ब) स्थानिक किंमत, दशांश अपूर्णांक उपयोग
   (क) बेरीज, वजाबाकी

घटक 4 : मापन/महत्त्वमापन [भारांश 20%]

1. **लांबी, वस्तुमान, धारकता (दशमान परिमाण)** : परस्पर रूपांतर, बेरीज, वजाबाकी व शाब्दिक उदाहरणे.
2. **कालमापन** : घड्याळ - (मध्यान्हपूर्व, माध्यान्होत्तर) तास, मिनिटे, सेकंद - परस्पर रूपांतर, बेरीज, वजाबाकी व शाब्दिक उदाहरणे.
3. **दिनदर्शिका**
4. **कागदमापन (रीम, दस्ता)**
5. **नाणी-नोटा (रुपये-पैसे) परस्पर रूपांतर, मूलभूत क्रियांवर आधारित खरेदी व विक्रीसंबंधी उदाहरणे.**

घटक 5 : व्यावहारिक गणित [भारांश 16%]

1. नफा–तोटा, शेकडेवारी, सरळव्याज (प्राथमिक माहितीवर आधारित उदाहरणे)

घटक 6 : भूमिती [भारांश 14%]

1. कोन व त्यांचे प्रकार
2. समांतर व लंब रेषा
3. त्रिकोण, चौरस, बाजू, शिरोबिंदू
4. **वर्तुळ** : त्रिज्या, जीवा, व्यास, केंद्र, परिघ, अंतर्भाग, बाह्यभाग, वर्तुळकंस
5. **परिमिती** : त्रिकोण, आयात, चौरस, बहुभुजाकृती
6. **क्षेत्रफळ** : आयत, चौरस
7. त्रिमिती वस्तू व घडणी
8. आकृतिबंध
9. इष्टिकाचिती व घन (कडा, शिरोबिंदू, पृष्ठे)

घटक 7 : चित्रालेख [भारांश 04%]

1. चित्ररूप माहितीचे आकलन

★★★

☯ परीक्षेचे स्वरूप ☯

पेपर	विषय	प्रश्नसंख्या	गुण	वेळ
1.	प्रथम भाषा	25	50	1 तास 30 मिनिटे
	गणित	50	100	
	एकूण	**75**	**150**	

प्रश्नांची काठिण्य पातळी :

* सोप्या स्वरूपाचे प्रश्न 30%
* मध्यम स्वरूपाचे प्रश्न 40%
* कठीण स्वरूपाचे प्रश्न 30%

★★★

अनुक्रमणिका

★★★

★★★

मराठी (प्रथम भाषा)

घटक 1 : वाचून कल्पना व संकल्पना समजणे

1. उतारा व त्यावर आधारित प्रश्न

उताऱ्याचे नीट आकलन होण्यासाठी मन एकाग्र करून उताऱ्याचे वाचन करावे. वाचन केल्यानंतर उताऱ्यासाठी दिलेल्या प्रश्नांचे वाचन करावे. प्रश्न हे उताऱ्यावर आधारित असल्यामुळे प्रश्नांच्या उत्तरांचा संदर्भ उताऱ्यात शोधणे. प्रश्नांचा योग्य अर्थ समजावून घेणे व त्यानुसार उत्तराचा अचूक पर्याय शोधणे. उत्तराखाली चार पर्याय दिलेले असतात. वरवर पाहता हे पर्याय आपणास एकसारखे भासतात; परंतु काळजीपूर्वक वाचन करून पर्यायाचा योग्य अर्थ लक्षात घ्यावा. प्रश्नांच्या अर्थाचे आकलन करून झाल्यानंतर उत्तराचा योग्य पर्याय शोधावा. चारही पर्याय वाचूनच उत्तर शोधावे. या ठिकाणी गडबड करू नका. तसेच प्रश्नांच्या योग्य उत्तराच्या पर्याय क्रमांकाचे वर्तुळ काळे करा.

नमुना उतारा

खालील उतारा वाचा व त्याखाली विचारलेल्या प्रश्नांच्या उत्तराच्या पर्याय क्रमांकाचे वर्तुळ काळे करा.

आपल्या देशात आज वीरांची गरज आहे. तेव्हा वीर बना. पर्वताप्रमाणे दृढ व्हा. तुमचा निश्चय ढळू देऊ नका. जी राष्ट्राच्या नसानसातून नव्या उत्साहाचा संचार करील अशा एका विद्युतशक्तीची - नव्या सामर्थ्याची भारताला गरज आहे. लक्षात ठेवा की 'सत्यमेव जयते'. सत्याचाच सर्वदा विजय होतो. परोपकार करणे हा धर्म होय. दुसऱ्याला पीडा देणे म्हणजे अधर्म होय. सामर्थ्य व पौरुष हा धर्म होय. दौर्बल्य आणि भेकडपणा हा अधर्म होय. ईश्वरावर आणि स्वतःच्या आत्म्यावर विश्वास ठेवणे हा धर्म होय आणि संदेह हा अधर्म होय.

1. आज भारताला कशाची गरज आहे ?

① देशद्रोहाची ② देशसेवकांची

③ वीरांची ④ लबाडणूक करणाऱ्यांची

स्पष्टीकरण : आज भारताला कशाची गरज आहे ? हा प्रश्न असून उताऱ्यातील पहिल्याच वाक्यात या प्रश्नाचा संदर्भ आपणास मिळतो. त्यावरून खालील पर्यायांचे अचूक वाचन व आकलन केल्यानंतर त्या ठिकाणी 'वीरांची' हे अचूक उत्तर आहे.

∴ उत्तराचा पर्याय क्रमांक ❸.

2. राष्ट्राच्या नसानसातून विद्युतशक्ती कशाचा संचार करेल ?

① आळसाचा ② प्रेमाचा

③ इतिहासाचा ④ नव्या उत्साहाचा

स्पष्टीकरण : या वरच्या प्रश्नातून आपणास एखाद्या क्रियेविषयी माहिती विचारली आहे. उताऱ्यात याचा संदर्भ घेतला असता आपणास राष्ट्राच्या नसानसातून विद्युतशक्ती 'नव्या उत्साहाचा संचार' करेल. हे वाक्य मिळते.

∴ उत्तराचा पर्याय क्रमांक ❹.

3. परोपकार करणे म्हणजे काय ?

① स्वत:वर उपकार करणे. ② स्वत:ची प्रगती करणे.

③ दुसऱ्यावर उपकार करणे. ④ दुसऱ्याला त्रास देणे.

स्पष्टीकरण : या प्रश्नात पर म्हणजे दुसरा, म्हणून परोपकार म्हणजे 'दुसऱ्यावर उपकार करणे' होय.

∴ उत्तराचा पर्याय क्रमांक ❸.

✷ सरावासाठी उतारे

उतारा क्र. – १

स्वित्झर्लंडमधील जिनिव्हा येथे रेडक्रॉसची अधिकृत स्थापना इ. स. १८६३ मध्ये झाली. रेडक्रॉस हे सेवेचे, शुश्रूषेचे प्रतीक आहे. युद्धकाळात आणि शांततेच्या काळात जखमी रुग्णांची तसेच सैनिकांची सेवा-शुश्रूषा रेडक्रॉस पथक करते. पांढऱ्या कापडावर लाल रंगात क्रॉस रंगवलेले झेंडे पाहून त्यास रेडक्रॉस हे नाव पडले आहे.

1. रेडक्रॉसची अधिकृत स्थापना कोणत्या शहरात झाली ?

   ① मुंबई ② दिल्ली ③ जिनिव्हा ④ न्यूयॉर्क

2. क्रॉस हे कोणत्या रंगात काढलेले आहेत?

   ① पांढऱ्या ② लाल ③ पिवळ्या ④ हिरव्या

3. रेडक्रॉस कोणते कार्य करते ?

   ① राष्ट्रा-राष्ट्रातील संघर्ष मिटविते. ② गरीब राष्ट्रांना मदत करते.

   ③ रुग्णांची सेवा-शुश्रूषा करते. ④ शिक्षणाची सोय करून देते.

उतारा क्र. – २

''मुलांनो, ऐकलंत; किती छान गोष्ट सांगितली सदूनं ! सुभेदारांसारखी शिस्त शाळेतल्या प्रत्येक मुलाच्या अंगी यायला पाहिजे. सुभेदारांचा हंडा खाली पडून त्यांचं नुकसान झालं असेल, पण त्यांच्यातल्या शिस्तीचं आणि राष्ट्राभिमानाचं मोल त्याहून मोठं आहे. शिस्त अशी अंगवळणी पडावी की ती सर्वच कामांत, सर्वच प्रसंगी दिसावी. राष्ट्रगीत म्हणताना तर ती दिसायलाच हवी. आपल्या देशाचं राष्ट्रगीत केव्हाही, कुठंही सुरू झाल्याबरोबर आपण असू तिथे 'सावधान' स्थितीत स्तब्ध राहिलंच पाहिजे; राष्ट्रगीताचा मान आपण राखलाच पाहिजे !''

1. .... सारखी शिस्त शाळेतल्या प्रत्येक मुलाच्या अंगी यायला पाहिजे.

   ① कॅप्टन ② सुभेदार ③ मेजर ④ लेफ्टनंट

2. .... चा मान आपण राखलाच पाहिजे.

   ① राष्ट्रगीता ② सुभेदारा ③ देशा ④ सर्वां

3. शिस्त कोणत्या गोष्टीत दिसावी ?

   ① सर्व काम व प्रसंगात ② फक्त कामाच्या वेळी

   ③ फक्त सैनिकांत ④ फक्त विद्यार्थ्यांत

उतारा क्र. – ३

तळ्याच्या काठावर हरिण निपचित पडलेला असून कावळा त्याला चोचीने टोचत आहे हे शिकाऱ्याने पाहिले. खूप दमल्याने हरिण मरून पडले असावे असे शिकाऱ्याला वाटले. शिकाऱ्याला आनंद झाला. त्याने ताबडतोब कासवाला खाली ठेवले व हरणाकडे धाव घेतली. तेवढ्यात उंदराने पिशवीचे बंद कुरतडून तोडून टाकले. कासव पिशवीतून बाहेर पडले आणि झटकन तळ्यात शिरले. तेवढ्यात ते हरिणही उठले व वाऱ्याच्या वेगाने धावत सुटले. कावळा उडून गेला. हा प्रकार पाहून तो शिकारी गोंधळला. मागे वळून बघतो तो कासवही पसार. आपली चूक शिकाऱ्याच्या लक्षात आली. पश्चात्ताप करत तो निघून गेला.

शिकारी निघून गेल्यावर उंदीर, कावळा, हरिण व कासव असे ते चौघे मित्र एकत्र आले. त्यांनी एकमेकांना आलिंगन दिले. कासव म्हणाला, ''संकटातून सुटलो बुवा एकदाचे, मैत्रीमुळेच बचावलो'' आणि पुढे ते सुखाने एकत्र राहू लागले.

1. शिकाऱ्याने कोणाला खाली ठेवून हरणाकडे धाव घेतली ?

① कावळ्याला ② कासवाला ③ उंदराला ④ सशाला

2. 'निपचित पडणे' या शब्दाचा अर्थ काय ?

① हालचाल न करणे ② मृत्यू पावणे

③ स्वस्थ झोपणे ④ आराम करणे

3. पिशवीचे बंद कोणी कुरतडून तोडून टाकले ?

① मांजराने ② उंदराने ③ कासवाने ④ अस्वलाने

उतारा क्र. – ४

एक हजार वर्षांपूर्वीचा 'भुईकोट किल्ला' आणि 'जगतुंग समुद्र' नावाचा तलाव ही कंधार येथील दोन महत्त्वाची ठिकाणे आहेत. सुमारे चोवीस एकर जागेत हा भक्कम किल्ला बांधलेला आहे. किल्ल्यात सर्वांत उंच जागी 'अंबरी' तोफ ठेवली आहे. ही तोफ पंचधातूंची आहे. प्रचंड तटबंदी आणि अनेक इमारती तिथे आहेत. एक सदैव पाण्यानं भरलेली विहीरही आत आहे. किल्ल्याभोवती खंदक आहे. खंदकात येणारं पाणी 'जगतुंग समुद्र' या तलावात येतं. एक हजार वर्षांपूर्वी बांधलेला हा तलाव आजही उपयुक्त आहे.

1. कंधार या ठिकाणी जगतुंग समुद्र व .... ही महत्त्वाची ठिकाणे आहेत.

   ① तोरणा किल्ला ② भुईकोट किल्ला

   ③ प्रतापगड किल्ला ④ पन्हाळा किल्ला

2. सपाट जमिनीवर बांधलेल्या किल्ल्यास काय म्हणतात ?

   ① षड्मुख ② चतुर्भुज ③ भुईकोट ④ त्रिमुखी

3. भुईकोट किल्ला किती एकर जागेत बांधलेला आहे ?

   ① वीस ② पंचवीस ③ चोवीस ④ पंधरा

उतारा क्र. – ५

सिंह म्हणाला, ''डोंगरदादा, क्षमा करा. पाहिलं तुमचं रान आणि हरपलं माझं भान; म्हणून केली मी गर्जना, इथं दाट झाडी आहे. हवा कशी थंड आहे. राहू का मी इथं?''

डोंगरदादा म्हणाला, ''हो, हो, अगदी आनंदानं. ही पाहा ऐसपैस गुहा. यात तू खुशाल राहा.''

सिंह खुश झाला. तो गुहेत राहायला लागला. जंगलात रुबाबात फिरायला लागला.

डोंगरदादाचे जंगल पाहून अनेक पशू यायला लागले. डुलत-डुलत आली वाघोबाची स्वारी. सोंड हलवत आला हत्ती, मान वळवत जिराफ आला. शेपूट उभारत कोल्हा आला. डोळे मिचकावत अस्वल आले. पळत-पळत लांडगे आले. सुंदर-सुंदर हरणे आली, तुरुतुरु धावायला लागली. गोजिरवाणे ससे आले, टुणटुण उड्या मारायला लागले. वाकुल्या दाखवत माकडे आली, फांद्यांवर झोके घेऊ लागली.

1. डोंगरदादाच्या जंगलात प्रथम कोण राहू लागला?

   ① वाघ ② सिंह ③ हरिण ④ ससा

2. विसंगत जोडी शोधा.

   ① सिंह-रुबाबात ② हत्ती-सोंड हलवत

   ③ अस्वल-डोळे मिचकावत ④ हरिण-टुणटुण उड्या मारत

3. डोंगरदादाच्या जंगलात मान वळवत कोण आले ?

   ① हरिण ② कोल्हा ③ जिराफ ④ माकड

उतारा क्र. – ६

'वादळात आपले बाबा सापडणार' या भीतीने जितू बेचैन झाला. काय करावे हे त्याला सुचेना. 'कोणता तरी धोक्याचा लाल बावटा त्यांना दिसायला हवा, म्हणजे ते नावा परत फिरवतील,' असा विचार त्याच्या मनात आला. त्याला एक कल्पना सुचली. तो धावत-धावत घरी गेला. आईची लाल साडी घेऊन पळत आला. किनाऱ्यावरच्या छोट्या डोंगीत त्याने उडी मारली. डोंगीवरच्या लांब बांबूला ती साडी बांधली. तो बांबू उंच उभा केला. मन्नूनेही डोंगीत उडी मारली आणि ती डोंगी समुद्रात लोटली. वल्हे जोरजोरात मारत ते समुद्रात निघाले.

1. जितूबरोबर डोंगीत कोण होते ?

① मन्नू ② बाबा ③ आई ④ नावाडी

2. धोक्याची लाल सूचना लक्षात येण्यासाठी जितूने काय वापरले ?

① लाल हातरुमाल ② आईची लाल साडी

③ मित्राचा रुमाल ④ लाल रंगाची पाने

3. 'डोंगी' या शब्दाचा अर्थ सांगा.

① सूचना ② छोटी नाव ③ मूल ④ क्षितिज

उतारा क्र. – ७

एकदा साधूंनी पोपटाची परीक्षा पाहायचे ठरविले. प्रत्यक्ष प्रसंग पडल्यावर पोपटाला घोकलेल्या धड्याची आठवण राहील का ? तो सावधगिरीने वागून स्वतःची सुटका करील का ? की या धड्याची केवळ पोपटपंचीच करील ? हे साधूंना पाहायचे होते.

साधू पोपटाला जंगलात सोडून आले. काही दिवसांनी साधू परत जंगलात गेले. हिंडता-हिंडता त्यांना तो पोपट दिसला. 'जंगलात शिकारी येतात. जाळे टाकतात, दाण्याची लालूच दाखवितात आणि आपल्याला जाळ्यात अडकवतात. आपण सावध राहिले पाहिजे !' हा पाठ तो घोकत होता. साधूंना हे ऐकून आनंद झाला. पोपटास धडा पाठ होता. इतकेच नाही तर जंगलातील सगळ्याच पोपटांनी तो धडा पाठ केला होता.

1. पोपटाची परीक्षा पाहायचे कोणी ठरविले ?

① साधूने ② सेनापतीने ③ राजाने ④ कावळ्याने

2. आपण कोणापासून सावध राहिले पाहिजे असे पोपटाला वाटले ?

① शिकारी ② साधू ③ कोल्हा ④ वाघ

3. अर्थ न समजता केलेल्या पाठांतरास काय म्हणतात ?

① कुटी ② ध्यानधारणा ③ पोपटपंची ④ आचरण

उतारा क्र. – ८

एक गाव होते. तिथे पुष्कळ घरे होती. काही घरांभोवती फुलांची - फळांची झाडे होती. वाऱ्याच्या झुळकीने गार वाटायचे. झाडावरच्या फुलांचा वास सगळीकडे दरवळायचा. अशा एका घरात राधामावशी राहत होत्या. एकट्याच होत्या त्या. सारख्या या ना त्या कामात मग्न असायच्या. बागेत काम करायची त्यांना खूप हौस होती. कुणी विचारले तर म्हणायच्या, 'ही झाडं हेच माझे मित्र. त्यांना लहानाचं मोठं करणं, त्यांच्याशी गप्पा मारणं यात वेळ कसा जातो समजतच नाही.' त्यांच्या बागेत खूप प्रकारची फुलझाडे होती. येणारा-जाणारा प्रत्येक जण बागेजवळ क्षणभर थांबायचा. फुलांकडे बघत राहायचा, आनंदित व्हायचा. हे पाहून राधामावशींना खूप बरे वाटायचे.

1. राधामावशींचे मित्र कोण ?
   ① बागेतील झाडं ② सोनू,बबिता
   ③ वर्गातील मैत्रिणी ④ पक्षी
2. कोणाला लहानाचे मोठे करणे राधामावशींचे काम होते ?
   ① बाळांना ② पक्ष्यांना
   ③ झाडांना ④ पाळीव प्राण्यांना
3. राधामावशी सतत कशात मग्न असे ?
   ① घरकाम ② बागकाम
   ③ रानकाम ④ नोकरीचे काम

उतारा क्र. – ९

तेनालीरामाने आपल्या पत्नीला व मुलाला बोलावले आणि थोड्या मोठ्यानेच तो म्हणाला, ''सध्या राजधानीत चोरांचा फार सुळसुळाट झालेला आहे. आपल्या घरावरसुद्धा त्यांची धाड पडायची एखादेवेळी, तेव्हा काळजी घेतलेली बरी. आपण आता घरातील सर्व दागदागिने आणि मौल्यवान वस्तू एकत्र करू. त्या एका भक्कम पेटीत भरू आणि ती पेटी बागेतल्या विहिरीत सोडून देऊ. नंतर ती केव्हाही वर काढता येईल.''

शेजारच्या खोलीत लपलेले चोर हे बोलणे ऐकत असणारच हे तेनालीरामाला माहीत होते. नंतर तिघांनी घरातील सर्व खोल्यांत जाऊन मौल्यवान वस्तू, दागिने, भारी कपडे एकत्र केले आणि दिवाणखान्यात सुरक्षित जागी ते ठेवून दिले. त्यानंतर त्यांनी एक मोठी व भक्कम अशी लोखंडी पेटी आणली. तिच्यात दगडविटांचे तुकडे व माती भरली आणि ती व्यवस्थित बंद करून तिला कुलूप लावले. तिघांनी मिळून ती पेटी अंगणात नेली. दोराच्या साहाय्याने पेटी हळूच बाहेरच्या मोठ्या विहिरीत सोडून दिली आणि घरात येऊन झोपले.

1. 'सध्या राजधानीत चोरांचा सुळसुळाट झालेला आहे' असे कोण म्हणाले ?

① तेनालीरामा ② तेनालीरामाची बायको

③ तेनालीरामाचा मुलगा ④ राजा

2. चोर कोठे लपले होते ?

① शेजारच्या खोलीत ② घराबाहेर

③ बागेत ④ शेतात

3. दोराच्या साहाय्याने पेटी हळूच बाहेरच्या मोठ्या .... सोडून दिली.

① घरात ② विहिरीत ③ गुहेत ④ वाहनात

उत्तरसूची

उतारा १	1	❸	2	❷	3	❸	उतारा २	1	❷	2	❶	3 ❶
उतारा ३	1	❷	2	❶	3	❷	उतारा ४	1	❷	2	❸	3 ❸
उतारा ५	1	❷	2	❹	3	❸	उतारा ६	1	❶	2	❷	3 ❷
उतारा ७	1	❶	2	❶	3	❸	उतारा ८	1	❶	2	❸	3 ❷
उतारा ९	1	❶	2	❶	3	❷						

2. वृत्तपत्रातील जाहिराती व बातम्यांवर आधारित प्रश्न

◈ चित्रवर्णनामध्ये एखादी वस्तू, कंपनी अथवा साहित्याची चित्ररूपाने जाहिरात दिलेली असते किंवा एखादी बातमी दिलेली असते. संबंधित जाहिरातीतील चित्रावरून ती कशाशी संबंधित आहे हे शोधावयाचे असते. त्यामुळे जाहिरातीतील चित्र अथवा मजकूर काळजीपूर्वक अभ्यासणे गरजेचे असते.

नमुना प्रश्न

1. शेजारील बातमीवरून आपणास कोणती गोष्ट समजून घेणे गरजेचे आहे ?

① गेंडा सोडून इतर प्राण्यांची शिकार करावी.

② गेंड्याच्या शिकारीसाठीच अटक होते.

③ वन्यप्राण्यांची शिकार करणे हा कायद्याने गुन्हा आहे.

④ पाळीव प्राण्यांची शिकार केली तर चालू शकते ?

गेंड्याची शिकार; नऊ जणांना अटक

जोरहट (आसाम) : काझीरंगा नॅशनल पार्कमध्ये एकशिंगी गेंड्याची शिकार केल्याबद्दल नऊ जणांना अटक करण्यात आली असून त्यात वनविभागाच्या तीन कर्मचाऱ्यांचाही समावेश आहे. आसामच्या चार जिल्ह्यांतील एकूण १२६ शिकारी 'मोस्ट वाँटेड' श्रेणीतील असून त्यात सदर सहा शिकाऱ्यांचा समावेश आहे.

स्पष्टीकरण : दिलेल्या बातमीवरून वन्य पशुपक्ष्यांची शिकार करणे हे आपल्या कायद्याने गुन्हा ठरविले आहे.

∴ उत्तराचा पर्याय क्र. ❸

2. शेजारील जाहिरात कोणत्या गोष्टीशी संबंधित आहे.

① जागा ② सोने

③ फ्लॅट ④ शेती

स्पष्टीकरण : संबंधित जाहिरातीत इमारतीतील 5 फ्लॅटपैकी 2 फ्लॅट विकण्याची जाहिरात केलेली आहे. त्यामुळे ही जाहिरात फ्लॅटशी संबंधित आहे.

∴ उत्तराचा पर्याय क्र. ❸

प्रश्नावली

1. सोबतची जाहिरात कोणत्या वस्तूशी निगडित आहे ?

① ट्रक विक्री

② विमा विक्री

③ फुकटची मोटारगाडी

④ मोटारगाडी विक्री

2. सोबतची जाहिरात खालीलपैकी कोणत्या गोष्टीशी संबंधित आहे ?

① केसाशी संबंधित आजार
② चेहऱ्यावरील औषध
③ मूळव्याधीवरील औषध
④ सांधेदुखीवरील औषध

3. सोबतच्या जाहिरातीतील वस्तू कोणासाठी उपयुक्त आहेत ?

① पुरुष ② स्त्रिया
③ पशुपक्षी ④ प्राणी

4. सोबतची जाहिरात कोणत्या गोष्टीसाठी उपयुक्त आहे ?

① अपारंपरिक ऊर्जास्रोत
② पारंपरिक ऊर्जास्रोत
③ इंधनाचा अतिवापर
④ परदेशी वस्तू

5. सोबतच्या जाहिरातीत कोणत्या गोष्टीची विक्री सुचविली आहे ?

① T.V.
② कॉम्प्युटर
③ घर
④ फर्निचर

उत्तरसूची

1. ❹	2. ❸	3. ❷	4. ❶	5. ❹		

❂❂❂

3. कविता व त्यावर आधारित प्रश्न

कविता प्रथम काळजीपूर्वक वाचावी. कवितेचा अर्थ व आशय समजून घेण्याचा प्रयत्न करावा. जर कवितेचा अर्थ समजला नाही तर कविता पुन्हा वाचून अर्थ समजून घेण्याचा प्रयत्न करावा. कठीण शब्दांचे अर्थ समजून घ्यावेत. तसेच प्रश्नाचा संदर्भ कवितेत सापडतो. कवितेत प्रश्नांतील शब्द आणि आशय शोधावे व त्यानुसार उत्तरांचा योग्य पर्याय निवडावा व निवडलेल्या उत्तराचा पर्याय क्रमांक उत्तरपत्रिकेत लिहावा.

नमुना कविता

खालील कविता काळजीपूर्वक वाचून त्याखाली विचारलेल्या प्रश्नांची उत्तरे दिलेल्या पर्यायांतून शोधून उत्तराच्या पर्याय क्रमांकाचे वर्तुळ काळे करा.

आई कसे गं पाण्याने
आले भरू हे अंगण
का गं रडते आकाश
काल सकाळपासून?
दिला दिसभर त्याला
त्याच्या आईने का मार ?
तुझ्यासारखाचं का गं
तिला राग येतो फार ?
तिचे केवढे गं मोठे
डोळे लकाकत होते ?
खाऊसाठीच आकाश
काल ओरडत होते ?
किती रडते बिचारे
आले अंगण हे भरू
सांग आईला गं त्याच्या
नको आकाशाला मारू.

1. अंगण कशाने भरून आले ?

① मातीने ② फुलांनी ③ पानांनी ④ पाण्याने

स्पष्टीकरण : वरील कवितेमध्ये अंगण कशाने भरून आले आहे असा प्रश्न विचारला आहे. कवितेत पावसाळ्याचे तसेच पाण्याचे वर्णन करण्यात आले आहे. अंगण हे पावसाच्या पाण्याने भरून आले आहे.

∴ उत्तराचा पर्याय क्र. ❹.

2. कोण रडत आहे ?

① आकाश ② बाळ ③ मुलगी ④ आई

स्पष्टीकरण : वरील कवितेच्या तिसऱ्या ओळीत 'का गं रडते आकाश' अशी ओळ आहे. यावरूनच त्या वाक्याचा अर्थ आकाश का रडते आहे ? असा होतो.

∴ उत्तराचा पर्याय क्र. ❶.

3. आकाशाच्या आईला आपल्या आईने काय सांगावे असे कवीला वाटते ?

① खाऊ देण्यास ② मार देण्यास

③ मार न देण्यास ④ बक्षीस देण्यास

स्पष्टीकरण : वरील कवितेच्या शेवटच्या ओळीत कवी आपल्या आईला आकाशाच्या आईला मार न देण्याविषयी सांगत आहे.

∴ उत्तराचा पर्याय क्रमांक ❸.

✷ सरावासाठी कविता

कविता क्र. – १

लावू रोपटे होईल झाड
पक्षी गातील पानाआड !
येतील फळे बहरतील फुले
झाडाखाली मग खेळतील मुले !
ताजी शुद्ध मिळेल हवा
सुगंध फुलाचा घेऊ नवा !
वाहील वारा हसेल आभाळ
झाडाफुलांचा करू सांभाळ !
ढग देतील पाणीच पाणी
पक्षी गातील सुरेल गाणी

1. पानाआड कोण गातात ?

① मुले ② पक्षी ③ फुले ④ वारा

2. मुले कोठे खेळतात ?

① झाडाखाली ② मैदानावर ③ बागेत ④ अंगणात

3. आभाळ केव्हा हसते ?

① पाऊस आल्यावर ② वारा वाहिल्यावर

③ ऊन पडल्यावर ④ ढग आल्यावर

कविता क्र. – २

जिकडे तिकडे पाणीच पाणी, खळखळणारे झरे ।
झुळझुळणारे गवत पोपटी, लवलवणारे तुरे ।
नवी लकाकी झाडांवरती
सुखात पाने-फुले नाहती
पाऊसवारा झेलित जाती भिरभिरती पाखरे
जिकडे तिकडे पाणीच पाणी, खळखळणारे झरे ।
हासत भिजती निळसर डोंगर
उड्या त्यांतुनी घेती निर्झर
कडेकपारी रानोरानी नाद नाचरा भरे
जिकडे तिकडे पाणीच पाणी, खळखळणारे झरे ।

कवी - शंकर वैद्य

1. जसे खळखळणारे झरे तसे लवलवणारे ....

① झाडे ② डोंगर ③ पाखरे ④ तुरे

2. डोंगरांवरून उड्या घेत कोण जात आहे ?

① पक्षी ② झरे ③ पाऊस ④ गवत

3. 'नाद' या शब्दाचा अर्थ सांगा.

① सुंदर ② झरा

③ कडी ④ निसर्गाचे संगीत

कविता क्र. – ३

टप् टप् पडती अंगावरती प्राजक्ताची फुले
भिर् भिर् भिर् भिर् त्या तालावर गाणे आमुचे जुळे !
कुरणावरती, झाडांखाली
ऊन-सावली विणते जाळी
येतो वारा पाहा भरारा, गवत खुशीने डुले
टप् टप् पडती अंगावरती प्राजक्ताची फुले
दूर दूर हे सूर वाहती
उन्हात पिवळ्या पाहा नाहती
हसते धरती, फांदीवरती हा झोपाळा झुले
टप् टप् पडती अंगावरती प्राजक्ताची फुले

कवी - मंगेश पाडगावकर

1. फांदीवरती .... झुलत आहे.

① भरारा ② झोपाळा ③ धरती ④ पक्षी

2. 'कुरण' या शब्दाचा अर्थ काय ?

① गवताळ जमीन ② रान
③ रस्ता ④ मोठे घर

3. जाळी विणण्याचे काम कोण करत आहे ?

① कोळी ② लहान मुले
③ ऊन आणि सावली ④ फुले

कविता क्र. – ४

प्रात:काळाची आरोग्यदायी हवा । सदासर्वदा मानवते जीवा।
प्रसन्नता देई ऋतु तेधवा । सर्व प्राणीमात्रांसी ।।
सर्व रानेवने जागी होती । पुष्पे सारी विकास पावती ।
पशुपक्षीही नेहमी उठती । प्रात:काळी।।
कोणी धावावे, कुणी चालावे । कोणी सूर्यनमस्कार घालावे ।
कोणी गावे, अध्ययन करावे । हे दृश्य प्रभाती दिसावे ।।

घरा-परिसराची करावी सफाई । स्वच्छता मार्गी ठायी ठायी ।
गायी-म्हशींचे गोठे सर्वही । आरशासारखे करावे ।।
लहान-थोरांनी साहाय्य द्यावे । परि प्रत्येकाने काम करावे।
सर्वांनी मिळोनि उरकावे । कामधंदे चटपट ।।
काही पठणपाठण करावे। शरीर मनासी वळण लावावे ।
आयुष्य सुंदर होते अवघे । ऐशा क्रमे ।।

कवी - राष्ट्रसंत तुकडोजी महाराज

1. विसंगत शब्द शोधा.
   ① झटपट ② खटपट ③ लटपट ④ कामधंदा
2. मनाला वळण लावण्यासाठी .... उठून प्रार्थना गावी.
   ① सकाळी ② संध्याकाळी ③ पहाटे ④ मध्यरात्री
3. विसंगत शब्द शोधा.
   ① हवा-वारा ② पुष्प-फूल
   ③ आयुष्य-जीवन ④ प्रसन्न-खिन्न

कविता क्र. – ५

समोर समोर चालता चालता
शेवटी संपून जाईल रस्ता,
आकाश राहील उभे पुढ्यात,
चांदोबाला लागेल हात.
असे काही मनात धरून
चालत सुटतो रस्त्यावरून.
गळ्यात गलोल, हातात छडी,
खिशात शेंगदाण्याची पुडी.
चालता चालता काय होते,
रेल्वे फाटक आडवे येते.
गाडीला मग 'टाटा' करतो
समोर समोर चालत राहतो
चालता चालता काय होते,
एक छोटे तळे लागते.

पाय बुडवून, भाकऱ्या खाऊन
दाणे खात चालतो फिरून
पुढे एकदम आले समोर
चिंचेचे वन हिरवेगार !
गलोल मारून चिंचा पाडतो,
चोखत चोखत दुडका पळतो.

1. मुलाच्या गळ्यात काय आहे ?

① गलोल ② छडी
③ काळा दोरा ④ सोन्याची चेन

2. या कवितेतील मुलाने किती गोष्टी बरोबर घेतल्या ?

① दोन ② तीन ③ पाच ④ सात

3. समानार्थी शब्दाची जोडी सांगा.

① उंच-बुटका ② कडक-नरम
③ सामसूम-गोंगाट ④ अचानक-एकदम

कविता क्र. – ६

वाटते सानुली मंद झुळुक मी व्हावे
घेईल ओढ मन तिकडे स्वैर झुकावे
कधी बाजारी तर कधी नदीच्या काठी
राईत कधी वा पडक्या वाड्यापाठी
हळु थबकत जावे कधी कानोसा घेत
कधी रमत गमत वा कधी भरारी थेट
लावून अंगुली कलिकेला हळुवार
ती फुलुनि बघे तो व्हावे पार पसार.
परि जाता-जाता सुगंध संगे न्यावा
तो दिशादिशांतुनि फिरता उधळुनि द्यावा.
गाण्याची चुकलीमुकली गोड लकेर
झुळझुळ झऱ्याची पसरावी चौफेर.
शेतांत पाचुच्या, निळ्या नदीवर शांत
खुलवीत मखमली तरंग जावे गात.

कवी - दा. अ. कारे

1. 'चाहूल घेणे' या अर्थाचा वाक्प्रचार सांगा.
   ① संगे नेणे ② उधळून देणे
   ③ कानोसा घेणे ④ पसार होणे
2. 'तरंग' या शब्दाचा अर्थ सांगा.
   ① लहर ② झेप ③ हळुवार ④ लहान
3. कळीला हळूच स्पर्श करावा. या अर्थाची खालीलपैकी ओळ सांगा.
   ① झुळझुळ झऱ्याची पसरावी चौफेर
   ② लावून अंगुली कलिकेला हळुवार
   ③ शेतात पाचूच्या, निळ्या नदीवर शांत
   ④ कधी रमत-गमत वा कधी भरारी थेट

कविता क्र. – ७

गोपनारी हिरकणी गडा गेली
दूध घालाया, परत झणि निघाली
पायथ्याशी ते वसे तिचे गाव
घरी जाया मन घेई फार धाव
शिवप्रभुंचा निर्बंध एक होता
तोफ व्हावी अस्तास सूर्य जाता
सर्व दरवाजे अचुक बंद व्हावे
कुठे कोणा जाऊ न येऊ द्यावे
सर्व दरवाजे फिरून परत आली
तिला भेटेना तेथ कुणी वाली
'कोण पाजिल तरी तान्हुल्यास आता?
विचारे या बहु दुःख होय चित्ता
मार्ग सुचला आनंद फार झाला
निघे वेगे मग घरी जावयाला
नसे रक्षक ठेविला जेथ ऐसा
एक होता पथ रायगडी खासा
भला तुटलेला कडा उंच नीट
तळी जाया उतरती पाय वाट
पाय चुकता नेमका मृत्यु येई
परी माता ती तेथुनीच जाई

कवी - विनायक

1. रायगडावर दूध विकण्यासाठी कोण गेली होती ?
① हिराबाई ② हिरकणी ③ राजाबाई ④ बयाबाई
2. 'निर्बंध' या शब्दाचा अर्थ सांगा.
① बंधन ② खास ③ बातमी ④ गवळण
3. हिरकणी दु:खी का झाली ?
① बाळाची आठवण आल्याने ② बहिणीची ओढ लागल्याने
③ नवऱ्याची आठवण आल्याने ④ तिच्यावर हल्ला झाल्यामुळे

कविता क्र. – ८

काया-काया शेतामंधी
घाम जिरव जिरव
तेव्हा उगल उगल
कायामधून हिरवं !
येता पीकाले बहार
शेताशेतात हिर्वय
कसं पिकलं रे सोनं
हिर्व्यामधून पिवयं ।
अशी धरत्रीची माया
अरे, तीले नाही सीमा
दुनियाचे सर्वे पोटं
तिच्यामधी झाले जमा ।
शेतामंधी भाऊराया
आला पीकं गोंजारत
हात जोडीसन केला
धरत्रीले दंडवत।
शेतामंधी भाऊराया ।
खाले वाकला वाकला ।
त्यानं आपल्या कपायी ।
टिया मातीचा लावला ।
अशी भाग्यवंत माय
भाऊरायाची जमीन
वाडवडिलांचे देवा,
राखी ठेव रे वतन।

कवयित्री - बहिणाबाई चौधरी

1. भाऊराया कपाळाला कशाचा टिळा लावतो ?
   ① मातीचा ② धनाचा ③ चंदनाचा ④ कष्टाचा
2. 'दंडवत' या शब्दाचा अर्थ सांगा.
   ① जग ② पीक ③ नमस्कार ④ हिरवेगार
3. 'कष्ट करणे' या अर्थासाठी खालील वाक्प्रचार सांगा.
   ① वतन राखणे ② घाम जिरवणे
   ③ दंडवत घालणे ④ सोने पिकणे

कविता क्र. – ९

हळूच या हो हळूच या !
गोड सकाळी ऊन पडे
दंवबिंदूंचे पडति सडे
हिरव्या पानांतुन वरती
येवोनी फुललो जगती
हृदये अमुची इवलीशी
परि गंधाच्या मधि राशी
हासुनी डोलुन
देतो उधळुन
सुगंध या तो सेवाया
हळूच या पण हळूच या ! ॥१॥
कधि पानांच्या आड दडू
कधि आणू लटकेच रडू
कधि वाऱ्याच्या झोताने
डोलत बसतो गमतीने
तऱ्हेतऱ्हेचे रंग किती
अमुच्या या अंगावरती
निर्मल सुंदर
अमुचे अंतर
या आम्हांला भेटाया
हळूच या पण हळूच या !

कवी - कुसुमाग्रज

1. सगळीकडे कशाचे सडे पडले आहेत ?
   ① पाण्याचे ② रंगाचे ③ दंवबिंदूचे ④ फुलांचे
2. 'सुगंध' या शब्दाचा समानार्थी शब्द द्या.
   ① सुवास ② मधुर ③ ढीग ④ छान
3. कोणाचे मन निर्मळ आणि सुंदर आहे ?
   ① झाडाचे ② फुलाचे ③ गवताचे ④ रानाचे

उत्तरसूची

कविता १	1	❷	2	❶	3	❷	**कविता २**	1	❹	2	❷	3	❹
कविता ३	1	❷	2	❶	3	❸	**कविता ४**	1	❹	2	❸	3	❹
कविता ५	1	❶	2	❷	3	❹	**कविता ६**	1	❸	2	❶	3	❷
कविता ७	1	❷	2	❶	3	❶	**कविता ८**	1	❶	2	❸	3	❷
कविता ९	1	❸	2	❶	3	❷							

घटक 2 : कार्यात्मक व्याकरण

1. शब्दांच्या जाती : नाम, सर्वनाम, विशेषण, क्रियापद

(अ) नाम

नाम : वस्तूला ठेवलेल्या नावाला 'नाम' म्हणतात. नाम म्हणजे नाव होय. वस्तूला संबोधण्यासाठी नाव ठेवले जाते.

१. गुलामगिरी हा समाजाला लागलेला कलंक आहे.
२. सुतारपक्षी झाडावरच राहतो.
३. मदारी माकडांचा खेळ करतो.
४. कावळ्याचा रंग काळा असतो.

◈ वरील वाक्यांत गुलामगिरी, समाज, सुतारपक्षी, झाड, मदारी, माकड, कावळा आणि काळा ही वस्तूंना तसेच सजीव-निर्जीव या वस्तूंच्या गुणधर्माला ठेवलेली नावे आहेत. ती वस्तू ओळखण्यासाठी त्या वस्तूला एक नाव ठेवले जाते. त्याला व्याकरणाच्या भाषेत 'नाम' म्हणतात.

नमुना प्रश्न

1. **गंगा नदी ही भारतातील सर्वांत मोठी नदी आहे. या वाक्यातील नाम कोणते ?**

① गंगा नदी ② भारतातील
③ नदी ④ सर्व पर्याय बरोबर

स्पष्टीकरण : वरील वाक्यात नदी, गंगा, भारत ही ठेवलेली नावे आहेत. त्यामुळे ही सर्व नामे या वाक्यात आलेली आहेत.

∴ उत्तराचा पर्याय क्रमांक ❹.

2. **'भारत माझा देश आहे.' या वाक्यात किती नामे आली आहेत ?**

① दोन ② तीन ③ एक ④ चार

स्पष्टीकरण : वरील वाक्यात भारत व देश ही नावे आली आहेत. त्यामुळे या वाक्यात दोन नामे आली आहेत.

∴ उत्तराचा पर्याय क्रमांक ❶.

3. **'आम्ही मामाच्या गावाला गेलो.' या वाक्यात कोणते नाम आले आहे ?**

① आम्ही ② गेलो

③ गावाला ④ गावाला गेलो

स्पष्टीकरण : या वाक्यात मामाच्या व गावाला ही नामे आली आहेत. पर्यायात गावाला गेलो हा एक पर्याय आहे. परंतु फक्त 'गावाला' हे नाम आहे. त्यामुळे गावाला गेलो हे नाम नाही. त्यामुळे फक्त गावाला हे नाम आहे.

∴ उत्तराचा पर्याय क्र. ❸.

4. **'समोरच्या झाडावर पक्ष्याचे घरटे आहे.' या वाक्यातील खालीलपैकी नाम नसणारा पर्याय कोणता?**

① समोरच्या ② झाडावर ③ पक्ष्याचे ④ घरटे

स्पष्टीकरण : वरील वाक्यात झाड, पक्षी व घरटे ही ठेवलेली नावे आहेत. त्यामुळे व्याकरणात त्यांना नाम म्हणतात. पण समोर हे ठेवलेले नाव नाही.

∴ उत्तराचा पर्याय क्रमांक ❶

5. **'पावसाळ्यात आकाशात इंद्रधनुष्य दिसते.' या वाक्यात किती नामे आली आहेत ?**

① तीन ② चार ③ दोन ④ एक

स्पष्टीकरण : वरील वाक्यात पावसाळा हे ऋतूचे नाव. आकाश हे एक नाव तसेच इंद्रधनुष्य हेही एक नाम आहे. त्यामुळे या वाक्यात तीन नामे आली आहेत.

∴ उत्तराचा पर्याय क्रमांक ❶.

✱ **सरावासाठी प्रश्नावली**

प्रश्नावली

1. 'माझा आवडता खेळ क्रिकेट आहे.' या वाक्यात किती नामे आली आहेत ?

① दोन ② तीन ③ चार ④ एक

2. 'समीर बसने मुंबईला गेला.' या वाक्यात नाम नसणारा खालीलपैकी पर्याय कोणता ?

① गेला ② बसने ③ मुंबईला ④ समीर

3. 'साने गुरुजींनी श्यामची आई हे पुस्तक लिहिले.' या वाक्यात खालीलपैकी कोणकोणती नामे आली आहेत ?

① पुस्तक ② श्यामची आई
③ साने गुरुजींनी ④ सर्व पर्याय बरोबर

4. .... चांगला खेळ केला. या ठिकाणी खालीलपैकी कोणते नाम येईल ?

① मुलाने ② मुलांनी
③ मुलींनी ④ सर्व पर्याय बरोबर

5. 'मैदानावर मुले खेळत आहेत.' या वाक्यात किती नामे आली आहेत ?

① दोन ② तीन ③ चार ④ एक

6. 'माझा वर्गात तिसरा क्रमांक आला आहे.' या वाक्यात खालीलपैकी कोणते नाम आले आहे ?

① माझा ② तिसरा ③ क्रमांक ④ आहे

प्रश्न 7 व 8 : सूचना - खालीलपैकी नाम नसणारा पर्याय कोणता ?

7. ① हुशारी ② गुलामगिरी ③ सौंदर्य ④ शहाणा
8. ① सरळ ② झाड ③ अंगण ④ घर

प्रश्न 9 व 10 : सूचना - खालीलपैकी नाम असणारा पर्याय ओळखा.

9. ① कुटुंब ② प्रगती ③ चांगले ④ सुंदर
10. ① गाड्या ② पुढे ③ मागे ④ वर

उत्तरसूची

1. ❹	2. ❶	3. ❹	4. ❹	5. ❶	6. ❸	7. ❹
8. ❶	9. ❶	10. ❶				

(ब) सर्वनाम

सर्वनाम : वाक्यात नामाऐवजी येणाऱ्या शब्दांना 'सर्वनाम' असे म्हणतात. उदा., तो, ती, ते, त्या, हा, ही, हे.

१. ती व्यक्ती धाडसी आहे.

२. त्या मुलाने पहिला क्रमांक काढला.

३. समीर मठ्ठ आहे. तो परीक्षेत नापास झाला.

- वरील वाक्यात ती, त्या आणि तो हे शब्द वापरले आहेत. प्रत्येक वेळी नामाचा वापर न करता या शब्दांचा वापर करतात. वाक्यात या शब्दांना स्वतःचा अर्थ नसतो.
- तिसऱ्या वाक्यात 'समीर' हे नाम पहिल्यांदा वापरले. पण त्यापुढील वाक्यासाठी समीरऐवजी 'तो' या शब्दाचा वापर केला.
- अशा प्रकारे वाक्यात नामाऐवजी येणाऱ्या शब्दांना 'सर्वनाम' असे म्हणतात.

नमुना प्रश्न

1. **'तुला कोणी मारले?' या वाक्यात किती सर्वनामे आली आहेत ?**

① एक ② दोन ③ तीन ④ शून्य

स्पष्टीकरण : तुला व कोणी ही दोन सर्वनामे आली आहेत.

∴ उत्तराचा पर्याय क्रमांक ❷.

2. **'तो आईसोबत मामाच्या गावाला गेला.' या वाक्यात कोणते सर्वनाम आले आहे ?**

① सोबत ② मामाच्या ③ तो ④ गेला

स्पष्टीकरण : या वाक्यात पुल्लिंग नामासाठी तो शब्द वापरला आहे. त्यामुळे या वाक्यात 'तो' हे सर्वनाम आले आहे.

∴ उत्तराचा पर्याय क्रमांक ❸.

3. **'कोण आहे तिकडे ?' या वाक्यात किती सर्वनामे आली आहेत ?**

① एक ② दोन ③ तीन ④ शून्य

स्पष्टीकरण : या वाक्यात फक्त कोण हे एकच सर्वनाम आले आहे. तिकडे हा शब्द नामाऐवजी न येता तो क्रियेविषयी माहिती देतो. त्यामुळे या वाक्यात फक्त एकच सर्वनाम आले आहे.

∴ उत्तराचा पर्याय क्रमांक ❶.

4. **........ संघाने विश्वचषक जिंकला. या वाक्यात खालीलपैकी कोणते सर्वनाम येईल ?**

① तो ② त्या ③ ते ④ त्यांनी

स्पष्टीकरण : या वाक्यात रिकाम्या जागी वरीलपैकी एक सर्वनाम वापरायचे आहे. लिंग, वचन यांचा विचार करून पर्याय निवडावा. या ठिकाणी अनेकवचन असल्यामुळे 'त्या' हा योग्य पर्याय ठरतो.

∴ उत्तराचा पर्याय क्र. ❷.

✷ सरावासाठी प्रश्नावली

प्रश्नावली

1. 'मी आणि माझे काका आमच्या गावाला गेलो.' या वाक्यात किती सर्वनामे आली आहेत ?

① एक ② दोन ③ तीन ④ चार

2. 'तो मुलगा फार हुशार आहे.' या वाक्यातील सर्वनाम असणारा खालीलपैकी पर्याय ओळखा.

① फार ② मुलगा ③ तो ④ आहे

3. 'आमच्या शाळेत स्पर्धा आहेत.' या वाक्यातील सर्वनाम ओळखा.

① आमच्या ② आहेत ③ स्पर्धा ④ शाळेत

प्रश्न 4 ते 6 : सूचना - खालीलपैकी सर्वनाम नसणारा पर्याय ओळखा.

4. ① कोण ② तुम्ही ③ आपण ④ सगळे
5. ① त्या ② हा ③ वर ④ हे
6. ① सर्व ② मी ③ हा ④ खाली
7. 'समोरच्या झाडावर काय बसले आहे?' या वाक्यातील सर्वनाम ओळखा.
   ① समोरच्या ② झाडावर ③ काय ④ आहे

प्रश्न 8 ते 10 : सूचना - खालील रिकाम्या जागी योग्य सर्वनाम वापरा.

8. .... सर्वांनी एकमेकांना मदत करणे आवश्यक आहे.
   ① त्या ② आपण
   ③ तुम्ही ④ सर्व पर्याय बरोबर
9. .... क्रांतिकारकांनी स्वत:च्या प्राणाचे बलिदान दिले.
   ① तो ② त्या ③ हा ④ ते
10. .... सगळे पोहायला गेलो होतो.
   ① मी ② आपण
   ③ आम्ही ④ पर्याय २ व ३

उत्तरसूची

1. ❸	2. ❸	3. ❶	4. ❹	5. ❸	6. ❹	7. ❸
8. ❹	9. ❷	10. ❹				

(क) विशेषण

विशेषण : नामाबद्दल विशेष माहिती सांगणाऱ्या शब्दाला 'विशेषण' असे म्हणतात. या शब्दामुळे नामाची व्याप्ती मर्यादित होते.

१. सगळे मुसळ केरात.

२. लाल चोचीचा पोपट छान दिसतो.

३. मला गाणारा मुलगा आवडतो.

- या वाक्यात सगळे, लाल व गाणारा या शब्दांखाली अधोरेखित केले आहे. पहिल्या वाक्यात मुसळ हे नाम, दुसऱ्या वाक्यात पोपट, चोच तसेच तिसऱ्या वाक्यात मुलगा ही नामे आली आहेत.
- पहिल्या वाक्यात सगळे मुसळ असा शब्द आला आहे. मुसळ हे नाम आहे. सगळे या शब्दाने नामाविषयी अधिक माहिती दिली आहे.
- तसेच लाल चोचीचा, गाणारा मुलगा या वाक्यात चोच आणि मुलाविषयी अधिक माहिती दिली आहे. नामाला प्रश्न विचारल्यानंतर आपणास विशेषण मिळते.
- अशा प्रकारे सगळे, लाल व गाणारा हे शब्द वाक्यात नामाविषयी विशेष माहिती देतात. त्यामुळे व्याकरणात या शब्दांना विशेषण म्हणतात.

✷ सरावासाठी प्रश्नावली

प्रश्नावली

1. 'राग हा माणसाचा शत्रू आहे.' या वाक्यातील विशेषण ओळखा.

① माणसाचा ② शत्रू ③ राग ④ आहे.

2. पिकलेले आंबे गोड असतात अधोरेखित शब्दाची जात ओळखा.

① नाम ② सर्वनाम

③ विशेषण ④ यापेक्षा वेगळे उत्तर

प्रश्न 3 ते 6 : सूचना - खालील वाक्यांतील विशेषण असणाऱ्या शब्दांचा पर्याय क्रमांक लिहा.

3. सूर्याचे कडक ऊन पडले आहे.

① ऊन ② कडक ③ सूर्याचे ④ पडले

4. परीक्षेत पहिला क्रमांक आला पाहिजे.

① क्रमांक ② परीक्षेत ③ पहिला ④ आला

5. साने गुरुजींनी छान पुस्तके लिहिली आहेत.

① पुस्तके ② साने गुरुजींनी ③ छान ④ लिहिली

6. सुंदर अक्षर हा एक अलंकार आहे.

① अक्षर ② हा ③ अलंकार ④ सुंदर

7. 'भाऊबीज हा बहीण-भावाच्या अतूट प्रेमाचा सण आहे.' या वाक्यातील विशेषण ओळखा.

① भाऊबीज ② अतूट प्रेमाचा

③ बहीण-भावाच्या ④ सण

8. 'मोराची सुंदर पिसे मला आवडतात.' या वाक्यातील विशेषण ओळखा.

① पिसे ② मला ③ सुंदर ④ मोराची

9. 'पावसाळ्यात जमीन हिरवा शालू नेसते.' या वाक्यात किती विशेषणे आली आहेत?

① एक ② दोन ③ तीन ④ चार

10. 'शिवाजी महाराज .... होते.' या वाक्यात खालीलपैकी कोणते विशेषण येईल ?

① शौर्य ② शूर ③ सौंदर्य ④ हुशार

उत्तरसूची

1. ❸	2. ❸	3. ❷	4. ❸	5. ❸	6. ❹	7. ❷
8. ❸	9. ❶	10. ❷				

(ड) क्रियापद

क्रियापद : वाक्याचा अर्थ पूर्ण करण्यासाठी येणाऱ्या क्रियावाचक शब्दांना 'क्रियापद' असे म्हणतात.

◈ क्रियापदाशिवाय वाक्य पूर्ण होत नाही व आपणास त्याचा अर्थबोध होत नाही.

१. बाबा मला सहलीला घेऊन गेले.

२. आम्ही शेतात गेलो.

३. पिकलेला आंबा खाली पडला.

४. गाय दूध

◈ वरील वाक्यांत काही शब्द अधोरेखित केले आहेत. यामध्ये गेले, गेलो, पडला हे शब्द आहेत. पहिल्या वाक्यात 'गेले' या शब्दात जाण्याची क्रिया झाली. तसेच तिसऱ्या वाक्यात पडण्याची क्रिया झालेली आहे; परंतु चौथ्या वाक्यात कोणत्याही प्रकारची क्रिया झालेली नाही. त्यामुळे चौथे वाक्य पूर्ण होत नाही. तसेच त्या वाक्याचा अर्थ स्पष्ट होत नाही.

◈ आपणास गाय दूध या वाक्यावरून काहीही अर्थबोध होत नाही. या ठिकाणी कोणत्याही प्रकारची क्रिया झालेली नाही; परंतु वरील तीन वाक्यांवरून त्या ठिकाणच्या क्रियेचा अर्थबोध होतो.

◈ त्यामुळे गेले, गेलो व पडला हे शब्द वाक्यात आवश्यक असतात. ते क्रिया दर्शवितात म्हणून या शब्दांना 'क्रियापद' असे म्हणतात.

नमुना प्रश्न

1. **'जिंकलेले खेळाडू जल्लोष करतात.' या वाक्यातील क्रियापद ओळखा.**

① खेळाडू ② जल्लोष ③ जिंकलेले ④ करतात

स्पष्टीकरण : या वाक्यात करतात या शब्दावरून करण्याच्या क्रियेचा संबोध होतो. या ठिकाणी करतात हे क्रियापद झाले आहे.

∴ उत्तराचा पर्याय क्रमांक ❹.

2. **'चोर इकडे पळाला.' या वाक्यात किती क्रियापदे आली आहेत ?**

① एक ② दोन ③ तीन ④ चार

स्पष्टीकरण : या वाक्यात पळाला या एकाच शब्दाद्वारे पळण्याच्या क्रियेचा बोध स्पष्ट होतो. त्यामुळे पळाला हे एकच क्रियापद या ठिकाणी आले आहे.

∴ उत्तराचा पर्याय क्रमांक ❶.

3. **'आंबा हेलकावे खात खाली पडला.' या वाक्यातील अधोरेखित शब्दाची जात ओळखा.**

① नाम ② सर्वनाम ③ विशेषण ④ क्रियापद

स्पष्टीकरण : वरील वाक्यात पडला या शब्दावरून पडण्याच्या क्रियेचा बोध स्पष्ट होतो. 'पडला' या शब्दावरून क्रिया स्पष्ट होते.

∴ उत्तराचा पर्याय क्रमांक ❹.

✷ सरावासाठी प्रश्नावली

प्रश्नावली

1. 'मुले मैदानावर खेळली.' या वाक्यातील अधोरेखित शब्दाची जात ओळखा.

① नाम ② सर्वनाम ③ विशेषण ④ क्रियापद

2. 'घरोघरी मातीच्या चुली असतात.' या वाक्यात किती क्रियापदे आली आहेत ?

① एक ② दोन ③ तीन ④ चार

3. खालीलपैकी कोणत्या वाक्यात जास्त क्रियापदे आली आहेत ?

① समीर आरशात पाहतो.

② पतंगाने आकाशात भरारी मारली.

③ मुले खेळ खेळत होती.

④ पावसात मोर उड्या मारतो.

प्रश्न 4 ते 6 : सूचना - खालीलपैकी क्रियापद नसणारा पर्याय ओळखा.

4. ① खेळणे ② रडणे ③ पडणे ④ वाचन

5. ① हसणे ② हसतो ③ हसता ④ हसवेल

6. ① चढणे ② मारणे ③ गप्प ④ पळणे

प्रश्न 7 ते 10 : सूचना - खालीलपैकी रिकाम्या जागी कोणते अर्थपूर्ण क्रियापद येईल ?

7. ही मुले भारताचे भावी नागरिक ....
   ① होईल ② आहेत ③ होता ④ झाले
8. पोलिसांनी चोरांना अटक ....
   ① करतात ② करणे
   ③ केली ④ करत होतील
9. वाचनामुळे मन प्रसन्न ....
   ① झाले ② होईल
   ③ होते ④ सर्व पर्याय बरोबर
10. काल आकाशात इंद्रधनुष्य ....
   ① दिसणार ② दिसेल
   ③ दिसत आहे ④ दिसत होते.

उत्तरसूची

1. ❹	2. ❶	3. ❸	4. ❹	5. ❸	6. ❸	7. ❷
8. ❸	9. ❹	10. ❹				

2. लिंग

१. समीर मैदानावर खेळत होता.
२. सीमा मैदानावर खेळत होती.
३. ते मूल मैदानावर खेळत होते.

◈ या ठिकाणी समीर, सीमा व मूल अशी नामे घेतली आहेत. पहिल्या नामापासून वाक्य तयार केल्यानंतर त्याच ठिकाणी मुलीचे नाव घेतले. त्यामुळे वाक्याच्या क्रियेत बदल झाला. तसेच त्याच ठिकाणी अनेकवचनी शब्द वापरला त्यामुळेसुद्धा बदल झाला.

◈ समीर या नावावरून पुरुष जातीचा बोध होतो व त्यानुसार क्रियेचा उपयोग होतो.

◈ सीमा या नावावरून स्त्री जातीचा बोध होतो व त्यानुसार क्रियेचा वापर होतो.

◈ समीर – तो समीर – पुल्लिंग
सीमा – ती सीमा – स्त्रीलिंग
मूल – ते मूल – नपुंसकलिंग

१. **पुल्लिंग** – ज्या नामावरून पुरुष जातीचा बोध होतो त्या नामास पुल्लिंग म्हणतात.

२. **स्त्रीलिंग** – ज्या नामावरून स्त्री जातीचा बोध होतो त्या नामास स्त्रीलिंग म्हणतात.

३. **नपुंसकलिंग** – ज्या नामावरून पुरुष किंवा यापैकी कोणताही स्त्री जातीचा बोध होत नाही त्या नामास नपुंसकलिंग म्हणतात. उदा., ते वृक्ष, ते पुस्तक, ते घर.

लिंग ओळखण्याची पद्धती
१. पुल्लिंग .... तो .... तो मुलगा, तो रेडा
२. स्त्रीलिंग .... ती .... ती शाळा, ती वही
३. नपुंसकलिंग .... ते .... ते घर, ते अंगण

नमुना प्रश्न

1. 'जाऊ' या नामाचे लिंग कोणते ?

① पुल्लिंग ② स्त्रीलिंग ③ नपुंसकलिंग ④ उभयलिंग

स्पष्टीकरण : या ठिकाणी जाऊ हे नाम दिले आहे. लिंग ओळखण्यासाठी तो, ती, ते या सर्वनामांचा उपयोग करावा. तो जाऊ, ती जाऊ, ते जाऊ या तीन वाक्यांपैकी ती जाऊ हे वाक्य योग्य व समर्पक आहे. म्हणून 'जाऊ' या शब्दाचे लिंग स्त्रीलिंग आहे.

∴ उत्तराचा पर्याय क्र. ❷

2. **'भट' या शब्दाचा विरुद्धलिंगी शब्द कोणता ?**

① भाटीण ② भटणी ③ भटीण ④ भाटी

स्पष्टीकरण : वरील वाक्यात भट हा शब्द तो भट असा उच्चारतात. त्यामुळे हा पुल्लिंगी शब्द आहे. त्याच्या विरुद्धलिंगी म्हणजे स्त्रीलिंगी शब्द होय. त्यामुळे स्त्रीलिंगी शब्द भटीण हा योग्य आहे.

∴ उत्तराचा पर्याय क्रमांक ❸

3. **खालील शब्दांपैकी गटात न बसणाऱ्या शब्दाचा पर्याय क्रमांक लिहा.**

① पैसा ② रुपये ③ भाऊ ④ मित्र

स्पष्टीकरण : या ठिकाणी वेगळा शब्द लिंगानुसार ओळखायचा आहे. तो खालीलप्रमाणे

पैसा - तो पैसा - पुल्लिंग रुपये - ते रुपये - नपुंसकलिंग

भाऊ - तो भाऊ - पुल्लिंग मित्र - तो मित्र - पुल्लिंग.

∴ उत्तराचा पर्याय क्र. ❷

4. **'सचिन शाळेत जातो.' या ठिकाणी काळात बदल न करता फक्त लिंगानुसार कर्ता बदलल्यास योग्य वाक्य कोणते ?**

① दीपा शाळेत जाईल.

② दीपा शाळेत गेली.

③ दीपा शाळेत जाते.

④ प्रतीक शाळेत जातो.

स्पष्टीकरण : या ठिकाणी सचिनऐवजी 'दीपा' हा शब्द घेतल्यास दीपा शाळेत जाते हे वाक्य योग्य ठरते.

∴ उत्तराचा पर्याय क्रमांक ❸.

✷ सरावासाठी प्रश्नावली

प्रश्नावली

प्रश्न 1 ते 4 : सूचना - खालील नामाच्या लिंगाचा प्रकार ओळखा.

1. हिरवाई

① पुल्लिंग ② स्त्रीलिंग ③ नपुंसकलिंग ④ उभयलिंग

2. पर्यावरण

① पुल्लिंग ② स्त्रीलिंग ③ नपुंसकलिंग ④ उभयलिंग

3. घरे

① पुल्लिंग ② स्त्रीलिंग ③ नपुंसकलिंग ④ उभयलिंग

4. मुले

① पुल्लिंग ② स्त्रीलिंग ③ नपुंसकलिंग ④ उभयलिंग

प्रश्न 5 ते 7 : सूचना - खालील शब्दांच्या विरुद्धलिंगी शब्दांचा पर्याय क्रमांक ओळखा.

5. विद्वान

① विधुरी ② वैज्ञानिक ③ विदुषी ④ विधुरा

6. बोकड

① मेंढा ② एडका ③ शेळी ④ बोकडा

7. व्याही

① व्याहीण ② व्याहीबाई ③ पाहुणी ④ विहीण

प्रश्न 8 ते 10 : सूचना - खालील वाक्यात विरुद्धलिंगी शब्द वापरून काळात बदल न करता वाक्य तयार करा.

8. सचिनने शाळेत प्रवेश केला.

① सीमा शाळेत प्रवेश करते.

② सीमाने शाळेत प्रवेश केला.

③ सीमा शाळेत प्रवेश करील.

④ सीमा शाळेत प्रवेश करणार होती.

9. गीताने गाईला चारा घातला.

① गीताने बैलाला चारा घातला. ② गीता बैलाला चारा घालेल.

③ गीता बैलाला चारा देईल. ④ गीताने गाईला चारा घातला.

10. कवीने कविता लिहिल्या.

① कवयित्रीने कविता लिहिल्या.

② कवयित्री कविता लिहिते.

③ कवयित्रीने कविता लिहिल्या आहेत.

④ कवयित्रीने कविता लिहिल्या होत्या.

उत्तरसूची

1. ❷	2. ❸	3. ❷	4. ❷	5. ❸	6. ❸	7. ❹
8. ❷	9. ❶	10. ❶				

3. वचन

१. सचिनने आंबा खाल्ला

२. सचिनने आंबे खाल्ले.

३. सुनीताने वही घेतली.

४. सुनीताने वह्या घेतल्या.

◈ वरील वाक्यात अधोरेखित शब्द ही नामे आहेत. पहिल्या वाक्यात आंबा यावरून एका आंब्याचा उल्लेख होतो. दुसऱ्या वाक्यात आंबे यावरून अनेक आंब्यांचा उल्लेख होतो.

◈ तसेच तिसऱ्या वाक्यात वही यावरून एका वहीचा बोध होतो. चौथ्या वाक्यात वह्या यावरून अनेक वह्यांचा बोध होतो.

◈ **वचन :** नामावरून वस्तू एक किंवा अनेक आहेत याचा बोध होतो. त्यास नामाचे वचन म्हणतात. वचनाचे दोन प्रकार पडतात.

१. एकवचन : फक्त एकच वस्तू असल्याचा बोध होतो.

२. अनेकवचन : अनेक वस्तू असल्याचा बोध होतो.

एकवचन		**अनेकवचन**
खेडे	....	खेडी
केळे	....	केळी
चिंच	....	चिंचा
पुस्तक	....	पुस्तके

एकवचन		**अनेकवचन**	**एकवचन**		**अनेकवचन**
वही	–	वह्या	ओढा	–	ओढे
हात	–	हात	झाड	–	झाडे
पाय	–	पाय	ढग	–	ढग
परिस	–	परिस	पतंग	–	पतंग
गुण	–	गुण	घड्याळ	–	घड्याळे

चीज	–	चिजा	साधू	–	साधू
गाणे	–	गाणी	पोपट	–	पोपट
तंबोरा	–	तंबोरे	खिळा	–	खिळे
जबाबदार	–	जबाबदाऱ्या	पत्रा	–	पत्रे
आठवण	–	आठवणी	तुकडा	–	तुकडे
काम	–	कामे	पैसा	–	पैसे
भूषण	–	भूषणे	रसायन	–	रसायने
लाडका	–	लाडके	मुंगी	–	मुंग्या
शब्द	–	शब्द	वाट	–	वाटा
भक्त	–	भक्त	गोष्ट	–	गोष्टी
ज्योत	–	ज्योती	अंडे	–	अंडी
स्त्री	–	स्त्रिया	घरटे	–	घरटी
सही	–	सह्या	वारूळ	–	वारुळे
दागिना	–	दागिने	पाखरू	–	पाखरे
डोळा	–	डोळे	शेत	–	शेते
मुलगा	–	मुलगे	पोट	–	पोटे
नाव	–	नावे	टिळा	–	टिळे
खुर्ची	–	खुर्च्या	दरवाजा	–	दरवाजे
महिना	–	महिने	किल्ला	–	किल्ले
माणूस	–	माणसे	वस्त्र	–	वस्त्रे
फूल	–	फुले	कडा	–	कडे
ओंडका	–	ओंडके	खिडकी	–	खिडक्या

नमुना प्रश्न

1. **'पडदा' या शब्दाचे अनेकवचनी रूप कोणते ?**

① पडदे ② पडेदा ③ पडदो ④ पडोदा

स्पष्टीकरण : 'पडदा' या शब्दाचे अनेकवचनी रूप 'पडदे' असे होईल.

∴ उत्तराचा पर्याय क्रमांक ❶.

2. **खालीलपैकी एकवचनाचे अनेकवचनी चुकीचे रूप कोणते ?**

① बांबू-बांबू ② काठी-काठ्या

③ सही-सह्या ④ डोंगर-डोंगरे

स्पष्टीकरण : वरील पर्यायांत एक बांबू-अनेक बांबू, एक काठी-अनेक काठ्या, एक सही-अनेक सह्या, एक डोंगर-अनेक डोंगर.

∴ उत्तराचा पर्याय क्र. ❹

3. **'मामांनी आम्हाला .... दिल्या.' वचनानुसार योग्य शब्द रिकाम्या जागी लिहा.**

① केळे ② केळी ③ केळ ④ केळीण

स्पष्टीकरण : या ठिकाणी आम्हाला .... दिल्या यावरून अनेकवचनी शब्दाचा उपयोग करणे योग्य ठरतो. त्या ठिकाणी केळी शब्द वापरल्यास वाक्य अधिक अर्थपूर्ण ठरते.

∴ उत्तराचा पर्याय क्रमांक ❷.

4. **'शिवरायांचा <u>मावळा</u> शूर होता.' या ठिकाणी अधोरेखित शब्दाचे वचन बदलून नवीन वाक्य तयार करा.**

① शिवरायांचे मावळा शूर होते. ② शिवरायांचा मावळे शूर होते.

③ शिवरायांचे मावळे शूर होता. ④ शिवरायांचे मावळे शूर होते.

स्पष्टीकरण : या ठिकाणी 'शिवरायांचा मावळा' याचे अनेकवचन 'शिवरायांचे मावळे' असे होते. त्यामुळे नवीन वाक्य 'शिवरायांचे मावळे शूर होते' असे होईल. येथे 'होता' हे एकवचनी क्रियापद आहे त्यामुळे अनेकवचनात ते 'होते' असे झाले.

∴ उत्तराचा पर्याय क्रमांक ❹.

✷ सरावासाठी प्रश्नावली

प्रश्नावली

प्रश्न 1 ते 4 : सूचना - खालील शब्दांचे अनेकवचनी रूप ओळखा.

1. खुर्ची
   ① खुर्चीया ② खुर्ची ③ खुर्च्या ④ खुर्चीला
2. फळा
   ① फळी ② फळे ③ फळो ④ फळा
3. सेवक
   ① सेवका ② सेविका ③ सेवक ④ सेवकी
4. चमचा
   ① चमचा ② चमचो ③ चमचे ④ चमच्या
5. 'सागरांना भरती येते' अधोरेखित शब्दाचे वचन लिहा.
   ① अनेकवचनी ② एकवचनी
   ③ पर्याय 1 व 2 ④ यापेक्षा वेगळे उत्तर
6. 'आकाशात इंद्रधनुष्य दिसले.' या वाक्यातील अधोरेखित शब्दाचे वचन ओळखा.
   ① एकवचन ② अनेकवचन
   ③ बहुवचन ④ सर्व पर्याय बरोबर

प्रश्न 7 व 8 : सूचना - खालीलपैकी गटात न बसणारा पर्याय ओळखा.

7. ① वासरे ② मुले ③ विहिरी ④ तळे
8. ① चपला ② गुण ③ चमचे ④ चिमणा

प्रश्न 9 व 10 : खालीलपैकी एकवचन असणारा पर्याय ओळखा.

9. ① घरे ② दारे ③ कपडे ④ केळे
10. ① डोंगर ② पेन ③ नोकर ④ चिंच

उत्तरसूची

1. ❸	2. ❷	3. ❸	4. ❸	5. ❶	6. ❶	7. ❹
8. ❹	9. ❹	10. ❹				

4. काळ

१. रामने आंबा खाल्ला.

२. राम आंबा खाईल.

३. राम आंबा खात आहे.

◈ या वाक्यात राम, आंबा ही नामे समान आहेत; परंतु पुढील क्रियापदे भिन्न आहेत. तिन्हीही क्रियापदे समान नाहीत.

◈ खाल्ला, खाईल, खात आहे या क्रियापदांत क्रियेनुसार बदल झालेला आहे. खाल्ला हे क्रियापद खाण्याची झालेली क्रिया दर्शविते. 'खाईल' हे क्रियापद खाण्याची घडायची क्रिया दर्शवित आहे. 'खात आहे' हे क्रियापद खाण्याची चालू असणारी क्रिया दर्शवित आहे.

◈ क्रियापदावरून क्रिया कोणत्या काळात घडली असावी याची माहिती मिळते. क्रियापदावरून क्रियेचा काळ कळतो.

◈ **काळ :** क्रियापदावरून क्रिया कोणत्या काळात घडली याची माहिती मिळते. त्यास 'काळ' असे म्हणतात.

◈ काळाचे तीन प्रकार पडतात.

१. वर्तमानकाळ : क्रिया चालू असण्याचा बोध या काळातून होतो.

२. भूतकाळ : क्रिया घडून गेल्याचा बोध या काळातून होतो.

३. भविष्यकाळ : क्रिया पुढे व्हायची आहे, क्रिया अजून घडलेली नाही याचा बोध या काळातून होतो.

◈ वाक्याचा काळ ओळखण्यासाठी त्या वाक्याच्या क्रियापदाचा विचार करावा लागतो.

नमुना प्रश्न

1. 'आम्ही आमच्या गावाला जाणार.' या वाक्याचा काळ ओळखा.

① वर्तमानकाळ ② भविष्यकाळ

③ भूतकाळ ④ साधा काळ

स्पष्टीकरण : वरील वाक्यात जाणार हे क्रियापद आहे. या क्रियापदावरून गावाला जाण्याची क्रिया अजून घडलेली नाही. ती पुढच्या काळात होणार आहे. त्यामुळे या क्रियापदावरून हे वाक्य भविष्यकाळी आहे. ∴ उत्तराचा पर्याय क्रमांक ❷.

2. **'बाळाने झाडावर दगड मारला.' या वाक्याचे भविष्यकाळी वाक्य कोणते ?**

① बाळाने झाडावर दगड मारले होते.

② बाळाने झाडावर दगड मारले.

③ बाळ झाडावर दगड मारत आहे.

④ बाळ झाडावर दगड मारेल.

स्पष्टीकरण : बाळाने झाडावर दगड मारले होते हे भूतकाळी वाक्य आहे. त्याचा भविष्यकाळ करताना 'बाळ झाडावर दगड मारेल' असा होईल. ∴ उत्तराचा पर्याय क्रमांक ❹.

3. **'बसणे' या क्रियापदाचे वर्तमानकाळी क्रियापद कोणते ?**

① बसत आहे ② बसला

③ बसणार ④ बसला होता.

स्पष्टीकरण : वरील प्रश्नात 'बसणे' हे क्रियापद असून या क्रियापदाचे वर्तमानकाळी क्रियापद म्हणजे क्रिया चालू असणार हे दर्शविते. म्हणजेच बसत आहे या क्रियापदावरून क्रिया चालू असलेली दर्शविते ∴ उत्तराचा पर्याय क्रमांक ❶.

4. **खालील वाक्य भूतकाळात लिहिण्यासाठी योग्य क्रियापद निवडा.**

भारत स्वतंत्र करण्यासाठी अनेकांनी जीवांचे बलिदान ....

① दिले ② देणार ③ देतील ④ देत आहेत.

स्पष्टीकरण : वरील वाक्यातील उदाहरण हे पूर्वी घडून गेलेले आहे. हे उदाहरण भारत स्वतंत्र होण्यापूर्वीचे आहे. हे वाक्य अर्थपूर्ण होण्यासाठी त्या ठिकाणी घडून गेलेले क्रियापद वापरणे योग्य आहे. 'दिले' या क्रियापदावरून क्रिया पूर्वीच्या काळात झालेली आहे याची माहिती मिळते.

∴ उत्तराचा पर्याय क्रमांक ❶.

5. वेगळे क्रियापद ओळखा.

① येणार ② जाणार ③ जाईल ④ गेलो

स्पष्टीकरण : या ठिकाणी चार क्रियापदे दिलेली आहेत. या क्रियापदांवरून क्रिया कोणत्या काळात घडलेली आहे याची माहिती मिळते. येणार, जाणार, जाईल ही तीन क्रियापदे भविष्यकाळ दर्शविणारी असून 'गेलो' हे क्रियापद भूतकाळ दर्शविते.

∴ उत्तराचा पर्याय क्रमांक ❹.

✷ सरावासाठी प्रश्नावली

प्रश्नावली

1. 'समोरच्या अंगणात आंबा पडला.' या वाक्याचा काळ ओळखा.

① वर्तमानकाळ ② भूतकाळ

③ भविष्यकाळ ④ साधा काळ

2. 'बाबा मला नवीन पाटी आणा.' या वाक्याचा काळ ओळखा.

① वर्तमानकाळ ② भूतकाळ

③ साधा काळ ④ भविष्यकाळ

3. 'आईने अंगणभर सडा शिंपडला.' या वाक्याचा काळ ओळखा.

① वर्तमानकाळ ② साधा काळ

③ भूतकाळ ④ भविष्यकाळ

प्रश्न 4 ते 7 : सूचना - खालील वाक्यात रिकाम्या जागी कोणते क्रियापद वापरावे म्हणजे कंसात दिलेल्या काळानुसार वाक्य तयार होईल ?

4. गेल्या वर्षी माझे लग्न .... (भूतकाळ)

① होणार ② होईल ③ झाले ④ होत आहे.

5. आपल्या देशाचा विकास...........(भूतकाळ)

① व्हावा ② झाला पाहिजे

③ होत आहे ④ झाला.

6. आमच्या शाळेचे स्नेहसंमेलन.......... (भविष्यकाळ)

① झाले ② होत आहे

③ होणार आहे ④ झाले होते.

7. आम्ही सहलीला .... (वर्तमानकाळ)

① जाणार ② गेलो ③ जाऊ ④ जात आहे.

प्रश्न 8 ते 12 : सूचना - खालीलपैकी वेगळे क्रियापद ओळखा.

8. ① झाला ② होणार ③ गेला ④ झोपला.

9. ① बसतो ② उठतो ③ झोपतो ④ झोपलो.

10. ① होईल ② होणार ③ होतो ④ व्हावा.

11. ① खेळलो ② पळालो ③ वाचले ④ बसणार.

12. ① करेल ② करणार ③ करीन ④ केले.

उत्तरसूची

1. ❷	2. ❹	3. ❸	4. ❸	5. ❹	6. ❸	7. ❹
8. ❷	9. ❹	10. ❸	11. ❹	12. ❹		

5. विरामचिन्हे

- व्याकरणात लिहिताना व वाचताना कोठे थांबावे यासाठी, तसेच वाक्याचा अर्थ ओळखण्यासाठी वाक्यात खुणा अथवा चिन्हांचा वापर करतात, यांना 'विरामचिन्हे' असे म्हणतात.
- वाक्यात काही ठिकाणी थांबावे लागते. त्या ठिकाणी विरामचिन्हांचा वापर करतात. त्यामुळे त्या वाक्याचा अर्थ आपणास कळतो. तसेच ऐकणाऱ्यालासुद्धा कळतो.
- आपण बोलत असताना, वाचत असताना विरामचिन्हांनुसार उपयोग करून बोलतो, वाचतो. त्यामुळे आपले वाचन तसेच बोलणे अर्थपूर्ण होते.

◈ मराठी भाषेत विविध विरामचिन्हे वापरतात.

अ.क्र.	चिन्हाचे नाव	चिन्ह	उपयोग
१.	पूर्णविराम	.	समीर झाडाखाली झोपला.
२.	स्वल्पविराम	,	गंगा, यमुना आणि सरस्वती या भारतातील नद्या आहेत.
३.	अर्धविराम	;	आकाशात काळे ढग जमा झाले; कारण पाऊस येणार होता.
४.	प्रश्नचिन्ह	?	शामा, तू कोठे होतास ?
५.	उद्‌गारवाचक चिन्ह	!	अबब ! केवढा मोठा साप !
६.	अवतरण चिन्ह		
	(अ) एकेरी अवतरण चिन्ह	‘ ’	‘भारत देश महान आहे’ असा लोकांचा विचार आहे.
	(ब) दुहेरी अवतरण चिन्ह	‘‘ ’’	‘‘बाबा, मला खाऊ आणा.’’ असे राम बाबांना म्हणाला.
७.	संयोग चिन्ह	–	शाळेला येण्यासाठी वेळ झाल्याबद्दल – मला शिक्षा मिळाली.

नमुना प्रश्न

1. **अरेरे ! त्याचे फार वाईट झाले. या ठिकाणी वाक्यात खालीलपैकी कोणते चिन्ह वापरण्यात आले आहे ?**

① प्रश्नचिन्ह ② उद्‌गारवाचक चिन्ह

③ स्वल्पविराम ④ अर्धविराम

स्पष्टीकरण : या वाक्याद्वारे उद्‌गार व्यक्त करण्यात आला आहे. त्यामुळे या ठिकाणी वापरण्यात आलेले चिन्ह उद्‌गारवाचक चिन्ह आहे.

∴ उत्तराचा पर्याय क्रमांक ❷.

2. **खालीलपैकी एकेरी अवतरण चिन्ह कोणते ?**

① – ② “ ” ③ ; ④ ‘ ’

स्पष्टीकरण : वरील प्रश्नात चौथ्या पर्यायाचे चिन्ह हे एकेरी अवतरण चिन्ह आहे.

∴ उत्तराचा पर्याय क्रमांक ❹.

3. **तुला कोणी मारले. या वाक्यात खालीलपैकी कोणते चिन्ह येईल ?**

① – ② ; ③ ! ④ ?

स्पष्टीकरण : या वाक्याद्वारे प्रश्न विचारण्यात आला आहे. त्यामुळे या ठिकाणी प्रश्नचिन्ह वापरावे लागेल.

∴ उत्तराचा पर्याय क्रमांक ❹.

4. **‘जोराचा पाऊस पडला होता.’ या वाक्यात खालीलपैकी कोणते विरामचिन्ह वापरावे ?**

① प्रश्नचिन्ह ② उद्‌गार चिन्ह

③ अवतरण चिन्ह ④ पूर्णविराम

स्पष्टीकरण : या ठिकाणी वाक्य पूर्ण झाले आहे. त्यामुळे या ठिकाणी वाक्याची पूर्णता दर्शविण्यासाठी पूर्णविराम या चिन्हाचा वापर करावा.

∴ उत्तराचा पर्याय क्रमांक ❹

5. **आई म्हणाली घराबाहेर जाऊ नकोस अंधार पडला आहे. या ठिकाणी खालीलपैकी कोणते विरामचिन्ह वापराल ?**

① प्रश्नचिन्ह ② उद्गार चिन्ह

③ अपूर्णविराम ④ दुहेरी अवतरण चिन्ह

स्पष्टीकरण : या ठिकाणी आईच्या तोंडचे बोललेले वाक्य आहे. त्यामुळे येथे दुहेरी अवतरण चिन्हाचा उपयोग करावा लागेल.

∴ उत्तराचा पर्याय क्रमांक ❹

✷ **सरावासाठी प्रश्नावली**

प्रश्नावली

प्रश्न 1 ते 3 : सूचना - पुढील वाक्यात खालीलपैकी कोणते विरामचिन्ह वापराल ?

1. आकाशात काळे ढग जमा झाले

① पूर्णविराम ② अर्धविराम

③ अपूर्णविराम ④ उद्गार चिन्ह

2. तुला परीक्षेत किती गुण मिळाले

① पूर्णविराम ② अर्धविराम

③ प्रश्नचिन्ह ④ उद्गार चिन्ह

3. आकाश हवा पाणी आणि अग्नी या शक्ती आहेत.

① अर्धविराम ② स्वल्पविराम

③ अपूर्णविराम ④ प्रश्नचिन्ह

प्रश्न 4 ते 7 : सूचना - खालील चिन्हांची नावे ओळखा.

4. ‘ ’

① दुहेरी अवतरण चिन्ह ② एकेरी अवतरण चिन्ह

③ स्वल्पविराम ④ अर्धविराम

5. ;

① पूर्णविराम ② अर्धविराम ③ अपूर्णविराम ④ प्रश्नचिन्ह

6. !

① अपूर्णविराम ② अर्धविराम

③ प्रश्नचिन्ह ④ उद्गार चिन्ह

7. ?

① प्रश्नचिन्ह ② उद्गार चिन्ह

③ अवतरण चिन्ह ④ अपूर्णविराम

उत्तरसूची

1. ❶	2. ❸	3. ❷	4. ❷	5. ❸	6. ❹	7. ❶

6. वाक्यांचे भाग/वाक्यांचे प्रकार

(अ) वाक्यांचे भाग
(उद्देश्य व विधेय ओळखणे)

◈ आपण नेहमी बोलतो. तसेच शब्दापासून अनेक वाक्ये तयार करतो. या वाक्यांचे दोन प्रकार पडतात. (१) उद्देश्य (२) विधेय.

(१) **उद्देश्य :** या भागामध्ये एखाद्या वस्तूविषयी माहिती सांगितली जाते. यामध्ये एखादी व्यक्ती, प्राणी तसेच इतर गोष्टींविषयी माहिती देतात.

(२) **विधेय :** उद्देश्याविषयी जी माहिती सांगितली जाते त्यांना विधेय म्हणतात. यामध्ये उद्देश्य सोडून राहिलेले वाक्य म्हणजे विधेय होय.

नमुना प्रश्न

1. **'आकाशात काळे ढग जमा झाले.' या वाक्यातील उद्देश्य कोणते?**

   ① आकाशात ② आकाशात काळे ढग

   ③ काळे ढग जमा झाले ④ जमा झाले.

   स्पष्टीकरण : आकाशात काळे ढग जमा झाले. या वाक्यात आकाशाविषयी माहिती सांगितली आहे त्यामुळे या वाक्यात **उद्देश्य** - आकाश **विधेय** - काळे ढग जमा झाले.

∴ उत्तराचा पर्याय क्रमांक ❶.

2. **'पर्यावरणाचे रक्षण करावे.' या वाक्यातील उद्देश्य कोणते ?**

   ① रक्षण करावे ② पर्यावरणाचे

   ③ करावे ④ पर्यावरणाचे रक्षण

   स्पष्टीकरण : या वाक्यात पर्यावरणाविषयी माहिती देण्यात आली आहे. त्यामुळे या वाक्यात पर्यावरण हे उद्देश्य आहे. तसेच कोणाचे रक्षण करावे? असा प्रश्न विचारला असता पर्यावरण हे उत्तर येते.

∴ उत्तराचा पर्याय क्रमांक ❷.

3. **'तिरंगा हा आपला राष्ट्रध्वज आहे.' या वाक्यातील विधेय भाग कोणते ?**

   ① तिरंगा ② राष्ट्रध्वज आहे

   ③ हा आपला राष्ट्रध्वज आहे. ④ तिरंगा हा आपला

   स्पष्टीकरण : या वाक्यात तिरंगा हे उद्देश्य आहे. त्यामुळे या वाक्यात तिरंग्याविषयी माहिती देण्यात आली आहे. हा आपला राष्ट्रध्वज आहे. त्यामुळे हा भाग विधेय आहे.

∴ उत्तराचा पर्याय क्र.❸.

4. 'क्रिकेट हा लोकप्रिय खेळ आहे.' या वाक्यातील उद्देश्य भाग कोणता ?

① हा लोकप्रिय खेळ आहे. ② क्रिकेट

③ लोकप्रिय खेळ आहे. ④ क्रिकेट हा लोकप्रिय

स्पष्टीकरण : वरील वाक्याला कोणता खेळ लोकप्रिय आहे असा प्रश्न विचारला असता क्रिकेट ही माहिती मिळते. या वाक्यात क्रिकेटविषयी माहिती देण्यात आली. त्यामुळे क्रिकेट हा उद्देश्य भाग आहे.

∴ उत्तराचा पर्याय क्र. ❷.

5. 'मुलांनी सकाळची प्रार्थना म्हटली.' या वाक्यातील विधेय भाग कोणता ?

① सकाळची प्रार्थना ② मुलांनी सकाळची

③ मुलांनी ④ सकाळची प्रार्थना म्हटली.

स्पष्टीकरण : या वाक्यात मुलांनी हे उद्देश्य असून या उद्देश्याविषयी सकाळची प्रार्थना म्हटली. या वाक्यात सकाळची प्रार्थना म्हटली. हा भाग विधेय आहे.

∴ उत्तराचा पर्याय क्रमांक ❹.

प्रश्नावली

1. शाळेत पळण्याची शर्यत आहे. या वाक्यातील उद्देश्य भाग कोणता ?

① शर्यत आहे ② पळण्याची

③ शाळेत ④ पळण्याची शर्यत आहे.

2. 'घराची कौले उडून गेली.' या वाक्यातील विधेय भाग कोणते ?

① घराची कौले ② उडून गेली

③ कौले उडून गेली ④ घराची

3. 'साने गुरुजी सर्वांचे आवडते गुरुजी होते.' या वाक्यातील उद्देश्य भाग कोणता ?

① सर्वांचे आवडते गुरुजी ② आवडते गुरुजी होते

③ साने गुरुजी ④ गुरुजी होते.

4. 'पुस्तकातील उतारा सर्वांना आवडला.' या वाक्यातील विधेय भाग कोणता ?

① पुस्तकातील ② सर्वांना आवडला

③ उतारा सर्वांना आवडला ④ पुस्तकातील उतारा

5. 'कारखानदारीमुळे बेरोजगारीचे प्रमाण कमी झाले.' या वाक्यातील उद्देश्य भाग कोणता ?

① कारखानदारीमुळे

② बेरोजगारीचे

③ प्रमाण कमी झाले

④ कारखानदारीमुळे बेरोजगारीचे

6. 'सर्व मुले शांत बसली होती.' या वाक्यातील विधेय भाग कोणता ?

① शांत ② बसली होती

③ सर्व मुले ④ शांत बसली होती.

7. '१५ ऑगस्ट हा राष्ट्रीय सण आहे.' या वाक्यातील उद्देश्य भाग कोणता ?

① हा राष्ट्रीय सण आहे. ② १५ ऑगस्ट

③ राष्ट्रीय सण आहे. ④ १५ ऑगस्ट हा राष्ट्रीय सण

8. 'घरेदारे स्वच्छ ठेवा.' या वाक्यातील उद्देश्य भाग कोणता ?

① स्वच्छ ठेवा ② घरेदारे

③ ठेवा ④ घरेदारे स्वच्छ ठेवा.

उत्तरसूची

1. ❸	2. ❸	3. ❸	4. ❷	5. ❶	6. ❹	7. ❷
8. ❷						

(ब) वाक्यांचे प्रकार ओळखणे

◈ वाक्यातील क्रियेच्या होकारावरून अथवा नकारावरून तसेच वाक्यात प्रश्न विचारला असेल अथवा केवलप्रयोगी अव्ययाचा वापर करून किंवा ---- भावना, आनंद, दुःख, व्यक्त केले असेल तर त्यावरून वाक्यांचे प्रकार पडतात.

◈ वाक्यांचे चार प्रकार आहेत

१. होकारार्थी वाक्य २. नकारार्थी वाक्य

३. प्रश्नार्थक वाक्य ४. उद्गारार्थी वाक्य

◈ उदा.,

१. मी आज गावी जाणार आहे. (होकारार्थी)

२. मी आज गावी जाणार नाही. (नकारार्थी)

३. तू किती वाजता परत येशील ? (प्रश्नार्थक)

४. शाब्बास ! असेच यश मिळवत जा. (उद्गारार्थी)

नमुना प्रश्न

1. खालीलपैकी नकारार्थी वाक्य कोणते ?

① भरत सायकल चालवितो. ② केव्हा येणार तू ?

③ रमेश दुपारी झोपला नाही. ④ किती सुंदर दिसतोस तू !

स्पष्टीकरण : वरील वाक्यात नकारार्थी असणारे वाक्य रमेश दुपारी झोपला नाही हे आहे. कारण येथे क्रिया केलेली नाही असे दिसून येते.

∴ उत्तराचा पर्याय क्र. ❸.

2. मुंगीला किती पाय असतात ? या वाक्याचा प्रकार कोणता ?

① प्रश्नार्थी ② उद्गारार्थी

③ होकारार्थी ④ नकारार्थी

स्पष्टीकरण : दिलेल्या वाक्यात प्रश्न विचारलेला आहे. त्यामुळे ते प्रश्नार्थी वाक्य आहे.

∴ उत्तराचा पर्याय क्र. ❶.

प्रश्नावली

1. 'आजोबा सकाळी फिरावयास जातात.' या वाक्याचा प्रकार कोणता ?
   ① उद्गारार्थी ② होकारार्थी
   ③ प्रश्नार्थक ④ नकारार्थी

2. खालीलपैकी उद्गारार्थी वाक्य कोणते ?
   ① भारताने सामना जिंकला.
   ② बाबा किती वाजता उठले ?
   ③ आईने मालिका पाहिली नाही.
   ④ शी ! किती घाणेरडा वागतोस तू !

3. खालीलपैकी प्रश्नार्थी वाक्य कोणते ?
   ① आईने मुलास भात भरविला.
   ② आजोबा शेतावर गेले नाहीत.
   ③ पोळ्या कोणी केल्या ?
   ④ अहाहा! फारच सुंदर दृश्य आहे.

4. 'गुरुजी मुलांना शिक्षा करतात.' हे वाक्य नकारार्थी कसे कराल ?
   ① गुरुजी कोणाला शिक्षा करतात ?
   ② गुरुजी मुलांना शिक्षा करत नाहीत.
   ③ गुरुजींनी शिक्षा केली मुलांना !
   ④ गुरुजी मुलांना शाबासकी देतात.

5. 'रोहितला कोणकोणते खेळ आवडतात ?' या वाक्याचा प्रकार कोणता ?
   ① प्रश्नार्थी ② नकारार्थी ③ उद्गारार्थी ④ होकारार्थी

उत्तरसूची

1. ❷	2. ❹	3. ❸	4. ❷	5. ❶		

7. शुद्ध व अशुद्ध शब्द ओळखणे

◈ नेहमी लेखन करताना ते व्याकरणाच्या नियमांचे पालन करूनच केलेले असावे. अशा निर्दोष लेखनाला 'शुद्धलेखन' म्हणतात. यासाठी उच्चार, अनुस्वार, जोडाक्षरे, ऱ्हस्व, दीर्घ इत्यादींचे ज्ञान असणे जरुरीचे आहे.

अशुद्ध	शुद्ध	अशुद्ध	शुद्ध
आबंट	आंबट	कुकू	कुंकू
घनटा	घंटा	अधांर	अंधार
आनद	आनंद	पंतग	पतंग
संवरक्षण	संरक्षण	गुफंण	गुंफण

◈ एकाक्षरी शब्दातील 'इ' व 'उ' हा स्वर दीर्घ लिहावा.

उदा., ही, मी, जी, ती, तू, धू, जू अपवाद – नि

◈ साधारणत: कोणत्याही शब्दातील शेवटचा'इ' किंवा 'उ' दीर्घ लिहावा.

उदा., गणू, पशू, येशू, नवी, कवी, रवी इत्यादी. अपवाद आणि, परंतु हे शब्द. जोडशब्दाच्या प्रारंभी आले, तर त्यातील शेवटचा 'इ' किंवा 'उ' ऱ्हस्व लिहावा. – उदा., पशुपक्षी, पतिपत्नी, रविकिरण

◈ अकारान्त शब्दांतील शेवटून दुसऱ्या अक्षराचा 'इकार' व 'उकार' दीर्घ लिहावा.

उदा., पीठ, मीठ, फूल, मूल, चूल

◈ शब्दांतील एकदम शेवटचे अक्षर दीर्घ असेल तर त्याच्या मागील 'इकार' व 'उकार' ऱ्हस्व लिहावा. – उदा., मैत्रिणी, वकिली.

काही जोडाक्षरे

अशुद्ध	शुद्ध	अशुद्ध	शुद्ध
मुत्का	मुक्ता	सनत	संत
भत्की	भक्ती	परदीप	प्रदीप
फसत	फस्त	करमांक	क्रमांक
मसत	मस्त	हरिशचंद्र	हरिश्चंद्र

पर्याय..शुद्ध शब्द

नमसकार, नमश्कार, नम्स्कार, नमस्कार........................नमस्कार

परिक्षा, परीक्षा, परिकक्षा, परिक्क्षा................................परीक्षा

प्राणांतिक, प्राणांतीक, प्राणातिक, प्राणातींक....................प्राणांतिक

अंकुरीत, अंकुरित, अंकूरित, अंकूरीत ....अंकुरित

सांसारिक, सासांरिक, संसारिक, सांसरिक......................सांसारिक

शीर्षक, शीरषक, शिर्षक, शीर्शक ....शीर्षक

प्रतिगामी, प्रतीगामी, प्रतीगमि, प्रतिगामि ....प्रतिगामी

भाउबिज, भाऊबीज, भाऊबिज, भाउबीज.......................भाऊबीज

शीशीर, शिषिर, शिशिर, शिषीर ....शिशिर

विद्‌यापीठ, विद्यापिठ, विद्यापीठ, वीद्‌यापीठ..................विद्यापीठ

शीष्टाचार, शिस्टचार, शिष्ट्राचार, शिष्टाचार......................शिष्टाचार

कुलगुरू, कुलगुरु, कूलगुरू, कूलगूरू.............................कुलगुरू

संकूचित, संकुचित, संकूचीत, संकुचीत ....संकुचित

शुचिभूर्त, शुचीर्भुत, शुचिर्भत, शूचीर्भूत ....शुचिर्भूत

दीपावली, दिपावली, दीपावलि, दिपावलि..........................दीपावली

मैत्रीणी, मयत्रैणी, मायत्रिणी, मैत्रिणी..............................मैत्रिणी

निरमळ, निर्मळ, र्निमळ, निमर्ळ.....................................निर्मळ

सस्कांर, सौसकार, संस्कार, संसकार..............................संस्कार

दूरगंध, दुर्गंध, दुगंर्ध, दूर्गंध...दुर्गंध

जन्मभूमी, जन्भुमी, जन्मभूमि, जल्मभूमि ....जन्मभूमी

बहुव्रीही, बहूव्रिही, बहुव्रिही, बहूव्रीही .... बहुव्रीही
गितारहस्य, गीतारहस्य, गीतारश्य, गीतारहश्य .... गीतारहस्य
व्यवस्थित, वेवस्थित, व्यवस्थीत, व्येवस्थित .... व्यवस्थित
आधुनिक, आधूनिक, आधुनीक, अधुनिक .... आधुनिक
मुद्रांकित, मुद्रांकीत, मुद्राकित, मुद्राकीत .... मुद्रांकित
स्वत:, स्वता, स्व:ता, स्वता: .... स्वत:
औषध, औषद, औशध, औशद .... औषध
भारतिय, भरतीय, भारतीय, भरतिय .... भारतीय
गूलाब, गुलाब, गूलाभ, गुलाभ .... गुलाब
आरण्य, अराण्य, आराण्य, अरण्य .... अरण्य
पाणी, पानी, पाणि, पानि .... पाणी
नैसर्गिक, नैसर्गीक, नैसगीईक, नैर्सिगक .... नैसर्गिक
मृत्युंजय, मृत्यूजय, मृत्यूंजय, मृत्युजंय .... मृत्युंजय

प्रश्नावली

प्रश्न 1 ते 7 : सूचना - शुद्ध शब्द ओळखून त्याच्या पर्याय क्रमांकाचे वर्तुळ काळे करा.

1. ① परकाश ② प्रकाश ③ पक्राश ④ पर्काश
2. ① चांदण्या ② चंद्र ③ सुर्य ④ ग्रृह
3. ① कंदील ② जोति ③ मंदीर ④ धुर
4. ① ऱ्हुदय ② हुर्दय ③ हृदय ④ रूधय
5. ① सपन ② स्वप्न ③ स्वन्प ④ सवपन
6. ① लोणि ② लोनि ③ लोणी ④ लोनी
7. ① पश्चीम ② शिरिष ③ दुरूस्त ④ गोळीबार

उत्तरसूची

1. ❷	2. ❷	3. ❶	4. ❸	5. ❷	6. ❸	7. ❹

घटक 3 : भाषेचा व्यवहारात उपयोग

1. वाक्प्रचार

◈ वाक्प्रचार म्हणजे शब्दांच्या मूळ अर्थापेक्षा एक वेगळाच अर्थ बोलीभाषेत रूढ होतो व त्या शब्दसमूहातून प्राप्त होतो. उदा., छोटे बाळ हळूहळू अंग धरू लागले. या वाक्यातील अंग धरू लागले याचा अर्थ इथे बाळाची प्रकृती सुधारू लागली. बाळ बाळसेदार होऊ लागले असा आहे.

वाक्प्रचार		अर्थ
हिंमत न होणे	:	धैर्य न होणे
संगे नेणे	:	सोबत नेणे
चकित होणे	:	नवल वाटणे
मनात घोळवणे	:	सारखे आठवणे
हळूच पुटपुटणे	:	हळू आवाजात बोलणे
डोळे विस्फारणे	:	आश्चर्याने पाहणे
न डगमगणे	:	न घाबरणे
वरमणे	:	शरमणे
चेहरा पडणे	:	लाज वाटणे
ऊर भरून येणे	:	गदगदून येणे
किंमत ओळखणे	:	महत्त्व कळणे
मन वेधणे	:	मन आकर्षित होणे
मार्ग सापडणे	:	रस्ता मिळणे
शिक्षा फर्मावणे	:	शासन करणे
झुंज देणे	:	लढणे, लढा देणे
उलथून पाडणे	:	बदलणे, नष्ट करणे

वाक्प्रचार		अर्थ
उखडून टाकणे	:	उपटून टाकणे
हुलकावणी देणे	:	फसवणे, चकवणे
प्रतिकार करणे	:	विरोध करणे
गुदमरून जाणे	:	श्वास कोंडणे
छाती दडपणे	:	भीती वाटणे
ध्यानधारणा करणे	:	जप-तप करणे
भीतीने थरथर कापणे	:	खूप घाबरणे
करमणूक करणे	:	मनोरंजन करणे
जाळ्यात अडकवणे	:	पकडणे
आचरण करणे	:	वागणे, वर्तन करणे
तोंडपाठ करणे	:	पक्के लक्षात ठेवणे
मन थक्क होणे	:	आश्चर्य वाटणे
फडशा पाडणे	:	खाऊन टाकणे
आगेकूच करणे	:	पुढे-पुढे जाणे
माग काढणे	:	शोध घेणे
कचाट्यात सापडणे	:	तावडीत सापडणे
वचन देणे	:	शब्द देणे
सोने पिकणे	:	धान्य उगवणे
दबकून असणे	:	घाबरून असणे
दाद लागू न देणे	:	पत्ता लागू न देणे
बदला घेणे	:	सूड घेणे
मात्रा न चालणे	:	इलाज न चालणे
भयाची लाट पसरणे	:	भीतीचे वातावरण होणे

वाक्प्रचार		अर्थ
पडून राहणे	:	झोपून राहणे
जोड मिळणे	:	मदत मिळणे
गोडी असणे	:	रस असणे
भंडावून सोडणे	:	गोंधळून टाकणे
खरेदी करणे	:	विकत घेणे
ठेका घेणे	:	कंत्राट घेणे, मक्ता घेणे
धडपड करणे	:	कष्ट करणे
आवड भागवणे	:	आवड पूर्ण करणे
प्रवेश करणे	:	येणे, आगमन करणे
उत्तेजन देणे	:	प्रोत्साहन देणे
दवंडी पिटणे	:	जाहीर करणे
हसून-हसून पोट दुखणे	:	खूप हसणे
घोळून-घोळून म्हणणे	:	पुनःपुन्हा तेच बोलणे
रद्द करणे	:	बाद करणे
पाय न ठरणे	:	स्थिर न राहणे
तंतोतंत पाळणे	:	जसेच्या तसे करणे
मनावर न घेणे	:	दुर्लक्ष करणे
संमती देणे	:	होकार देणे
मार्गदर्शन करणे	:	सल्ला देणे
पाठ थोपटणे	:	शाबासकी देणे
सत्कार करणे	:	मानसन्मान करणे
अस्वस्थ होणे	:	उदास वाटणे
भारावून जाणे	:	मन भरून येणे

वाक्प्रचार		अर्थ
सामील होणे	:	समूहात मिसळणे
दाखल होणे	:	येऊन मिळणे
तोंड देणे	:	सामना करणे
आस्था वाटणे	:	कळकळ वाटणे
पोरके होणे	:	अनाथ होणे
मदतीचा हात देणे	:	साहाय्य करणे
पाठ देणे	:	धडे शिकवणे
दिवंगत होणे	:	मरण पावणे
कानोसा घेणे	:	अंदाज घेणे, चाहूल घेणे
बेड्या घालणे	:	अटक करणे, कैद करणे
वाली भेटणे	:	आधार देणारा माणूस भेटणे
मरणाला मिठी मारणे	:	स्वतःहून मरण स्वीकारणे
कडेलोट होणे	:	कड्यावरून खाली कोसळणे
अभय देणे	:	भीती नाहीशी करण्यासाठी धीर देणे
वतन राखणे	:	जमिनीची जपणूक करणे
सैरावैरा पळत सुटणे	:	वाट मिळेल तिकडे पळणे
दुराभिमान बाळगणे	:	अयोग्य गोष्टीचा अभिमान वाटणे
अजरामर होणे		नाव कायमचे कोरले जाणे
थंडीची लाट येणे	:	अचानक खूप थंडी पडणे
घात करणे	:	नाश करणे, नुकसान करणे
सर्वस्वाचा त्याग करणे	:	आपल्याकडे जे-जे आहे ते देऊन टाकणे
लहान तोंडी मोठा घास घेणे	:	लहान माणसाने थोरांपुढे बोलणे

वाक्प्रचार		अर्थ
आज रोख उद्या उधार	:	पैसा देऊन विकत घेणे, उधारी ठेवू नये.
झटून अभ्यास करणे	:	एकाग्र चित्ताने कष्टपूर्वक अभ्यास करणे
हां हां म्हणता पसरणे	:	अगदी थोड्या वेळेत सगळ्यांना कळणे
स्थापना करणे	:	निर्माण करणे, कडक लक्ष देणे
चिरडून टाकणे	:	मारून टाकणे
पसार होणे	:	पळून जाणे
उधळून देणे	:	विखरून टाकणे
गट्टी जमणे	:	मैत्री होणे
गप्पा रंगात येणे	:	खूप गप्पा मारणे
टक लावून पाहणे	:	एकसारखे बघणे
भुवया उंचावणे	:	नाराजी व्यक्त करणे
विलंब न करणे	:	उशीर न करणे
निर्बंध असणे	:	बंधने असणे
खजिल होणे	:	शरम वाटणे
ओळख पटणे	:	मोठेपणा समजणे
धाव घेणे	:	मनाच्या ओढीने जाणे
शुद्ध नसणे	:	भान हरपणे
पित्त खवळणे	:	खूप राग येणे
पालन करणे	:	मानणे, पाळणे
धडकी भरणे	:	खूप भीती वाटणे
खटपट करणे	:	प्रयत्न करणे

वाक्प्रचार		अर्थ
पाठलाग करणे	:	मागे–मागे जाणे
जाहीर करणे	:	सर्वांना सांगणे
आयुष्याचा शेवट करणे	:	मरण पत्करणे
ताजेतवाने वाटणे	:	प्रसन्न वाटणे
वैभव लोपणे	:	वैभव संपणे
भयभीत होणे	:	घाबरणे
तावडीतून सुटणे	:	कचाट्यातून सुटणे
लालूच दाखवणे	:	मोहात टाकणे
घोकू लागणे	:	सारखे म्हणणे
घोकंपट्टी करणे	:	पाठांतर करणे
क्षमा मागणे	:	माफी मागणे
हल्ला चढवणे	:	चढाई करणे
तडाख्यातून निसटणे	:	तावडीतून सुटणे
डोळे झाकून जाणे	:	बिनधास्तपणे जाणे
घबराट उडणे	:	भीती वाटणे
त्वेषाने तुटून पडणे	:	चिडून हल्ला करणे
घाम जिरवणे	:	कष्ट करणे
दंडवत घालणे	:	नमस्कार करणे
मागावर असणे	:	शोधात असणे
आकाशात झेपावणे	:	आकाशापर्यंत पोहोचणे
चालून येणे	:	चढाई करून येणे
तमा नसणे	:	पर्वा नसणे
वेढा देणे	:	घेरणे

वाक्प्रचार		अर्थ
कडाक्याची थंडी पडणे	:	खूप थंडी असणे
दंड थोपटणे	:	आव्हान देणे
धारण करणे	:	अंगीकारणे
ध्यानी येणे	:	लक्षात येणे
गर्क असणे	:	गुंतून राहणे, मन रमणे
नाद असणे	:	छंद असणे
रमून जाणे	:	गुंतून जाणे
हात जोडणे	:	नमस्कार करणे
जयजयकार करणे	:	विजयाच्या घोषणा देणे
फाशी देणे	:	सुळावर चढवणे
हत्तीच्या पायी देणे	:	चिरडून मारणे
तोंड सुकणे	:	निस्तेज वाटणे
जळून खाक होणे	:	पूर्ण जळणे, राख होणे
घोटाळा होणे	:	गोंधळ होणे
धसका घेणे	:	भीती वाटणे
मार्ग काढणे	:	उपाय शोधणे
कानावर घालणे	:	सांगणे
पाहणी करणे	:	निरीक्षण करणे
चाचणी घेणे	:	परीक्षा घेणे
रक्त देणे	:	प्राण देणे
हातभार लावणे	:	मदत करणे
पोटाशी धरणे	:	कुरवाळून घेणे
मन वळवणे	:	समजूत घालणे

वाक्प्रचार		अर्थ
वीरश्री संचारणे	:	विजय मिळविणे
अर्पण करणे	:	देऊन टाकणे
सामना करणे	:	मुकाबला करणे
स्थायिक होणे	:	एका जागी राहणे
आधार नसणे	:	कोणीही पाठीशी नसणे
सांभाळ करणे	:	पालनपोषण करणे
सवड मिळणे	:	मोकळा वेळ मिळणे
घर चालविणे	:	कुटुंबाचा निर्वाह करणे.
कटाक्ष टाकणे	:	डोळ्यांच्या कडेतून नजर फेकणे
डोळ्यातून थेंब न काढणे	:	मुळीच न रडणे
डोळ्यात अंगार भडकणे	:	अतिशय रागावणे
फितुरी करणे	:	गुप्त माहिती शत्रूला पुरविणे
साक्ष देत उभा असणे	:	आठवण, पटवून देत उभा असणे
पोपटपंची करणे	:	अर्थ न समजता पाठ करणे
साहाय्याला धावून येणे	:	गरज असताना तातडीने मदत करणे.
धारातीर्थी पडणे	:	लढता-लढता वीरमरण येणे
नेम धरणे	:	एका बिंदूवर केंद्रित होणे.
नाव सोनेरी अक्षरात उमटणे.	:	क्रांती होणे
घरोबा असणे	:	जिव्हाळ्याचे संबंध असणे
बस्तान बसवणे	:	स्थिर होणे, जम बसवणे
वाईट दिवस येणे	:	वाईट परिस्थिती निर्माण होणे
उद्घाटन करणे	:	सुरुवात करणे, प्रारंभ करणे
दुथडी भरून वाहणे	:	दोन्ही तीरांवरून पाणी वाहत जाणे
करडी नजर असणे	:	बारीक-सारीक गोष्टींवर कडक लक्ष देणे.
प्राणापेक्षा जपणे	:	स्वतःच्या जीवापेक्षा एखादी गोष्ट सांभाळणे.
हृदय भरून येणे	:	अंतःकरण गदगदून येणे.

✷ सरावासाठी प्रश्नावली

प्रश्नावली

प्रश्न 1 ते 6 : खालील अर्थ होणारा वाक्प्रचार निवडून योग्य पर्याय क्रमांकाचे वर्तुळ काळे करा.

1. अंगवळणी पडणे

① अंगात वळणे ② सवय लागणे

③ वळत-वळत चालणे ④ पडताना वळणे

2. होळी होणे

① सर्व वस्तू जाळून टाकणे. ② चांगल्या वस्तूंचा नाश होणे.

③ परदेशी वस्तू जाळणे. ④ कचऱ्यास आग लावणे.

3. खालील वाक्यात दिलेल्या पर्यायांपैकी कोणत्या वाक्प्रचाराचा समर्पकपणे वापर करता येईल?

सहल अचानक रद्द झाल्याने आमच्या उत्साहावर...........

① पाऊस पडला ② पाणी मुरले

③ पाण्यात पडले ④ पाणी पडले

4. खालीलपैकी बरोबर अर्थ असलेला वाक्प्रचार शोधा.

① गट्टी जमणे - मैत्री जमणे ② पित्त खवळणे-खूप हसू येणे

③ बस्तान बसणे - बसून राहणे ④ पाठ थोपटणे-पाठीत मारणे

5. चुकीचा अर्थ असलेला वाक्प्रचार शोधून त्याचा पर्याय क्रमांक लिहा.

① शुद्ध हरपणे-बेशुद्ध होणे

② धडकी भरणे-भीती वाटणे

③ उलथून पाडणे - नष्ट करणे

④ कपाळमोक्ष होणे-कपाळ फुटणे

6. 'लक्ष न देणे' या अर्थाचा वाक्प्रचार कोणता ?

① डोळे उघडणे ② डोळेझाक करणे

③ डोळा झाकणे ④ डोळ्यावर येणे

उत्तरसूची

1. ❷	2. ❷	3. ❹	4. ❶	5. ❹	6. ❷

2. म्हणी

◈ आपली भाषा सुंदर आणि आकर्षक व्हावी म्हणून म्हणींचा उपयोग केला जातो. म्हणींच्या शब्दांचा शब्दशः अर्थ वेगळा असतो आणि सुचविलेला अर्थ वेगळा असतो. काही वेळा म्हणींचा वापर आपले म्हणणे प्रभावी व्हावे म्हणून केला जातो. समजा, एखाद्या व्यक्तीला दोन्हीही बाजूंना सारख्याच अडचणी असतील, तर 'इकडे आड तिकडे विहीर' अशी म्हण वापरली जाते किंवा आयत्या वेळेला कामाला सुरुवात करणे या अर्थासाठी 'तहान लागल्यावर विहीर खणणे' अशी म्हण वापरली जाते. उत्तरपत्रिकेतील दिलेल्या म्हणींचा योग्य अर्थ समजला पाहिजे, म्हणजे दिलेल्या अर्थाची म्हण निवडता येते.

म्हणी		अर्थ
अगं अगं म्हशी, मला कुठे नेशी ?	:	स्वतःला हवी असलेली गोष्ट, ती दुसऱ्यांच्या आग्रहामुळे करावी लागली असे दाखविणे.
अघळपघळ अन् घाल गोंधळ	:	मोठमोठ्या गोष्टी करणारा माणूस नीटपणे काम करीत नाही.
कधी गाडीवर नाव, तर कधी नावेवर गाडी	:	सर्वांना प्राप्त परिस्थितीप्रमाणे वागावेच लागते.
अपनी गली में कुत्ता शेर. आपल्या गल्लीतच कुत्रे शिरजोर	:	आपापल्या क्षेत्रातच मनुष्य शिरजोर बनतो.
अडला हरी नि गाढवाचे पाय धरी	:	अडचणीच्या प्रसंगी मूर्ख माणसाचीसुद्धा खुशामत करावी लागते.
अडाण्याची गोळी, भल्याला गिळी	:	अडाणी माणसाने केलेली गोष्ट त्रासदायक असते.

म्हणी		अर्थ
अंतकाळापेक्षा मध्यान्हकाळ कठीण	:	मरणाच्या यातनेपेक्षा भुकेच्या वेदना अत्यंत क्लेशदायी असतात.
अति तेथे माती	:	कोणत्याही गोष्टीचा अतिरेक नुकसानकारकच ठरतो.
अति शहाणा त्याचा बैल रिकामा	:	अति शहाणपणाने वागले तर शेवटी हाती काहीच लागत नाही.
अन्न तारी, अन्न मारी	:	पचेल तेवढे अन्न खाल्ले तर शरीर सदृढ बनते. पण वाजवीपेक्षा जास्त आहार शरीरास अपायकारक असतो.
असंगाशी संग, प्राणांशी गाठ	:	अयोग्य माणसाची संगत धरल्याने प्रसंगी प्राणही गमावण्याची पाळी येते.
असेल तेव्हा दिवाळी, नसेल तेव्हा शिमगा	:	कमाई भरपूर असली की चैन करायची व कमाई नसली की उपाशी राहायचे.
आईचा काळ नि बायकोशी मवाळ	:	आईला त्रास द्यायचा व बायकोला सुखात ठेवायचे.
आयजीच्या जीवावर बायजी उदार	:	दुसऱ्याचा पैसा दान करण्यासाठी खर्च करायचा व स्वत:चा उदारपणा जगाला दाखवायचा.
आचार भ्रष्ट नि सदा कष्ट	:	जो अनाचाराने वागतो, त्याला नेहमीच दु:ख भोगावे लागते.
आजा मेला नि नातू झाला	:	एकीकडे फायदा व्हावा व दुसरीकडे नुकसान व्हावे.

म्हणी		अर्थ
आठ हात लाकूड नऊ हात ढलपी	:	न पचेल अशी थापेबाजी करणे.
आंधळी पाण्याला गेली नि घागर फोडून घरी आली.	:	अडाणी माणसाला सांगितलेल्या कामाचा चुथडाच होणार असतो.
आधी करावे मगच सांगावे.	:	अगोदर आपले काम निष्ठेने पूर्ण करावे, नंतरच ते इतरांना सांगावे.
आधीच मर्कट, तशातही मद्य प्याला	:	आधीच विचित्र बुद्धीचा, तशात भलतेच प्रोत्साहन मिळाले, तर त्याच्या चेष्टांना ऊत येतो.
आधी पोटोबा मग विठोबा	:	आधी स्वार्थ साधावा मग परमार्थाच्या गोष्टी कराव्यात. भुकेल्या पोटी देव-देव करणे शक्यच नसते.
एकादशीच्या घरी शिवरात्र	:	एका दरिद्री माणसाला दुसऱ्या दरिद्री माणसाचा उपयोग होत नाही.
एका पुताची माय, वळचणीखाली जीव जाय	:	एकच मुलगा पोटी असूनसुद्धा तो आईला सुखाने जगू देत नाही.
एका हाताने टाळी वाजत नाही.	:	भांडणात एकालाच दोषी धरता येत नाही. प्रत्येकाची थोडी तरी चूक असतेच.
ऐकून घेत नाही, त्याला सांगू नये काही.	:	जो सांगितलेले ऐकत नाही, त्याला उपदेश करण्यात काय अर्थ ?
ओ म्हणता ठो येईना.	:	कसलेही ज्ञान नसणे. लिहिता-वाचता न येणे.

म्हणी		अर्थ
ओठी तेच पोटी	:	बोलावे तसे वागावे.
ओल्याबरोबर सुकेही जळते.	:	दुष्टांच्या करणीने त्यांचे नुकसान तर होतेच, पण त्याबरोबर सज्जनांनाही त्रास भोगावा लागतो.
ओळखीचा चोर जीवे मारी	:	आपण एखाद्याला गुन्हा करताना पाहिले, तर तो आपल्या जीवावर उठतो.
कडू कारले तुपात तळले, साखरेत घोळले तरी कडू ते कडूच.	:	कितीही उपाय केले तरी माणसाचा मूळ स्वभाव बदलत नाही.
कर नाही त्याला डर कशाला ?	:	ज्याच्या हातून वाईट कर्म घडले नाही त्याला भीती बाळगण्याचे कारणच नाही.
कर भला, होगा भला	:	चांगली कामे केली तर त्याचे फळ चांगलेच मिळते.
करीन ती पूर्व	:	अंगी असे कर्तृत्व असावे, की जे ठरविले ते घडून आलेच पाहिजे.
कवडी–कवडी माया जोडी	:	काटकसरीने वागून थोडी–थोडी बचत करीत राहिले तर बरीच मोठी रक्कम शिल्लक पडते.
कसायाची करणी अन् मानभावी बोलणी	:	गोड–गोड बोलायचे अन् निष्ठुरपणे वागायचे.
काकडीची चोरी नि फाशीची शिक्षा	:	थोड्याशा अपराधाबद्दल भयंकर शिक्षा मिळणे.

म्हणी		अर्थ
केळी खाता हरखले नि हिशेब देता चरकले.	:	आगापिछा न पाहता खर्च करायचा आणि देणी वाढली की, ती फेडायची कशी याची काळजी करायची.
काडीची सत्ता लाखाच्या मत्तेपेक्षा मोठी	:	थोड्याशा अधिकाराने जे काम होते ते पुष्कळशा पैशाने होत नाही.
कानात व डोळ्यात चार बोटांचे अंतर असते.	:	ऐकलेले व प्रत्यक्ष पाहिलेले यात बरीच तफावत असते.
कानाला ठणका, नाकाला औषध	:	दुखणे एके ठिकाणी आणि उपाय भलतीकडेच
काम नाही कवडीचं, रिकामपण नाही घडीचं	:	काम असते थोडेसेच, पण ते रेंगाळत-रेंगाळत खूप वेळ करीत बसायचे.
काय घेता चोराची लंगोटी ?	:	ज्याच्याकडून काहीही मिळणे शक्य नाही त्याच्याकडून थोडेसे मिळते आहे तर ते नशीबच समजायचे.
काळ आला होता; पण वेळ नव्हती आली.	:	पूर्ण नाश होण्याची वेळ आली असताना ती टळून निभावून जाणे.
कुडी तशी पुडी	:	शरीरप्रकृतीप्रमाणेच माणसाचा आहार असतो.
कुत्र्याचे शेपूट नळीत घातले तरी ते वाकडेच	:	मूर्खाच्या मनावर उपदेशाचा काहीही परिणाम होत नाही.

म्हणी		अर्थ
कुसंतानापेक्षा नि:संतान असलेले बरे	:	मुले नादान निघण्यापेक्षा निपुत्रिक राहणेच चांगले.
केर डोळ्यात नि फुंकर कानात	:	जेथे इलाज करायचा तो तेथे न करता दुसरीकडे नको तेथे इलाज करणे.
कोठे इंद्राचा ऐरावत नि कोठे शामभटाची तट्टाणी	:	थोर व्यक्ती व क्षुद्र मनुष्य यांची बरोबरी होऊच शकत नाही.
कोंड्याचा मांडा करून खावा.	:	कदन्नाचे नीटपणे खाद्य तयार करून घ्यावे. जे मिळेल त्यात समाधान मानून राहावे.
कोंबडे झाकले म्हणून तांबडे फुटायचे थोडेच राहते.	:	हमखास घडणारी गोष्ट काही झाले तरी टळत नाही.
कोरी घागर सदा रिकामी	:	नवशिका मनुष्य चुका करतोच.
कोळसा कितीही उगाळला तरी काळाच	:	वाईट गोष्ट वाईटच राहणार.
क्रियेविण वाचाळता व्यर्थ आहे.	:	काहीही काम न करता बडबडणे व्यर्थ आहे.
खर्चणाऱ्याचे खर्चते आणि कोठावळ्याचे पोट दुखते.	:	उदार माणसे दानधर्म करतात; ते त्यांच्या हाताखालच्या माणसांना सहन होत नाही.
खाई त्याला खवखवे.	:	जो वाईट कर्म करतो ते त्याच्याच मनाला डाचत राहते.
खाऊ जाणे, तोच पचवू जाणे	:	जो मनुष्य आपल्या हिमतीवर एखादे काम करतो तो त्याचे परिणाम सहन करण्याची तयारी ठेवतो.

म्हणी		अर्थ
खाटकाला गाय धार्जिणी	:	गुंडाला भिऊन सारे त्याच्या मनाप्रमाणे काम करतात.
खायला आधी अन् कामाला कधीमधी	:	स्वार्थ साधायला नेहमी पुढे; पण काम करायला टाळाटाळ.
खायचे दात वेगळे आणि दाखवायचे दात वेगळे	:	वर दाखवायचे एक आणि मनात मात्र भलतेच असे ढोंग.
खिळ्यावाचून नाल गेला अन् नालावाचून घोडा गेला	:	क्षुल्लक बाबीकडे कानाडोळा केला, तर त्याचे परिणाम भयंकर होतात.
खोट्याची होय माती खऱ्याची वाढे कीर्ती	:	खोटी कामे करणाऱ्याची धूळधाण होते आणि खरेपणाने वागणाऱ्याची कीर्ती वाढते.
खोड जडली बालपणी सुटता सुटेना मोठेपणी	:	लहानपणी वाईट सवयी जडल्या तर त्या मोठेपणी सुटता सुटत नाहीत.
गरजवंताला अक्कल नसते.	:	गरजेमुळे अडचणीत आलेल्या माणसाला दुसऱ्याची बोलणी निमूटपणे ऐकून घ्यावी लागतात.
गरिबानं खपावं नि धनिकानं चाखावं.	:	गरिबांनी कष्ट करावेत आणि त्यांच्या कष्टावर धनिकांनी मजा मारावी अशी जणू जगरीतच आहे.
गर्वाचे घर खाली	:	गर्व करणाऱ्याला शेवटी अपमान सहन करावा लागतो.
गवयाचे पोर रडले तरी सुरातच रडणार	:	आई-वडिलांचे गुण मुलात उतरतात.

म्हणी		अर्थ
गळ्यातले तुटले नि ओटीत पडले.	:	कोणत्याही परिस्थितीत वस्तू जवळच राहणे.
गाजराची पुंगी वाजली तर वाजली, नाही तर मोडून खाल्ली.	:	एखादे काम असे असते की, ते पूर्ण झाले तर चांगलेच; नाही झाले तरी त्यात नुकसान नसते.
गाड्याबरोबर नळ्याची यात्रा	:	मोठ्या व्यक्तींच्या आश्रयाने त्यांच्या संगतीत असलेल्या लहान व्यक्तीचाही फायदा होतो.
गाढव माजले की ते आपलेच मूत पिते.	:	मूर्ख व्यक्ती उर्मटपणामुळे आपलेच हसू करून घेते.
गाढवाच्या पाठीवर साखरेची गोणी	:	अनुकूलता असूनही तिचा उपयोग करता न येणे.
चोर तो चोर आणि वर शिरजोर	:	गुन्हा करून आणखी माजुरेपणा दाखविणे.
चोराची पावले चोरालाच ठावी.	:	वाईट माणसांनाच वाईट माणसांची लक्षणे कळतात.
चोराच्या मनात चांदणे.	:	वाईट कर्मे करणाऱ्याला ती उघडकीस येण्याची नेहमी भीती वाटत असते.
चोरावर मोर	:	एकापेक्षा दुसरा वरचढ
छंदीफंदी एक झाले नि आकाशपाताळ एक केले.	:	चैनबाज माणसे एकत्र आल्यावर ती गोंधळ करणारच.
जगी सर्व सुखी असा कोण आहे ?	:	ज्याला सर्व सुखे प्राप्त झालेली आहेत, असा मनुष्य जगात शोधूनही सापडणार नाही.

म्हणी		अर्थ
जने ती जाणे, वांझ काय जाणे ?	:	ज्याला कष्ट करावे लागतात त्यालाच त्यांच्या यातना काय असतात ते कळते, कष्ट न करणाऱ्या माणसाला त्या यातना कशा समजणार?
जन्मा घाली तोच भाकरी देई.	:	ईश्वर जन्माला घालतो व तोच जीवनयापनाची सोयही करतो.
जमिनीचे फूल, चालवी जगाची चूल.	:	जमिनीच्या वरच्या थरात जमिनीचा कस असतो व त्यावरच जगाचे भरणपोषण करणारे अन्नधान्य पिकते.
जशी देणावळ, तशी धुणावळ.	:	जेवढा मोबदला देणार तेवढेच काम होणार.
जसा गुरू तसा चेला.	:	गुरूसारखाच शिष्य असतो.
जळते घर भाड्याने कोण घेणार ?	:	नुकसानकारक गोष्टीचा स्वीकार करणे योग्य नसते.
जाईल तर हत्ती नाही तर मुंगीही जाणार नाही.	:	कधी–कधी भरमसाट खर्च तर कधी–कधी अत्यंत काटकसर.
जात्यातले रडतात नि सुपातले हसतात.	:	आज सुखात असणाऱ्यांना उद्या दुःख भोगावेच लागते.
जात्यावर बसले की ओवी सुचतेच.	:	काम करण्यास आरंभ केला की आपोआप ते काम पूर्ण करण्याचे मार्ग सुचतात.
जावे त्याच्या वंशा, तेव्हा कळे	:	प्रत्यक्ष काम करू लागल्यावरच त्यात अडचणी कोणत्या ते समजते.

म्हणी		अर्थ
जिकडे धर्म तिकडे जय.	:	न्यायाच्या पक्षाचाच नेहमी विजय होतो.
जिकडे पोळी तिकडेच गोंडा घोळी.	:	ज्याच्याकडून लाभ होतो त्याचीच खुशामत लोक करीत असतात.
जित्याची खोड मेल्याशिवाय जात नाही.	:	माणसाला ज्या सवयी जडतात त्या सवयी त्याला मरेपर्यंत सोडीत नाहीत.
जे फार भुंकते ते चावरे नसते.	:	जो खूप बडबड करतो तो काहीच करू शकत नाही.
जो श्रमी त्याला काय कमी ?	:	कष्ट करणाऱ्याला कमतरता भासत नाही.
ज्या गावच्या बोरी त्याच गावच्या बाभळी.	:	एका गावचे लोक एकमेकांना चांगले ओळखतात.
ज्याचे करावे बरे तो म्हणतो माझेच खरे.	:	एखाद्याला त्याच्या हिताच्या गोष्टी सांगितल्या, त्याचे भले केले; तर तो ते न मानता आपल्याच हेक्याप्रमाणे वागतो.
ज्याचे पोट दुखेल तो ओवा मागील.	:	ज्याला दु:ख भोगावे लागते तो ते दु:ख निवारण करण्याचे उपायही शोधतो.
ज्याच्या हाती ससा तो पारधी.	:	एखाद्याने एक काम केले, तर दुसराच त्याचे फळ घेतो.
ज्याला नाही अक्कल त्याचीच घरोघर नक्कल.	:	निर्बुद्ध माणसाचा घरोघरी उपहास होत असतो.
झाकले माणिक, बुद्धी आणिक.	:	आपल्या विद्वत्तेचा गाजावाजा न करणाऱ्या मनुष्याची योग्यता मोठी असते.

म्हणी		अर्थ
दयेसारखा धर्म नाही.	:	दुसऱ्यांवर दया करणे हाच खरा धर्म आहे.
दहा मरावे, पण दहांचा पोशिंदा मरू नये.	:	सामान्य माणसे मेली तर त्याचे तसे वाईट वाटत नाही; पण शेकडो लोक जिच्यावर अवलंबून असतात ती व्यक्ती मरण पावणे अतिशय वाईट असते.
दही खाऊ की मही खाऊ ?	:	नेहमीच अनिश्चितपणाने वागणे, संभ्रम होणे.
दक्षिणा तशी प्रदक्षिणा	:	जसा मोबदला तसेच काम होणार.
दाणा–दाणा टिपतो, पक्षी पोट भरतो.	:	थोडे–थोडे करीत गेल्यास मोठे कार्य होऊन जाते.
दात टोकरून पोट भरत नाही.	:	मोठ्या व्यवहारात थोडीशी काटकसर करून भागत नाही.
दादा राम–राम, बाबा राम–राम.	:	कामापुरताच संबंध ठेवायचा आणि काम झाले की रामराम ठोकायचा.
दामदुप्पट नि भुस चौपट.	:	किंमत भरपूर घ्यायची व माल मात्र खराब द्यायचा.
दारू चढते मग अक्कल जाते.	:	दारूची नशा चढली की बुद्धी भ्रष्ट होते.
दिल्या भाकरीचा नि सांगल्या कामाचा.	:	दुसऱ्याच्या घरी अन्नावरी काम करणारा आज्ञाधारक माणूस.
दिवस जातात, पण बोल उरतात.	:	काळ निघून जातो, पण वाईटसाईट बोललेले कायम लक्षात राहते.

म्हणी		अर्थ
दिव्याखाली अंधार.	:	मोठ्या व्यक्तीतही एखादा दोष असतोच.
दीड हळकुंडात पिवळी.	:	थोड्याशा मोठेपणाने हरळून जाणे.
दुधाची तहान ताकाने नाही भागत.	:	गरज ज्या वस्तूची असते ती त्याच वस्तूंच्या प्राप्तीने भागते, तिच्याऐवजी नकली वस्तू चालत नाही.
दुनिया झुकती है लेकिन झुकानेवाला चाहिए ।	:	फसणारे फार असतात, त्यांना फसवणारा असला की ते फसतातच.
दुरून डोंगर साजरे.	:	कोणतीही वस्तू लांबून फार चांगली दिसते, ती जवळून पाहिल्यावर मात्र तिचे खरे स्वरूप समजते.
दुष्काळात तेरावा महिना.	:	आधीच्या संकटाबरोबर आणखी नवे संकट उपस्थित होणे.
दुसऱ्याची कढी, धावधावून वाढी.	:	दुसऱ्याच्या वस्तू उदारपणाने वाटून देण्यात उत्साह वाढविणे.
दुसऱ्याच्या डोळ्यातले कुसळ दिसते, पण स्वतःच्या डोळ्यातले मुसळ दिसत नाही.	:	दुसऱ्याच्या क्षुल्लक चुका चटकन दाखविता येतात, पण स्वतःच्या मोठमोठ्या चुका मात्र दिसत नाहीत.
दूध ते दूध, पाणी ते पाणी.	:	जे असेल तेच दिसेल, खरे ते खरे व खोटे ते खोटेच.
देखल्या देवा दंडवत.	:	सहज समोर दिसेल तर नमस्कार करायचा, एरवी कोण करतो ? कारण त्यात आत्मीयता नसते.

म्हणी		अर्थ
देणे नास्ती, घेणे नास्ती	:	एखाद्या गोष्टीपासून पूर्णपणे अलिप्त राहणे.
देव तारी त्याला कोण मारी ?	:	देवाची कृपा असल्यावर कोणीही आपले वाईट करू शकणार नाही.
देवाला फूल आणि घराला मूल	:	देवाच्या मूर्तीवर फूल शोभून दिसते, तसेच घरात मूल असले की घराला शोभा येते.
देह त्यागिता कीर्ती मागे उरावी.	:	आपल्या हातून अशीच कर्मे घडावीत की त्या कामांची कीर्ती आपल्या निधनानंतरही लोकांनी गावी.
पडलेले शेण माती घेऊनच उठणार.	:	नीच माणसाच्या संगतीमुळे सज्जन माणसावरही थोडाफार दोष येतोच.
पदरी पडले झोंड, हसून केले गोड.	:	कोणतीही गोष्ट ती कशी का असेना एकदा स्वीकारली तर ती गोड मानून घ्यावी.
पहिले पाढे पंचावन्न	:	कितीही चांगला उपदेश करा, वाईट सवयी जात नाहीत.
पळसाला पाने तीनच	:	सगळीकडे सारखीच परिस्थिती असते.
पाचही बोटे सारखी नसतात.	:	सगळ्या व्यक्ती सारख्या नसतात. प्रत्येकात काहीना काही फरक असतोच.
पाण्यात पडल्याशिवाय पोहता येत नाही.	:	अनुभवांशिवाय शहाणपण येत नाही.

म्हणी		अर्थ
पाप्याला पंढरपूर, आळशाला गंगा दूर.	:	पापी व आळशी माणसे पवित्र गोष्टींपासून लांबच राहतात.
पायाखाली मुंगीसुद्धा मरणार नाही.	:	फारच जपून वागणारा निरुपद्रवी मनुष्य.
पालथ्या घड्यावर पाणी	:	एखाद्याला कितीही उपदेश केला तर त्याचा काहीही उपयोग होत नाही.
पिंडी ते ब्रह्मांडी	:	आपल्यासारखेच सारे जग असते. आपल्यावरून जग ओळखावे.
पीठ आहे तर मीठ नाही, मीठ आहे तर पीठ नाही.	:	प्रपंचात नेहमी काहीना काही उणीव, अडचण असणे.
पुढे पाठ मागे सरसपाट	:	पुढे वाचत राहायचे मागे वाचलेले मात्र विसरत जायचे.
नवऱ्याचे पीठ नि बायकोचे मीठ	:	प्रपंचात पतिपत्नींनी काम करीत राहिले, तर ते परस्परांना पूरक होऊन प्रपंच सुखाचा होतो.
पैसा कसा मोडू ? मला येते रडू !	:	कंजूष माणसाला पैसा खर्च करणे अत्यंत जड जाते.
पोकळ वाशाचा आवाज मोठा	:	थोड्याशा ज्ञानाचा गाजावाजाच फार करणे.
पोटभर अन्न व अंगभर वस्त्र	:	उदरनिर्वाहास आवश्यक गोष्टी मिळाल्या तर सारेच खुश राहतात.
पोटचे द्यावे, पण पाठचे देऊ नये.	:	स्वतःच्या मुलापेक्षा आश्रयास राहिलेल्या मुलाला जास्त जपावे.

म्हणी		अर्थ
प्रपंचाला वित्त अन् परमार्थाला चित्त.	:	प्रपंचासाठी पैसा आवश्यक, तर परमार्थ साधनेसाठी चित्ताची एकाग्रता अत्यावश्यक असते.
प्राणावर बेतले ते शेपटावर निभावले.	:	प्राणावर आलेले संकट थोडक्यात दूर होणे.
फाटक्यापरीस नेटके बरे.	:	कपडा साधाच, पण नीटनेटका असावा.
फासा पडेल तो डाव, राजा बोलेल तो न्याय.	:	राजाने दिलेला न्याय सर्वांनाच मानावा लागतो.
फुकट जेऊ तर बापलेक येऊ.	:	फुकटचे जेवण असेल तर घरच्या सर्वांनीच जेवायला जायचे.
फुटका डोळा काजळाने साजरा	:	आपला उणेपणा योग्यरीत्या झाकणे.
फुले वेचली, तेथे गोवऱ्या वेचायची पाळी	:	जेथे वैभव उपभोगले तेथे हलाखीत जीवन कंठावे लागणे.
बचेंगे तो और भी लढेंगे ।	:	जगलो तर कर्तृत्व करूनच दाखवीन असा बाणा.
बडे बाप का बेटा ।	:	बापाच्या नावावर मिजाशीत राहणारा मुलगा.
मन चिंती ते वैरी न चिंती.	:	आपल्या मनात जेवढे वाईट विचार येतात तेवढे आपल्या शत्रूच्याही मनात येत नाहीत.
मनसुबे केले नि दिवस निघून गेले.	:	विचार करता–करताच काळ निघून गेला, त्यामुळे काम झालेच नाही.
मनात एक अन् जनात एक	:	मनात एक विचार करायचा; पण लोकांना वेगळेच सांगायचे.

म्हणी		अर्थ
मनात मनोरे, पुढे ताट कोरे	:	मनात पुष्कळ इच्छा असतात, पण गरिबीमुळे त्या पुऱ्या होऊ शकत नाहीत.
मनाला मानवेल तोच सौदा	:	आपणास आवडत असेल तेच करावे.
मनी वसे ते स्वप्नी दिसे	:	आपल्या मनात ज्या गोष्टीचा विचार सतत चालू असतो तेच आपल्याला स्वप्नात दिसत असते.
मरावे परि कीर्तिरूपे उरावे	:	आयुष्यभर असेच वागावे व कर्म करावे की, आपल्या मरणानंतरही लोकांमध्ये आपला लौकिक राहील.
माकडाच्या हाती कोलीत	:	मूर्ख माणसाच्या हाती अधिकार सोपविल्यास त्याचे परिणाम वाईट होणारच.
मांजराच्या गळ्यात घंटा कोणी बांधायची?	:	जोखमीचे काम करण्यास कोणीही पुढे येत नाही.
मांजरीचे दात तिच्या पिलास कधीच लागत नाहीत.	:	आपल्या अपत्याची काळजी आई हळुवारपणे घेत असते.
माझे घोडे, जाऊ द्या पुढे	:	जिथे-तिथे आपलाच स्वार्थ पाहणे.
मानला तर देव नाही तर धोंडा	:	मनापासून श्रद्धा असली तरच दगडातही देवपण येते; श्रद्धा नसल्यास देवाची मूर्ती केवळ दगडच असते.

म्हणी		अर्थ
माय तशी बेटी, गहू तशी रोटी.	:	आईचे गुण मुलीत उतरतात. धान्याच्या दर्जानुसारच त्यापासून केलेले अन्नही त्याच दर्जाचे होते.
मार शेजाऱ्या साप, मी तर मुला–बाळांचा बाप.	:	दुसऱ्याकडून धोक्याचे काम करून घेण्याची प्रवृत्ती, कातडी बचावून वागणे.
मारून–मुटकून वैद्यबुवा	:	एखाद्याची इच्छा व कुवत नसताना त्याच्याकडून काम करून घेणे.
माहेरची पेज, सर्वांगाला तेज	:	घरच्या साध्या अन्नाची बरोबरी कोणतेही इतर अन्न करू शकत नाही.
	:	घरच्या अन्नात जी माया असते ती विकतच्या अन्नात मुळीच नसते.
मियाँ बिवी राजी तो क्या करेगा काजी ?	:	ज्याची–त्याची पसंती असल्यावर इतरांची पर्वा करण्याचे कारणच नाही.
मिळमिळीत सौभाग्यापेक्षा ढळढळीत वैधव्य बरे.	:	प्रपंचाची जबाबदारी नीटपणे न सांभाळणाऱ्या पतीशी संसार करण्यापेक्षा विधवेचे जीवन जगणे चांगले.
मुक्याला मारलं, तर हाक ना बोंब.	:	काम असे करायचे की, त्याचा गवगवाच होऊ नये.
मुंगी होऊन साखर खावी, हत्ती होऊन झाडे मोडू नयेत.	:	नम्रतेने वागून आपले भले करून घ्यावे, मगरूरीने वागून इतरांना त्रास देऊ नये.

म्हणी		अर्थ
मुलाचे पाय पाळण्यात दिसतात.	:	लहानपणीच माणसाच्या गुण–दोषांची कल्पना येते.
मृगाचे पाणी, शेतकऱ्यांना सोन्यावाणी.	:	मृग नक्षत्रात पाऊस भरपूर पडला की पिके चांगलीच येतात व शेतकरी आनंदित होतात.
मेलेल्या म्हशीला मणभर दूध.	:	मनुष्य मरण पावला की त्याचा गुणगौरव अतिशयोक्तीने करणे.
मोठ्या भांड्याचा आवाजही मोठाच.	:	मोठ्या व्यक्तीचा गाजावाजाही मोठाच असतो.
वडाची साल पिंपळाला	:	संबंध नसलेल्या गोष्टींचा बळेबळेच संबंध जोडणे.
वरच्यासमोर हात खालच्यांना मात्र लाथ.	:	वरिष्ठांसमोर लीनपणाने व हाताखालच्या लोकांशी अरेरावीने वागणे.
वरातीमागून घोडे	:	योग्य वेळ निघून गेल्यानंतर काम करणे.
वळचणीचे पाणी आढ्याला जात नाही.	:	हलकट मनुष्य थोरपणाला पोहोचू शकत नाही.
वाघाच्या घरी शेळी पाहुणी	:	दुष्टाच्या तावडीत गरीब मनुष्य सापडणे.
वारा आला आणि पाऊस गेला.	:	एका गोष्टीमुळे दुसरी गोष्ट घडून येणे.
वाऱ्यावर वरात, दर्यावर घाला.	:	बेजबाबदार काम करणे.
वासरात लंगडी गाय शहाणी.	:	अडाणी माणसांमध्ये थोडासा जाणताही मोठा पंडित ठरतो.

म्हणी		अर्थ
वाहत्या गंगेत हात धुऊन घ्यावा.	:	काम अनायासे होत असेल तर ते लगेच करून घ्यावे.
विंचवाचे बिऱ्हाड पाठीवर.	:	घरदार, ठावठिकाणा नसल्याने आपल्या चीजवस्तू आपल्याबरोबर घेऊन हिंडणे.
विशी विद्या, तिशी धन.	:	योग्य वयात योग्य कर्मे केली तर ती आयुष्यभर हितकारक ठरत असतात.
वेड घेऊन पेडगावला जाणे.	:	काम साधून घेण्यासाठी मुद्दाम वेड्याचे सोंग घेणे.
वेष असावा बावळा, अंतरी मात्र नाना कळा.	:	वरून दिसायला गबाळ्यासारखे असले तरी अंगी मात्र चतुराई असावी.
वेळी ना वारी, गाढव आले दारी.	:	मूर्ख माणसाला उचित-अनुचित प्रसंगाचे भान ठेवता येत नाही.
व्यक्ती तितक्या प्रकृती.	:	प्रत्येक माणसाचा स्वभाव वेगळा असतो.
शक्ती तेथे भक्ती.	:	थोरांच्या भजनी सर्व लोक लागतात.
शंभर आचारी स्वयंपाकाची बेकारी.	:	एखाद्या कामासाठी पुष्कळ लोक जमले, तर ते काम चांगल्या प्रकारे होत नाही.
शरम करी नरम, भरम करी गरम.	:	मनुष्याला एखाद्या गोष्टीची लाज वाटली तर तो नम्र बनतो; पण भ्रमामुळे तो संतापतो.
शहाण्याला शब्दांचा मार.	:	शहाण्या माणसाला त्याच्या चुकीबद्दल समज दिली तरी ती पुरेशी होती.

म्हणी		अर्थ
शिकेल त्याची विद्या.	:	जो मन लावून शिकतो त्यालाच विद्या प्राप्त होते.
शिंदळकीच्या घरी हत्ती, तर सतीच्या घरी बत्ती.	:	जगात दुर्जनच वैभवात लोळतात; सज्जनांच्या नशिबी गरिबीचेच जिणे असते.
शिमगा गेला नि कवित्व राहिले.	:	वाईट गोष्ट घडल्यानंतर तिचे परिणाम काही दिवस दिसून येतच राहतात.
शिर सलामत तो पगडी पचास।	:	जिवंत राहिले तर पन्नास पगड्या मिळतील, अर्थात जीवनात वाटेल ते करता येईल.
शेजी देईल काय अन् मन धायील काय !	:	शेजारणीने एखादा पदार्थ दिला तर त्याने मनाचे समाधान होत नाही. स्वतःच केलेले चांगले.
शेंडा ना बुडखा.	:	कशात काही नाही. कशालाच अर्थ नाही अशी स्थिती.
शेतकरी सुखी, तर जग सुखी.	:	शेतकरी सुखी समाधानी असला तर तो असे काम करतो की, साऱ्या जगाला त्याने पिकविलेले अन्नधान्य मिळते.
शेरास सव्वाशेर.	:	आपल्या शक्तीचा गर्व करणाऱ्यास, त्याच्याहून बलवान मनुष्य कधीना कधी भेटतोच.
'श्री' च्या मागोमाग 'ग' येतो.	:	श्रीमंती आली की मनुष्य गर्विष्ठ बनतो.
षट्कर्णी करणे अन् घोटाळ्यात पडणे.	:	तीन माणसे एकत्र येऊन एखाद्या कामाविषयी विचार करू लागली की ते काम बारगळते.

✷ सरावासाठी प्रश्नावली

प्रश्नावली

प्रश्न 1 ते 5 : सूचना - पुढील अर्थांच्या म्हणींच्या योग्य पर्याय क्रमांकाचे वर्तुळ काळे करा.

1. मौल्यवान वस्तूंचे सर्वांनाच आकर्षण असते.

① अति राग भीक माग ② तेरड्याचे रंग तीन दिवस

③ दाखवले सोने हसे मूल तान्हे ④ चकाकते ते सारे सोने नसते

2. उपचाराशिवाय दोष गेला.

① सुंठेवाचून खोकला गेला ② बैल गेला अन् झोपा केला

③ देव तारी त्याला कोण मारी ? ④ दाम करी काम

3. आपली ती चांगली, दुसऱ्याची ती वाईट.

① नावडतीचे मीठ अळणी

② निंदकाचे घर असावे शेजारी

③ गरजवंताला अक्कल नसते.

④ आपला तो बाब्या, दुसऱ्याचे ते कार्टे

4. दोन्ही बाजूंनी अडचणीत सापडणे

① इकडे आड, तिकडे विहीर ② थेंबेथेंबे तळे साचे

③ हाजीर तो वजीर ④ रात्र थोडी सोंगे फार

5. नाचता येईना अंगण वाकडे.

① चांगले नाचता न येणे.

② नाचण्याची हौस असणे.

③ काम येत नसल्यास सबबी सांगणे.

④ वाकड्या अंगणात नाचणे.

प्रश्न 6 व 7 : सूचना - खालील शब्दांवरून खालीलपैकी कोणती अर्थपूर्ण म्हण तयार होते, तिच्या योग्य पर्याय क्रमांकाचे वर्तुळ काळे करा.

6. (चोराच्या-बोंबा)

① चोर उलट बोंबलतो. ② चोरी करताना बोंबलणे.

③ चोराच्या उलट्या बोंबा ④ बोंबलत चोरी करणे

7. (कढी-भात)

① कढीभात बोलत खाणे.

② बोलत-बोलत कढीभात करणे.

③ बोलाचीच कढी-बोलाचाच भात.

④ कढीभात न खाता बोलणे.

उत्तरसूची

1. ❸	2. ❶	3. ❹	4. ❶	5. ❸	6. ❸	7. ❸

3. संवादावर आधारित प्रश्न

◈ संवाद हा दोन किंवा दोहोंपेक्षा अधिक व्यक्तींमध्ये घडलेला असतो. यामध्ये संवादावर आधारित व्यक्तींची संख्या, स्थान, दिवस व काळ यांवर प्रश्न विचारतात. सुरुवातीला संवादाचे काळजीपूर्वक वाचन करावे. संवादाचे आकलन न झाल्यास पुन्हा संवादाचे वाचन करावे. संवादावरील प्रश्नांचे वाचन करावे. प्रश्नाचा संदर्भ संवादात शोधावा. तसेच पर्यायाचे वाचन करून अचूक पर्याय शोधावा व योग्य पर्याय उत्तरपत्रिकेत लिहावा.

नमुना संवाद

शाळेतून नेहमी हुंदडत, खिदळत येणारा राजू रडवेल्या चेहऱ्याने घरी आलेला पाहून आईने काळजीने विचारले, ''काय रे ? काय झालं? तुझा चेहरा असा का उतरलाय ?''

'' इंग्रजीच्या गोडबोले मॅडमनी मला खडसावलं.''

''पण का ?''

''त्या म्हणतात, 'चांगलं वळणदार व स्पष्ट अक्षर काढलं पाहिजे.' ''

''बरोबर आहे त्यांचं म्हणणं. तू अक्षर चांगले का काढत नाहीस?''

''पण....''

''पण काय रे ?''

''अगं, मी तसं केलं तर माझ्या स्पेलिंगमधल्या चुका सापडतात मग.''

1. वरील संवाद कोणाकोणात झाला ?

① आई व मॅडम ② आई, मॅडम व मुलगा

③ मॅडम व मुलगा ④ आई व मुलगा.

स्पष्टीकरण : वरील संवाद हा घरी आई व मुलामध्ये घडून आलेला आहे. संवादात आई व मुलगा यांनी भाग घेतला आहे.

∴ उत्तराचा पर्याय क्रमांक ❹.

2. मुलाचा चेहरा का उतरला होता ?

① आई रागावल्यामुळे ② मॅडम रागावल्यामुळे

③ मित्रांनी मारल्यामुळे ④ मॅडमनी मारल्यामुळे

स्पष्टीकरण : संवादात 'इंग्रजीच्या गोडबोले मॅडमनी मला खडसावलं' असे वाक्य आहे. या वाक्याचा अर्थ मॅडम राजूला रागावलेल्या होत्या कारण त्याचे अक्षर चांगले येत नव्हते.

∴ उत्तराचा पर्याय क्रमांक ❷.

3. मुलाने अक्षर चांगले काढल्यावर कोणती चूक होते ?

① अक्षरे उलटी होतात. ② अक्षरे लहान येतात.
③ स्पेलिंगमधील चुका सापडतात. ④ भरपूर वेळ जातो.

स्पष्टीकरण : वरील संवादाचे तिसरे वाक्य हे माझ्या स्पेलिंगमधल्या चुका सापडतात. कारण अक्षर व्यवस्थित काढल्यामुळे स्पेलिंग स्पष्ट दिसते. त्यामुळे स्पेलिंगमधल्या चुका सापडतात.

∴ उत्तराचा पर्याय क्रमांक ❸.

✷ सरावासाठी संवाद

संवाद क्र. – १

''म्यँवऽ म्यँवऽ.......''
''नक्कल नाही बाई, मांजरच आलंय वर्गात.'' रमेश.
''मांजर आलंय ? कोणी आणलं ?''
''रव्यानं, म्हणजे आपल्या सुरेश पुरोहितनं बाई !'' नंदूने खुलासा केला.
''पुरोहित, उभा राहा. मांजर आणलंस तू वर्गात?''
पुरोहित मान खाली घालून उभा राहिला व मानेनेच 'हो' म्हणाला.
''बाई, नंदूनेच चिठ्ठी पाठविली मला. वर्गात मांजर आण-म्हणून''
''मी ? मी-मांजर आणायला सांगितलं तुला?''
आता मात्र नंदूवर आभाळातून मांजर कोसळल्यागत झालं.
''होय, तूच सांगितलंस. ही बघ चिठ्ठी.''
''आण ती चिठ्ठी इकडे.'' बाईंनी चिठ्ठी वाचली.
''मांजर नाही बाई. ते मांजा आहे मांजा ! आज संध्याकाळी आम्ही पतंग उडविणार होतो. वाचता तरी येत का त्याला नीट ?'' नंदू म्हणाला.

1. वरील संवादात किती व्यक्तींनी भाग घेतला ?

① पाच ② तीन ③ चार ④ सहा

2. नंदू प्रथम एवढा का दचकला ?

① शिक्षेच्या भीतीमुळे ② खोट्या आरोपामुळे
③ मुले चिडवतील म्हणून ④ बिंग फुटल्यामुळे

3. शेवटी चिठ्ठी कोणी वाचली ?

① रव्याने ② सुरेशने ③ बाईंनी ④ नंदूने

संवाद क्र. – २

''अगं, हा मी बिम्म नव्हे का ? आणि ती तू आहेस. तू ढीगभर लाडू केले आहेस आणि तू बिम्मला एक-एक नव्हे दोन लाडू देत आहेस !'' बिम्मने समजावून सांगितले. आता मात्र आई मोठ्याने हसू लागली. ती म्हणाली, ''असं आहे का हे चित्र? लबाड चित्रकार ! आई बिम्मला लाडू देत आहे का ? छान !'' तिने डबा उघडला आणि बिम्मला दोन लहान-लहान लाडू दिले.

1. बिम्मला किती लाडू दिले ?

① तीन ② दोन ③ चार ④ सहा

2. वरील संवादात किती जणांनी भाग घेतला आहे ?

① तीन ② चार ③ दोन ④ पाच

3. आई बिम्मला काय म्हणाली ?

① हुशार मुलगा ② लबाड चित्रकार

③ लबाड मुलगा ④ लबाड बिम्म

संवाद क्र. – ३

एक दिवस त्या साधूबरोबर तो सावकार आश्रमाच्या आवारात हिंडत होता. त्याच्या पायात काटा घुसला. तो पाय धरून किंचाळत राहिला.

''आता मी काय करू?'' त्याने साधूला विचारले, ''पायातील काटा काढून टाक.''

त्याने काटा काढून टाकला, तेव्हा त्याला बरे वाटले. हलके वाटले, साधू गंभीरपणे म्हणाला, ''पायात लहानसा काटा घुसला तर केवढी बोंब मारलीस ! हा तर बाहेरचा काटा होता, पण मनात लोभाचे, मोहाचे, क्रोधाचे, द्वेषाचे, मत्सराचे असंख्य काटे भरलेले आहेत. मनातील सर्व काटे एकदम निघणार नाहीत. एकेक काटा सावधानतेने काढावा लागतो. त्यासाठी प्रभूची कृपा लागते, सावधानता लागते, नम्रता हवी असते, मनाची विशालता वाढावी लागते.''

1. सावकार कोठे हिंडत होता ?

① आश्रमाच्या आवारात ② अंगणात

③ शाळेच्या आवारात ④ धर्मशाळेत

2. मनातील काटा कसा काढावा ?

① दु:खाने ② आनंदाने

③ सावधानतेने ④ विश्रामतेने

3. काटा काढण्यासाठी कोणाची कृपा असावी लागते ?

① नशिबाची ② प्रभूची

③ साधूची ④ सावकाराची

संवाद क्र. – ४

मुलींची कुजबूज राधामावशींनी ऐकली. घरातून त्या बाहेर आल्या. त्यांना बघून मुली पळून जाऊ लागल्या. राधामावशी त्यांना म्हणाल्या, ''अगं, अशा पळून जाऊ नका ! तुम्ही तोडलीत ना फुलं... का तोडलीत विचारल्याशिवाय ?''

''मावशी, किती सुंदर फुलं आहेत हो ! आम्ही शाळेत जाताना बघतो ना, तेव्हा वाटतं गजरे करावेत आणि.....''

''अगं, मुलीच तुम्ही. वाटायचंच डोक्यात गजरे घालावे असं....''

1. मुली कोणाला पाहून पळाल्या ?

① गुरुजींना ② वाघाला

③ राधामावशींना ④ राधामावशीचे कुत्रे

2. राधामावशींच्या बागेतील फुलांचे काय करावे असे मुलींना वाटते ?

① हार ② गुच्छ ③ गजरे ④ माळ

3. वरील संवादात राधामावशी कोणाशी बोलत आहेत ?

① शाळेतील मुलींशी ② शाळेतील मुलांशी

③ शेजाऱ्यांशी ④ एकट्याच

संवाद क्र. – ५

ब्राह्मणाला सोडले व फकिराला पकडले. राजाने विचारले, ''आपण पितळेचे सोने करण्याची विद्या जाणता ना ?''

फकीर म्हणाला, ''होय महाराज !''

राजा म्हणाला, ''मग मला ही विद्या शिकव.''

फकीर म्हणाला, ''मुळीच नाही.''

''मी कोण आहे तुला माहीत आहे ना?''

फकीर म्हणाला, ''हो, चांगले माहीत आहे, मी तुला खूप चांगले ओळखतो.''

राजा खूप संतापला व म्हणाला, ''मी तुला विचार करण्यासाठी पंधरा दिवसांची मुदत देतो. या पंधरा दिवसात तू मला ही विद्या शिकवलीस तर ठीक नाही तर तुला फासावर चढवीन.'' असे म्हणून त्या फकिराला सरळ तुरुंगात डांबून टाकले.

1. फकीर कोणती विद्या जाणत होता ?
   ① पितळेचे सोने करणे ② पितळेचे दागिने करणे
   ③ सोन्याचे पितळ करणे ④ पितळेची चांदी करणे
2. राजाने विचार करण्यासाठी फकिराला किती दिवसांची मुदत दिली ?
   ① वीस ② तीस ③ चौदा ④ पंधरा
3. फकिराला कोठे डांबून ठेवले ?
   ① वर्गात ② राजवाड्यात ③ तुरुंगात ④ देवळात

संवाद क्र. – ६

''गोळ्यांचा डबा ? कसल्या गोळ्या ?''

''गुरुजी, तो लोकलमध्ये गोळ्या विकतो.''

''खरं का हे ? घरी कोण-कोण आहेत तुझ्या ?''

''आई-वडील आणि दोन लहान भावंडे आहेत.''

''वडील काय करतात?''

''ते सारखे आजारी असतात म्हणून त्यांची नोकरी गेली. त्यामुळे ते घरीच असतात.''

''म्हणून गोळ्या विकतोस तू ?''

''आई चार घरी धुणीभांडी करते. गोळ्या विकल्यामुळे तिला थोडी मदत होते. घरी गेल्यावर गोळ्या विकतो. ''
''पाहा मुलांनो, राजू किती धडपड करून शिक्षण घेत आहे.''

1. हा संवाद कोठे घडला ?
   ① शाळेत ② रस्त्यात ③ मैदानात ④ वर्गात
2. राजूच्या घरी किती माणसे होती ?
   ① तीन ② पाच ③ चार ④ दोन
3. गुरुजींनी राजूचे कौतुक केले कारण ....
   ① तो शाळेत आला नव्हता.
   ② तो गोळ्या विकत होता.
   ③ तो आईला मदत करत होता.
   ④ तो कष्ट करून शिक्षण घेत होता.

संवाद क्र. – ७

आता जर माझ्या मैत्रिणीनं मला विचारलं की, 'तुझी आई काय करते ?' तर मी नक्कीच अभिमानानं सांगेन की, 'ती एक रस्ता झाडणारी झाडूवाली आहे.-सफाई कामगार आहे.' गेल्याच वर्षी यांग झी आणि मी शाळेत जायला निघालो होतो. आम्ही मजेत गप्पा करत चाललो होतो. अचानक तिनं मला विचारलं, ''तुझी आई कुठं नोकरी करते?'' या प्रश्नानं मी एकदम सावध झाले आणि प्रश्नाचं उत्तर देण्याऐवजी मी तिलाच विचारलं, ''तुझी आई काय करते?'' तिनं अभिमानानं चटकन उत्तर दिलं, ''ती इंजिनियर आहे.'' ''तुझी?'' मी थोडा वेळ गोंधळले आणि खालच्या आवाजात हळूच पुटपुटले, ''जाऊ दे ते.''

1. संवादातील मुलीची आई कोण आहे ?
   ① इंजिनियर ② डॉक्टर ③ झाडूवाली ④ शिक्षिका
2. संवादातील मुलीला मागील वर्षी भेटलेल्या मैत्रिणीचे नाव सांगा.
   ① माधुरी ② यांग झी ③ संध्या ④ सुमा
3. 'तोंडातल्या तोंडात बोलणे' या वाक्प्रचाराचा अर्थ सांगा.
   ① चकित होणे ② खजील होणे
   ③ पुटपुटणे ④ टक लावून पाहणे.

संवाद क्र. – ८

एके दिवशी 'भारतमाता की जय !', 'महात्मा गांधी की जय !' अशा घोषणा ऐकताच एक मुलगा गर्दीत घुसला. स्वतःही घोषणा देऊ लागला. या मुलाला घोषणा देताना पाहून इंग्रज शिपायांचे पित्त खवळले.

एका शिपायाने त्याच्या थोबाडीत भडकावली आणि त्याच्या हातात बेड्या घातल्या. तरीही तो डगमगला नाही. त्याला इंग्रज न्यायाधीशापुढे उभे करण्यात आले. न्यायाधीशाने त्याला विचारले, ''तुझं नाव काय?'' त्याने ताडकन् उत्तर दिले, ''आझाद.'' ''तुझ्या वडिलांचे नाव काय?'' तेवढ्याच तडफेने तो उत्तरला, ''परमेश्वर.''

1. गर्दीत घुसलेल्या मुलाला कोठे उभे करण्यात आले ?
   ① गुरुजींपुढे ② न्यायाधीशापुढे
   ③ फौजदारापुढे ④ जमीनदारापुढे
2. ''तुझ्या वडिलांचे नाव काय?'' असे कोण म्हणाले ?
   ① मुलगा ② इंग्रज शिपाई
   ③ न्यायाधीश ④ मुलाचे वडील
3. इंग्रज शिपाई का खवळले ?
   ① जमाव बावरला म्हणून
   ② मुलाच्या घोषणा ऐकून
   ③ महात्मा गांधी जमावात सामील झाले म्हणून
   ④ यांपैकी सर्व.

संवाद क्र. – ९

''आत्ताच मी फरशी पुसून ठेवली होती. काय ही गिजबीज करून ठेवली आहेस तू या फरशीवर?'' ती थोड्या नाराजीने बिम्मला म्हणाली. ''ही गिजबिज नाही काही. ही सगळी चित्रं आहेत.'' बिम्म म्हणाला, ''बरे, ही गिजबीज नाही. तू ही कसली चित्रं काढली आहेस ते तरी सांग मला.''

1. फरशी कोणी पुसली ?

① आई ② कामवाली ③ बिम्म ④ बाबा

2. 'गिजबीज' या शब्दाचा अर्थ काय ?

① कला ② गिचमिड ③ चित्र ④ पाणी

3. फरशीवर गिजबीज कोणी केली होती ?

① मुले ② बाबा ③ बिम्म ④ आई

संवाद क्र. – १०

''कार्टे, माझा डोळा चुकवून पावसात कशाला गेली होतीस?''

शांती थरथर कापत म्हणाली, ''पुन्हा नाही जाणार.''

''दर वेळेला तुझं हे असं आहे, काय गं? दुधाचं पातेलं कुणी सांडलं?''

''माझ्या हातून पडलं.''

1. हा संवाद किती व्यक्तींमध्ये झाला आहे ?

① पाच ② चार ③ तीन ④ दोन

2. शांतीवर आई का रागावली ?

① ती न सांगता गेली म्हणून

② शांती पावसात भिजली म्हणून

③ ती डोळा चुकवून गेली म्हणून

④ तिनं नुकसान केलं म्हणून

3. दूध कोणी सांडले ?

① शांती ② आई ③ मांजर ④ मुलगा

उत्तरसूची

संवाद १	1	❸	2	❷	3	❸	संवाद २	1	❷	2	❸	3	❷
संवाद ३	1	❶	2	❸	3	❷	संवाद ४	1	❸	2	❸	3	❶
संवाद ५	1	❶	2	❹	3	❸	संवाद ६	1	❶	2	❷	3	❹
संवाद ७	1	❸	2	❷	3	❸	संवाद ८	1	❷	2	❸	3	❷
संवाद ९	1	❶	2	❷	3	❸	संवाद १०	1	❹	2	❷	3	❶

4. निर्देश

(अ) योग्य शब्दांचा वापर करून वाक्य पूर्ण करणे

◈ पुऱ्या अर्थाच्या बोलण्याला किंवा लिहिण्याला 'वाक्य' असे म्हणतात. वाक्याचा अर्थ पूर्ण करण्यासाठी वाक्यात गाळलेल्या जागी योग्य शब्द भरून अर्थपूर्ण वाक्य करावयाचे असते. त्यासाठी चारही पर्यायांचा विचार करून योग्य पर्याय निवडावा लागतो.

नमुना उदाहरणे

1. भारताने वेस्ट इंडीज .... 75 धावांनी पराभव केला.

① ला ② चा ③ ने ④ साठी

स्पष्टीकरण : वेस्ट इंडीज या शब्दाला 'चा' हा प्रत्यय लावल्यास भारताने वेस्ट इंडीजचा 75 धावांनी पराभव केला असे अर्थपूर्ण वाक्य तयार होते.

∴ उत्तराचा पर्याय क्र. ❷

2. आईने माझ्या .... किल्ली ठेवली होती.

① घर ② मुळे ③ कडील ④ जवळ

स्पष्टीकरण : माझ्या या शब्दाला 'जवळ' हा शब्द जोडला असता अर्थपूर्ण वाक्य तयार होते. म्हणजे आईने माझ्याजवळ किल्ली ठेवली होती.

∴ उत्तराचा पर्याय क्र. ❹

3. बाबांच्या हातात .... पिशवी होती.

① एक ② अनेक ③ पाच ④ बऱ्याच

स्पष्टीकरण : पिशवी या एकवचनी शब्दासाठी 'एक' हा शब्दच योग्य ठरतो. त्यानुसार बाबांच्या हातात एक पिशवी होती असे अर्थपूर्ण वाक्य तयार होते.

∴ उत्तराचा पर्याय क्र. ❶

प्रश्नावली

खालील वाक्यात रिकाम्या जागी येणाऱ्या योग्य शब्दाच्या पर्याय क्रमांकाचे वर्तुळ काळे करा.

1. पोत्या .... धान्य भरले.
   ① ला ② त ③ शी ④ कडे
2. सुनील .... तांबडा शर्ट घातला आहे.
   ① कडे ② ला ③ ने ④ जवळ
3. माझ्याजवळ .... पेन्सिल आहे.
   ① तांबड्या ② चार ③ एक ④ अनेक
4. मीरा फुले आणाय .... गेली.
   ① ला ② शी ③ कडे ④ त
5. माझ्याकडे .... छोटासा पाळीव प्राणी आहे.
   ① काही ② एक ③ तो ④ जरा
6. माझा भाऊ दह्याबरोबर भात ....
   ① खातोस. ② खाते. ③ खातो. ④ खातेस.
7. मुले मैदाना .... खेळत आहेत.
   ① ला ② ने ③ त ④ साठी
8. सुधाला केळी फार आवड ....
   ① ला ② तात ③ तो ④ ती
9. मधू सुंदर .... काढतो.
   ① गाणे ② चांगले ③ चित्र ④ चित्रांना
10. आम्ही मुले भल्या पहाटे मैदाना .... व्यायाम करतो.
    ① आत ② मध्ये ③ वर ④ खाली
11. मी तुला .... पुस्तक देऊ ?
    ① वर ② कोणते ③ तुझ्याकडे ④ कोण
12. वर्गात गुरुजीं .... चांगली गोष्ट सांगितली.
    ① कडे ② नो ③ नी ④ मुलांना

13. झाडा .... भरपूर आंबे लागले आहेत.
① त ② ने ③ कडे ④ ला

14. सर्वजण मंदार .... घरी जमले.
① ला ② चा ③ च्या ④ ची

15. केवढा .... हत्ती हा !
① प्रचंड ② अतिशय ③ अगदी ④ सिंह

16. बगळ्या .... चोच लांब असते.
① ला ② ची ③ चा ④ ने

17. समुद्रा .... आपल्याला भरपूर संपत्ती मिळते.
① ला ② तून ③ ने ④ साठी

18. कासव .... चालते.
① हळूहळू ② अगदी ③ परंतु ④ सपसप

19. शाळे .... हनुमानाचे मंदिर आहे.
① दूर ② पासून ③ जवळ ④ कडे

20. डोंगरा .... दगड घरंगळत आला.
① वरून ② खाली ③ मध्ये ④ कडे

21. मुले .... मुली मैदानात एकत्र जमली.
① नंतर ② मग ③ किंवा ④ आणि

22. नेहमी .... बोलावे.
① अगदी ② खरे ③ सदैव ④ केव्हा

23. ससा हा .... प्राणी आहे.
① निळाशार ② पांढराभडक ③ हिरवागार ④ पांढराशुभ्र

24. पावसाळ्यात खूप .... पडतो.
① पाणी ② वर्षा ③ पाऊस ④ उन्हाळा

25. वाऱ्या .... झाडाची पाने हलतात.
① ला ② ची ③ मुळे ④ जवळ

26. मानवाने चंद्रा .... पाऊल ठेवले आहे.
① ला ② ची ③ कडे ④ वर

27. शेतकरी शेत नांगर .... आहे.

① ले ② तो ③ ला ④ ने

28. पक्षी आकाशा .... उंच उडाले.

① शी ② ला ③ त ④ जवळ

29. कोणा .... नाव राम आहे ?

① चे ② ला ③ शी ④ चा

30. पांडवांनी कौरवां .... युद्ध केले.

① ना ② मुळे ③ शी ④ चा

उत्तरसूची

1.	❷	2.	❸	3.	❸	4.	❶	5.	❷	6.	❸
7.	❸	8.	❷	9.	❸	10.	❸	11.	❷	12.	❸
13.	❹	14.	❸	15.	❶	16.	❷	17.	❷	18.	❶
19.	❸	20.	❶	21.	❹	22.	❷	23.	❹	24.	❸
25.	❸	26.	❹	27.	❷	28.	❸	29.	❶	30.	❸

(ब) सुसंगत वाक्यांचा परिच्छेद

- सुसंगत परिच्छेदाचे लेखन करावे लागते. यासाठी तीन अपूर्ण वाक्ये देतात. ती वाक्ये सुसंगतपणे पूर्ण करावी लागतात. या वाक्यांमध्ये एक मध्यवर्ती कल्पना असते. प्रथम तिन्हीही वाक्यांचे वाचन करून मध्यवर्ती कल्पना समजावून घ्यावी. जर कल्पना समजली नाही तर परिच्छेद पुन्हा वाचून कल्पना समजावून घ्यावी.
- वाक्ये काळजीपूर्वक वाचल्यास वाक्यांमध्ये उत्तरे सापडतात. त्यामुळे या वाक्यांचे वाचन काळजीपूर्वक करावे. तसेच एकमेकांशी सुसंगत अशी रचना करावी.
- तयार केलेल्या उत्तराचा पर्याय क्रमांक शोधून त्या पर्याय क्रमांकाचे वर्तुळ काळे करा.

नमुना परिच्छेद

प्रश्न 1 ते 3 : सूचना - रिकाम्या जागी योग्य शब्द भरून सुसंगत वाक्यांचा परिच्छेद तयार करा.

1. पळताना वाटेतील दगडाला सुरेशचा पाय ....

① ठेचकाळला ② उडवला ③ भिरकावला ④ धडकला

स्पष्टीकरण : वरील परिच्छेदात सुरेशचा पाय दगडाला ठेचकाळला असे आपण म्हणतो. त्यामुळे या ठिकाणी ठेचकाळला हा शब्द वापरल्यास वाक्य अर्थपूर्ण होते.

∴ उत्तराचा पर्याय क्रमांक ❶.

2. त्यामुळेच तो वाटेवरच .... झाला.

① उभा ② आडवा ③ तिरपा ④ वाकडा

स्पष्टीकरण : सुरेशचा पाय ठेचकाळल्यामुळे तो आडवा झाला म्हणजे सुरेश खाली पडला आहे.

∴ उत्तराचा पर्याय क्रमांक ❷.

3. जखमी सुरेशला लोकांनी तात्काळ .... दाखल केले.

① शाळेत ② दवाखान्यात ③ मंदिरात ④ धर्मशाळेत

स्पष्टीकरण : पाय ठेचकाळल्यामुळे तो खाली पडला. त्याला जखम झाली त्यामुळे त्याला दवाखान्यात दाखल केले.

∴ उत्तराचा पर्याय क्रमांक ❷.

✷ **सरावासाठी परिच्छेद**

परिच्छेद क्र. - १

1. सर्व जण .... जमले.

① मंडपात ② शाळेत ③ वर्गात ④ मैदानावर

2. सर्वांच्या हातात .... होत्या.

① अक्षता ② वह्या ③ गोट्या ④ माळा

3. 'शुभमंगल सावधान' म्हणताच सर्वांनी .... वर अक्षता टाकल्या.

① माणसां ② लोकां ③ वधूवरां ④ बालकां

परिच्छेद क्र. – २

1. गांधीजींचे नाव .... होते.

① चरणदास ② रामदास ③ रोहिदास ④ मोहनदास

2. मुले त्यांना .... नावाने संबोधतात.

① बापूजी ② पिताजी ③ भाईजी ④ रावजी

3. त्यांच्या पत्नीचे नाव .... होते.

① राधाबेन ② उषाबेन ③ कार्णिकाबेन ④ कस्तुरबा

परिच्छेद क्र. – ३

1. या वर्षी आमच्या शाळेला २५ वर्षे पूर्ण झाल्यामुळे .... महोत्सव समारंभ साजरा झाला.

① सुवर्ण ② हीरक ③ अमृत ④ रौप्य

2. उत्सवाच्या समारोपप्रसंगी सर्व माजी मुख्याध्यापकांचा कृतज्ञतापूर्वक .... करण्यात आला.

① संस्कार ② उपचार ③ सोपस्कार ④ सत्कार

3. या दिवशी उत्सवाची एक .... ही प्रदर्शित करण्यात आली.

① दिनदर्शिका ② मार्गदर्शिका ③ स्मरणिका ④ पुस्तिका

परिच्छेद क्र. – ४

1. श्रावण अमावस्या हा दिवस .... म्हणून साजरा करतात.

① पोळा ② संक्रांत ③ दिवाळी ④ होळी

2. या दिवशी .... पूजा करतात.

① गाईची ② बैलांची ③ वाघांची ④ पक्ष्यांची

3. बैल हा .... चा मित्र आहे.

① बाबांचा ② भाऊंचा

③ शेतकऱ्यांचा ④ डॉक्टरांचा

परिच्छेद क्र. – ५

1. .... ला शेतकऱ्यांचा मित्र म्हणतात.

① बेडका ② गांडुळा ③ उंदरा ④ सशा

2. जमीन .... करण्यासाठी यांचा उपयोग होतो.

① ओलसर ② कोरडी ③ खतयुक्त ④ भुसभुशीत

3. हा .... प्राणी आहे.

① उडणारा ② सरपटणारा ③ पळणारा ④ हसणारा

परिच्छेद क्र. – ६

1. ‘खारीसारखा दुसरा .... प्राणी नसेल.

① दुष्ट ② क्रूर ③ चपळ ④ हुशार

2. आभाळ .... आले.

① भरून ② खालून ③ मधून ④ बाजूने

3. शेतकरी शेतात .... करतात.

① पाणी ② जेवण ③ कष्ट ④ गवत

परिच्छेद क्र. – ७

1. कोल्ह्याने जेवणासाठी .... खीर बनवली होती.

① बेचव ② अगोड ③ पाणीदार ④ चविष्ट

2. कोल्ह्याने खीर .... भांड्यात वाढली.

① खोलगट ② पसरट ③ उघड्या ④ लहान

3. करकोच्याला खीर पिता आली नाही, कारण त्याची चोच .... होती.

① लहान ② आखूड ③ लांब ④ तीक्ष्ण

परिच्छेद क्र. – ८

1. एक वनराज शिकाऱ्याच्या .... सापडला.

① जाळ्यात ② टप्प्यात ③ हातात ④ तावडीत

2. उंदराने आपल्या .... दातांनी जाळे तोडण्यास सुरुवात केली.

① नाजूकशा ② टोकदार

③ पांढऱ्या शुभ्र ④ छोट्याशा

3. त्याने वनराजाची .... केली.

① प्रार्थना ② स्तुती ③ मुक्तता ④ निंदा

परिच्छेद क्र. – ९

1. संध्याकाळची वेळ होती. आकाश .... ढगांनी भरून आले होते.

① काळ्या ② निळ्या ③ पांढऱ्या ④ विरळ

2. पावसाची जोरात .... आली.

① सर ② थेंब ③ पाणी ④ रिमझिम

3. पाऊस थांबला .... आपल्या घरट्याकडे झेप घेतली.

① पक्ष्यांनी ② माणसांनी ③ प्राण्यांनी ④ वेलींनी

परिच्छेद क्र. – १०

1. अंधार घालवून .... नेणारा हा सण आहे.

① दिव्यांकडे ② शेताकडे ③ वर्गाकडे ④ प्रकाशाकडे

2. घरोघरी .... पदार्थ करतात.

① फराळाचे ② ओलसर ③ कोरडे ④ विक्रीचे

3. भाऊबीजेला .... भावाला ओवाळते.

① मावशी ② आजी ③ आई ④ बहीण

उत्तरसूची

परिच्छेद १	1	❶	2	❶	3	❸	परिच्छेद २	1	❹	2	❶	3	❹
परिच्छेद ३	1	❹	2	❹	3	❸	परिच्छेद ४	1	❶	2	❷	3	❸
परिच्छेद ५	1	❷	2	❹	3	❷	परिच्छेद ६	1	❸	2	❶	3	❸
परिच्छेद ७	1	❹	2	❷	3	❸	परिच्छेद ८	1	❶	2	❷	3	❸
परिच्छेद ९	1	❶	2	❶	3	❶	परिच्छेद १०	1	❹	2	❶	3	❹

(क) वाक्यांच्या वेगवेगळ्या भागातील चुकीचा भाग ओळखणे

◈ वाक्याचे चार भाग करून तीन भागापासून एक अर्थपूर्ण वाक्य बनते पण उरलेला भाग चुकीचा अथवा अनावश्यक असू शकतो. तो भाग शोधून बाजूला काढण्यासाठी त्या पर्यायाला क्रमांक शोधावा लागतो.

नमुना प्रश्न

प्रश्न 1 ते 3 : सूचना - खालील दिलेल्या शब्दसमूहातील अनावश्यक शब्दाच्या पर्याय क्रमांकाचे वर्तुळ काळे करा.

1. ① **पर्यावरणाचे रक्षण** ② **जबाबदारी आहे**
③ **ही सर्वांची** ④ **वृक्षतोड**

स्पष्टीकरण : या वाक्यातील शब्दसमूहापासून 'पर्यावरणाचे रक्षण ही सर्वांची जबाबदारी आहे.' हे अर्थपूर्ण वाक्य तयार होते. यामध्ये 'वृक्षतोड' हा अनावश्यक शब्द आहे.

∴ उत्तराचा पर्याय क्र. ❹

2. ① **प्रतीकने** ② **प्रथम क्रमांक**
③ **जिंकली** ④ **गायन स्पर्धा**

स्पष्टीकरण : दुसऱ्या शब्दसमूहापासून प्रतीकने गायन स्पर्धा जिंकली हे वाक्य तयार होते व यामधील प्रथम क्रमांक हा चुकीचा भाग आहे.

∴ उत्तराचा पर्याय क्र. ❷

3. ① **मोठ्यांशी** ② **नम्रपणे** ③ **उद्धटपणा** ④ **वागावे**

स्पष्टीकरण : मोठ्याशी नम्रपणे वागावे हे अर्थपूर्ण वाक्य तयार होते. त्यामधील उद्धटपणा हा चुकीचा शब्द आहे.

∴ उत्तराचा पर्याय क्र. ❸

✷ सरावासाठी प्रश्न

प्रश्नावली

प्रश्न 1 ते 30 : सूचना - खालील दिलेल्या शब्दसमूहातील अनावश्यक शब्दाच्या पर्याय क्रमांकास काळे करा.

1. ① मूल ② पाळण्यात होते ③ पळत ④ झोपले
2. ① असावे ② आपल्या आहारात ③ दूध ④ भाजी
3. ① फरश्या होत्या ② रंगीबेरंगी ③ घरात ④ चांगली
4. ① झाडावर ② सरसर चढले ③ अगदी ④ माकड
5. ① मुलांनी ② अभ्यास करावा ③ यामुळे ④ नियमित
6. ① झाडावर ② बसले होते ③ पक्षी ④ केव्हा
7. ① वृंदावन होते ② छान ③ बाग ④ अंगणात
8. ① मुलांनी ② स्वच्छतेकडे ③ लक्ष द्यावे ④ सर्वांना
9. ① पाऊस ② ढग ③ पडत होता ④ जोरदार
10. ① जमिनीवर ② चटई अंथरली ③ म्हणजे ④ त्याने
11. ① सुंदर इंद्रधनुष्य ② आकाशात ③ दिसते ④ पाऊस
12. ① दररोज ② रस्त्यावर ③ शाळेत जावे ④ मुलांनी
13. ① हिरवेगार ② समुद्राचे ③ निळेशार ④ पाणी होते.

14. ① अगदी ② गरज असते
③ थकल्यावर ④ विश्रांतीची

15. ① अप्रतिम ② अजिंठा-वेरूळची
③ लेणी आहेत ④ औरंगाबाद

16. डोळे/मांजराचे/बंद/अंधारात/चमकतात.
① अंधारात ② बंद ③ मांजराचे ④ चमकतात.

17. सरावाने/गणिते/वेग/सोडवण्याची/वाढते/गती
① गती ② गणिते ③ सरावाने ④ वेग

18. मधुर/रेडिओवरील/गाणी/असतात/दिसतात
① मधुर ② दिसतात ③ असतात ④ गाणी

19. स्वातंत्र्यासाठी/दिले/नेत्यांनी/खूप/बलिदान
① नेत्यांनी ② खूप ③ बलिदान ④ दिले

20. दिगंबर/छान चित्रे/सुंदर/काढतो.
① दिगंबर ② छान चित्रे ③ सुंदर ④ काढतो.

21. हिरवीगार वनराई/सर्वत्र/झाडे/दिसत होती.
① हिरवीगार वनराई ② सर्वत्र
③ झाडे ④ दिसत होती.

22. ① दुर्वा ② वाहतात ③ गणपतीला ④ शंकराला

23. ① सुंदर ② बंद
③ आम्ही ④ देखावा पाहिला

24. ① डॉक्टरांनी ② तपासले
③ म्हणून ④ राजूचे डोळे

25. ① कोंबड्याला ② चार पाय ③ असतात ④ मांजराला

26. ① आकाशात ② चेंडू ③ उंच उडाला ④ बॅट

27. ① घड्याळ ② लावले होते ③ कपाट ④ भिंतीवर
28. ① सूर्य ② उगवतो ③ पूर्वेस ④ एखाद्या
29. ① त्यांनी ② बांधत आहे
③ तो एक नवीन ④ रुग्णालय
30. ① बसलो आहे ② उठतात ③ आपण ④ बाहेर

उत्तरसूची

1. ❸	2. ❹	3. ❹	4. ❸	5. ❸	6. ❹
7. ❸	8. ❹	9. ❷	10. ❸	11. ❹	12. ❷
13. ❶	14. ❶	15. ❹	16. ❷	17. ❹	18. ❷
19. ❷	20. ❸	21. ❸	22. ❹	23. ❷	24. ❸
25. ❶	26. ❹	27. ❸	28. ❹	29. ❶	30. ❷

(ड) सर्वोत्कृष्ट विकल्प निवडून वाक्य पूर्ण करणे.

◈ वाक्याचा अर्थ पूर्ण होण्यासाठी वाक्यापुढे कोणता योग्य शब्दसमूह पाहिजे ते पर्यायातून शोधून वाक्याचा अर्थ पूर्ण करावा लागतो. त्यासाठी चारही पर्याय वाचणे अत्यंत गरजेचे असते.

नमुना प्रश्न

खालील वाक्याच्या योग्य पर्याय क्रमांकाचे वर्तुळ काळे करा.

1. वीरधवल खाडे ....

① उत्कृष्ट आहे जलतरणपटू ② जलतरणपटू आहे उत्कृष्ट
③ उत्कृष्ट जलतरणपटू आहे. ④ आहे जलतरणपटू उत्कृष्ट

स्पष्टीकरण : वीरधवल खाडे या शब्दसमूहापुढे पर्याय क्र. 3 मधील शब्दसमूह योग्य आहे. कारण त्यामुळे वीरधवल खाडे उत्कृष्ट जलतरणपटू आहे. हे वाक्य तयार होते.

∴ उत्तराचा पर्याय क्र. ❸

2. भूतदया हा ....

① धर्म मानवाचा आहे. ② मानवाचा धर्म आहे.

③ धर्म आहे मानवाचा ④ आहे धर्म मानवाचा

स्पष्टीकरण : भूतदया हा मानवाचा धर्म आहे. हे अर्थपूर्ण वाक्य आहे.

∴ उत्तराचा पर्याय क्र. ❷

✷ सरावासाठी प्रश्न

प्रश्नावली

खालील वाक्याच्या योग्य पर्याय क्रमांकाचे वर्तुळ काळे करा.

1. बागेतील रंगीबेरंगी फुले ....

① मन आकर्षून प्रत्येकाचे घेतात.

② प्रत्येकाचे घेतात मन आकर्षून

③ आकर्षून मन घेतात प्रत्येकाचे

④ प्रत्येकाचे मन आकर्षून घेतात.

2. सह्याद्री पर्वतातील कळसूबाई हे ....

① सर्वांत उंच शिखर आहे. ② शिखर आहे उंच सर्वांत

③ आहे उंच शिखर सर्वांत ④ सर्वांत शिखर आहे उंच

3. संदीप पाय घसरून पडल्याने ....

① त्याच्या झाली जखम पायाला.

② पायाला जखम झाली त्याच्या.

③ त्याच्या पायाला जखम झाली.

④ झाली जखम त्याच्या पायाला.

4. ढगांचा गडगडाट झाला व ....

① पावसास झाली जोरदार सुरुवात.

② जोरदार सुरुवात झाली पावसास.

③ पावसास जोरदार झाली सुरुवात.

④ जोरदार पावसास सुरुवात झाली.

5. राष्ट्रगीत सुरू असताना ....

① सर्वांनी उभे राहावे सावधान स्थितीत.

② सर्वांनी सावधान स्थितीत उभे राहावे.

③ उभे राहावे स्थितीत सावधान सर्वांनी

④ स्थितीत राहावे सर्वांनी उभे सावधान

6. शिक्षकांनी सूचना देताच मुलांनी ....
   ① कविता सुरुवात केली म्हणावयास
   ② कविता म्हणावयास केली सुरुवात
   ③ सुरुवात केली कविता म्हणावयास
   ④ कविता म्हणावयास सुरुवात केली.

7. सार्वजनिक ठिकाणी ....
   ① सर्वांनी कचरा टाकावा. ② कचरा टाकावा सर्वांनी
   ③ कोणीही टाकू नये कचरा ④ कोणीही कचरा टाकू नये.

8. वडिलधाऱ्या मंडळींचा ....
   ① आदर सर्वांनी करावा ② सर्वांनी करावा आदर
   ③ सर्वांनी आदर करावा ④ करावा सर्वांनी आदर

9. पावसाळ्याच्या दिवसांत ....
   ① उकळून प्यावे पाणी ② पाणी उकळून प्यावे
   ③ प्यावे उकळून पाणी ④ प्यावे पाणी उकळून

10. महात्मा गांधी ....
    ① पुरुष होते थोर ② होते पुरुष थोर
    ③ थोर होते पुरुष ④ थोर पुरुष होते.

11. १५ ऑगस्ट, १९४७ रोजी ....
    ① स्वतंत्र झाला भारत ② भारत झाला स्वतंत्र
    ③ झाला भारत स्वतंत्र ④ भारत स्वतंत्र झाला.

12. शिक्षकांनी दिलेला गृहपाठ ....
    ① मुलांनी पूर्ण केला. ② पूर्ण केला मुलांनी
    ③ केला मुलांनी पूर्ण ④ पूर्ण मुलांनी केला.

13. कोकणातील घरे ....
    ① उतरत्या असतात छपराची ② छपराची असतात उतरत्या
    ③ उतरत्या छपराची असतात. ④ असतात छपराची उतरत्या

14. ध्वनिक्षेपकाचा आवाज ....
    ① मोठा फार नये असू. ② असू नये फार मोठा.
    ③ फार मोठा नये असू. ④ फार मोठा असू नये.

15. वक्तृत्व स्पर्धेत रमाने ....
① क्रमांक प्रथम पटकावला. ② पटकावला प्रथम क्रमांक.
③ प्रथम पटकावला क्रमांक. ④ प्रथम क्रमांक पटकावला.

16. पुस्तके ही माणसाचे ....
① जवळचे सर्वांत मित्र आहेत. ② सर्वांत जवळचे मित्र आहेत.
③ मित्र आहेत जवळचे सर्वांत. ④ सर्वांत मित्र जवळचे आहेत.

17. मी नाचाचा सराव करत असताना ....
① माझ्या मित्राने दार ठोठावले.
② ठोठावले माझ्या मित्राने दार.
③ दाराने माझा मित्र ठोठावला.
④ माझ्या मित्राने दाराला ठोठावले.

18. तुम्ही जर चाचणीत उत्तीर्ण झाला नाहीत ....
① तर कराल तुम्ही काय ? ② तर काय तुम्ही करता ?
③ तर तुम्ही काय कराल ? ④ तर तुम्ही काय ?

19. राष्ट्रीय प्रतीकांचा मान राखणे ....
① हे कर्तव्य आहे प्रत्येकाचे ② प्रत्येकाचे आहे हे कर्तव्य
③ कर्तव्य आहे हे प्रत्येकाचे ④ हे प्रत्येकाचे कर्तव्य आहे.

20. सहलीला गेल्यावर ....
① त्या ठिकाणची करू नये नासधूस
② नासधूस करू नये त्या ठिकाणची
③ त्या ठिकाणची नासधूस करू नये.
④ नये नासधूस करू त्या ठिकाणची

उत्तरसूची

1. ❹	2. ❶	3. ❸	4. ❹	5. ❷	6. ❹
7. ❹	8. ❸	9. ❷	10. ❹	11. ❹	12. ❶
13. ❸	14. ❹	15. ❹	16. ❷	17. ❶	18. ❸
19. ❹	20. ❸				

5. माहिती तंत्रज्ञानविषयक व मराठी भाषेत वापरल्या जाणाऱ्या इंग्रजी शब्दांना पर्यायी मराठी शब्द शोधणे

◈ **संगणक Computer :** सध्याचे युग माहिती आणि तंत्रज्ञानाचे असून सर्व क्षेत्रात व दैनंदिन जीवनात संगणकाचा वापर सुरू झाला आहे.

या दृष्टीने संगणकाची माहिती सर्वांना काही प्रमाणात तरी असायला हवी. कारण संगणक म्हणजेच कॉम्प्युटरने महत्त्वाचे स्थान पटकावले आहे. संगणक हे शैक्षणिक क्षेत्रात मदत करणारे एक इलेक्ट्रॉनिक यंत्र आहे. संगणकास तपशीलवार माहिती (डेटा) आणि क्रमवार सूचना (प्रोगॅम) पुरविल्यास डेटावर प्रक्रिया करून आपणास हवी ती माहिती वा उत्तरे मिळतात. उदा., एखादे घर बांधावयाचे असल्यास ते कोणकोणत्या प्रकाराने बांधू शकतो, त्याचे डिझाईन्स वेगवेगळे कसे होईल हे आपण लगेचच स्क्रीनवर बघू शकतो. संगणकाच्या उपकरणांचे इनपुट डिव्हाइसेस, आउटपुट डिव्हाइसेस, स्टोरेज डिव्हाइसेस असे भाग पडतात.

◈ **मॉनिटर Monitor :** संगणकात टीव्हीच्या पडद्यासारखे दिसणारे साधन म्हणजे 'मॉनिटर' होय. यालाच ईव्हीडीयू (EVDU) म्हणजे 'इलेक्ट्रॉनिक व्हिज्युअल डिस्प्ले युनिट' असे म्हणतात.

◈ **सी. पी. यू. (CPU) Centrol Processing Unit :** सी. पी. यू. हा संगणकाचा अतिशय महत्त्वाचा भाग आहे. सर्व महत्त्वाची मोठी कामे सी. पी. यू. करतो. याचे पुन्हा तीन विभाग आहेत.

स्मृती विभाग म्हणजे मेमरी युनिट MU. नियंत्रण विभाग म्हणजे कंट्रोल युनिट CU, गणिती व तार्किकी विभाग म्हणजे ॲरिथमेटिक अँड लॉजिक युनिट ALU.

◈ **माऊस Mouse :** माऊस पॅडवर वा सपाट पृष्ठभागावर माऊस फिरवला असता त्यात खालच्या बाजूला एक बॉल असतो.

तो आतल्या आत चाकासारखा फिरतो. कॉम्प्युटरला तो दिशादर्शकाचे काम करतो. वर सांगितल्याप्रमाणे माऊसवर तीन बटणे असतात. की बोर्डवरील ॲरो की पेक्षा माऊसने काम लवकर होत असल्याने आपला वेळ अजून वाचतो.

◈ **संगणकाचे स्टोरेज डिव्हाईसेस Storage Devices :** संगणकात ज्यामध्ये आपण माहिती साठवतो व आवश्यकतेनुसार तिचा वापर करतो, त्या डिव्हाईसला 'स्टोरेज डिव्हाईस' असे म्हणतात.

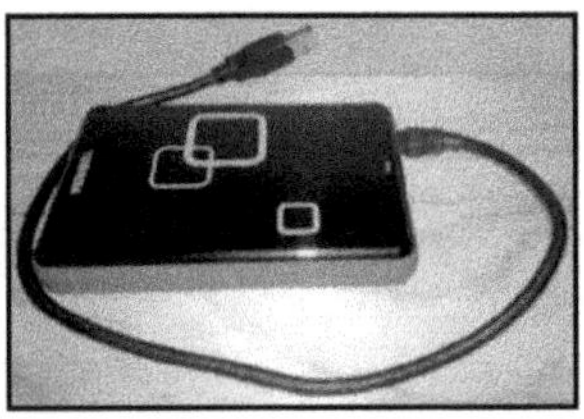

उदाहरण, (अ) हार्ड डिस्क (Hard Disk) (ब) फ्लॉपी डिस्क (Floppy Disk) (क) सी. डी. (Compact Disk).

◈ **संगणकाचा की बोर्ड Key Board :** टाइपरायटरसारखा कॉम्प्युटरचा की बोर्ड असतो.

की बोर्डच्या साहाय्याने कॉम्प्युटरला माहिती पुरविली जाते. की बोर्डद्वारे माहिती इनपुट होत असताना, दिलेली माहिती ही कॉम्प्युटरच्या भाषेत रूपांतरित होत असते.

◈ **लेझर प्रिंटर (Laser Printer) :** या प्रिंटरमध्ये प्रथम मेमरीमध्ये संपूर्ण पानाची प्रतिमा म्हणजे इमेज तयार केली जाते.

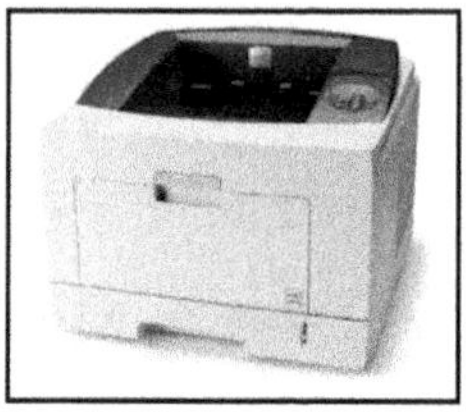

नंतर संपूर्ण पान छापून मिळते. या प्रिंटरची छपाई ठळक असते. डॉट मॅट्रिक्सची छपाई ठिपक्यांच्या साहाय्याने असल्याने ती थोडी अस्पष्ट असते.

◈ **मॉडेम (Modem) :** संगणक व इंटरनेटमधील मध्यस्थ हा Modem असतो. इंटरनेटचे कार्य पूर्ण होण्यासाठी टेलिफोन लाइनची मदत घ्यावीच लागते.

टेलिफोनवर डिजिटल सिग्नल्स काम करू शकत नाहीत. मात्र संगणकाला फक्त डिजिटल सिग्नल्स म्हणजे 0 ते 1 चीच भाषा कळते. टेलिफोन लाइन्सचे काम ॲनॉलॉग सिग्नल्स करत असते. तेव्हा डिजिटल ते ॲनॉलॉग व ॲनॉलॉग ते डिजिटल हे संदेशवहनाचे काम Modem हे यंत्र करते. Modem चे तीन प्रकार आहेत. असे असले तरी त्याच्या वेगाचा विचार केला पाहिजे.

◈ **स्कॅनर (Scanner) :** स्कॅनरच्या साहाय्याने चित्राचे रूपांतर डाटामध्ये होऊन तो डाटा आपण संगणकाच्या स्क्रीनवर बघू शकतो. आवश्यकता वाटल्यास त्या चित्रात (डाटामध्ये) आपण संगणकाच्या साहाय्याने बदल करू शकतो. मूळ चित्राला धक्का लावला जात नाही.

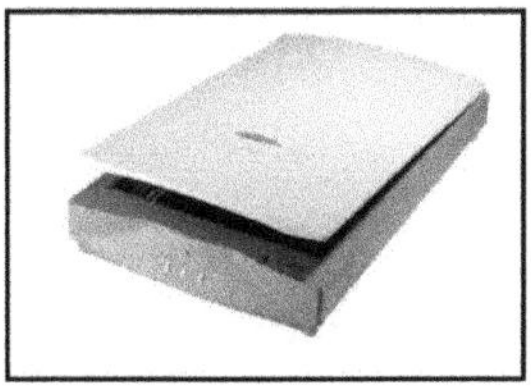

◈ **कॉम्पॅक्ट डिस्क (Compact Disk or CD) :** पूर्वी कॉम्पॅक्ट डिस्कचा उपयोग प्ले बॅक साऊंड रेकॉर्डिंगसाठी होत असे. आता त्याचा उपयोग डेटा साठवून ठेवण्यासाठी होतो.

◈ **हार्ड डिस्क (Hard Disc) :** हार्ड डिस्क ही सेकंडरी स्टोअरेज डिव्हाईस म्हणून वापरली जाते. हार्ड डिस्कवरील माहिती ही डिजिटल असते.

ती Rapidly Rotating Disc च्या माध्यमाने वापरली जाते. त्यावर आयर्न ऑक्साइडचे कोटिंग असते. काम करत असता विद्युत प्रवाह बंद झाला तरी यावरील डाटा उडत नाही.

◈ **सी. डी. रोम ड्राईव्ह (C.D.Rom Drive) :** सी. डी. रोम ही कॉम्पॅक्ट डिस्क आहे. यामध्ये डेटा असतो. सी. डी. रोम माहिती लिहीत नाही. परंतु कॉम्प्युटरवर माहिती वाचू शकतो. यात लिहिलेल्या गोष्टींमध्ये बदल वा दुरुस्ती करता येत नाही.

◈ **लॅपटॉप (Laptop) :** लॅपटॉप हा पोर्टेबल कॉम्प्युटर (Portable Computer) आहे. हा संगणक नोटबुकच्या आकाराचा असतो. त्यामुळे याला काही जण नोटबुक कॉम्प्युटर, अल्ट्राबुक, नेटबुक असेही म्हणतात.

✷ सरावासाठी प्रश्न

प्रश्नावली

1. संगणक हे शैक्षणिक क्षेत्रात मदत करणारे एक .... यंत्र आहे.
   ① निसर्गनिर्मित ② पौराणिक ③ इलेक्ट्रॉनिक ④ इलेक्ट्रिक
2. टी.व्ही.च्या पडद्यासारखे दिसणारे साधन कोणते ?
   ① C.P.U. ② EVDU ③ ALU ④ MU
3. संगणकात कशामध्ये माहिती साठवली जाते ?
   ① Hard Disk ② C.P.U.
   ③ Key Board ④ Printer
4. संगणक व इंटरनेटमधील मध्यस्थ कोण ?
   ① Scanner ② C.D. ③ Floppy ④ Modem
5. पूर्वी प्ले बॅक साऊंड रेकॉर्डिंगसाठी कशाचा उपयोग होत असे ?
   ① Hard Disk ② Compact Disk
   ③ Pen Drive ④ Memory Card
6. पोर्टेबल कॉम्प्युटर कशास म्हणतात ?
   ① टी.व्ही. ② लॅपटॉप ③ पेन ड्राईव्ह ④ C.D. रोम

उत्तरसूची

1. ❸	2. ❷	3. ❷	4. ❹	5. ❷	6. ❷

घटक 4 : शब्दसंपत्तीवरील प्रभुत्व

1. समानार्थी शब्द

◈ एकाच अर्थाच्या शब्दाला समानार्थी शब्द असे म्हणतात. ज्याप्रमाणे जल, तोय, आप, नीर या सर्व शब्दांचा अर्थ पाणी असा होतो. म्हणजे जल, तोय, आप, नीर हे सर्व शब्द पाणी या शब्दाचे समानार्थी शब्द आहेत. यातील प्रत्येक शब्द पाणी याच अर्थाने वापरला जातो. म्हणजे पाणी हा अर्थ होण्याकरिता सदर शब्दांपैकी कोणताही शब्द वापरला तरी चालतो. याप्रमाणे समान अर्थाचे अनेक शब्द असतात.

अचल	=	स्थिर, शांत, पर्वत	आस	=	इच्छा, मनीषा
छंद	=	नाद, आवड	संघ	=	गट, चमू, समूह
अपाय	=	इजा, त्रास	छडा	=	तपास
आसक्ती	=	लोभ, हव्यास	छिद्र	=	भोक
अत्याचार	=	अन्याय, जुलूम	पाठांतर	=	घोकंपट्टी
अंगार	=	निखारा	दंत	=	दात
अपराध	=	गुन्हा	दंडवत	=	नमस्कार, प्रणाम
अंत	=	शेवट, अखेर	अंतरिक्ष	=	अवकाश
अभिनेता	=	नट, कलावंत	दारा	=	बायको, पत्नी
दागिने	=	अलंकार, भूषण	अवर्षण	=	दुष्काळ
एकजूट	=	एकी, ऐक्य	दिन	=	दिवस
अवचित	=	एकदम, अचानक	दुजा	=	दुसरा
ऐश्वर्य	=	श्रीमंती, वैभव	दुनिया	=	जग
औक्षण	=	ओवाळणे	दुर्धर	=	कठीण, गहन
अविरत	=	सतत, अखंड	दैन्य	=	दारिद्र्य

धवल	=	पांढरे, शुभ्र	बक	=	बगळा
ब्रीद	=	बाणा, प्रतिज्ञा	अहंकार	=	गर्व, घमेंड
बंधन	=	निर्बंध, मर्यादा	गवई	=	गायक
आरसा	=	दर्पण, आईना	ग्रंथ	=	पुस्तक
बंधू	=	भाऊ, भ्राता	गनीम	=	शत्रू, अरी
गाणे	=	गीत	गंध	=	वास, परिमल
भगिनी	=	बहीण	गाय	=	धेनू, गो, गोमाता
आश्चर्य	=	नवल, अचंबा	गोष्ट	=	कथा, कहाणी
भरवसा	=	विश्वास, खात्री	गौरव	=	सत्कार
आज्ञा	=	आदेश, हुकूम	भार	=	ओझे
आसन	=	बैठक	इशारा	=	सूचना, खूण
भान	=	शुद्ध, जागृती	इंद्र	=	सुरेंद्र, देवेंद्र
बांधेसूद	=	रेखीव, सुडौल	इहलोक	=	मृत्युलोक
जरा	=	म्हातारपण	भेद	=	फरक, भिन्नता
बैल	=	वृषभ, पोळ, खोंड	जयघोष	=	जयजयकार
बेढब	=	बेडौल	जिन्नस	=	पदार्थ
जीर्ण	=	जुने	ज्येष्ठ	=	मोठा, वरिष्ठ
भेकड	=	भित्रा, भ्याड, भीरू	कष्ट	=	मेहनत
करमणूक	=	मनोरंजन	कट	=	कारस्थान
काठ	=	तीर, किनारा, तट	नेता	=	नायक, पुढारी
कान	=	कर्ण, श्रवण, श्रोत्र	नौदल	=	आरमार
कठोर	=	निर्दय, निष्ठुर	काष्ठ	=	लाकूड
किमया	=	जादू, चमत्कार	परिमल	=	सुवास, सुगंध
किल्ला	=	गड, तट, दुर्ग	कुटी	=	झोपडी
कृपण	=	कंजूष, चिक्कू	पारंगत	=	निपुण, तरबेज

कृश	=	हडकुळा	पान	=	पर्ण, पत्र, पल्लव
खडक	=	दगड, पाषाण	पंक	=	चिखल
पंक्ती	=	रांग, ओळ, पंगत	प्रपंच	=	संसार
शर	=	बाण, तीर, सायक	प्रताप	=	पराक्रम, शौर्य
मेष	=	मेंढा	प्रतीक	=	चिन्ह, खूण
पाय	=	पद	खड्ग	=	तलवार
प्रेम	=	माया, लोभ, स्नेह	लढा	=	लढाई, संघर्ष
खेडे	=	गाव, ग्राम	सज्जन	=	संत
ख्याती	=	प्रसिद्धी, कीर्ती	समाधान	=	आनंद, संतोष
लाज	=	शरम, भीड	समय	=	वेळ
लाडका	=	आवडता	साप	=	सर्प, भुजंग, अही
लावण्य	=	सौंदर्य	मत्सर	=	द्वेष, असूया
मकरंद	=	मध	स्तुती	=	प्रशंसा, कौतुक
मलूल	=	निस्तेज	साधू	=	संन्यासी
मंदिर	=	देऊळ, देवालय	साथ	=	सोबत, संगत
मासा	=	मीन, मत्स्य	संशोधक	=	शास्त्रज्ञ
शव	=	प्रेत, मृतदेह	मौज	=	मजा, गंमत
मुलामा	=	लेप	शत्रू	=	अरी, रिपू, वैरी
मोहिनी	=	भुरळ	शिकारी	=	पारधी
वर्षा	=	पाऊस, पावसाळा	नारळ	=	श्रीफळ, नारिकेल
मंगल	=	पवित्र	शीघ्र	=	जलद
नगर	=	शहर, पूर, पुरी	शीण	=	थकवा
नजराणा	=	भेट,उपहार	शिकस्त	=	पराकाष्ठा
नवनीत	=	लोणी	वचक	=	धाक, दरारा

नृप	=	राजा, भूप, भूपती	वत्स	=	वासरू, बालक
नाथ	=	धनी, स्वामी	वासना	=	इच्छा
निर्जन	=	ओसाड	वायदा	=	करार
निर्झर	=	झरा	विलंब	=	उशीर
विवंचना	=	काळजी, चिंता	तुरुंग	=	कैदखाना
विद्रूप	=	कुरूप	भक्कम	=	मजबूत
विनय	=	नम्रता	वेस	=	हद्द
विस्मय	=	आश्चर्य, नवल	महाल	=	राजवाडा
वेश	=	पोशाख	कोठार	=	भांडार
व्यथा	=	दु:ख	कोठी	=	खोली
व्रण	=	खूण, क्षत	बोळ	=	गल्ली
व्याकूळ	=	दु:खी, कासावीस	विस्तव	=	जाळ
याचक	=	भिकारी	समाधी	=	थडगे
यातना	=	दु:ख, वेदना	मधुर	=	गोड, सुरेल
यान	=	अंतराळवाहन	कुटी	=	झोपडी
युवती	=	तरुणी	भय	=	भीती
रंक	=	गरीब	काळजी	=	चिंता
धडा	=	पाठ	लहानशी	=	सानुली, इवलीशी
रूक्ष	=	कोरडे, नीरस	क्षमा	=	माफी
रोष	=	राग	माया	=	प्रेम
पक्षी	=	पाखरे, विहंग, खग	भूषणे	=	अलंकार
गच्च झाडी	=	राई	बळ	=	शक्ती, सामर्थ्य
अंदाज	=	कानोसा	सैन्य	=	फौज, दळ
धून	=	लकेर	वारा	=	पवन, वात
कळी	=	कलिका	दुखणे	=	आजार

पण	=	परि	समूह	=	थवा, झुंड
पन्हा	=	ओढा	लढा	=	संग्राम
बाग	=	बगिचा	पराक्रमी	=	शूर
काठ	=	किनारा	शस्त्र	=	हत्यार
झाड	=	वृक्ष, तरू	वार्ता	=	बातमी, वृत्त
साकव	=	पूल	सूड	=	बदला
विलंब	=	उशीर	हत्या	=	खून
लाज	=	शरम	सहचारिणी	=	पत्नी
वर्तन	=	वागणूक	रेषा	=	रेघ
तरुण	=	युवक, जवान	प्रकृती	=	तब्येत
रुबाबदार	=	ऐटबाज	अकस्मात	=	अचानक
राग	=	क्रोध, संताप	सुंदर	=	छान
स्तुती	=	प्रशंसा	हात	=	हस्त
नारी	=	स्त्री	पाळणा	=	झुला
मृत्यू	=	मरण, निधन	रास	=	ढीग, साठा
तनू	=	शरीर, काया	विद्या	=	शिक्षण, ज्ञान
कर्ण	=	कान	अडाणी	=	अज्ञानी
भूप	=	राजा	भाषण	=	व्याख्यान
बहू	=	खूप	शक्ती	=	जोर
निर्बंध	=	नियम	पहिलवान	=	मल्ल
गोप	=	गवळी	उद्योग	=	काम
चित्त	=	मन	शील	=	सदाचार, चारित्र्य
रक्षक	=	पहारेकरी	चातुर्य	=	हुशारी
निश्चय	=	निर्धार	इसम	=	मनुष्य
बालपण	=	लहानपण	राष्ट्र	=	देश

पटाईत	=	तरबेज	पाळणा	=	झुला
झुंज	=	लढा	नफा	=	फायदा
नेता	=	पुढारी	ठेका	=	कंत्राट
कोप	=	राग	तुला	=	तराजू
लेचापेचा	=	कमकुवत	इष्ट	=	योग्य
विक्षिप्त	=	तऱ्हेवाईक	लय	=	नाश
गर्क	=	मग्न	आधार	=	पाठिंबा
उत्तेजन	=	प्रोत्साहन	श्वान	=	कुत्रा
करमणूक	=	मनोरंजन	सवड	=	फुरसत
पडसे	=	सर्दी	अंधकार	=	अंधार
रद्द	=	बाद	लाभ	=	फायदा
शोभा	=	सौंदर्य	लोभ	=	हाव
ओढा	=	ओहळ	जिव्हाळा	=	माया
डोके	=	मस्तक, शीर	गरज	=	निकड
बेट	=	बन	बिकट	=	कठीण
विज्ञान	=	शास्त्र	आठवण	=	स्मरण
अमृत	=	पीयूष, सुधा, संजीवनी	अंग	=	शरीर, तनू, काया, देह
दानव	=	राक्षस, दैत्य, असुर	दास	=	चाकर, नोकर, सेवक
देव	=	सुर, ईश्वर, ईश, परमेश्वर	दुर्दशा	=	दुरवस्था, दुःस्थिती
बहर	=	हंगाम, सुगी, मौसम	अनर्थ	=	संकट, अरिष्ट, आपत्ती

अरण्य	=	रान, वन, कानन, विपिन, जंगल	धनुष्य	=	चाप, कोदंड, धनू, तीरकमठा
गरुड	=	खगेंद्र, द्विजराज, वैनतेय	फूल	=	पुष्प, सुमन, कुसुम
आनंद	=	हर्ष, मोद, तोष, अमोद	गृहिणी	=	घरधनीण, गृहलक्ष्मी
आकाश	=	गगन, नभ, अंबर, व्योम, आभाळ	घोडा	=	हय, अश्व, तुरंग, वारू
भाऊबंद	=	नातेवाईक, आप्त, सगेसोयरे	जिव्हाळा	=	माया, प्रेम, ममता
भुंगा	=	भ्रमर, भृंग, अलि, मिलिंद	चेहरा	=	तोंड, मुख, वदन, आनन
चांदणे	=	कौमुदी, ज्योत्स्ना, चंद्रिका	चौफेर	=	चहूकडे, सर्वत्र, भोवताली
कपाळ	=	ललाट, मस्तक, भाल	नीच	=	तुच्छ, अधम, चांडाळ
कावळा	=	काक, वायस, एकाक्ष	पशू	=	प्राणी, जनावर, श्वापद
पर्वत	=	नग, अद्री, गिरी, अचल, शैल	कनक	=	सोने, कांचन, हेम, सुवर्ण
खटाटोप	=	प्रयत्न, मेहनत, धडपड	पोपट	=	राघू, रावा, शुक, कीर
शक्ती	=	बळ, जोर, ताकद, सामर्थ्य, ऊर्जा	प्रजा	=	लोक, रयत, जनता
वंदन	=	नमस्कार, प्रणाम, नमन, अभिवादन	मुलगी	=	तनया, कन्या, तनुजा, लेक, पुत्री

प्रात:काळ	=	सकाळ, उषा, पहाट	संहार	=	नाश, विनाश, सर्वनाश, विध्वंस
महिमा	=	थोरवी, मोठेपणा, माहात्म्य	स्वच्छ	=	नीट, निर्मळ, साफ
मार्ग	=	रस्ता, वाट, पथ, सडक	सुंदर	=	सुरेख, छान, देखणे
मानव	=	मनुष्य, माणूस, नर, मनुज	सीमा	=	वेस, मर्यादा, शीव
प्राचीन	=	पुरातन, पूर्वीचा, जुनाट	सुगम	=	सुलभ, सोपा, सुकर
मुलगा	=	सुत, पुत्र, नंदन, लेक, तनय	शेज	=	बिछाना, अंथरूण, शय्या
नदी	=	सरिता, तटिनी, जीवनदायिनी	शिक्षक	=	गुरुजी, गुरू, मास्तर
रात्र	=	रजनी, यामिनी, निशा, रात	विलग	=	सुटे, अलग, वेगळा
वाली	=	रक्षणकर्ता, कैवारी	मित्र	=	स्नेही, दोस्त, सवंगडी, साथीदार, सोबती
धरती	=	धरणी, पृथ्वी, वसुंधरा, वसुधा, मही, भूमी, क्षोणी, धरित्री, अवनी, रसा.	चंद्र	=	रजनीनाथ, शशांक, शशी, सोम, निशानाथ, इंदू, सुधांशु, सुधाकर
आई	=	माता, जननी, माउली, माय, मातोश्री, जन्मदात्री	बाप	=	वडील, पिता, जनक, जन्मदाता, तात
अग्नी	=	आग, विस्तव, अनल, पावक वन्ही	धन	=	पैसा, संपत्ती, द्रव्य, वित्त, संपदा.

भू	=	जमीन, धरा, भूमी, धरणी, धरित्री	पती	=	नवरा, भ्रतार, नाथ, धनी, कारभारी
कमळ	=	पंकज, अंबुज, पुष्कर, पद्म, सरोज, राजीव, कौमुदिनी	घर	=	सदन, गृह, निवास, भवन, गेह, आलय, निकेतन
वारा	=	वायू, वात, अनिल, मरूत, पवन	पाणी	=	जल, पेय, उदक, वारी, नीर, सलील
वीज	=	चपला, चंचला, तडिता, बिजली, सौदामिनी, विद्युत, विद्युल्लता	समुद्र	=	सागर, सिंधू, रत्नाकर, जलनिधी
गणपती	=	गजानन, लंबोदर, विनायक, एकदंत, गौरीसुत, प्रथमेश, गणनायक, गणराज, अमेय, गजवदन, गौरीनंदन, विघ्नहर्ता			

✷ सरावासाठी प्रश्नावली

प्रश्नावली

प्रश्न 1 ते 3 : सूचना - दिलेल्या शब्दांचा समान अर्थ दर्शविणाऱ्या योग्य पर्याय क्रमांकाचे वर्तुळ काळे करा.

1. घर

① वदन ② सदन ③ मदन ④ नंदन

2. जन्मदात्री

① पिता ② भगिनी ③ सुखदा ④ जननी

3. प्रसिद्ध

① प्रिय ② प्रख्यात ③ पर्वत ④ प्रथम

4. दिलेल्या शब्दाशी न जुळणाऱ्या शब्दाच्या पर्याय क्रमांकाचे वर्तुळ काळे करा.

न्यूनता :

① विपुलता ② उणीव ③ अभाव ④ कमतरता

5. 'पोलिसाने त्याला ५० रु. दंड केला' या वाक्यातील 'दंड' या शब्दाचा अर्थ कोणता ?

① बाहू ② शिक्षा ③ काठी ④ बक्षीस

6. 'आई' या शब्दाचा अर्थ काय ?

① पिता ② त्राता ③ माता ④ सुखदा

उत्तरसूची

1. ❷	2. ❹	3. ❷	4. ❶	5. ❷	6. ❸

2. विरुद्धार्थी शब्द

◈ दिलेल्या शब्दाच्या अर्थाचा नेमका उलट म्हणजे विरुद्ध अर्थ असलेल्या शब्दाला विरुद्धार्थी अथवा उलट अर्थाचा शब्द असे म्हणतात. जसे, उगवणे × मावळणे. येथे या दोन्हीही शब्दांचे अर्थ एकमेकांच्या विरुद्ध होत आहेत. मराठीमध्ये असे अनेक शब्द आहेत.

अनाथ	×	सनाथ	आस्तिक	×	नास्तिक
अल्पायुषी	×	दीर्घायुषी	उपद्रवी	×	निरुपद्रवी
गद्य	×	पद्य	इष्ट	×	अनिष्ट
आराम	×	कष्ट	जन्म	×	मृत्यू
चिमुकला	×	प्रचंड	आजी	×	माजी

अनीती	×	नीती	मूर्ख	×	हुशार
अपराधी	×	निरपराधी	कृश	×	स्थूल
उतरण	×	चढण	नफा	×	तोटा
उत्तीर्ण	×	अनुत्तीर्ण	ऐच्छिक	×	अनैच्छिक
उगवती	×	मावळती	जमा	×	खर्च
कमाल	×	किमान	खोल	×	उथळ
अतिरेकी	×	विवेकी	जहाल	×	मवाळ
गंभीर	×	अवखळ	घट्ट	×	सैल
चल	×	अचल	तीव्र	×	सौम्य
उदय	×	अस्त	दाट	×	विरळ
कृत्रिम	×	नैसर्गिक	भरभराट	×	ऱ्हास
अभ्राच्छादित	×	निरभ्र	भरती	×	ओहोटी
खंडन	×	मंडन	तीक्ष्ण	×	बोथट
चोर	×	साव	गुण	×	अवगुण
कठोर	×	मऊ	कल्याण	×	अकल्याण
अंध	×	डोळस	तप्त	×	थंड
जुने	×	नवे	द्वेष	×	प्रेम
उपयोगी	×	निरुपयोगी	पुण्यवान	×	पापी
थोर	×	लहान	पोक्त	×	अल्लड
नागरी	×	ग्रामीण	तारक	×	मारक
दृश्य	×	अदृश्य	पौर्वात्य	×	पाश्चिमात्य
देव	×	दानव	विधवा	×	सधवा
धनवंत	×	गरीब	मालक	×	नोकर
लांब	×	जवळ	कर्कश	×	मंजूळ

श्रीमंत	×	गरीब	जड	×	चेतन
जय	×	पराजय	चूक	×	बरोबर
चंचल	×	स्थिर	तिरपा	×	सरळ
कृतज्ञ	×	कृतघ्न	सोय	×	गैरसोय
टंचाई	×	विपुलता	दररोज	×	कधीतरी
दुष्काळ	×	सुकाळ	दीर्घ	×	ऱ्हस्व
निंदा	×	स्तुती	फिकट	×	भडक
तेजी	×	मंदी	सुरुवात	×	शेवट
पूर्व	×	पश्चिम	हीन	×	दर्जेदार
नीटनेटका	×	गबाळ्या	तेजस्वी	×	निस्तेज
दुर्गम	×	सुगम	रेखीव	×	ओबडधोबड
मलूल	×	टवटवीत	शोक	×	आनंद
वरिष्ठ	×	कनिष्ठ	शाप	×	वर
सजीव	×	निर्जीव	लघू	×	गुरू
क्षय	×	अक्षय	ज्ञात	×	अज्ञात
सार्थक	×	निरर्थक	स्वावलंबी	×	परावलंबी
प्रबल	×	दुर्बल	शूर	×	भित्रा
शीतल	×	तप्त	सत्कर्म	×	दुष्कर्म
स्पृश्य	×	अस्पृश्य	स्वस्त	×	महाग
दिवस	×	रात्र	वंद्य	×	निंद्य
एक	×	अनेक	कृपा	×	अवकृपा
गर्विष्ठ	×	विनम्र	कोवळा	×	जुन, निबर
दुष्ट	×	सुष्ट	नि:शस्त्र	×	सशस्त्र
विचार	×	अविचार	लठ्ठ	×	कृश

शुद्ध पक्ष	×	वद्य पक्ष	सुपीक	×	नापीक
सज्जन	×	दुर्जन	हर्ष	×	खेद
सम	×	विषम	स्वार्थी	×	निःस्वार्थी
सुकाळ	×	दुष्काळ	सनातनी	×	सुधारक
मंद	×	जलद	सानुली	×	मोठी
सुगंध	×	दुर्गंध	गोड	×	कडू
अरुंद	×	रुंद	पक्का	×	कच्चा
दाट	×	विरळ	नवीन	×	जुने
बेसावध	×	सावध	अविश्वास	×	विश्वास
मृदू	×	कठोर	म्हातारा	×	तरुण
अस्त	×	उदय	अचूक	×	चूक
दुःख	×	आनंद	जाणे	×	येणे
उतरणे	×	चढणे	जय, विजय	×	पराजय
सेवक	×	मालक	स्वातंत्र्य	×	पारतंत्र्य
अटक	×	सुटका	उलट	×	सुलट
चढण	×	उतरण	फसवी	×	खरी
भव्य	×	चिमुकले	भक्कम	×	कमकुवत
अंधारी	×	उजेडाची	आतून	×	बाहेरून
थंड	×	गरम	समोर	×	मागे
मधुर (गोड)	×	कडू	सावध	×	बेसावध
निराश	×	प्रसन्न	वाईट	×	चांगले
अर्थ	×	अनर्थ	खरा	×	खोटा
भय	×	अभय	काळा	×	पांढरा
माया	×	द्वेष	आला	×	गेला

भाग्यवंत	×	अभागी	नाही	×	आहे
क्रूर	×	प्रेमळ	शिस्त	×	बेशिस्त
सुरक्षित	×	असुरक्षित	पुढे	×	मागे
दुःखद	×	सुखद	भयभीत	×	निर्भय
सत्य	×	असत्य	प्रेम	×	द्वेष
पास	×	नापास	अभंग	×	भंग
ताजे	×	शिळे	प्रत्यक्ष	×	अप्रत्यक्ष
सुंदर	×	कुरूप	हळूच	×	जोराने
ऊन	×	सावली	फुलणे	×	कोमेजणे
सुगंध	×	दुर्गंध	निर्मळ	×	मळके
समाधान	×	असमाधान	सरस	×	निरस
अभिमान	×	दुराभिमान	चांगली	×	वाईट
हळू	×	भरभर	पूर्ण	×	अपूर्ण
दिवस	×	रात्र	जलद	×	सावकाश
पलीकडे	×	अलीकडे	स्वस्त	×	महाग
शहर	×	गाव, खेडे	श्रीमंत	×	गरीब
असभ्य	×	सभ्य	गिऱ्हाईक	×	विक्रेता
अवगुणी	×	गुणी	भसाडा	×	सुरेल
बंद	×	उघड	नेई	×	आणी
पायथा	×	माथा	शंका	×	खात्री
इमानी	×	बेइमान	उद्घाटन	×	समारोप
मरण	×	जीवन	कौतुक	×	निंदा
अशक्य	×	शक्य	दुष्ट	×	सुष्ट
आठवण	×	विस्मरण	शुद्ध	×	अशुद्ध
अवघड	×	सोपे	आवडते	×	नावडते
थोरला	×	धाकटा	अवस्था	×	अनावस्था
गुरू	×	शिष्य	लोभ	×	निर्लोभ
बिनचूक, अचूक	×	चूक	पाठी	×	पोटी

वेडा	×	शहाणा	पसंत	×	नापसंत
कबूल	×	नाकबूल	अनुकूलता	×	प्रतिकूलता
पिकलेले	×	कच्चे	अडाणी	×	ज्ञानी
खाली	×	वर	जागृत	×	निद्रिस्त
बलाढ्य	×	कमजोर	रडू	×	हसू
आघाडी	×	पिछाडी	सकाळी	×	संध्याकाळी
पराक्रमी	×	भित्रा	थंडी	×	उष्णता
तेजस्वी	×	तेजहीन	लहानपणी	×	मोठेपणी
आशीर्वाद	×	शाप	अभंग	×	भंग
बुद्धिमान	×	निर्बुद्ध	यशस्वी	×	अयशस्वी
यश	×	अपयश	प्रकाश	×	अंधार
प्रश्न	×	उत्तर	खरेदी	×	विक्री
लेचापेचा	×	मजबूत	विक्षिप्त	×	समंजस
कृपा	×	अवकृपा	प्रिय	×	अप्रिय
उधार	×	रोख	उपकार	×	अपकार
मरावे	×	जगावे	इकडे	×	तिकडे
वडीलधारी	×	धाकटी	कोरडा	×	ओला
सोपी	×	अवघड	साधी	×	कठीण
टिकाऊ	×	ठिसूळ	गौण	×	महत्त्वाचे
पूर्व	×	पश्चिम	सवाल	×	जवाब
नम्र	×	उद्धट	प्रमाण	×	अप्रमाण
अति	×	थोडे	आळशी	×	उद्योगी
हसणे	×	रडणे	आधार	×	निराधार
लाभ	×	तोटा	सुप्रसिद्ध	×	कुप्रसिद्ध
जिव्हाळा	×	क्रोध			

प्रसन्न	×	अप्रसन्न, खिन्न
प्राचीन	×	अर्वाचीन, आधुनिक
गुळगुळीत	×	खडबडीत, खरखरीत
अबोल	×	वाचाळ, बोलका
उधळ्या	×	कंजूष, काटकसरी
प्रचंड	×	चिमुकले, इवले
स्वच्छ	×	अस्वच्छ, घाणेरडे

✷ **सरावासाठी प्रश्नावली**

प्रश्नावली

प्रश्न 1 ते 7 : सूचना - दिलेल्या शब्दांचा उलट अर्थाचा शब्द शोधून त्याच्या पर्याय क्रमांकाचे वर्तुळ काळे करा.

1. संशय
   ① व्यत्यय ② व्यय ③ स्तुती ④ खात्री
2. सूर्योदय
   ① पौर्णिमा ② अमावास्या ③ सूर्यास्त ④ सकाळ
3. उद्‌घाटन
   ① सुरुवात ② कार्यक्रम ③ स्टेज ④ समारोप
4. स्तुती
   ① फजिती ② निंदा ③ द्वेष ④ बक्षीस
5. स्थूल
   ① सूक्ष्म ② स्थावर ③ बारीक ④ जड
6. पसंत
   ① उसंत ② नपसंत ③ नापसंत ④ पसंती
7. आशा
   ① निराशा ② परआशा ③ नआशा ④ सुंआशा

उत्तरसूची

1. ❹	2. ❸	3. ❹	4. ❷	5. ❶	6. ❸	7. ❶

❂❂❂

3. शब्दकोडी

◈ आपल्या प्रश्नपत्रिकेमध्ये शब्दकोड्यांवर आधारित असा प्रश्न असतो. चौकटीमध्ये दिलेल्या अक्षरांपासून अथवा आकृतीमध्ये दिलेल्या अक्षरांपासून अर्थपूर्ण असा शब्द बनवावा लागतो. त्यावर आधारित अशा प्रश्नाचे उत्तर लिहावे लागते. ते उत्तर लिहिताना अक्षरासाठी अथवा अर्थासाठी योग्य असा पर्याय निवडावा लागतो. याकरिता आपणाला दिलेल्या अक्षरांपासून अर्थपूर्ण शब्द बनविता आला पाहिजे. म्हणजे शब्दकोडे सोडविण्यासाठी आपणाला अनेक शब्द आणि त्यांचे अर्थ माहीत असले पाहिजेत.

नमुना प्रश्न

1. **खालील चौकटीत अर्थपूर्ण ठरणाऱ्या दोन अक्षरी शब्दांचे दुसरे अक्षर दिले असून, पहिल्या अक्षरासाठी चार पर्यायी अक्षरे दिली आहेत. त्यापैकी जे अक्षर अयोग्य आहे ते ओळखून त्याचा क्रमांक चौकटीत लिहा.**

① ती ② स्वा ③ व्य ④ टा

	र्थ

स्पष्टीकरण : वरील पर्यायी अक्षरांपासून तीर्थ, स्वार्थ, व्यर्थ असे तीन शब्द बनतात; परंतु टार्थ असा अर्थपूर्ण शब्द बनत नाही.

∴ उत्तराचा पर्याय क्रमांक ❹.

प्रश्नावली

1. **सूचना :** एक आकृती दिली आहे. तिच्या प्रत्येक भागात नंबर व एकेक अक्षर दिले आहे. त्यावरून दिलेल्या शब्दसमूहासाठी आकृतीतील एक शब्द वापरायचा आहे. त्यात शब्दाचे फक्त अक्षर क्रमांक कोणत्या क्रमाने घ्यावे लागतील ?

(अ) सूर्यापासून मिळणारी शक्ती

① २, ७, ५, ४ ② २, ५, ७, ४

③ २, ४, ५, ७ ④ २, ७, ४, ५

(ब) शोध लावणारा

① ३, ६, १, ८ ② ३, ८, ६, १

③ ३, १, ६, ८ ④ ३, ६, ८, १

2. खालील आकृतीत एक म्हण दडली आहे. ती ओळखून तिचे तिसरे व पाचवे अक्षर क्रमाने लिहा.

① रा-त ② प्र-था ③ प्र-त ④ था-रा

3. खालील चौकोनात एक म्हण दडली आहे. ती तीन शब्दांची आहे. त्या शब्दांचे मधले अक्षर क्रमाने घेतले, तर खालीलपैकी कोणते ?

त	ना	च्या
चां	चो	रा
म	द	णे

① रा ना द ② रा ना त ③ रा म णे ④ द म णे

प्रश्न 4 ते 7 : सूचना-खालील प्रश्नांतील योग्य पर्याय शोधा व चौकटीत लिहा त्या पर्याय क्रमांकाचे वर्तुळ काळे करा.

4.

....	क

① द ② ल ③ शु ④ प

5.

....	ळा

① म ② स ③ फु ④ नो

6.

....	न

① क ② ध्या ③ की ④ के

7.

....	ल

① ब ② भ ③ श ④ अ

उत्तरसूची

1. अ ❷	1. ब ❶	2. ❶	3. ❶	4. ❸
5. ❶	6. ❷	7. ❶		

4. जोडशब्द

◈ मराठीत काही शब्द पुन्हःपुन्हा उच्चारले जाऊन त्याचा जोडशब्द तयार होतो. काही शब्दांची पुनरावृत्ती होते व जोडशब्द तयार होतो. उदा. पुनःपुन्हा, हळूहळू, कटकट, पटपट, फडफड.

◈ कित्येक वेळा पहिल्या शब्दाच्या अर्थाचाच शब्द जोडून येतो. उदा., ओढाताण, गल्लीबोळ, जाळपोळ.

◈ काही वेळा शब्दातील फक्त एखादे अक्षर बदलते. उदा., जमीनजुमला, उरलासुरला.

काही जोडशब्द

अक्कलहुशारी	झाडेझुडपे	घरदार	उघडाबोडका
जुनापुराणा	चारापाणी	एकटादुकटा	जीवजंतू
चूकभूल	ऐषआराम	जाळपोळ	जवळपास
काबाडकष्ट	चिटपाखरू	चोळामोळा	खाडाखोड
करारमदार	आडवातिडवा	कानाकोपरा	हालअपेष्टा
गाजावाजा	कागदपत्र	चीजवस्तू	पैसाआडका
जेवणखाण	ऐसपैस	साधासुधा	मानपान
सणवार	पैसाआडका	फाटाफूट	स्थिरस्थावर
हेवेदावे	होमहवन	सरळसोट	सतीसावित्री

✷ **सरावासाठी प्रश्नावली**

प्रश्नावली

प्रश्न 1 ते 4 : सूचना - खालील शब्दांचा जोडशब्द होण्यासाठी योग्य शब्दाच्या पर्याय क्रमांकाचे वर्तुळ काळे करा.

1. जसे - मानपान तसे काम ....

① वेळ ② काज ③ धाम ④ कागद

2. जसा - मालमसाला तसा पाला ....

① पाचोळा ② हिरवा ③ पाने ④ पाणी

3. जसे - भाजीपाला, कामधाम तसे रहाट ....

① विहीर ② आड ③ मोर ④ गाडगे

4. पिवळाधमक, हिरवेगार तसे निळे काय ?

① शुभ्र ② भडक ③ शार ④ काळे

प्रश्न 5 ते 8 : सूचना - जोडशब्दाचा राहिलेला भाग शोधून त्याच्या पर्याय क्रमांकाचे वर्तुळ काळे करा.

5. थट्टा :

① गंमत ② मस्करी ③ आनंद ④ पत्ता

6. काळा :

① पांढरा ② गोरा ③ भोळा ④ सांब

7. साधा :

① भोळा ② सरळ ③ सवत ④ सावित्री

8. पूजा :

① देव ② फूल ③ अर्चा ④ भटजी

उत्तरसूची

1.	❷	2.	❶	3.	❹	4.	❸	5.	❷	6.	❷
7.	❶	8.	❸								

5. आलंकारिक शब्द

◈ सुंदर दिसण्यासाठी माणसे नवे कपडे, अलंकार घालतात. भाषा सुंदर होण्यासाठी भाषेत आलंकारिक शब्द, वाक्प्रचार, म्हणी व अलंकारांचा (भाषेच्या) वापर करतात. भाषेच्या आभूषणांचा वापर केल्याने भाषेला सौंदर्य प्राप्त होते. कधी-कधी अशा शब्दांत खूप मोठा अर्थ भरलेला असतो.

ढकलून देणे – कडेलोट करणे	पराक्रमी स्त्री – वीरांगना
वीरमरण येणे – धारातीर्थी पडणे.	वाटाण्याच्या अक्षता – नकार
कुंभकर्ण – झोपाळू माणूस	फुलून येणे – मोहोरणे
लढणे – स्वातंत्र्यासाठी झुंजणे.	पर्वा नसणे – तमा नसणे
उपाय न चालणे – मात्रा न चालणे.	रानफळे – रानमेवा
खूप सुवास – गंधाच्या राशी	चर्पटपंजरी – निरर्थक बडबड
काडी पहिलवान – हडकुळा माणूस	मग्न असणे – गर्क असणे
चौदावे रत्न – मार	शत्रुत्व – खडाष्टक
अशक्य गोष्ट–उंबराचे फूल	घाबरलेला–गर्भगळीत
खडाजंगी – मोठे भांडण	तऱ्हेवाईक – विक्षिप्त
कर्णाचा अवतार – उदार माणूस	कैकयी – दुष्ट स्त्री
अक्षरशत्रू–अशिक्षित	मंथरा – दुष्ट स्त्री
गाजरपारखी – मूर्ख	पराक्रमी – तेजस्वी
आग–अग्निज्वाला	भयंकर आग – लवलवत्या ज्वाला
व्रत, निष्ठा – ब्रीद	वीरमरण – शत्रूला मारोनी मरावे.
भिऊन असणे – दबकून असणे.	जिव्हाळ्याचे संबंध – घरोबा
लंबकर्ण – बेअकली	ज्ञानाचा समुद्र – विद्यासागर
सोन्याचा दिवस – आनंदाचा दिवस	जम बसणे – बस्तान बसणे
युक्तीने – शिताफीने	अनाथ होणे – पोरके होणे
क्षणिक – आळवावरचे पाणी	विद्येचा गंध नसलेला – सुंभ
उपाशी राहणे – थंडा फराळ	गुरुकिल्ली – मर्म, रहस्य
गर्भश्रीमंत – जन्मापासून श्रीमंत	अकलेचा कांदा – मूर्ख
सिकंदर नशीब – फार मोठे नशीब	नवकोट नारायण – खूप श्रीमंत
रूपेरी बेडी – चाकरी	सुळावरची पोळी – जिवावरचे काम
स्वत:हून मरण पत्करणे – मरणाला मिठी मारणे	अर्थ न समजता केलेली घोकंपट्टी – पोपटपंची
इनाम म्हणून दिलेली जमीन – वतन	भगीरथ प्रयत्न – अतिशय जोराचा प्रयत्न

संपविणे, ठार करणे – फडशा पाडणे	कीर्ती होणे – सोनेरी अक्षरांत नाव उमटणे.
एखादी गोष्ट करण्याचे ठरविणे – मनावर घेणे.	अंगात शौर्याचा उत्साह भरणे – वीरश्री संचारणे.
लाचारी पत्करणे – श्वानवृत्ती असणे.	फार दुर्मीळ संधी–कपिलाषष्ठीचा योग
कठोर शब्दांत केलेला उपदेश – कानउघाडणी	कंटाळवाणे लांबलचक भाषण – एरंडाचे गुऱ्हाळ
उगाच ऐट करणे – नाकाने कांदे सोलणे.	आजाराने थकवा येणे – कढी पातळ होणे.
अपयशाचा आरोप येणे – खापर फुटणे	चहाड्या, लावालाव्या करणारा माणूस – चहाडखोर
कठोर नजर, बारीक लक्ष – करडी नजर	उंटावरचा शहाणा – मूर्खपणाचा सल्ला देणारा
आस्थापूर्वक करण्याचा अभ्यास – व्यासंग	देवापुढे सतत जळणारा दिवा – नंदादीप
भांडणे लावणारा माणूस– कळीचा नारद	भयंकर उग्र, तापट माणूस – कर्दनकाळ
अंधेरी नगरी – अव्यवस्थितपणाचा कारभार	खोटी स्तुती करणे – हरभऱ्याच्या झाडावर चढविणे
चालता काळ – वैभवाचा, भरभराटीचा काळ	वैभव प्राप्त होणे – उखळ पांढरे होणे
सांबाचा अवतार – अत्यंत भोळा माणूस	डौल न दाखविणारा गुणी माणूस – झाकले माणिक

✷ सरावासाठी प्रश्नावली

प्रश्नावली

प्रश्न 1 ते 7 : सूचना - खाली दिलेल्या अर्थासाठी कोणता आलंकारिक शब्द वापराल ? योग्य पर्याय क्रमांकाचे वर्तुळ काळे करा.

1. रागीट माणूस ....
   ① कर्णाचा अवतार ② जमदग्नीचा अवतार
   ③ रामाचा अवतार ④ रागाचा पारा चढलेला
2. मूर्खपणाचा सल्ला देणारा
   ① गाढवावरचा शहाणा ② हत्तीवरचा स्वार
   ③ घोडेस्वार ④ उंटावरचा शहाणा
3. दुष्ट स्त्री
   ① अहिल्या ② द्रौपदी ③ कैकयी ④ कैदाशीण
4. फार मोठे नशीब
   ① सिकंदर नशीब ② भाग्यवान
   ③ श्रीमंत ④ काळे
5. जिवावरचे काम
   ① अंगावरचे काम ② सुळावरची पोळी
   ③ गुळाची पोळी ④ पुरणाची पोळी
6. खूप प्रयत्न
   ① प्रयत्नशील ② भगीरथ प्रयत्न
   ③ प्रयत्नांती ④ अति प्रयत्न
7. आनंदाचा दिवस
   ① सणाचा दिवस ② सुखी दिवस
   ③ समारंभाचा दिवस ④ सोन्याचा दिवस

उत्तरसूची

1. ❷	2. ❹	3. ❸	4. ❶	5. ❷	6. ❷	7. ❹

6. शब्दसमूहाबद्दल एक शब्द

◈ कमीत कमी शब्दांमध्ये खूप मोठा आशय सांगता येतो. त्याकरिता एखाद्या शब्दसमूहाबद्दल एकच शब्द माहीत असावा लागतो. ज्याप्रमाणे दरबारात राजा बसण्याची जागा या चार शब्दांकरिता 'सिंहासन' हा एकच शब्द पुरेसा आहे. याला शब्दसमूहाबद्दल एक शब्द म्हणतात. दररोज प्रसिद्ध होणारे वर्तमानपत्र यासाठी 'दैनिक' म्हटले तरी चालते. तसेच 'वावटळ' हा एकच शब्द गोलाकार फिरणारा सोसाट्याचा वारा याच्यासाठी वापरता येतो.

शरीराला कष्ट न देता काम करणारा	अंगचोर
तिथी–दिवस न ठरवता अचानक आलेला पाहुणा	अतिथी
ज्याचा थांग (खोली) लागत नाही असे	अथांग
ज्याची कशाशी तुलना करता येणार नाही असे...........	अतुलनीय
दक्षिण समुद्राजवळच्या सेतूपासून हिमालयापर्यंत	आसेतुहिमालय
स्वतःच्या फायद्याचा विचार न करता कार्य करणारा	निःस्वार्थी
न्यायाच्या बाबतीत कठोर असणारा	न्यायनिष्ठुर
ठरलेल्या कालावधीत प्रसिद्ध होणारे	नियतकालिक
पायाच्या नखापासून शेंडीपर्यंत संपूर्ण शरीरभर............	नखशिखांत
देवापुढे सतत तेवत असणारा दिवा.........................	नंदादीप
पंधरा दिवसांच्या कालावधीने प्रसिद्ध होणारे नियतकालिक	पाक्षिक
गावातील लोकांची एकत्र पाणी भरण्याची जागा...........	पाणवठा
फुकट पाणी मिळण्याची केलेली सोय......................	पाणपोई
ज्याच्यातून आरपार दिसू शकते अशी	पारदर्शक
तंटा सोडविण्यासाठी उभय पक्षांनी मान्य केलेले लोक ..	पंच

भांडण उकरून काढणारा / काढणारी	भांडकुदळ
लग्न झालेल्या मुलीच्या आई-वडिलांचे घर..............	माहेर
ज्याला कोणीही जिंकू शकत नाही असा	अजिंक्य
धर्मार्थ फुकट जेवण मिळण्याचे ठिकाण	अन्नछत्र, सदावर्त
विशिष्ट मर्यादा ओलांडून जाण्याचे केलेले गैरकृत्य	अतिक्रमण
अनेक गोष्टींत एकाच वेळी लक्ष ठेवणारा	अष्टावधानी
स्वतःच लिहिलेले स्वतःचे चरित्र...........................	आत्मवृत्त, आत्मचरित्र
काहीही काम न करता आळसात काळ घालविणारा.....	निरुद्योगी
चार बाजूंनी पाणी असलेला भूप्रदेश........................	बेट
आठवड्याने प्रसिद्ध होणारे नियतकालिक	साप्ताहिक
न टाळता येणारे	अपरिहार्य, अटळ
घरादाराला व देशाला पारखा झालेला	निर्वासित
फक्त माणसाला पायी जाता येईल एवढी अरुंद वाट....	पाऊलवाट
युरोप, अमेरिका या पश्चिमेकडील देशांतील लोक.......	पाश्चिमात्य, पाश्चात्त्य
जुन्या मतांना चिकटून राहणारा	पुराणमतवादी, सनातनी
म्हाताऱ्या व लंगड्यालुळ्या गुरांना पाळण्याचे ठिकाण....	पांजरपोळ
डोंगर पोखरून आरपार नेलेला रस्ता	बोगदा
पिकांच्या रक्षणासाठी केलेला मांडव........................	माचा
विशिष्ट ध्येय गाठण्याची जबरदस्त इच्छा असणारा	महत्त्वाकांक्षी
म्हातारपणी बुद्धीला झालेला विकार	म्हातारचळ

संकटाचे निवारण करणारा	विघ्नहर्ता, विघ्नविनाशक
लोकोत्तर लेखन करणारा / करणारी	लेखक/लेखिका
पूर्वी कधीही घडले नाही असे	अपूर्व
ज्याचा विसर पडणार नाही असा	अविस्मरणीय
वर्णन करता येणार नाही असे	अवर्णनीय
अग्नीची पूजा करणारा	अग्निपूजक
कधीही नाश न पावणारे	अविनाशी
आकाशातील ताऱ्यांचा पट्टा	आकाशगंगा
देव आहे असे मानणारा	आस्तिक
अगदी पूर्वीपासूनचे राहणारे	आदिवासी
कसलेही व्यसन नसणारा	निर्व्यसनी
कसलाही डाग नसलेला	निष्कलंक
पंधरा दिवसांचा काळ	पक्ष, पंधरवडा
कशाचीही इच्छा नसणारा	निरिच्छ
पाण्याखालून चालणारी बोट	पाणबुडी
लोकांचे पुढारीपण करणारा	पुढारी, नेता
पूर्वेकडील देशांतील लोक	पौर्वात्य
तिथी, वार, नक्षत्र, योग व करण वगैरे दिन–वैशिष्ट्यांची माहिती असलेली पुस्तिका	पंचांग
जगाचा नाश होण्याची वेळ	प्रलयकाळ
पूर्वेकडे तोंड करून असलेला	पूर्वाभिमुख
घोडे बांधण्याची जागा	तबेला, पागा
शत्रूला सामील झालेला	फितूर
ज्याला खूप माहिती आहे असा	बहुश्रुत

बर्फाने अच्छादलेला	बर्फाच्छादित
मृत्यूवर विजय मिळविणारा	मृत्युंजय
माकडाचा खेळ करणारा	मदारी
अस्वलाचा खेळ करणारा	दरवेशी
सुंदर डोळे असणारी स्त्री	मृगाक्षी, मृगनयना
ज्याला कशाचीच उपमा देता येणार नाही असे	अतुलनीय
व्यवहाराविषयी काहीही न कळणारा	व्यवहारशून्य
कधीही मरण नसणारे	अमर
ज्याला कोणीही शत्रू नाही असा	अजातशत्रू
अन्नदान करणारा	अन्नदाता
जे साध्य होणार नाही ते	असाध्य
थोडक्यात समाधान मानणारा	अल्पसंतुष्ट
पायापासून डोक्यापर्यंत	आपादमस्तक
लहान मुलापासून म्हाताऱ्यापर्यंत	आबालवृद्ध
वाटेल तसा पैसा खर्च करणे	उधळपट्टी
लाज नसलेला	निर्लज्ज
नवीन मतांचा पुरस्कार करणारा	नवमतवादी
निसर्गतः सुंदर असणारे	निसर्गसुंदर
एकमेकांवर अवलंबून असणारे	परस्परावलंबी
पुरामुळे नुकसान झालेले लोक	पूरग्रस्त
आजारी लोकांची शुश्रूषा करणारी	परिचारिका
दुसऱ्यावर अवलंबून असणारा	परावलंबी
समोरासमोरील कुंपणामुळे तयार झालेली गावातील किंवा शेतातील लहान वाट	पाणंद, पाणंधी, पाणंदी

दगडासारखे कठोर हृदय असणारा	पाषाणहृदयी
पिण्यास योग्य असलेला द्रवपदार्थ..........................	पेय
आई–वडील नसलेला..	पोरका
बारा जणांचा कारभार..	बारभाई
कोणालाही कळू न देता......................................	बिनबोभाट
राजाची स्तुती करणारा	भाट
निरर्थक गोष्टी	भाकडकथा
मूर्तीची पूजा करणारा..	मूर्तिपूजक
मोजकाच आहार घेणारा	मिताहारी
लोकांच्या सत्तेखाली, त्यांच्याच संमतीने, त्यांच्या हितासाठी असलेली राज्यपद्धती..............................	लोकशाही
काटकसरीने खर्च करणारा	मितव्ययी
कमालीचा मूर्ख..	मूर्खशिरोमणी
माशासारखे डोळे असणारी स्त्री	मीनाक्षी
लोकांना आवडणारा..	लोकप्रिय
रत्नांनी मढवलेले	रत्नजडित
अचूक गुणकारी असे..	रामबाण
राजाच्या दरबारात नृत्याचे काम करणारी स्त्री...........	राजनर्तिका
लिहिण्याची हातोटी...	लेखनशैली
वर्णन करण्याची हातोटी	वर्णनशैली
व्याख्यान देणारा..	व्याख्याता
नवऱ्या मुलाची आई...	वरमाई
दुपारच्या जेवणानंतर घेतलेली अल्पशी निद्रा	वामकुक्षी
जिचा पती मरण पावला आहे अशी स्त्री	विधवा
कायम टिकणारे...	शाश्वत

पगार न घेता..	विनावेतन
दगडावर केलेले कोरीव काम..................................	शिल्प
दगडावर कोरलेले लेख	शिलालेख
शेजाऱ्याशी वागण्याबाबतचे कर्तव्य	शेजारधर्म
चांदणे असलेला पंधरवडा	शुक्लपक्ष, शुद्धपक्ष
शंभर वर्षे आयुष्य असणारा	शतायुषी
स्वतःच्या इच्छेप्रमाणे, स्वैरपणाने वागणारा................	स्वच्छंदी
दोन नद्या एकत्र मिळण्याचे ठिकाण	संगम
शिकारीसाठी किंवा निरीक्षण करण्यासाठी रानात बांधलेला सुरक्षित उंच माळा.................................	मचाण
मोजकेच बोलणारा..	मितभाषी
मुद्द्यांना धरून असलेले	मुद्देसूद
दुसऱ्याच्या मनातले जाणणारा................................	मनकवडा
भिन्न जातीतील वधू-वरांचे लग्न	मिश्रविवाह
सूर्योदयापूर्वीचा सुरुवातीचा काळ............................	रामप्रहर, पहाट
युद्धात शौर्य दाखविणारा.......................................	रणशूर, रणवीर
सामान्य लोकांत अपवादाने आढळणारा	सज्जन
वाडवडिलांपासून मिळालेले....................................	वडिलोपार्जित
सभेत भाषण करणारा..	वक्ता
वर्षाने प्रसिद्ध होणारे..	वार्षिक
भाषण करण्याची कला..	वक्तृत्वकला
भगवान विष्णूची उपासना करणारा..........................	वैष्णव
ज्याची पत्नी मरण पावली आहे असा पुरुष...............	विधुर
वाट दाखविणारा	वाटाड्या
दुसऱ्याचे भाषण ऐकणारा	श्रोता
श्रम करून जीवन जगणारे	श्रमजीवी
श्रद्धा ठेवून वागणारा	श्रद्धाळू
भगवान शंकराची उपासना करणारा.........................	शैव

काळोख्या रात्रींचा पंधरवडा	कृष्णपक्ष,वद्यपक्ष
एकाच काळातील..	समकालीन
स्वत:चा फायदा / स्वत:चाच फायदा पाहणारा........	स्वार्थ, स्वार्थी
अन्याय निवारणार्थ सत्याचा आग्रह धरणे..............	सत्याग्रह
एखाद्या संस्थेची स्थापना करणारा	संस्थापक
सर्व समाजात समता नांदावी असे म्हणणारा...........	साम्यवादी
स्वत: चे काम स्वत:च करणारा..........................	स्वावलंबी
स्वत: श्रम करून मिळविलेले	स्वकष्टार्जित
नेहमी खरे बोलणारा..	सत्यवादी
लिहिणे–वाचणे येत असलेला............................	साक्षर
धन्याशी निष्ठेने वागणारा.................................	स्वामिनिष्ठ
आधी जन्मलेला	अग्रज
सत्यासाठी झगडणारा, सत्याचा आग्रह धरणारा	सत्याग्रही
कोणत्याही परिस्थितीत ज्याची बुद्धी स्थिर राहते तो..	स्थितप्रज्ञ
आपल्या इच्छेने, सेवाभावाने समाजकार्य करणारा	स्वयंसेवक
स्वत:चा मुळीच अभिमान नसणारा	स्वाभिमानशून्य
जुन्या रूढींचेच पालन करणारा	सनातनी
बोधपर वचन	सुभाषित
चांगला विचार..	सुविचार
स्वत:चा अभिमान असणारा..............................	स्वाभिमानी
नंतर जन्मलेला	अनुज
समाजातील परिस्थिती बदलून तिला योग्य वळण लावणारा..	युगपुरुष,युगप्रवर्तक.

✷ सरावासाठी प्रश्नावली

प्रश्नावली

प्रश्न 1 ते 5 : सूचना - खालील प्रत्येक शब्दसमूहाबद्दल योग्य असणारा एक शब्द ओळखून त्याच्या पर्याय क्रमांकाचे वर्तुळ काळे करा.

1. हत्तीला काबूत ठेवणारा -
   ① सारथी ② माहूत ③ शेतकरी ④ गुराखी
2. सिनेमाच्या कथा लिहिणारा -
   ① पटकथा लेखक ② नाटककार
   ③ ऐतखाऊ ④ सांगकाम्या
3. सतत निंदानालस्ती करणारा -
   ① वंदक ② निंदक ③ नालायक ④ वचक
4. लोकांचे नेतृत्व करणारा -
   ① लोकमान्य ② लोकनायक ③ लोकप्रिय ④ अप्रिय
5. किल्ल्याभोवतीची संरक्षक भिंत -
   ① बुरूज ② खंदक ③ बांध ④ तट
6. खालीलपैकी चुकीची जोडी कोणती ?
   ① दररोज प्रसिद्ध होणारे - दैनिक
   ② आठवड्याने प्रसिद्ध होणारे-पाक्षिक
   ③ वर्षाने प्रसिद्ध होणारे - वार्षिक
   ④ महिन्याने प्रसिद्ध होणारे-मासिक
6. खालीलपैकी बरोबर जोडी कोणती ?
   ① भाषण करणारा-श्रोता
   ② कायम टिकणारे-अशाश्वत
   ③ रोज प्रसिद्ध होणारे -साप्ताहिक
   ④ आजन्म - जन्मभर

उत्तरसूची

1. ❷	2. ❶	3. ❷	4. ❷	5. ❹	6. ❷	7. ❹

7. समूहदर्शक शब्द

◈ आपण बोलताना काही वेळेला समूहदर्शक शब्दांचा वापर करतो. जसे आपण बोलताना गवत असे न म्हणता गवताची पेंढी असे म्हणतो. खूप भाकरी न म्हणता 'चवड' हा शब्द वापरतो. खूप लोक जमले असतील तर त्याला 'जमाव' असे म्हणतो, यालाच 'समूहदर्शक' शब्द म्हणतात.

काही समूहदर्शक शब्द

किल्ल्यांचा ....जुडगा	हत्तीचा ....कळप
जहाजांचा....................काफिला	ताऱ्यांचा.........................पुंजका
द्राक्षांचा ....घड	धान्यांची ....रास
नोटांचे .... पुडके/बंडल	तारकांचा.......................... पुंज
गाईगुरांचे.....................खिल्लार	केसांची ....बट/जटा
आंब्याच्या झाडांची......... आमराई	उतारूंची .... झुंड
गवताची...................गंजी, पेंढी	करवंदांची......................जाळी
नाण्यांची .... चळत	वस्तूंचा............................ संच
फुलांचा ....गुच्छ	भाकऱ्यांची......................चवड
मडक्यांची...................... उतरंड	मुंग्यांची............................ रांग
लाकडाची...................... मोळी	वेलींचा ....कुंज
साधूंचा........................ जथ्था	सैनिकांची.................... पलटण
विमानांचा ....तांडा	वाद्यांचा ....वृंद
चोरांची........................ टोळी	मेंढ्यांचा.........................कळप
रोपांची ....पेंडी	लोकांचा.........................जमाव
भाजीची ....जुडी/गड्डी	पुस्तकांचा .... गठ्ठा
रुपयांची /धान्यांची............रास	

✷ सरावासाठी प्रश्नावली

प्रश्नावली

प्रश्न : खालील प्रत्येक समूहदर्शक शब्दासाठी योग्य शब्द ओळखून त्याच्या पर्याय क्रमांकाचे वर्तुळ काळे करा.

1. गड्डी कशाची ?

① पालेभाजीची ② फळभाजीची ③ वहीची ④ कागदाची

2. ओंबी कशाची ?

① ज्वारीची ② मोहरीची ③ कणसाची ④ गव्हाची

3. अढी कशाची ?

① संत्र्याची ② आंब्याची ③ अननसांची ④ पेरूची

4. घोळका कोणाचा ?

① मगरींचा ② मोरांचा ③ कासवांचा ④ मुलांचा

5. बेट कशाचे ?

① तांब्याचे ② बांबूचे ③ फुलांचे ④ केवड्याचे

6. थवा कोणाचा ?

① पक्ष्यांचा ② माणसांचा ③ मुंग्यांचा ④ चोरांचा

7. पथक कोणाचे ?

① विमानांचे ② बालवीरांचे ③ उसांचे ④ खेळाडूंचे

उत्तरसूची

1. ❶	2. ❹	3. ❷	4. ❹	5. ❷	6. ❶	7. ❷

✿ ✿ ✿

8. पिल्लूदर्शक शब्द

◈ सर्व सजीव प्राणी आपल्या पिल्लांना जन्म देतात. त्यांचे संगोपन करतात; परंतु प्रत्येक प्राण्याच्या पिलासाठी एक अचूक शब्द वापरला जातो. त्यालाच 'पिल्लूदर्शक शब्द' असे म्हणतात. जसे – माणसाच्या लहान मुलांना 'बाळ' म्हणतात त्याचप्रमाणे इतर प्राण्यांच्या पिल्लांना संबोधणाऱ्या वेगवेगळ्या पिल्लूदर्शक शब्दांची ओळख करून घेऊ.

पिल्लूदर्शक शब्द

गाईचे............................वासरू	म्हशीचे.......................... रेडकू
घोड्याचे .... शिंगरू	गाढवाचे........................शिंगरू
कुत्र्याचे ....पिल्लू	मांजराचे..........................पिल्लू
मेंढीचे .... कोकरू	शेळीचे............................ करडू
हरणाचे................पाडस, शावक	माणसाचे.............. बाळ, लेकरू
वाघाचा .... बच्चा, बछडा	सिंहाचा.......................... छावा

नमुना प्रश्न

1. घोड्याच्या पिल्लाला .... म्हणतात.

① पिल्लू ② शिंगरू ③ करडू ④ कोकरू

स्पष्टीकरण : घोड्याच्या पिल्लाला 'शिंगरू' म्हणतात.

∴ उत्तराचा पर्याय क्रमांक ❷ होय.

2. गाईच्या पिल्लाला .... म्हणतात.

① करडू ② रेडकू ③ वासरू ④ शिंगरू

स्पष्टीकरण : गाईच्या पिल्लासाठी 'वासरू' हा अचूक पिल्लूदर्शक शब्द वापरला जातो.

∴ उत्तराचा पर्याय क्रमांक ❸ होय.

3. शावक कोणाच्या पिल्लाला म्हणतात ?

① हरिण ② वाघ ③ सिंह ④ गाय

स्पष्टीकरण : हरणाच्या पिल्लाला 'शावक' म्हणतात.

∴ उत्तराचा पर्याय क्रमांक ❶ होय.

4. जसे शेळीचे करडू तसे वाघाचे कोण ?

① छावा ② बछडा ③ बाळ ④ पिल्लू

स्पष्टीकरण : जसे शेळीच्या पिल्लाला 'करडू' म्हणतात तसे वाघाच्या पिल्लाला 'बछडा' म्हणतात.

∴ उत्तराचा पर्याय क्रमांक ❷ होय.

✷ सरावासाठी प्रश्नावली

प्रश्नावली

1. बकरीच्या पिल्लाला काय म्हणतात ?

① शिंगरू ② करडू ③ कोकरू ④ छावा

2. गाढवाच्या पिल्लाला काय म्हणतात ?

① करडू ② रेडकू ③ पिल्लू ④ शिंगरू

3. कोंबडीच्या पिल्लास काय म्हणतात ?

① पिल्लू ② बाळ ③ वासरू ④ शिंगरू

4. सिंहिणीच्या पिल्लास काय म्हणतात ?

① बच्चा ② शिंगरू ③ छावा ④ लेकरू

5. म्हशीच्या पिल्लाला काय म्हणतात ?

① वासरू ② रेडकू ③ लेकरू ④ कोकरू

6. मेंढीच्या पिल्लाला काय म्हणतात ?

① वासरू ② करडू ③ कोकरू ④ रेडकू

7. शेळीच्या पिल्लास काय म्हणतात ?

① वासरू ② करडू ③ कोकरू ④ लेकरू

8. जसे गाईचे वासरू तसे घोड्याचे कोण ?

① वासरू ② रेडकू ③ शिंगरू ④ छावा

9. जसे सिंहिणीचा छावा तसे वाघिणीचा कोण ?
① बछडा ② बाळ ③ छावा ④ शिंगरू

10. जसे कोकरू बकरीचे तसे करडू कोणाचे ?
① हरिण ② घोडा ③ म्हैस ④ शेळी

11. जसे लेकरू माणसाचे तसे पिल्लू कोणाचे ?
① सिंह ② हरिण ③ शेळी ④ मांजर

12. जसे पाडस हरणाचे तसे शिंगरू कोणाचे ?
① वाघ ② सिंह ③ गाढव ④ गाय

13. करडू कोणाचे ?
① शेळी ② बकरी ③ हरिण ④ वाघ

14. बछडा कोणाचा ?
① वाघ ② सिंह ③ हरिण ④ गाय

15. शावक कोणाचे ?
① हरिण ② वाघ ③ गाय ④ सिंह

16. रेडकू कोणाचे ?
① म्हैस ② गाय ③ घोडा ④ मांजर

17. लेकरू कोणाचे ?
① माणूस ② मांजर ③ वाघ ④ कुत्रा

18. वासरू कोणाचे ?
① म्हैस ② गाय ③ घोडा ④ हरिण

19. छावा कोणाचा ?
① वाघ ② सिंह ③ हरिण ④ घोडा

उत्तरसूची

1.	❸	2.	❹	3.	❶	4.	❸	5.	❷	6.	❸
7.	❷	8.	❸	9.	❶	10.	❹	11.	❹	12.	❸
13.	❶	14.	❶	15.	❶	16.	❶	17.	❶	18.	❷
19.	❷										

9. घरदर्शक शब्द

◈ मानवाला जगण्यासाठी अन्न, वस्त्र, निवारा या गरजांची आवश्यकता असते. पण पशुपक्ष्यांना अन्न व निवारा यांची गरज असते. मानवाच्या निवाऱ्याला 'घर' असे म्हणतात. तसे पशुपक्ष्यांच्या निवाऱ्यालाही वेगवेगळ्या नावांनी संबोधले जाते. त्यांची आता आपण ओळख करून घेऊ.

पशुपक्ष्यांचे निवारे

पक्ष्याचे........................ घरटे	चिमणीचे .... घरटे
पोपटाचा .... पिंजरा	पोपटाची .... ढोली
कोंबडीचे ....खुराडे	कावळ्याचे...................... घरटे
मधमाश्यांचे ....पोळे/मोहोळ	घुबडाची .... ढोली
कोळ्याचे ....जाळे	मुंग्यांचे ....वारूळ
सापाचे ....बीळ/वारूळ	सिंहाची .... गुहा
वाघाची .... गुहा	हत्तीचा .... अंबरखाना
गाईचा.......................... गोठा	घोड्यांचा ....तबेला, पागा

नमुना प्रश्न

1. **वाघाच्या निवाऱ्याला काय म्हणतात ?**

   ① गोठा ② बीळ ③ गुहा ④ ढोली

   स्पष्टीकरण : वाघ हा गुहेत राहतो. म्हणून वाघाच्या निवाऱ्यासाठी 'गुहा' हा घरदर्शक शब्द वापरला जातो.

∴ उत्तराचा पर्याय क्रमांक ❸ होय.

2. **घुबडाच्या निवाऱ्याला काय म्हणतात ?**

   ① बीळ ② गुहा ③ गोठा ④ ढोली

   स्पष्टीकरण : घुबड ढोलीत राहतो.

∴ उत्तराचा पर्याय क्रमांक ❹ होय.

3. **मुंगी राहते ती जागा ....**

   ① जाळे ② वारूळ ③ तबेला ④ घर

   स्पष्टीकरण : मुंगीच्या निवाऱ्याला 'वारूळ' म्हणतात.

∴ उत्तराचा पर्याय क्रमांक ❷ होय.

4. पोळ्यात कोण राहते ?

① मुंगी ② चिमणी ③ मधमाशी ④ फुलपाखरू

स्पष्टीकरण :'पोळे' हा निवारा मधमाश्यांचा आहे.

∴ उत्तराचा पर्याय क्रमांक ❸ होय.

✷ सरावासाठी प्रश्नावली

प्रश्नावली

1. साप कोठे राहतो ?

   ① वारूळ ② खुराडे ③ तबेला ④ गुहा

2. घोडा कशात राहतो ?

   ① गोठा ② पागा ③ वारूळ ④ घरटे

3. सिंह कोठे राहतो ?

   ① गोठा ② तबेला ③ गुहा ④ ढोली

4. कोळ्याच्या घराला काय म्हणतात ?

   ① गोठा ② जाळे ③ वारूळ ④ खुराडे

5. जसा घोड्याचा तबेला तसा हत्तीचा ....

   ① पागा ② अंबरखाना ③ घरटे ④ गोठा

6. जसे वारूळ मुंग्यांचे तसे पोळे कोणाचे ?

   ① फुलपाखरू ② कोळी ③ मधमाशी ④ पोपट

7. जसे बीळ उंदरांचे तसे घरटे कोणाचे ?

   ① मधमाशी ② चिमणी ③ वाघ ④ पोपट

8. मधमाश्यांनी झाडावर .... तयार केले होते.

   ① पोळे ② वारूळ ③ बीळ ④ घरटे

9. आम्ही जंगलात सिंहाची .... पाहिली.

   ① गुहा ② ढोली ③ बीळ ④ पिंजरा

10. हत्ती .... मध्ये राहतो.

    ① अंबरखानात ② अंबारी ③ तबेला ④ जंगलात

11. वृक्षतोडीमुळे पक्ष्यांची .... नष्ट झाली आहेत.

    ① ढोली ② पिंजरे ③ घरटे ④ खुराडे

उत्तरसूची

1. ❶	2. ❷	3. ❸	4. ❷	5. ❷	6. ❸
7. ❷	8. ❶	9. ❶	10. ❶	11. ❸	

10. अक्षरे जुळवून अर्थपूर्ण शब्द तयार करणे

◈ यामध्ये अर्थपूर्ण शब्द असतो परंतु त्या शब्दाची अक्षरे उलट क्रमाने किंवा वेगळ्या क्रमाने लिहितात. या शब्दांची अक्षरे योग्य क्रमाने जुळवून त्यापासून अर्थपूर्ण शब्द तयार करावा. त्यासाठी चार अक्षरे दिली जातील. त्यातील विचारलेला अक्षर क्रमांक लिहून दाखवा.

नमुना प्रश्न

1. खालील अक्षरे जुळवून अर्थपूर्ण शब्द तयार करा.
री, स, वि, चा, म

① समविचारी ② मसविचारी ③ विसमचारी ④ विसमरीचा

स्पष्टीकरण : वरील पाच अक्षरे योग्य क्रमाने लिहिल्यास 'समविचारी' हा शब्द तयार होतो.

∴ उत्तराचा पर्याय क्रमांक ❶

2. ल, न, का, मा, प या अक्षरांपासून अर्थपूर्ण शब्द तयार होतो. त्यातील शेवटचे अक्षर कोणते ?

① न ② का ③ प ④ मा

स्पष्टीकरण : वरील पाच अक्षरे योग्य क्रमाने जोडल्यास 'कालमापन' हा शब्द तयार होतो. त्यातील शेवटचे अक्षर 'न' आहे.

∴ उत्तराचा पर्याय क्रमांक ❶.

3. 'जीवावरण' हा शब्द उलट क्रमाने लिहिल्यास पहिल्या स्थानी कोणते अक्षर येईल ?

① जी ② ण ③ व ④ र

स्पष्टीकरण : वरील शब्द उलट क्रमाने लिहिल्यास 'णरववाजी' असा शब्द होतो. त्यातील पहिले अक्षर 'ण' आहे.

∴ उत्तराचा पर्याय क्रमांक ❷.

4. का, प, ष्ठा, रा या अक्षरांपासून एक अर्थपूर्ण शब्द तयार होतो. त्यातील तिसरे अक्षर कोणते ?

① प ② ष्ठा ③ का ④ रा

स्पष्टीकरण : वरील अक्षरांपासून 'पराकाष्ठा' हा अर्थपूर्ण शब्द तयार होतो. यातील तिसरे अक्षर 'का' हे आहे.

∴ उत्तराचा पर्याय क्रमांक ❸.

✷ **सरावासाठी प्रश्नावली**

प्रश्नावली

1. न, भा, वि, धा, स या अक्षरांपासून कोणता अर्थपूर्ण शब्द तयार होतो ?

   ① विधानभास ② विधानसभा ③ विधासनभा ④ विसभानधा

2. खालील अक्षरांपासून कोणता शब्द तयार होतो ?

   रि, न, ल, प, व

   ① पवरिनल ② परिवनल ③ परिवलन ④ पनवरिल

3. खालील अक्षरांपासून कोणता अर्थपूर्ण शब्द तयार होतो ?

   श्व, को, वि, श

   ① विशकोश्व ② विकोषश्व ③ विश्वकोश ④ श्वविशको

प्रश्न 4 ते 6 : सूचना - खालील अक्षरे जुळवून एक अर्थपूर्ण शब्द तयार होतो. त्या शब्दातील मधले अक्षर कोणते ?

4. ण, ज, रा, का, र

   ① ज ② रा ③ का ④ ण

5. रि, प, न, व, र्त

   ① न ② व ③ प ④ र्त

6. अ, क्र, शो, क, च

   ① शो ② च ③ क ④ अ

7. खालील अक्षरांपासून एक अर्थपूर्ण शब्द तयार होतो. त्या शब्दातील दुसऱ्या व पहिल्या अक्षरांपासून कोणता अर्थपूर्ण शब्द तयार होतो ?

   शा, स, ज, मा, स्त्र

   ① माज ② माशा ③ मास ④ सस्त्र

उत्तरसूची

1. ❷	2. ❸	3. ❸	4. ❸	5. ❷	6. ❸	7. ❸

❂❂❂

11. वर्णानुक्रमे शब्दक्रम लावणे

- शब्दकोश म्हणजे ज्यात अनेक शब्द त्यांच्या अर्थासह क्रमाने एकत्र केलेले असतात. हा शब्दकोश कसा वापरावा, आपल्याला हव्या असणाऱ्या शब्दाचा अर्थ त्यातून कसा शोधून काढावा याची सर्वसाधारण पाचवीच्या विद्यार्थ्यांना समज व्हावी यासाठी हा शब्दकोशाचा प्रश्न अभ्यासक्रमात घातलेला आहे.
- शब्दकोशाची मांडणी (रचना) पुढीलप्रमाणे असते : वर्णमालेतील सोळा स्वरांचे अ ते अः पर्यंतच्या शब्दांचे अर्थ दिलेले असतात. त्याच्यानंतर 'क' ते 'ज्ञ' पर्यंतच्या व्यंजनांचे शब्द व अर्थ दिलेले असतात.
- उदा. आपल्याला 'सदन' शब्दाचा अर्थ बघायचा आहे. तर शब्दकोशातील स्वरांची सर्व पाने सोडून व्यंजनातील 'स' हे अक्षर चालू झाले तेथपासून बघावे लागेल. शोधता-शोधता सदन शब्द सापडेल. सदन (न. सं.) घर – राहण्याचे ठिकाण असे लिहिलेले सापडेल. या सर्वांचा अर्थ समजून घेणे महत्त्वाचे आहे. सदन शब्दाच्या शेजारी कंसात 'न' हे अक्षर आहे. त्यावरून आपल्याला सदन शब्द नपुंसकलिंगी आहे असे समजते. 'न' च्या पुढे कंसात 'सं.' हे अक्षर लिहिलेले दिसेल. ते सं. म्हणजे 'संस्कृत' यावरून आपल्याला सदन शब्दाचा अर्थ तर कळतोच; पण त्याचे लिंग कळते. तसेच तो शब्द कोणत्या भाषेतील आहे हे समजते. 'नौका' शब्दाचा अर्थ बघायचा असेल तर 'न' चे शब्द सुरू झाल्यावर न, ना, नि, नी, नु, नू, ने, नै यांनी सुरू होणारे शब्द सोडून 'नौ' ने सुरू होणाऱ्या शब्दांत नौका शब्द सापडेल.

नमुना प्रश्न

प्रश्न : प्रश्नातील शब्द वाचा व शब्दकोशानुसार शब्दांचा क्रम लावा.

1. (१) संस्था (२) समान (३) सारखा (४) सुई

① १, २, ३, ४ ② २, ३, ४, १
③ ४, ३, २, १ ④ २, ३, १, ४.

स्पष्टीकरण : वरील शब्द वाचले तर चारही शब्दांची रचना बाराखडीनुसार क्रम लावून घेऊ या. त्यामध्ये सगळे शब्द 'स' चे आहेत.

∴ उत्तराचा पर्याय क्रमांक ❷.

2. (१) आंबा (२) ज्ञानेश्वर (३) चिंच (४) सखी

① १, ३, ४, २ ② २, १, ३, ४

③ ३, १, ४, २ ④ ३, ४, २, १

स्पष्टीकरण : वरील शब्दांमध्ये वर्णानुक्रमे अ प्रथम, त्यानंतर च, त्यानंतर स व शेवटी ज्ञ येणार म्हणून शब्दाचा योग्य क्रम - आंबा, चिंच, सखी, ज्ञानेश्वर म्हणजे १, ३, ४, २ असा येईल.

∴ उत्तराचा पर्याय क्रमांक ❶.

✷ **सरावासाठी प्रश्नावली**

प्रश्नावली

प्रश्न : दिलेले शब्द वाचा आणि शब्दकोशातील क्रमानुसार शब्दक्रम लावा.

1. (१) रक्षक (२) पथ (३) तळी (४) खासा

① ४, ३, २, १ ② १, २, ३, ४

③ ३, १, २, ४ ④ २, ४, १, ३

2. (१) इमानी (२) साहसी (३) भूप (४) तडफ

① १, २, ३, ४ ② १, ४, ३, २

③ ४, ३, २, १ ④ ३, १, ४, २

3. (१) बारकोट (२) मारकोट (३) काळकोट (४) येळकोट

① १, २, ३, ४ ② ४, ३, २, १

③ ३, १, २, ४ ④ २, १, ४, ३

4. (१) सुख (२) विजय (३) गद्य (४) उधार

① १, २, ३, ४ ② ४, ३, २, १

③ ३, १, २, ४ ④ २, ३, ४, १

5. (१) तेरडा (२) रान (३) यज्ञ (४) ठणठणीत

① ४, १, २, ३ ② १, २, ३, ४

③ ४, १, ३, २ ④ ४, २, १, ३

6. (१) प्रकाश (२) मूक (३) जीभ (४) शीतल

① १, ३, २, ४ ② ३, ४, २, १

③ ४, ३, २, १ ④ ३, १, २, ४

उत्तरसूची

1. ❶	2. ❷	3. ❸	4. ❷	5. ❸	6. ❹

❂❂❂

12. एकाच शब्दाचे भिन्न अर्थ शोधणे

◈ आपल्या दैनंदिन जीवनात आपण नेहमीच वेगवेगळे शब्द वापरत असतो. ज्यामध्ये आपण एक शब्द अनेक अर्थांनी वापरत असतो. वाक्याच्या अर्थानुसार आपणास शब्दाचा वापर करावा लागतो. त्यांची ओळख आपण येथे करून घेऊ.

चिरंजीव : मुलगा, दीर्घायुषी

जलद : लवकर, ढग

जीवन : आयुष्य, पाणी

डाव : कपट, कारस्थान, खेळातील पाळी, स्वयंपाक घरातील विशिष्ट भांडे

दंड : काठी, शिक्षा, बाहू

द्विज : पक्षी, ब्राह्मण, दात

धड : शरीराचा मानेखालचा भाग, स्पष्टपणे, अखंड

ध्यान : चिंतन, समाधी, भोळसट व्यक्ती

नाद : छंद, आवाज

पर : परका, पीस

पाट : पाण्याचा कालवा, बसायचा पाट, विवाहाच्या दुय्यम दर्जाचा प्रकार

पार : पलीकडे, झाडाभोवती बांधलेला कट्टा

भाव : किंमत, वस्तूचा दर, भावना

पण : प्रतिज्ञा, परंतु, अट

माया : शिवण घालताना सोडलेली जागा, प्रेम, संपत्ती

माळ : मण्यांची माळ, ओसाड जागा

मात्रा : प्रमाण, इलाज, कोणत्याही अक्षरावर देतात ती मात्रा

वजन : वस्तूचे वजन, प्रभाव

वर : वरची दिशा, आशीर्वाद, लग्न ठरलेला पुरुष

वात : दिव्याची वात, एक आजार, वारा

वाणी : व्यापारी, उद्‌गार

विभूती	: पुण्यपुरुष, राख, अंगारा
सूत	: धागा, सारथी
भेट	: नजराणा, भेटणे
हार	: पराभव, गळ्यात घालण्याचा हार (माळ)
गज	: हत्ती, खिडकीचा गज, लांबी मोजण्याचे एक साधन
अभंग	: न भंगलेला, मराठी काव्यरचनेचा एक प्रकार
अनंत	: अमर्याद, परमेश्वर, विष्णू
अर्थ	: आशय, पैसा, इच्छा, फळ, कस, हेतू
अवकाश	: वेळ, सवड, रिकामी जागा, रिकामा वेळ, विलंब, आकाश
अवसान	: धैर्य, शक्ती, ताकद, अंत, मृत्यू
आकडा	: संख्या, अंक, विंचवाची किंवा खेकड्याची नांगी, मिशीचे बाकदार टोक, छत्रीचा घोडा, चिंच, मिरचीचा बाकदार भाग.
आख	: डोळा, आस, कणा
अंग	: शरीराचा भाग, बाजू
अंक	: आकडे, नाटकाचा काही भाग, मांडी, नियतकालिकाची प्रत
ओढ	: आकर्षण, हिसका, ताण, हौस, इच्छा
अंतर	: खंड, फरक, भेदभाव, विपरीतपणा, हृदय, मन, दुसरा, कसूर, तफावत
कर	: हात, किरण, सरकारी सारा, संक्रांत वगैरे दिवसांचा दुसरा दिवस
कसर	: एक कीटक, उणीव, बारीक ताप
कळ	: वेदना, भांडणाचे कारण, यंत्र सुरू करण्याचा खटका
काळ	: वेळ, यम (मृत्युदेवता)
कड	: कंबर, बाजू, टोक, मर्यादा, दिशा, सीमा, संकटाची वेळ
कढ	: उकळी, फेस, दुःखाचा आवेग, उमाळा
कडक	: टणक, शिस्तप्रिय, कठोर, वाळलेले, तेजस्वी, उष्ण
कोट	: अंगात घालावयाचा, किल्ल्याभोवतीचा तट, कोटी संख्या
घाट	: डोंगरातला रस्ता, बेत, नदीच्या पायऱ्या.

✷ सरावासाठी प्रश्नावली

प्रश्नावली

प्रश्न 1 ते 5 : सूचना - योग्य उत्तराच्या पर्याय क्रमांकाचे वर्तुळ काळे करा.

1. तेथे कर माझे जुळती. यातील 'कर' या शब्दाचा अर्थ काय?
   ① किरण ② हात
   ③ काम करणे ④ सरकारी सारा
2. परीने सुधाला वर दिला, त्या वेळी सुधाला पंख आले. यातील 'वर' या शब्दाचा अर्थ काय ?
   ① नवरा ② आशीर्वाद ③ वरती ④ शाप
3. एका महिन्यात दोन पक्ष असतात. यात 'पक्ष' या शब्दाचा अर्थ काय ?
   ① पंख ② बाजू ③ पंधरवडा ④ मासिक
4. 'वृक्षवल्ली आम्हा सोयरी वनचरे'। 'वल्ली' या शब्दाचा अर्थ काय ?
   ① पाण्याचा लहान ओघ ② ओढणे
   ③ मनाचा कल ④ ओढत नेणे
5. मी आईच्या अंगावर बसलो. 'अंग' या शब्दाचा अर्थ काय ?
   ① मांडी ② आकडे ③ भाग ④ वर

प्रश्न 6 व 7 : अधोरेखित शब्दाचा अर्थ पर्यायांतून शोधा व योग्य पर्याय क्रमांकाचे वर्तुळ काळे करा.

6. सतत मान मोडून काम केल्यास आपणास <u>मान</u> मिळतो.
   ① मोठेपणा ② शरीराचा भाग
   ③ गर्विष्ठपणा ④ ताठरपणा
7. माझा पाय <u>वाता</u>मुळे दुखत आहे.
   ① दिव्याची वात ② विकार
   ③ वारा ④ पवन

उत्तरसूची

1. ❷	2. ❷	3. ❸	4. ❶	5. ❶	6. ❶	7. ❷

13. भाषाविषयक सामान्यज्ञान

(लेखक, कवी, संत, शास्त्रज्ञ, खेळाडू, राष्ट्रीय प्रतीके, दिनविशेष, शौर्यपदके, पुरस्कार, ग्रंथ, रंगछटा, चव व प्रसिद्ध व्यक्ती संबोधने)

◈ महाराष्ट्रात अनेक संत होऊन गेले. तसेच कवी व लेखकही होऊन गेले आहेत. त्यांना निरनिराळ्या टोपणनावाने ओळखले जाते. त्यांची नावे व टोपणनावे याविषयी माहिती आपण या प्रकरणात पाहणार आहोत.

टोपणनाव	कवीचे संपूर्ण नाव
कवी गोविंद	गोविंद दत्तात्रय दरेकर
कवी संजीव	कृष्ण गंगाधर दीक्षित
रानकवी	भा. रा. तांबे
कवी सुमंत	आप्पाराव धुंडिराज मरतुले
कुसुमाग्रज	विष्णू वामन शिरवाडकर
बालकवी/कलापि	त्र्यंबक बापूजी ठोंबरे
काव्यविहारी	धोंडो वासुदेव गद्रे
कवी बाबुलनाथ	विनायक शा. काळे
केशवसुत	कृष्णाजी केशव दामले
केशवकुमार	प्रल्हाद केशव अत्रे
गोविंदाग्रज	राम गणेश गडकरी
कवी गिरीश	शंकर केशव कानिटकर
विनायक	विनायक जनार्दन करंदीकर
मोरोपंत	मोरोपंत रामचंद्र पराडकर

(क्रमश:)

टोपणनाव	कवीचे संपूर्ण नाव
आरती प्रभु	चिंतामण त्र्यंबक खानोलकर
शाहीर प्रभाकर	प्रभाकर जनार्दन दातार
कवी दत्त	दत्तात्रय कोंडो घाटे
कवी पठ्ठेबापुराव	श्रीधर कृष्ण कुलकर्णी
माधवानुज	काशिनाथ हरी मोडक
कवी यशवंत	यशवंत दिनकर पेंढारकर
कवी बी	नारायण मुरलीधर गुप्ते
कवी अनिल	आत्माराम रावजी देशपांडे
कवी आज्ञातवासी	दिनकर गंगाधर केळकर
कवी पी. सावळाराम	निवृत्तीनाथ रावजी पाटील

टोपणनाव	लेखकाचे संपूर्ण नाव
बाबासाहेब आंबेडकर	भीमराव रामजी आंबेडकर
विनोबा भावे	विनायक नरहरी भावे
पु. ल. देशपांडे	पुरुषोत्तम लक्ष्मण देशपांडे
राजा मंगळवेढेकर	वसंत नारायण मंगळवेढेकर
बाबा कदम	वीरसेन आनंद कदम
आनंदघन	लता मंगेशकर
वि. स. खांडेकर	विष्णू सखाराम खांडेकर
विंदा करंदीकर	गोविंद विनायक करंदीकर
वि. वा. शिरवाडकर	विष्णू वामन शिरवाडकर
बाळकराम	राम गणेश गडकरी
आचार्य अत्रे	प्रल्हाद केशव अत्रे
साने गुरुजी (अण्णा)	पांडुरंग सदाशिव साने
बाबासाहेब पुरंदरे	बळवंत मोरेश्वर पुरंदरे
दिवाकर (नाट्यछटाकार)	शंकर काशिनाथ गर्गे

प्रसिद्ध व्यक्तींची संपूर्ण नावे	
एस. एम. जोशी	श्रीधर महादेव जोशी
बाबा आमटे	मुरलीधर देवीदास आमटे
शाहू महाराज	यशवंत जयसिंगराव घाटगे
चंद्रशेखर	चंद्रशेखर शिवराम गोऱ्हे
विवेकानंद	नरेंद्र विश्वनाथ दत्त
संत ज्ञानेश्वर	ज्ञानेश्वर विठ्ठलपंत कुलकर्णी
समर्थ रामदास	नारायण सूर्याजी ठोसर
संत गाडगेबाबा	डेबूजी झिंगराज जानोरकर
संत तुकाराम	तुकाराम बोल्होबा अंबिले
महात्मा गांधी	मोहनदास करमचंद गांधी
सुभाषचंद्र	सुभाषचंद्र जानकीदास बोस
लोकहितवादी	गोपाळ हरी देशमुख
कुंजविहारी	हरिहर गुरुनाथ सलगर
मदर तेरेसा	आग्रेस ग्रोझा कॅश्युस
संत तुकडोजी महाराज	माणिकजी बंडूजी ठाकूर

दिनविशेष

तारीख–महिना	दिनविशेष
१ जानेवारी	सौर वर्षारंभ
१४ जानेवारी	मकर संक्रांत, भूगोल दिन
२६ जानेवारी	भारतीय प्रजासत्ताक दिन
३० जानेवारी	हुतात्मा दिन
१५ फेब्रुवारी	पुणे महानगरपालिका वर्धापन दिन
२७ फेब्रुवारी	मराठी दिन
२८ फेब्रुवारी	राष्ट्रीय विज्ञान दिन

(क्रमश:)

तारीख–महिना	दिनविशेष
१ मार्च	जागतिक सुरक्षा दिन
५ मार्च	समता दिन
८ मार्च	जागतिक महिला दिन
१५ मार्च	अपंग दिन
१९ मार्च	वनदिन
७ एप्रिल	जागतिक आरोग्य दिन
२२ एप्रिल	जागतिक वसुंधरा दिन
१ मे	महाराष्ट्र दिन, कामगार दिन
१७ मे	जागतिक दूरसंचार दिन
३१ मे	धूम्रपान निषेध दिन
५ जून	जागतिक पर्यावरण दिन
११ जुलै	जागतिक लोकसंख्या विस्फोट दिन
९ ऑगस्ट	क्रांतिदिन
१५ ऑगस्ट	भारतीय स्वातंत्र्य दिन
५ सप्टेंबर	शिक्षक दिन
२ ऑक्टोबर	कुष्ठरोग निर्मूलन दिन
९ ऑक्टोबर	जागतिक टपाल दिन
१९ नोव्हेंबर	राष्ट्रीय एकात्मता दिन
१ डिसेंबर	जागतिक एड्स दिन
४ डिसेंबर	नौदल दिन (ध्वजदिन)
७ डिसेंबर	सशस्त्र सेना दिन (ध्वजदिन)
१० डिसेंबर	मानवी हक्क दिन
२५ डिसेंबर	नाताळ

मराठी महिने व तिथीनुसार सणवार

महिना	तिथी	सण
चैत्र	शुद्ध प्रतिपदा शुद्ध नवमी पौर्णिमा	गुढीपाढवा रामनवमी हनुमान जयंती
वैशाख	शुद्ध तृतीया पौर्णिमा	अक्षय तृतीया बुद्ध पौर्णिमा
ज्येष्ठ	पौर्णिमा	वटपौर्णिमा
आषाढ	शुद्ध एकादशी	पंढरपूर यात्रा
श्रावण	शुद्ध पंचमी पौर्णिमा कृष्ण अष्टमी	नागपंचमी रक्षाबंधन श्रीकृष्ण जन्माष्टमी
भाद्रपद	शुद्ध चतुर्थी शुद्ध चतुर्दशी अमावास्या	श्रीगणेश चतुर्थी अनंत चतुर्दशी लक्ष्मीपूजन (दीपावली)
कार्तिक	शुद्ध प्रतिपदा शुद्ध द्वितीया पौर्णिमा	पाडवा भाऊबीज गुरुनानक जयंती
मार्गशीर्ष	शुद्ध एकादशी पौर्णिमा	गीता जयंती दत्तात्रय जयंती
पौष		मकर संक्रांत
माघ	शुद्ध चतुर्थी अमावस्या	गणेश जयंती महाशिवरात्र
फाल्गुन	पौर्णिमा कृष्ण प्रथम	हुताशनी (होळी) धूलिवंदन

लेखक/कवी नावे	पुस्तके (साहित्य)
संत ज्ञानेश्वर	ज्ञानेश्वरी, चांगदेव पासष्टी, अमृतानुभव, अभंग.
वाल्मीकी	रामायण
संत मुक्ताबाई	ताटीचे अभंग
व्यासमुनी	गीता, महाभारत
संत तुकाराम	अभंगगाथा
संत एकनाथ	भावार्थ रामायण, एकनाथी भागवत
संत रामदास	दासबोध, मनाचे श्लोक, करुणाष्टके
कालिदास	शाकुंतल
कवी मोरोपंत	केकावली, आर्यभारत
विनोबा भावे	गीताई
गोपाळ हरी देशमुख	शतपत्रे
बाळ गंगाधर टिळक	गीतारहस्य, आर्यांचे वसतिस्थान
जोतीराव गोविंद फुले	अखंड, शेतकऱ्यांचा आसूड, गुलामगिरी
वि. दा. सावरकर	माझी जन्मठेप, काळे पाणी.
कृष्णाजी केशव दामले	केशवसुतांच्या समग्र कविता, सुनीत काव्यप्रकार
भास्कर रामचंद्र तांबे	तांबे यांच्या समग्र कविता
यशवंत दिनकर पेंढारकर	यशोगंध, बंदिशाला
वि. वा. शिरवाडकर	नटसम्राट, दुसरा पेशवा, कौंतेय – नाटके ययाती आणि देवयानी, जान्हवी, कल्पनेच्या तीरावर, विशाखा, रसयात्रा, जीवनलहरी, किनारा – काव्यसंग्रह
ना. सी. फडके	दौलत, जादूगार, प्रवासी, अलगूज, गुजगोष्टी

(क्रमशः)

लेखक/कवी नावे	पुस्तके (साहित्य)
प्रल्हाद केशव अत्रे	साष्टांग नमस्कार, तो मी नव्हेच, मोरूची मावशी (नाटके), झेंडूची फुले (विडंबन काव्य), कऱ्हेचे पाणी (आत्मचरित्र)
गो. नि. दांडेकर	शितू, पडघवली, माचीवरला बुधा, पवनाकाठचा धोंडी, कुणा एकाची भ्रमणगाथा, स्मरणगाथा
आत्माराम रावजी देशपांडे	फुलवात, पेर्ते व्हा, सांगाती, भग्नमूर्ती, दशपदी.
गोविंद विनायक करंदीकर	स्वेदगंगा, मृदगंधा
नारायण गंगाराम सुर्वे	ऐसा गा मी ब्रह्म, माझे विद्यापीठ, जाहीरनामा, सनदा
शांता जनार्दन शेळके	तोच चंद्रमा, बालसाहित्य, वषत्तृ, चिमणचारा, टिपटिप चांदणी, आनंदाचे झाड
दगडू मारुती पवार	कोंडवाडा, चावडी, बलुतं

गणित

घटक 1 : संख्याज्ञान

1. आंतरराष्ट्रीय व रोमन संख्याचिन्हे

(A) आंतरराष्ट्रीय संख्याचिन्हे

देवनागरी लिपीमध्ये संख्याचिन्हे व आंतरराष्ट्रीय संख्याचिन्हे असे दोन प्रकार आहेत. ही चिन्हे पुढीलप्रमाणे –

देवनागरी संख्याचिन्हे	०	१	२	३	४	५	६	७	८	९
आंतरराष्ट्रीय संख्याचिन्हे	0	1	2	3	4	5	6	7	8	9

आंतरराष्ट्रीय संख्याचिन्हे इंग्रजीत लिहितात.

नमुना उदाहरणे

1. ८,४९,७५३ या संख्येतील सहस्र स्थानचा अंक आंतरराष्ट्रीय संख्या चिन्हात कशी लिहाल ?

① 4 ② 9 ③ 7 ④ 8

स्पष्टीकरण : 8,49,753 या संख्येतील सहस्र स्थानचा अंक म्हणजे हजार स्थानचा अंक होय. या संख्येतील हजार स्थानचा अंक म्हणजे 9 होय.

8	4	9	7	5	3
लक्ष	दशहजार	हजार	शतक	दशक	एकक

∴ **उत्तर :** पर्याय क्र. ❷

2. खालीलपैकी देवनागरी संख्या व आंतरराष्ट्रीय संख्याचिन्ह यानुसार अयोग्य जोडी कोणती ?

① ४ = 4 ② ७ = 7 ③ ३ = 3 ④ ६ = 8

स्पष्टीकरण : वरील पर्यायांतील अयोग्य जोडी ओळखायची आहे.

सुरुवातीच्या तक्त्यानुसार, ४ = 4, ७ = 7, ३ = 3 असे लिहितात. तसेच ६ = 6 असे लिहितात. पण 6 = 8 असे लिहिले आहे. हे चुकीचे आहे. त्यामुळे ही अयोग्य जोडी आहे.

∴ **उत्तर** : पर्याय क्र. ❹

3. ३,७४,९५२ ही संख्या आंतरराष्ट्रीय संख्या चिन्हात कशी लिहाल ?

① 3,79,452 ② 3,74,259 ③ 3,74,952 ④ 3,74,652

स्पष्टीकरण : ३७४९५२ ही संख्या आंतरराष्ट्रीय संख्याचिन्हात लिहायची आहे.

३	७	४	९	५	२
↓	↓	↓	↓	↓	↓
3	7	4	9	5	2

3,74,952 अशी लिहायची आहे.

∴ **उत्तर** : पर्याय क्र. ❸

4. २ सहस्र १० शतक ५ दशक १ एकक ही संख्या आंतरराष्ट्रीय संख्याचिन्हात कशी लिहाल ?

① 21,051 ② 2,151 ③ 3,051 ④ 351

स्पष्टीकरण : 2 सहस्र 10 शतक 5 दशक 1 एकक ही संख्या आंतरराष्ट्रीय संख्याचिन्हात लिहिणे.

२ सहस्र	=	२०००
१० शतक	=	+ १०००
५ दशक	=	५०
१ एकक	=	+ १
		३०५१

३०५१ ही संख्या आंतरराष्ट्रीय संख्येत लिहायची आहे.

३	०	५	१
↓	↓	↓	↓
3	0	5	1

3,051 ही संख्या अशी लिहावी.

∴ **उत्तर** : पर्याय क्र. ❸

5. सात अंकी मोठ्यात मोठी सम संख्या आंतरराष्ट्रीय संख्याचिन्हात कशी लिहाल ?

① 99,99,999 ② 88,88,888

③ 99,99,998 ④ 9,99,998

स्पष्टीकरण : सात अंकी मोठ्यात मोठी संख्या तयार करण्यासाठी मोठा अंक '9' हा सात वेळा घेणे. 99,99,999 पण ही तयार संख्या विषम संख्या आहे. सम संख्या तयार करण्यासाठी एककस्थानी मोठा सम अंक 8 घेणे आवश्यक आहे.

99,99,998 अशी तयार होईल.

∴ **उत्तर :** पर्याय क्र. ❸

6. ४३ ही संख्या आंतरराष्ट्रीय चिन्हात खालीलपैकी कोणत्या प्रकारे लिहाल ?

① 43 ② 46 ③ 64 ④ 34

स्पष्टीकरण : '४३' ही संख्या देवनागरी लिपीत लिहिली आहे. ही संख्या आंतरराष्ट्रीय संख्याचिन्हात ४ साठी 4 व ३ साठी 3 याप्रमाणे 43 अशी लिहितात.

∴ **उत्तर :** पर्याय क्र. ❶

7. 75 ही संख्या देवनागरी लिपीत कशी लिहाल ?

① ५७ ② ७५ ③ ४७ ④ ८५

स्पष्टीकरण : '75' ही संख्या आंतरराष्ट्रीय लिपीत लिहिली आहे. ती संख्या देवनागरी लिपीत 7 साठी ७ व 5 साठी ५ याप्रमाणे ७५ अशी लिहितात.

∴ **उत्तर :** पर्याय क्र. ❷

8. २६० ही संख्या आंतरराष्ट्रीय लिपीत कशी लिहाल ?

① २६० ② 206 ③ 260 ④ 20,060

स्पष्टीकरण : २६० ही संख्या आंतरराष्ट्रीय चिन्हात 260 अशी लिहितात.

∴ **उत्तर :** पर्याय क्र. ❸

9. खालीलपैकी चुकीची जोडी कोणती ?

① 45 = ५४ ② ८७ = 87 ③ ९५ = 95 ④ 59 = ५९

स्पष्टीकरण : वरील जोड्यांमधील संख्या आंतरराष्ट्रीय व देवनागरी चिन्हात लिहिल्या आहेत; परंतु पहिल्या संख्येत अंकांचा क्रम उलट आहे. त्यामुळे ती जोडी चुकीची आहे.

∴ **उत्तर :** पर्याय क्र. ❶

10. 57 ही संख्या देवनागरी चिन्हात कशी लिहाल ?

① ७५ ② ५६ ③ ५७ ④ ८५

स्पष्टीकरण : 57 ही संख्या देवनागरी चिन्हात लिहिण्यासाठी 5 साठी ५ व 7 साठी ७ याप्रमाणे ५७ अशी लिहितात.

∴ **उत्तर :** पर्याय क्र. ❸

प्रश्नावली

प्रश्न 1 ते 4 : खालील संख्या आंतरराष्ट्रीय चिन्हांत कशा लिहाल ?

1. २४५

① 254 ② 245 ③ 425 ④ 542

2. ७,५४३

① 7,534 ② 5,437 ③ 7,453 ④ 7,543

3. ४०१

① 104 ② 401 ③ 410 ④ 41

4. ५५

① 77 ② 55 ③ 45 ④ 35

प्रश्न 5 ते 7 : खालील संख्या देवनागरी चिन्हात कशा लिहाल ?

5. 375

① ३७५ ② ३५७ ③ ५३७ ④ ५७३

6. 8,050

① ८५० ② ८,५०० ③ ८,०५० ④ ८,००५

7. 4,051

① ५,४०१ ② ४,१०५ ③ ४,१५० ④ ४,०५१

8. 'पाचशे पाच' ही संख्या आंतरराष्ट्रीय चिन्हात कशी लिहाल ?
   ① ५०५ ② 505 ③ 560 ④ 55
9. 'सातशे बावन्न' ही संख्या आंतरराष्ट्रीय चिन्हात कशी लिहाल ?
   ① ७२५ ② ७५२ ③ 725 ④ 752
10. 'सात हजार' ही संख्या आंतरराष्ट्रीय चिन्हात कशी लिहाल ?
   ① 700 ② ७,००० ③ 7,000 ④ 70,000

प्रश्न 11 ते 15 : खालील प्रश्नांत संख्या देवनागरी व आंतरराष्ट्रीय चिन्हांत दिलेल्या आहेत. त्यावरून रिकाम्या जागी कोणता योग्य अंक येईल याची निवड करा.

11. ७५२ = ☐ 52
   ① 7 ② 5 ③ 6 ④ 4
12. 8,441 = ८४ ☐ १
   ① १ ② ४ ③ ३ ④ ८
13. ८,०५८ = ☐ 05 ☐
   ① 5 ② 8 ③ 6 ④ 4
14. ८० ☐ १ = **8,051**
   ① ८ ② ५ ③ ६ ④ ४

उत्तरसूची

1. ❷	2. ❹	3. ❷	4. ❷	5. ❶	6. ❸	7. ❹
8. ❷	9. ❹	10. ❸	11. ❶	12. ❷	13. ❷	14. ❷

✣ प्रश्नमाला 1 ✣

1. ७,४४,९०५ ही संख्या आंतरराष्ट्रीय संख्या चिन्हात कशी लिहाल ?
   ① 7,44,095 ② 7,44,905 ③ 7,44,059 ④ 7,44,950
2. खालीलपैकी आंतरराष्ट्रीय संख्याचिन्हात न लिहिलेली संख्या कोणती ?
   ① 8,84,715 ② 89,907 ③ 0007 ④ ८१,६५७

प्रश्न 3 ते 6 : खालीलपैकी चुकीची जोडी असणारा पर्याय कोणता ?

3. ① ७,७८९ = 7,789 ② ८१,००५ = 81,005
   ③ ९,१०९ = 9,190 ④ ४७,५४६ = 47,546
4. ① ५३६ = 536 ② ९४,८७१ = 94,871
   ③ १०,७०५ = 10,705 ④ ९९,५९१ = 99,591
5. ① 90,057 = ९०,०७५ ② 98,471 = ९८,४७१
   ③ 5,969 = ५,९६९ ④ 8,901 = ८,९०१
6. ① ८७,५४९ = 87,549 ② ९९,६१५ = 99,615
   ③ ९५,४५१ = 95,459 ④ ५५,५०७ = 55,507
7. खालीलपैकी आंतरराष्ट्रीय संख्याचिन्हात नसलेला अंक कोणता ?
   ① 0 ② 9 ③ 3 ④ १
8. 8,97,40,051 या संख्येतील लक्ष स्थानचा अंक देवनागरी संख्या चिन्हात कसा लिहाल ?
   ① ९ ② 4 ③ ७ ④ ४
9. 'पावणेपाच हजार' ही संख्या आंतरराष्ट्रीय संख्याचिन्हात कशी लिहाल ?
   ① 5,750 ② 4,750 ③ 5,500 ④ 5,250
10. ८९ या संख्येतील अंकांची अदलाबदल करून आंतरराष्ट्रीय संख्याचिन्हात कसा लिहाल ?
   ① 89 ② 18 ③ 98 ④ 81

उत्तरसूची

1. ❷	2. ❹	3. ❸	4. ❶	5. ❶	6. ❸	7. ❹
8. ❸	9. ❷	10. ❸				

✣ प्रश्नमाला 2 ✣

1. ८७,५१४ या संख्येतील हजार स्थानचा अंक आंतरराष्ट्रीय संख्याचिन्हात कसा लिहाल ?
   ① 8 ② 7 ③ 5 ④ 1

2. साडेसहा हजार पाच ही संख्या आंतरराष्ट्रीय संख्याचिन्हात कशी लिहाल ?

① 6,550 ② 6,500 ③ 6,505 ④ 65,005

3. सव्वासात हजार ही संख्या लिहिताना हजारस्थानी कोणता अंक आंतरराष्ट्रीय संख्याचिन्हात कसा लिहाल ?

① 7 ② 2 ③ 5 ④ 6

4. ९,९४,९१५ या संख्येतील जास्तीत जास्त वेळा आलेला अंक आंतराष्ट्रीय संख्याचिन्हात कसा लिहाल ?

① 4 ② 9 ③ 1 ④ 5

5. खालीलपैकी कोणता अंक देवनागरी व आंतरराष्ट्रीय संख्याचिन्हात एकाच प्रकारे लिहितात ?

① ७ ② ० ③ ५ ④ ९

6. 1 ते 100 पर्यंत संख्यांचे लेखन करताना कोणता अंक जास्त वेळा लिहावा लागतो त्याचे आंतरराष्ट्रीय संख्याचिन्हात लेखन कसे कराल ?

① 9 ② 1 ③ 7 ④ 0

7. मोठ्यात मोठी तीन अंकी संख्या आंतरराष्ट्रीय संख्याचिन्हात कशी लिहाल ?

① 111 ② 9,999 ③ 91 ④ 999

8. ९,०८० ही संख्या आंतरराष्ट्रीय संख्याचिन्हात कशी लिहाल ?

① 9,008 ② 9,080 ③ 908 ④ 8,090

9. खालीलपैकी अयोग्य जोडी कोणती ?

① ८,९१७ = 8,917 ② 9,918 = ९,९१८

③ ७,७५४ = 5,477 ④ 1,009 = १,००९

10. 'पाच लक्ष नऊ हजार सातशे सहा' ही संख्या आंतरराष्ट्रीय संख्या चिन्हात कशी लिहाल ?

① 5,90,706 ② 5,987 ③ 5,97,006 ④ 5,09,706

उत्तरसूची

1. ❷	2. ❸	3. ❶	4. ❷	5. ❷	6. ❷	7. ❹
8. ❷	9. ❸	10. ❹				

★★★

(B) रोमन संख्याचिन्हे

◈ **रोमन संख्या चिन्ह** : पूर्वी युरोपमध्ये संख्या लेखनासाठी कॅपिटल रोमन अक्षरे वापरली जात. 1 साठी I, 5 साठी V आणि 10 साठी X अक्षर संख्या चिन्ह म्हणून वापरली जात. म्हणून संख्या लिहिण्याच्या या पद्धतीला रोमन संख्या लेखन पद्धती असे म्हणतात.
उदा., घड्याळाच्या तबकडीवरील रोमन संख्या चिन्ह.

- शून्यासाठी कोणतेही चिन्ह रोमन संख्या चिन्हासाठी वापरले जात नव्हते.
- अंकांची किंमत स्थानाप्रमाणे बदलत नव्हती.

संख्या	1	2	3	4	5	6	7	8	9	10
रोमन संख्या चिन्ह	I	II	III	IV	V	VI	VII	VIII	IX	X

नियम :

- I व X यांपैकी एखादे चिन्ह दोनदा किंवा तीनदा एकापुढे एक लिहिल्यास त्यांची बेरीज करून संख्या मिळतात.

  II = 1 + 1 = 2   XX = 10 + 10 = 20   III = 1 + 1 + 1 = 3
- I व X ही चिन्हे एकापुढे एक जास्तीत जास्त तीन वेळा लिहितात.
  V हे चिन्ह एकापुढे एक लिहीत नाहीत.
- I किंवा X यांपैकी एखादे चिन्ह मोठ्या संख्येच्या चिन्हाच्या उजवीकडे लिहिले तर त्याची किंमत मोठ्या संख्येच्या चिन्हाच्या किमतीत मिळविली जाते.

  VI = 5 + 1 = 6   XI = 10 + 1 = 11   XV = 10 + 5 = 15
- I हे चिन्ह V किंवा x या चिन्हाच्या डावीकडे लिहिले तर त्याची किंमत V किंवा X च्या किमतीतून वजा केली जाते. मात्र I हे चिन्ह V किंवा X च्या मागे एकापेक्षा जास्त वेळा लिहीत नाहीत.

  IV = 5 – 1 = 4   IX = 10 – 1 = 9
- L, C, D, M ही आणखी काही रोमन संख्या चिन्ह.

रोमन संख्या चिन्ह	I	V	X	L	C	D	M
संख्या	1	5	10	50	100	500	1,000

- अनेक वर्षांपूर्वी युरोपमध्ये संख्यांसाठी I, II, III, V, X अशी चिन्हे वापरली जात होती, त्यांना 'रोमन संख्या चिन्हे' असे म्हणतात.

नमुना उदाहरणे

1. खालील रोमन संख्या लेखनाची चुकीची पद्धत कोणती ?

① XVIII ② XV ③ IX ④ VX

स्पष्टीकरण : वरील पर्यायांपैकी चुकीची पद्धत शोधावयाची आहे.

1. XVIII = 10 + 5 + 3 = 18
2. XV = 10 + 5 = 15
3. IX = 10 – 1 = 9
4. VX ही पद्धत चुकीची आहे. कारण X च्या डावीकडे कधीही 'V' लिहीत नाहीत. फक्त I लिहिण्याची पद्धत आहे.

∴ **उत्तर :** पर्याय क्र. ❹

2. 29 ही संख्या रोमन संख्या चिन्हात कशी लिहाल ?

① XXIXI ② XIX ③ XXI ④ XXIX

स्पष्टीकरण : 29 ही संख्या रोमन संख्या संख्या चिन्हात लिहिण्यासाठी त्यांची विस्तारित रूपात फोड करावी.

29 = 20 + 9
= 10 + 10 + 9
= X + X + IX
= XXIX
29 = XXIX

∴ **उत्तर :** पर्याय क्र. ❹

3. 505 ही संख्या रोमन संख्या चिन्हात कशी लिहाल ?

① LV ② XXXXXV

③ CCCCCV ④ DV

स्पष्टीकरण : 505 ही संख्या रोमन संख्या चिन्हात लिहायची आहे. 505 ची विस्तारित रूपात मांडणी करावी.

505 = 500 + 5   500 = D
= D + V   5 = V
= DV

∴ **उत्तर :** पर्याय क्र. ❹

4. **$\frac{XV + VII}{XI}$ = किती ?**

① III ② IV ③ II ④ V

स्पष्टीकरण : $\frac{XV + VII}{XI}$ याचे उत्तर मिळवायचे आहे.

$$XV = 10 + 5 = 15$$

$$VII = 5 + 2 = 7$$

$$XI = 10 + 1 = 11$$

$$\therefore \quad \frac{15 + 7}{11} = \frac{22}{11} = 2$$

$$\therefore \quad 2 = II$$

∴ **उत्तर :** पर्याय क्र. ❸

5. **रोमन संख्या चिन्हात कोणता अंक लिहिता येत नाही ?**

① 10 ② 50 ③ 9 ④ 0

स्पष्टीकरण : रोमन संख्या चिन्हात 1 ते 9 या अंकांचे लेखन करता येते. परंतु '0' या अंकांचे लेखन करता येत नाही.

10 = X

50 = L

9 = IX

0 = लिहिता येत नाही.

∴ **उत्तर :** पर्याय क्र. ❹

प्रश्नावली–1

1. 30 ही संख्या रोमन संख्या चिन्हात कशी लिहाल ?

① XIXX ② XXX

③ XXV ④ XIXIXIXI

2. XX ÷ V + IV = किती ?

① XI ② XII ③ X ④ VIII

3. XXXIV ही खालीलपैकी कोणती संख्या आहे ?

① 24 ② 36 ③ 34 ④ 26

4. खालीलपैकी कोणती संख्या रोमन लिपीत चुकीची लिहिली आहे ?

① VX ② XV ③ XXIV ④ L

5. $\frac{D}{L} \times V = ?$

① V ② X ③ L ④ M

उत्तरसूची

1. ❷	2. ❹	3. ❸	4. ❶	5. ❸	

सरावासाठी उदाहरणे

1. XXXVI + LXIV + CXXI = ?

वरील सर्व अंकांची बेरीज करून येणारे उत्तर सांगा.

① DXXI ② MXI ③ LLX ④ CCXXI

2. 39 ही संख्या रोमन अंकात कशी लिहाल ?

① XXIV ② XXXXI ③ XXXIX ④ XIX

3. पाऊण वाजले म्हणजे मिनिट काटा कोणत्या अंकावर असेल ?

① XI ② IX ③ IV ④ IIIV

4. तासकाटा I आणि II च्या मध्यभागी तर मिनिटकाटा III वर असेल तर घड्याळात किती वाजले ?

① सव्वादोन ② सव्वाएक

③ एक वाजून 30 मिनिटे ④ साडेतीन

5. 79 या रोमन संख्येची दुप्पट किती ?

① LXXIX ② CLVIII

③ CLVII ④ LXXXI

★★★

2. दहा अंकांपर्यंतच्या संख्यांचे वाचन व लेखन

दैनंदिन व्यवहारात आपण वस्तू किती आहेत हे मोजून अचूक सांगतो. संख्याचिन्हांच्या वाचन व लेखनापूर्वी संख्यांची ओळख होणे आवश्यक आहे. जेणेकरून संख्याज्ञान अधिक चांगल्या स्वरूपाचे होते. संख्या शब्दांत लिहिण्यासाठी ती संख्या प्रथम ओळखता येणे महत्त्वाचे आहे. उदा., 37, 816. सुरुवातीला उजवीकडून डावीकडे (←) पहिले तीन अंक सोडून स्वल्पविराम द्यावा. नंतर दोन-दोनच्या गटाने डावीकडे स्वल्पविराम देत जावे, म्हणजे ती संख्या शब्दांत व्यक्त करण्यास अडथळा येत नाही. संख्यावाचन करीत असताना खालील कोष्टकाचा उपयोग करावा. एका पुढे काही अंक जेवढ्या वेळा मांडले जातात तेवढ्या अंकी ती संख्या तयार होते. उदा.,

अब्ज	दशकोटी	कोटी	दशलक्ष	लक्ष	दशहजार	हजार	शतक	दशक	एकक

नमुना उदाहरणे

1. नऊ कोटी लिहिण्यासाठी नऊवर किती शून्य येतील ?

① 8 ② 7 ③ 9 ④ 6

स्पष्टीकरण : नऊ कोटी ही संख्या लिहिण्यासाठी 9 हे 8 व्या स्थानात लिहिणे कोटीच्या उजवीकडे 7 घरे शिल्लक आहेत. त्यामध्ये 7 शून्य द्यावेत.

संख्या	वाचन	एका पुढील शून्याची संख्या
1	एक	-
10	दहा	1
100	शंभर	2
1,000	एक हजार	3
10,000	दशहजार	4
1,00,000	लक्ष	5
10,00,000	दशलक्ष	6
1,00,00,000	कोटी	7
10,00,00,000	दशकोटी	8
1,00,00,00,000	अब्ज	9
10,00,00,00,000	दशअब्ज	10

∴ **उत्तर :** पर्याय क्र. ❷

2. एक अब्ज बारा कोटी बारा लक्ष बारा हजार एकशे बारा ही संख्या अंकात कशी लिहाल ?

① 12,12,12 ② 12,12,12,12

③ 1,12,12,12,112 ④ 12,12,112

स्पष्टीकरण : बारा कोटी बारा लक्ष बारा हजार एकशे बारा ही संख्या लिहिण्यासाठी प्रथम तक्ता काढून घ्यावा.

अब्ज	दशकोटी	कोटी	दशलक्ष	लक्ष	दशहजार	हजार	शतक	दशक	एकक
1	1	2	1	2	1	2	1	1	2
(1)	(2)		(3)		(4)		(5)	(6)	

बारा कोटी म्हणजे एक दश कोटी व 2 कोटी हे त्या दोन घरात लिहावे. त्यानंतर बारा लक्ष म्हणजे एक दश लक्ष आणि दोन लक्ष ही जोडी दशलक्ष व लक्ष यांच्या घरात अनुक्रमे एक व दोन लिहावे. त्यानंतर बारा हजार म्हणजे एक दश हजार आणि दोन हजार यांचे लेखन दशहजार व हजार या घरात लिहावे. त्यानंतर एकशे यांचे लेखन शे म्हणजे शतक या घरात करावे. एकशे म्हणजे एक शतक होय. शतकात एकचे लेखन करावे. बारा म्हणजे एक दशक 2 एकक होय. दशक व एककात अनुक्रमे एक व दोन अंकांचे लेखन करावे.

∴ **उत्तर :** पर्याय क्र. ❸

3. 14,28,405 या संख्यांचे वाचन कसे कराल ?

① चौदा लक्ष अठ्ठावीस हजार पंचेचाळीस

② चौदा कोटी अठ्ठावीस हजार चारशे पाच

③ चौदा लक्ष अठ्ठावीस हजार चारशे पाच

④ चौदा हजार अठ्ठावीस चारशे पाच

स्पष्टीकरण : 14,28,405 या संख्येचे लेखन करण्यासाठी संख्या लेखनाच्या दशमान तक्त्याचे लेखन प्रथम करावे.

	दशलक्ष	लक्ष	दशहजार	हजार	शतक	दशक	एकक
अंक	1	4	2	8	4	0	5
गट	(1)		(2)		(3)	(4)	

(1) प्रथम दिलेल्या संख्येतील उजवीकडून घरे मोजावीत. अनुक्रम एकक, दशक, शतक, हजार, दशहजार, लक्ष, दशलक्ष एवढी घरे होतील. तेवढ्या स्थानाचा तक्ता तयार करावा.

(2) संख्येतील अंक डावीकडून लिहावेत.

(3) वरील संख्येत पहिला गट दशलक्ष व लक्ष यांचा करावा. या स्थानात अनुक्रमे 1 व 4 हे अंक आहेत. दोन्ही गटापासून तयार होणारी संख्या चौदा व त्यांचे स्थान लक्षांचे आहे. त्यामुळे ही संख्या चौदा लक्ष आहे.

(4) वरील संख्येत दुसरा गट दशहजार व हजार यांचा आहे. या स्थानात अनुक्रमे 2 व 8 हे अंक आहेत. दोन्ही गटापासून तयार होणारी संख्या अठ्ठावीस व त्यांचे स्थान हजारांचे आहे. त्यामुळे ही संख्या अठ्ठावीस हजार आहे.

(5) त्यानंतरचा गट शतकाचा आहे. शतकात 4 अंक आहे. त्यामुळे त्यांचे वाचन करताना 'शे' हा शब्द अंकापुढे लिहावा. त्यामध्ये चार अंक आहे. त्यामुळे त्यांचे वाचन चारशे करावे.

(6) त्यानंतरचा गट आहे दशक व एककाचा. या स्थानात अनुक्रमे 0 व 5 हे अंक आहेत. त्यांचे वाचन एकत्र केल्यास 05 म्हणजे पाच असे होते.

पहिला गट	दुसरा गट	तिसरा गट	चौथा गट
चौदा लक्ष	अठ्ठावीस हजार	चारशे	पाच

चौदा लक्ष अठ्ठावीस हजार चारशे पाच

∴ **उत्तर :** पर्याय क्र. ❸

4. पंधरा लक्ष पंधरा हजार एकशे वीस या संख्येतील हजार स्थानचा अंक कोणता ?

① 1 ② 2 ③ 5 ④ 2

स्पष्टीकरण : या संख्येतील हजार स्थानचा अंक शोधायचा आहे. पंधरा हजार म्हणजे एक दशहजार आणि पाच हजार होय. त्यामुळे आपल्याला हजार स्थानातील अंक शोधायचा आहे. तो असेल '5'.

∴ **उत्तर :** पर्याय क्र. ❸

5. पावणेपाच लक्ष ही संख्या अंकात कशी लिहाल ?

① 4,50,000 ② 5,75,000

③ 4,75,000 ④ 4,25,000

स्पष्टीकरण :

	पाव	अर्धा	पाऊण
शेकडा	25	50	75
हजार	250	500	750
दशहजार	2,500	5,000	7,500
लक्ष	25,000	50,000	75,000

यामध्ये पावणेपाच लक्ष ही संख्या लिहायची आहे. लक्षाचा पाऊण भाग म्हणजे 75,000 होय. पावणेपाच लक्ष म्हणजे या ठिकाणी पाच पूर्ण नसून पाऊण भाग होय.

पावणेपाच लिहिताना मागील अंक घ्यावा. तो आहे 4.

4,75,000

∴ **उत्तर :** पर्याय क्र. ❸

6. पुढील संख्या शब्दात लिहा : 17,889

① सतरा हजार आठशे एकोणऐंशी

② सतरा हजार आठशे एकोणनव्वद

③ अठ्ठ्याहत्तर हजार एकोणनव्वद

④ सतरा हजार आठशे एकोणसाठ

स्पष्टीकरण : वरील प्रश्नाचे उत्तर पर्याय क्रमांक ❷ आहे. म्हणजेच सतरा हजार आठशे एकोणनव्वद.

7. 80,008 ही संख्या अक्षरात कशी लिहाल ?

① ऐंशी दशसहस्र आठ ② आठ हजार आठ

③ अठ्ठ्याऐंशी हजार ④ आठ दशसहस्र आठ

स्पष्टीकरण : दिलेली संख्या ऐंशी हजार आठ म्हणजेच ती आठ दशसहस्र आठ आहे.

∴ **उत्तर :** पर्याय क्र. ❹

8. दहा लक्ष बावीस ही संख्या खालीलपैकी कोणती असेल ?

① 1,022 ② 10,022

③ 1,00,022 ④ 10,00,022

स्पष्टीकरण : दहा लक्ष बावीस ही संख्या लिहिताना दहानंतर तीन वेळेला शून्य आणि नंतर बावीस लिहावेत.

∴ **उत्तर :** पर्याय क्र. ❹

9. 40,211 या संख्येचे अक्षरी लेखन खालीलपैकी कोणते ?

① चाळीस हजार दोनशे अकरा

② चाळीस हजार अकरा

③ चाळीस हजार एकशे अकरा

④ चाळीस हजार एक

स्पष्टीकरण : वरील प्रश्नात संख्यांचे अक्षरी लेखन करावयाचे यासाठी पुढील स्थानाच्या आराखड्याचा उपयोग करावा.

लक्ष दशहजार हजार शतक दशक एकक

लक्ष	दशहजार	हजार	शतक	दशक	एकक
	4	0	2	1	1

वरील आराखड्यात संख्या उजवीकडून डावीकडे लिहावी. संख्येचे वाचन ज्या त्या स्थानानुसार करावे.

∴ **उत्तर :** पर्याय क्र. ❶

10. 5,04,111 या संख्येचे अक्षरी लेखन कोणते ?

① पाच लक्ष चार हजार एकशे अकरा

② पाच लक्ष चाळीस हजार अकरा

③ पाच लक्ष चार हजार अकरा

④ पाच लक्ष चाळीस हजार एक

स्पष्टीकरण : वरील संख्येचे अंक खालील आराखड्यात डावीकडून लिहावे व नंतर ज्या त्या स्थानानुसार संख्यांचे वाचन करावे.

लक्ष	दशहजार	हजार	शतक	दशक	एकक
5	0	4	1	1	1

या संख्येचे अक्षरी लेखन पाच लक्ष चार हजार एकशे अकरा.

∴ **उत्तर :** पर्याय क्र. ❶

11. सात लक्ष पाच हजार एकशे दोन ही संख्या अंकात लिहा.

① 7,50,102 ② 7,05,201

③ 7,05,102 ④ 7,50,102

स्पष्टीकरण : ही संख्या अंकात लिहिण्यासाठी खालील आराखड्यात लिहावे. उल्लेख केलेल्या घरातच अंक लिहावा. आराखड्यात अंक नसल्यास रिकाम्या ठिकाणी शून्य लिहावे.

लक्ष	दशहजार	हजार	शतक	दशक	एकक
7	0	5	1	0	2

∴ **उत्तर :** पर्याय क्र. ❸

12. पंधरा हजार पंधरा ही संख्या अंकात कशी लिहाल ?

① 15,015 ② 15,105

③ 1,50,015 ④ 1,515

स्पष्टीकरण : ही संख्या अंकात लिहिण्यासाठी खालील आराखड्यात लिहावे. उल्लेख केलेल्या घरातच अंक लिहावा व रिकाम्या ठिकाणी शून्य लिहावे.

दशहजार	हजार	शतक	दशक	एकक
1	5	0	1	5

∴ **उत्तर :** पर्याय क्र. ❶

13. खालीलपैकी चुकीची जोडी कोणती ?

① अठरा हजार एकशे पाच = 18,105

② दहा हजार पाच = 10,005

③ पंधरा हजार पंचेचाळीस = 1,545

④ अठरा हजार एकशे वीस = 18,120

स्पष्टीकरण : वरील उदाहरणात चार संख्या दिलेल्या आहेत. त्यापैकी पंधरा हजार पंचेचाळीस ही 15,045 अशी लिहितात.

∴ **उत्तर :** पर्याय क्र. ❸

प्रश्नावली

प्रश्न 1 ते 6 : खालील संख्या अंकात लिहा.

1. एक लक्ष आठ हजार एकशे दोन

① 1,08,102 ② 1,80,102 ③ 1,80,201 ④ 1,08,012

2. साठ हजार पाचशे एक

① 60,105 ② 60,510 ③ 60,501 ④ 60,51

3. अठ्ठेचाळीस हजार एकशे बारा

① 48,112 ② 84,112 ③ 44,012 ④ 48,121

4. पंच्याण्णव हजार पाचशे

① 59,500 ② 95,005 ③ 95,050 ④ 95,500

5. पाच लक्ष एक हजार दहा

① 5,10,10 ② 5,01,010 ③ 5,10,010 ④ 5,01,001

6. अठरा हजार एक

① 18,100 ② 18,001 ③ 18,010 ④ 18,101

प्रश्न 7 ते 13 : खालील संख्या अक्षरात लिहा.

7. 9,05,125

① नऊ लक्ष पाच हजार एकशे पंचवीस

② पंचाण्णव हजार एकशे पंचवीस

③ नऊ लक्ष पन्नास हजार एकशे पंचवीस

④ नव्वद हजार पाचशे पंचवीस

8. 45,015

① पंचेचाळीस हजार एकशे पन्नास

② पंचेचाळीस हजार पंधरा

③ चौपन्न हजार पंधरा ④ पाच हजार पंधरा

9. 2,01,500

① दोन लक्ष एक हजार पाचशे ② दोन लक्ष दहा हजार पाचशे

③ वीस हजार एकशे पन्नास ④ एक हजार पाचशे

10. 1,005

① एक हजार पाचशे पाच ② एक हजार पाच

③ एक हजार पन्नास ④ पाच हजार पाच

11. 50,020
    ① पन्नास हजार दोन ② पन्नास हजार दोनशे
    ③ पन्नास हजार वीस ④ पाच हजार दोनशे
12. 4,901
    ① चार हजार नऊशे एक ② चार हजार एकावन्न
    ③ चार हजार नऊशे ④ चार हजार नव्वद
13. 5,105
    ① पाच हजार एकशे पन्नास ② पाच हजार पंधरा
    ③ पाच हजार एकशे पाच ④ पाच हजार एकशे
14. पुढील संख्या शब्दांत लिहा : 12,690
    ① एक लक्ष सहा हजार नव्वद
    ② बारा हजार सहाशे नव्वद
    ③ एक लक्ष दोन हजार सहाशे नव्वद
    ④ बारा हजार नव्वद
15. पुढील संख्या शब्दांत लिहा : 22,817
    ① बावीस हजार सातशे अठरा
    ② बावीस हजार आठशे सतरा
    ③ बावीस दशसहस्र आठशे सतरा
    ④ दोन लक्ष दोन हजार आठशे सतरा
16. पुढील संख्या अंकात लिहा :
    नऊ अब्ज दशकोटी एकोणतीस हजार सातशे शाहत्तर
    ① 29,676 ② 2,976
    ③ 9,10,00,29,776 ④ 2,97,076
17. पुढील संख्या अंकात लिहा : पंचवीस हजार चौऱ्याण्णव
    ① 2,50,094 ② 25,094 ③ 25,940 ④ 2,50,940

उत्तरसूची

1. ❶	2. ❸	3. ❶	4. ❹	5. ❷	6. ❷	7. ❶
8. ❷	9. ❶	10. ❷	11. ❸	12. ❶	13. ❸	14. ❷
15. ❷	16. ❸	17. ❷				

❖ प्रश्नमाला 1 ❖

1. 74,005
   ① चौऱ्याहत्तर हजार पाच ② चौऱ्याहत्तर हजार पाचशे
   ③ चौऱ्याहत्तर हजार पन्नास ④ सत्तेचाळीस हजार पाच
2. 8,13,005
   ① आठ लक्ष तेरा हजार पन्नास ② आठ लक्ष तेरा हजार पाच
   ③ आठ लक्ष तेरा हजार पाचशे ④ आठशे तेरा पाच
3. 72,750 या संख्येचे वाचन कसे कराल ?
   ① साडेत्र्याहत्तर हजार ② पावणेबहात्तर हजार
   ③ पावणेत्र्याहत्तर हजार ④ साडेत्र्याहत्तर हजार
4. 27,14,009 या संख्येतील एक शून्य कमी केल्यास त्या संख्येचे वाचन कसे होईल ?
   ① सत्तावीस लक्ष चौदा हजार नऊ
   ② दोन लक्ष एकाहत्तर हजार चारशे नऊ
   ③ दोन लक्ष सतरा हजार नऊशे चार
   ④ दोन लक्ष सात हजार नऊ
5. 'पावणेपाच लक्ष' ही संख्या अंकात कशी लिहाल ?
   ① 5,75,000 ② 4,75,000 ③ 4,25,000 ④ 4,50,000
6. आठ लक्ष पन्नास हजार पाच ही संख्या कशी लिहाल ?
   ① 8,05,005 ② 8,50,005 ③ 8,50,500 ④ 8,50,050
7. आठ हजार पाचशे एकोणसत्तर ही संख्या अंकात कशी लिहाल ?
   ① 8,579 ② 8,559 ③ 8,569 ④ 8,596
8. 'एकोणीस लक्ष एक हजार नऊशे सात' ही संख्या अंकात कशी लिहाल ?
   ① 19,01,907 ② 19,10,709
   ③ 19,10,907 ④ 19,01,097
9. 'तेरा हजार नऊशे पाच' ही संख्या अंकात कशी लिहाल ?
   ① 13,905 ② 13,059 ③ 13,059 ④ 1,39,005

10. 'नऊ लक्ष दोन हजार एकोणतीस' ही संख्या अंकात कशी लिहाल ?

① 9,02,209 ② 92,029 ③ 9,02,029 ④ 9,20,029

उत्तरसूची

1. ❶	2. ❷	3. ❸	4. ❷	5. ❷	6. ❷	7. ❸
8. ❶	9. ❶	10. ❸				

✣ प्रश्नमाला 2 ✣

1. 'तीन हजार सहाशे पन्नास' ही संख्या अंकात कशी लिहाल ?

① 3,649 ② 3,615 ③ 3,650 ④ 3,605

2. 7,40,091 या संख्यांचे वाचन कसे कराल ?

① सात लक्ष चार हजार एक्याण्णव

② सात लक्ष चाळीस हजार एक्याण्णव

③ सात लक्ष चारशे एक्याण्णव

④ सात लक्ष चार हजार नऊशे दहा

3. 'दोन कोटी पन्नास लक्ष आठ हजार नऊशे एकोणसत्तर' ही संख्या अंकात कशी लिहाल ?

① 2,50,08,979 ② 2,50,08,969

③ 25,08,969 ④ 25,80,969

4. 'सहा लक्ष पासष्ट हजार पाचशे पासष्ट' ही संख्या अंकात कशी लिहाल ?

① 6,65,556 ② 6,65,560

③ 6,65,565 ④ 66,55,651

5. 'नऊ लक्ष नव्वद हजार नऊशे नऊ' ही संख्या अंकात कशी लिहाल ?

① 9,90,909 ② 9,90,099

③ 99,099 ④ 99,09,009

6. 'दोन कोटी नव्वद लक्ष पाच हजार नऊशे पंधरा' ही संख्या अंकात लिहिली असता दशलक्षस्थानी कोणता अंक येईल ?

① 9 ② 0 ③ 5 ④ 4

7. 'तीन लक्ष पाच' ही संख्या अंकात कशी लिहाल ?

① 3,00,005 ② 30,00,005

③ 3,00,050 ④ 3,005

8. पावणेपाच लक्ष या संख्येतील एक शून्य कमी केल्यास कोणती संख्या तयार होईल ?

① 4,75,000 ② 47,500

③ 4,750 ④ 47,50,000

9. 8,09,247 ही संख्या कशी वाचाल ?

① आठ लक्ष नऊ हजार दोनशे सत्तेचाळीस

② आठ लक्ष नव्वद हजार सत्तेचाळीस

③ आठ लक्ष सत्तेचाळीस

④ आठ लक्ष नव्वद हजार दोनशे सत्तेचाळीस

10. 'चार कोटी' ही संख्या लिहिताना 4 वर किती शून्य येतील ?

① 9 ② 7 ③ 8 ④ 5

उत्तरसूची

1. ❸	2. ❷	3. ❷	4. ❸	5. ❶	6. ❶	7. ❶
8. ❷	9. ❶	10. ❷				

★★★

3. अंकांची दर्शनी किंमत, स्थानिक किंमत व विस्तारित मांडणी

(A) दर्शनी किंमत व स्थानिक किंमत

◈ प्रत्येक संख्येतील अंकाला स्थानानुसार किंमत प्राप्त होते. त्यामुळे प्रत्येक अंकाच्या दोन किमती असतात.

(1) दर्शनी किंमत (2) स्थानिक किंमत.

◈ **दर्शनी किंमत** : दर्शनी किंमत म्हणजे दिसणारा अंक ती त्याची किंमत. ही किंमत स्थानानुसार बदलत नाही. स्थानाचा या किमतीवर काहीही फरक पडत नाही. कोणत्याही स्थानी अंकांची तीच किंमत असते.

उदा., 98,45,731 या संख्येत 8 या अंकाची दर्शनी किंमत 8 येते.

◈ **स्थानिक किंमत** : अंक कोणत्या स्थानी आहे त्यावर त्याची स्थानिक किंमत अवलंबून असते. स्थानानुसार स्थानिक किंमत बदलत जाते.

◈ ज्या अंकांची स्थानिक किंमत काढावयाची आहे त्या अंकाच्या पुढे जेवढी घरे आहेत तेवढ्या घरात शून्य द्यावेत.

नमुना उदाहरणे

1. 48,75,143 या संख्येतील 7 ची स्थानिक किंमत किती ?

① 7,000 ② 70,000 ③ 700 ④ 70

स्पष्टीकरण : 48,75,143 आपल्याला या संख्येतील 7 ची स्थानिक किंमत काढायची आहे. त्यासाठी स्थानाचे आराखडे तयार करू.

दशलक्ष	लक्ष	दशहजार	हजार	शतक	दशक	एकक
4	8	7	5	1	4	3
		↓				
		7	0	0	0	0

(1) 7 हा अंक खाली लिहून घ्या.

(2) त्यानंतर त्याच्या उजव्या बाजूला किती घरे आहेत ती पाहावीत. या ठिकाणी हजार, शतक, दशक व एकक ही स्थाने आहेत. एकूण 4 स्थाने (घरे) आहेत.

(3) 7 च्या पुढे (उजवीकडे) 4 शून्य आहेत.

उदा., 70,000

∴ **उत्तर :** पर्याय क्र. ❷

2. 4,98,23,142 या संख्येतील 4 या अंकाच्या स्थानिक किमतीतील फरक किती ?

① 39,99,960 ② 3,99,99,906

③ 39,99,996 ④ 39,99,990

स्पष्टीकरण : वरील उदाहरणात 4 या अंकांच्या स्थानिक किमतीतील फरक काढावयाचा आहे. त्यासाठी दशमान (स्थानांचा) तक्ता यांचे लेखन प्रथम करा.

कोटी	दशलक्ष	लक्ष	दशहजार	हजार	शतक	दशक	एकक
4	9	8	2	3	1	4	2
↓						↓	
4	0	0	0	0	0	0	0

कोटी या स्थानातील 4 ची स्थानिक किंमत 40000000

दशक या स्थानातील 4 ची स्थानिक किंमत − 40

39999960

∴ **उत्तर :** पर्याय क्र. ❷

3. 74,54,271 या संख्येतील 7 या अंकाच्या स्थानिक किमतीचा गुणाकार किती ?

① 4,900 ② 4,90,000

③ 49 ④ 49,00,00,000

स्पष्टीकरण : 7 या अंकाच्या स्थानिक किमतीचा गुणाकार करण्यासाठी प्रथम 7 ची स्थानिक किंमत काढू.

दशलक्ष 7 ची स्थानिक किंमत 7000000

दशक 7 ची स्थानिक किंमत × 70

490000000

∴ **उत्तर :** पर्याय क्र. ❹

4. खालीलपैकी कोणत्या स्थानात अंकांची स्थानिक किंमत व दर्शनी किंमत सारखीच असते ?

① दशक ② शतक ③ हजार ④ एकक

स्पष्टीकरण : वरील उदाहरणात अंकांची स्थानिक किंमत व दर्शनी किंमत सारखी असते ते पाहायचे आहे. यासाठी प्रथम नियम समजावून घेऊ.

दर्शनी किंमत : ही किंमत स्थानावर अवलंबून नसते. ती स्थानानुसार बदलत नाहीत. ती कोणत्याही स्थानी तिच असते.

स्थानिक किंमत : ही किंमत स्थानानुसार बदलत जाते. किंमत स्थानावर अवलंबून असते. फक्त एककात स्थानिक किंमत व दर्शनी किंमत एकसारखी असते.

∴ **उत्तर :** पर्याय क्र. ❹

5. 945*46* या संख्येतील * च्या जागी असणाऱ्या अंकांच्या स्थानिक किमतीचा गुणाकार 64,000 येईल. * च्या जागी समान अंक असल्यास त्या ठिकाणी कोणता अंक येईल ?

① 4 ② 6 ③ 8 ④ 9

स्पष्टीकरण : वरील संख्येत * च्या जागी असणारा अंक काढावयाचा आहे. त्यांच्या स्थानिक किमतीचा गुणाकार 64,000 आहे.

एक * हजारस्थानी आहे. त्याची स्थानिक किंमत हजारच्या पटीत येणार.

दुसरी * एककस्थानी आहे. त्याची स्थानिक किंमत एककाच्या पटीत येणार.

यासाठी शून्याचा विचार न करता राहिलेली संख्या घ्यावी. 64,000 यामधील शून्य सोडून फक्त 64 चा विचार करावा.

दोन अंक समान आहेत. त्यामुळे कोणत्या दोन अंकांचा गुणाकार 64 येतो ते पाहावा.

$4 \times 4 = 16$

$6 \times 6 = 34$

$8 \times 8 = 64$

$9 \times 9 = 81$

∴ **उत्तर :** पर्याय क्र. ❸

6. 53,272 या संख्येतील '5' या अंकाची स्थानिक किंमत किती ?

① 5,000 ② 50,000 ③ 500 ④ 5,00,000

स्पष्टीकरण : वरील संख्येत '5' हा अंक दशहजार स्थानी असून त्या अंकाच्या उजवीकडे '4' अंक असल्यामुळे '5' या अंकावर 4 शून्य द्यावेत. म्हणून 5 ची स्थानिक किंमत 50,000.

∴ **उत्तर :** पर्याय क्र. ❷

7. 4,48,404 या संख्येतील कोणत्या स्थानातील 4 ची स्थानिक किंमत जास्त आहे ?

① शतक स्थानच्या ② एकक स्थानच्या

③ लक्ष स्थानच्या ④ दशहजार स्थानच्या

स्पष्टीकरण : वरील संख्येत '4' हा अंक चार वेळा आला आहे. लक्षस्थानचा 4 सर्वांत जास्त डावीकडे असल्यामुळे या ठिकाणच्या 4 ची स्थानिक किंमत जास्त आहे.

∴ **उत्तर :** पर्याय क्र. ❸

8. 7,45,241 या संख्येत '4' या अंकाच्या स्थानिक किमतीतील फरक किती ?

① 40,400 ② 3,600 ③ 39,600 ④ 39,960

स्पष्टीकरण : वरील संख्येत '4' हा अंक दहा हजारस्थानी व दशक स्थानी आहे. यातील फरक खालीलप्रमाणे

40000	दशहजार स्थानच्या अंकाची स्थानिक किंमत
− 40	दशक स्थानच्या अंकाची स्थानिक किंमत
39960	

∴ **उत्तर :** पर्याय क्र. ❹

9. 4,65,5 या संख्येत '*' च्या जागी समान अंक असून त्या अंकांचा गुणाकार 16 येतो, तर त्या ठिकाणी कोणता अंक येईल ?**

① 2 ② 8 ③ 4 ④ 6

स्पष्टीकरण : वरील संख्येत समान अंक आहे. त्यांचा गुणाकार 16 येतो. त्यामुळे पर्यायातील अंक घेऊन गुणाकार केल्यास $2 \times 2 = 4$, $8 \times 8 = 64$, $4 \times 4 = 16$, $6 \times 6 = 36$ त्यामुळे '*' च्या जागी 4 हा अंक येईल.

∴ **उत्तर :** पर्याय क्र. ❸

10. 49,525 या संख्येतील 9 व 2 या अंकांच्या स्थानिक किंमतींची बेरीज किती ?

① 9,200 ② 9,020 ③ 9,002 ④ 90,020

स्पष्टीकरण : वरील संख्येत '9' हा अंक हजारस्थानी व '2' हा अंक दशकस्थानी आहे.

9 या अंकाची स्थानिक किंमत =	9000
2 या अंकाची स्थानिक किंमत =	+ 20
	9020

∴ **उत्तर :** पर्याय क्र. ❷

प्रश्नावली–1

प्रश्न 1 ते 6 : खालील संख्येतील अधोरेखित अंकाची स्थानिक किंमत किती ?

1. 54,281
① 200 ② 2,000 ③ 20,000 ④ 20

2. 4,81,517
① 8,000 ② 80,000 ③ 800 ④ 8,00,000

3. 47,151
① 1 ② 100 ③ 1,000 ④ 10

4. 5,41,727
① 5,00,000 ② 50,000 ③ 5,000 ④ 500

5. 4,271
① 200 ② 20 ③ 2,000 ④ 20,000

6. 9,824
① 900 ② 9,000 ③ 90,000 ④ 90

प्रश्न 7 ते 9 : खालीलपैकी कोणत्या अंकाची स्थानिक किंमत जास्त आहे ?

7. 4,596
① 4 ② 5 ③ 9 ④ 6

8. 8,019
① 1 ② 9 ③ 8 ④ 0

9. 15,769
① 7 ② 6 ③ 1 ④ 9

प्रश्न 10 ते 12 : पुढील संख्येत * च्या जागी समान अंक असून त्या अंकांचा गुणाकार पुढे कंसात दिलेला आहे. यावरून * च्या जागी कोणता अंक येईल ?

10. 97*3*(64)
① 4 ② 8 ③ 6 ④ 4

11. 9**51(25)

① 2 ② 5 ③ 6 ④ 8

12. *78*1(81)

① 9 ② 8 ③ 1 ④ 7

13. 49**2 या संख्येतील * च्या जागी समान अंक असून त्या अंकांच्या स्थानिक किमतीतील फरक 270 आहे, तर त्या ठिकाणी कोणता समान अंक येईल ?

① 3 ② 4 ③ 8 ④ 2

14. 75,291 या संख्येतील हजार व शतक स्थानच्या अंकांच्या स्थानिक किमतीची बेरीज किती ?

① 7,500 ② 5,200 ③ 5,900 ④ 5,290

15. 84,615 या संख्येतील '8' या अंकाची स्थानिक किंमत किती ?

① 8,000 ② 800 ③ 80,000 ④ 80

उत्तरसूची

1. ❶	2. ❷	3. ❶	4. ❶	5. ❶	6. ❷	7. ❶
8. ❸	9. ❸	10. ❷	11. ❷	12. ❶	13. ❶	14. ❷
15. ❸						

✣ प्रश्नमाला 1 ✣

1. 48,19,728 या संख्येतील 8 या स्थानच्या स्थानिक किमतीतील फरक किती ?

① 7,99,992 ② 7,99,092 ③ 79,992 ④ 7,00,092

2. 894715 या संख्येतील '9' या अंकाच्या स्थानिक किंमत व दर्शनी किंमत यातील फरक किती ?

① 89,991 ② 90,009 ③ 80,000 ④ 80,001

3. 43,215 या संख्येतील शतक व दशक स्थानच्या अंकाच्या दर्शनी किमतीचा गुणाकार किती ?

① 10 ② 2,000 ③ 2 ④ 1,000

4. 28,75,439 या संख्येतील 8 व 5 या अंकाच्या स्थानिक किमतीची बेरीज किती ?

① 85,000 ② 8,50,000

③ 8,05,000 ④ 8,00,500

5. चार लक्ष पाच ही संख्या लिहिताना एक शून्य लिहावयाचे विसरले तर ती संख्या कितीने चुकेल ?

① 36,000 ② 3,600

③ 3,60,000 ④ 4,00,000

6. खालीलपैकी कोणत्या संख्येतील अंकांची स्थानिक किंमत सर्वांत जास्त आहे ?

① 9,98,954 ② 1,00,00,000

③ 8,99,745 ④ 99,99,999

7. 45,045 या संख्येतील सर्व अंकांच्या स्थानिक किमतीची व दर्शनी किमतीची बेरीज यातील फरक किती ?

① 45,027 ② 45,000 ③ 45,037 ④ 450

8. 894751 या संख्येतील दशहजार व हजार स्थानच्या अंकाचा स्थानिक किमतीतील फरक किती ?

① 86,000 ② 94,000 ③ 8,600 ④ 86,004

9. 4,75,731 पाच पूर्वी असलेल्या 7 ची स्थानिक किंमत किती ?

① 700 ② 70,000 ③ 7,000 ④ 70

10. 943*15* या संख्येत * च्या जागी कोणता अंक असावा म्हणजे स्थानिक किमतीतील फरक 3,996 येईल ?

① 3 ② 4 ③ 5 ④ 9

उत्तरसूची

1. ❶	2. ❶	3. ❸	4. ❸	5. ❸	6. ❷	7. ❶
8. ❶	9. ❷	10. ❷				

❖ प्रश्नमाला 2 ❖

1. 8*47*0 या संख्येत * च्या जागी कोणता अंक असावा म्हणजे त्यांच्या स्थानिक किमतीची बेरीज 90,090 येईल ?

① 9 ② 1 ③ 5 ④ 7

2. 8,94,321 या संख्येतील दशक व हजार स्थानच्या अंकांची अदलाबदल केल्यास त्यांच्या स्थानिक किमतीतील फरक किती ?

① 1,960 ② 2,980 ③ 3,980 ④ 1,980

3. 81,254 या संख्येतील 8, 2 व 5 या अंकांच्या स्थानिक किमतीची बेरीज किती ?

① 80,250 ② 85,000 ③ 82,500 ④ 81,254

4. 1,98,735 या संख्येतील तीनपूर्वी असलेला लगतचा अंक व 2,94,351 या संख्येतील पाचपूर्वी असलेला लगतचा अंक या अंकांच्या स्थानिक किमतीतील फरक किती ?

① 400 ② 4 ③ 300 ④ 1,000

5. 8,99,799 या संख्येतील कोणता अंक कमी करावा म्हणजे त्या संख्येची किंमत जास्तीत जास्त कमी होईल ?

① लक्ष ② दशहजार ③ हजार ④ दशक

6. 44,44,444 या संख्येतील शतक स्थानच्या 4 या अंकांची स्थानिक किमतीला कितीने गुणावे म्हणजे लक्ष स्थानच्या अंकांची स्थानिक किंमत तयार होईल ?

① 100 ② 10 ③ 1,000 ④ 10,000

7. 8,97,153 या संख्येतील हजार व दशक स्थानच्या अंकांच्या स्थानिक किमतीचा गुणाकार किती येईल ?

① 35,000 ② 3,50,000 ③ 3,500 ④ 350

8. 6,97,198 या संख्येतील कोणत्या अंकाची स्थानिक किंमत व दर्शनी किंमत समान आहे ?

① 9 ② 1 ③ 8 ④ 7

9. खालीलपैकी कोणत्या संख्येतील '9' या अंकाची स्थानिक किंमत जास्त आहे ?

① 8,71,590 ② 8,87,905

③ 8,81,950 ④ 9,87,905

10. 89,74,321 या संख्येतील सर्वांत कमी स्थानिक किंमत व सर्वांत जास्त स्थानिक किंमत यातील फरक किती ?

① 79,99,999 ② 7,99,999

③ 79,09,009 ④ 79,00,999

उत्तरसूची

1. ❶	2. ❶	3. ❶	4. ❶	5. ❶	6. ❸	7. ❷
8. ❸	9. ❹	10. ❶				

(B) संख्येची विस्तारित मांडणी

◈ कोणतीही संख्या लिहिताना ती स्थानिक किमतीच्या बेरजेच्या रूपात मांडणे म्हणजेच त्या संख्येचे विस्तारित रूप होय.

◈ स्थानिक किमतीचा तक्ता

स्थान	स्थानिक किंमत काढण्यासाठी या संख्येने गुणावे
अब्ज	1,00,00,00,000
दशकोटी	10,00,00,000
कोटी	1,00,00,000
दशलक्ष	10,00,000
लक्ष	1,00,000
दशहजार	10,000
हजार	1,000
शतक	100
दशक	10
एकक	1

नमुना उदाहरणे

1. 27,65,043 या संख्येची विस्तारित रूपात मांडणी करा.

① 2,00,000 + 70,000 + 6,000 + 5,000 + 40 + 3

② 2,00,000 + 7,00,000 + 60,000 + 5,000 + 40 + 3

③ 20,00,000 + 7,00,000 + 60,000 + 5,000 + 0 + 40 + 3

④ 2,00,000 + 70,000 + 6,000 + 500 + 40 + 3

स्पष्टीकरण :

अंक	स्थान	संख्येने गुणने	अंकांची स्थानिक किंमत
2	दशलक्ष	$2 \times 10,00,000$	20,00,000
7	लक्ष	$7 \times 1,00,000$	7,00,000
6	दशहजार	$6 \times 10,000$	60,000
5	हजार	$5 \times 1,000$	5,000
0	शतक	0×100	0
4	दशक	4×10	40
3	एकक	3×1	3

20,00,000 + 7,00,000 + 60,000 + 5,000 + 0 + 40 + 3

∴ **उत्तर** : पर्याय क्र. ❸

2. $4 \times 1,000 + 3 \times 10,000 + 2 \times 10,00,000 + 1 \times 100 + 9 \times 1 + 4 \times 10$ या मांडणीवरून कोणती संख्या तयार होईल ?

① 4,32,194 ② 20,34,149

③ 2,34,149 ④ 23,01,449

स्पष्टीकरण : रीत-1 : वरील मांडणीवरून संख्या तयार करताना संख्या प्रथम उभ्या मांडणीने मांडून घ्याव्यात.

$$
\begin{aligned}
4 \times 1000 &= 4000 \\
3 \times 10000 &= 30000 \\
2 \times 1000000 &= 2000000 \\
1 \times 100 &= 100 \\
9 \times 1 &= 9 \\
4 \times 10 &= 40 \\
\hline
 & \ 2034149
\end{aligned}
$$

∴ **उत्तर** : पर्याय क्र. ❷

रीत-2 :

$$4 \times 1000 + 3 \times 10000 + 2 \times 1000000 + 1 \times 100 + 9 \times 1 + 4 \times 10$$

दशलक्ष	लक्ष	दशहजार	हजार	शतक	दशक	एकक
2	0	3	4	1	4	1

(1) $(4 \times 1{,}000)$ ची 1,000 च्या पटीत स्थानिक किंमत मिळते त्यामुळे हा अंक हजारस्थानी लिहावा.

(2) $(3 \times 10{,}000)$ ची 10,000 च्या पटीत स्थानिक किंमत मिळते त्यामुळे हा अंक दशहजारस्थानी लिहावा.

(3) $(2 \times 10{,}00{,}000)$ ची 10,00,000 च्या पटीत स्थानिक किंमत मिळते त्यामुळे हा अंक दशलक्षस्थानी लिहावा.

(4) (1×100) ची 100 च्या पटीत स्थानिक किंमत मिळते त्यामुळे हा अंक शतकस्थानी लिहावा.

(5) (9×1) ची 1 च्या पटीत स्थानिक किंमत मिळते त्यामुळे हा अंक एककस्थानी लिहावा.

(6) (4×10) ची 10 च्या पटीत स्थानिक किंमत मिळते त्यामुळे हा अंक दशकस्थानी लिहावा.

(7) रिकाम्या जागी शून्य दिल्यानंतर आपली संख्या तयार होईल.

∴ **उत्तर :** पर्याय क्र. 2

3. 94,83,751 या संख्येतील 3 या अंकाची स्थानिक किंमत दर्शनी किमतीच्या किती पट आहे ?

① 1 ② 3,000 ③ 100 ④ 1,000

स्पष्टीकरण : 3 या अंकाची स्थानिक किंमत ही दर्शनी किमतीपेक्षा किती पट हे काढायचे आहे.

3 ची स्थानिक किंमत हे त्याच्या स्थानावर अवलंबून असते. तो अंक हजारस्थानी आहे.

3 ची स्थानिक किंमत = 3,000

3 ची दर्शनी किंमत = 3

अंकाची स्थानिक किंमत ही त्याच्या दर्शनी किमतीपेक्षा $\frac{3,000}{3}$ = 1,000 पट आहे.

म्हणजेच तो अंक कोणत्या स्थानी आहे तेवढ्या पट असते.

∴ **उत्तर :** पर्याय क्र. ❹

4. 84*321*2 या संख्येतील * च्या जागी कोणता समान अंक असावा म्हणजे त्या अंकाच्या स्थानिक किमतीतील फरक 3,99,970 येईल ?

① 4 ② 3 ③ 5 ④ 2

स्पष्टीकरण : 84*321*2 या संख्येतील * च्या जागी असणाऱ्या अंकाच्या स्थानिक किमतीतील फरक 3,99,970 आहे. यासाठी सर्वांत डावीकडील अंक घ्यावा.

यामध्ये सर्वांत डावीकडील अंक 3 आहे. त्यामध्ये 1 मिळविल्यास त्या संख्येतील * च्या जागचा अंक मिळेल.

$3 + 1 = 4$

∴ **उत्तर :** पर्याय क्र. ❹

5. 40 शतक + 3 हजार + 50 एकक + 9 दशक = किती ?

① 3,459 ② 7,140 ③ 3,495 ④ 7,040

स्पष्टीकरण : 40 शतक + 3 हजार + 50 एकक + 9 दशक

40 शतक = 40×100 = 4000

3 हजार = 3×1000 = 3000

50 एकक = 50×1 = 50

9 दशक = 9×10 = 90

7140

∴ **उत्तर :** पर्याय क्र. ❷

6. 100 एकक = ... दशक

① 1 ② 10 ③ 100 ④ 1,000

स्पष्टीकरण : 100 एकक म्हणजे 10 दशक होतात.

∴ **उत्तर :** पर्याय क्र. ❷

7. 2 लक्ष = ... हजार

① 2,000 ② 200 ③ 100 ④ 10

स्पष्टीकरण : 1 लक्ष म्हणजे 100 हजार असतात. येथे 2 लक्ष म्हणजे 200 हजार येतील.

∴ **उत्तर :** पर्याय क्र. ❷

8. (7 × 10,000) + (6 × 1) + (3 × 100) + (5 × 1,000) + (7 × 10) = क्ष. तर क्ष च्या जागेवर खालीलपैकी कोणती संख्या येईल ?

① 75,376 ② 76,357 ③ 7,05,376 ④ 7,06,357

स्पष्टीकरण : 70,000 + 6 + 300 + 5,000 +70 = 75,376 येतात.

∴ **उत्तर :** पर्याय क्र. ❶

9. 72,541 या संख्येचे विस्तारित रूप कोणते ?

① 7,000 + 2,000 + 500 + 40 + 1

② 70,000 + 2,000 + 500 + 4 + 1

③ 70,000 + 2,000 + 500 + 40 + 1

④ 7,000 + 200 + 50 + 40 + 1

स्पष्टीकरण : 72,541 ही संख्या विस्तारित रूपात लिहिण्यासाठी पुढील आराखड्याचा उपयोग करावा.

दशहजार	हजार	शतक	दशक	एकक
7	2	5	4	1
↓	↓	↓	↓	↓
				1
			4	0
		5	0	0
	2	0	0	0
7	0	0	0	0

72,541 = 1 + 40 + 500 + 2,000 + 70,000

70,000 + 2,000 + 500 + 40 + 1.

∴ **उत्तर :** पर्याय क्र. ❸

10. 4,01,537 या संख्येचे विस्तारित रूप कोणते ?

① 4,00,000 + 10,000 + 500 + 30 + 7

② 40,00,000 + 1,000 + 500 + 30 + 7

③ 4,00,000 + 1,000 + 500 + 30 + 7

④ 40,000 + 1,000 + 500 + 30 + 7

स्पष्टीकरण : वरील संख्येचे विस्तारित रूप खालीलप्रमाणे -

$4 \times 1,00,000 + 1 \times 1,000 + 5 \times 100 + 3 \times 10 + 7 \times 1$

4,00,000 + 1,000 + 500 + 30 + 7

∴ **उत्तर :** पर्याय क्र. ❸

11. 80,531 = 80,000 + ...+ 30 + 1 या रिकाम्या जागी खालील-पैकी कोणती संख्या येईल ?

① 5,000 ② 50 ③ 500 ④ 50,000

स्पष्टीकरण : वरील संख्येचे विस्तारित रूप खालीलप्रमाणे -

80,531 = 80,000 + 500 + 30 + 1 रिकाम्या जागी 500 ही संख्या येते.

∴ **उत्तर :** पर्याय क्र. ❸

12. $5 \times 1,00,000 + 4 \times 10,000 + 3 \times 100 + 2 \times 10 + 5 \times 1$ ही संख्या कोणती ?

① 5,40,325 ② 54,325 ③ 5,43,205 ④ 54,032

स्पष्टीकरण : वरील गुणाकार करून संख्यांची बेरीज केल्यास खालील संख्या तयार होते.

5×100000	=		500000
4×10000	=	+	40000
3×100	=	+	300
2×10	=	+	20
5×1	=	+	5
			540325

∴ **उत्तर :** पर्याय क्र. ❶

13. 8 शतक + 5 हजार + 4 दशक + 1 एकक = किती ?

① 5,814 ② 5,841 ③ 58,410 ④ 58,041

स्पष्टीकरण : वरील बेरजेपासून खालील संख्या तयार होते.

हजार	शतक	दशक	एकक
5	8	4	1

= 5,841.

∴ **उत्तर :** पर्याय क्र. ❷

प्रश्नावली–1

1. पाव शतक + पाव हजार + ... = पावणेचारशे, तर चौकटीत खालीलपैकी कोणती संख्या असेल ?

   ① 300 ② 225 ③ 125 ④ 100

2. 500 शेकड्याचे दशसहस्र किती ?

   ① 50 ② 5 ③ 500 ④ 15

3. पाचशे सतरा दशक आणि सत्त्याऐंशी हजार यांची बेरीज किती ?

   ① 92,170 ② 9,21,700 ③ 91,170 ④ 87,517

4. * 0 * 5 या संख्येत * च्या जागी समान अंक आहे. त्याच्या स्थानिक किमतीतील फरक 1,980 आहे, तर तो अंक कोणता ?

   ① 4 ② 3 ③ 1 ④ 2

प्रश्न 5 ते 11 : खालील संख्येचे विस्तारित रूप ओळखा.

5. 49,051

   ① 40,000 + 9,000 + 50 + 1 ② 40,000 + 900 + 50 + 1

   ③ 4,000 + 900 + 50 + 1 ④ 40,000 + 9,000 + 50 + 1

6. 5,15,472

   ① 5,00,000 + 10,000 + 5,000 + 400 + 70 + 2

   ② 50,000 + 10,000 + 5,000 + 400 + 70 + 2

   ③ 5,00,000 + 50,000 + 400 + 70 + 2

   ④ 50,000 + 1,000 + 5,000 + 400 + 70 + 2

7. 4,05,174

   ① 4,00,000 + 5,000 + 100 + 70 + 4

   ② 40,000 + 5,000 + 100 + 70 + 4

   ③ 40,000 + 5,000 + 100 + 70 + 4

   ④ 40,0000 + 50,000 + 100 + 70 + 4

8. 72,004
   ① 70,000 + 2,000 + 4 ② 7,000 + 2,000 + 4
   ③ 7,000 + 200 + 40 + 4 ④ 70,000 + 2,000 + 40

9. 8,405
   ① 8,000 + 400 + 50 + 0 ② 8,000 + 400 + 5
   ③ 800 + 40 + 5 ④ 8,000 + 400 + 50 + 5

10. 47,025
   ① 40,000 + 7,000 + 20 + 5
   ② 4,000 + 700 + 20 + 5
   ③ 40,000 + 7,000 + 20 + 50
   ④ 4,000 + 700 + 20 + 5

11. 1,45,095
   ① 1,00,000 + 40,000 + 5,000 + 90 + 5
   ② 10,000 + 4,000 + 500 + 90 + 5
   ③ 1,00,000 + 40,000 + 5,000 + 900 + 5
   ④ 1,00,000 + 40,000 + 500 + 9 + 5

प्रश्न 12 ते 15 : खालील विस्तारित मांडणीपासून कोणती संख्या तयार होईल ?

12. $7 \times 1{,}000 + 4 \times 100 + 5 \times 10$
   ① 745 ② 7,450 ③ 7,405 ④ 74,500

13. $5 \times 10{,}000 + 4 \times 100 + 3 \times 10 + 5 \times 1$
   ① 50,435 ② 50,453 ③ 54,035 ④ 54,503

14. $7 \times 0 + 8 \times 1{,}000 + 9 \times 100 + 7 \times 1$
   ① 7,897 ② 8,907 ③ 8,977 ④ 8,900

15. $8 \times 10{,}000 + 8 \times 1 + 8 \times 100$
   ① 80,808 ② 88,800 ③ 88,080 ④ 80,080

16. 8 हजार + 5 दशक + 3 एकक = किती
   ① 8,503 ② 8,053 ③ 80,053 ④ 8,035

17. 7,453 = 7,000 + ... + 50 + 3. या मांडणीत रिकाम्या जागी कोणती संख्या येईल?

① 400 ② 4,000 ③ 40 ④ 4

उत्तरसूची

1. ❹	2. ❷	3. ❶	4. ❹	5. ❶	6. ❶	7. ❶
8. ❶	9. ❷	10. ❶	11. ❶	12. ❷	13. ❶	14. ❷
15. ❶	16. ❷	17. ❶				

प्रश्नावली–2

1. 30 शतक = ...एकक

① 300 ② 3,000 ③ 30 ④ 3

2. 4 लक्ष = ... हजार

① 40 ② 400 ③ 4 ④ 4,000

3. 900 शतक = ...हजार

① 9 ② 90 ③ 900 ④ 19

4. 1 कोटी = ... शतक

① 1,00,000 ② 10,000 ③ 1,000 ④ 100

5. 1 लक्ष आणि 1 हजार यामधील फरक किती ?

① 9,090 ② 99,999 ③ 99,000 ④ 0

6. 8,129 या संख्येतील 8 आणि 9 या अंकांच्या स्थानिक किमतींची बेरीज किती येईल ?

① 17 ② 89 ③ 890 ④ 8,009

7. 10,130 या संख्येतील सर्व अंकांच्या स्थानिक किमतींची बेरीज किती येईल ?

① 5 ② 500 ③ 50 ④ 10,130

8. (4 × 1 लक्ष) + (0) = ?

① 4,00,000 ② 40,000 ③ 4,000 ④ 400

9. 73,518 या संख्येतील 3 या अंकाची स्थानिक किंमत किती ?

① 30 शतक ② 3 शतक ③ 3 ④ 3 लक्ष

10. 76,532 या संख्येतील 6 आणि 7 या अंकांच्या स्थानिक किमतींची बेरीज किती येईल?

① 13 ② 76 ③ 67 ④ 76,000

11. 512 या संख्येतील 1 आणि 2 या अंकांचे स्थान बदलल्यास मूळची संख्या कितीने वाढते?

① 21 ② 12 ③ 9 ④ 1

12. 9,873 या संख्येतील 9 आणि 7 या अंकांच्या स्थानिक किमतीमध्ये 3 आणि 8 या अंकांची स्थानिक किंमत मिळविली तर उत्तर किती येते ?

① 9,738 ② 9,873 ③ 27 ④ 135

13. 10,20,693 या संख्येत किमतीने सर्वांत लहान असणारा अंक कोणता ?

① 1 ② 2 ③ 9 ④ 3

14. 66,666 ही संख्या उलट क्रमाने लिहिली तर स्थानिक किमतीत किती फरक पडेल ?

① 60,000 ② 6,000 ③ 0 ④ 600

15. $(7 \times 10{,}000) + (9 \times 1{,}000) + (4 \times 10) + (5 \times 100) + 0 =$ क्ष ही संख्या खालीलपैकी कशी लिहावी ?

① 79,540 ② 79,450 ③ 79,045 ④ 7,945

16. $(5 \times 10{,}000) + (1 \times 0) + (1 \times 10) + (7 \times 1{,}000) =$ क्ष तर क्ष = किती ?

① 5,117 ② 5,711

③ 57,010 ④ 57,01,100

उत्तरसूची

1. ❷	2. ❷	3. ❷	4. ❶	5. ❸	6. ❹	7. ❹
8. ❶	9. ❶	10. ❹	11. ❸	12. ❷	13. ❹	14. ❸
15. ❶	16. ❸					

✣ प्रश्नमाला 1 ✣

1. 98,47,121 = 90,00,000 + 8,00,000 + 40,000 + ... + 100 + 20 + 1 या प्रश्नात रिकाम्या जागी कोणती संख्या येईल ?

   ① 700 ② 70,000 ③ 7000 ④ 70

2. 90,871 ही संख्या विस्तारित रूपात कशी मांडता येईल ?

   ① 90,000 + 800 + 10 + 7
   ② 90,000 + 8,000 + 70 + 1
   ③ 90,000 + 800 + 70 + 1
   ④ 9,000 + 800 + 70 + 1

3. आठ हजार नऊशे नव्वद ही संख्या विस्तारित रूपात कशी लिहाल ?

   ① 8,000 + 900 + 90 ② 8,000 + 900 + 9
   ③ 800 + 900 + 90 ④ 8,000 + 9,000 + 90 + 9

4. 98,90,175 ही संख्या विस्तारित रूपात कशी लिहाल ?

   ① 90,00,000 + 8,00,000 + 90,000 + 100 + 70 + 5
   ② 9,00,000 + 80,000 + 9,000 + 100 + 70 + 5
   ③ 90,000 + 8,000 + 9,000 + 100 + 70 + 5
   ④ 80,000 + 9,000 + 100 + 70 + 5

5. 10 हजार + 19 हजार + 20 शतक + 50 दशक + 25 सुटे = किती ?

   ① 31,525 ② 29,505 ③ 29,525 ④ 19,525

6. 8 × 10,000 + 3 × 1 + 5 × 100 + 2 × 10 + 4 × 1,000 = किती ?

   ① 84,523 ② 83,524 ③ 84,521 ④ 85,243

7. 90,09,715 या संख्येची विस्तारित रूपात कशी मांडणी कराल ?

   ① 90,00,000 + 9,000 + 700 + 10 + 5
   ② 9,00,000 + 9,000 + 700 + 10 + 5
   ③ 90,000 + 9,000 + 700 + 10 + 5
   ④ 99,00,000 + 700 + 10 + 5

8. 29,547 या संख्येची विस्तारित रूपातील मांडणी कोणती ?

① 20,000 + 900 + 50 + 4 + 7

② 20,000 + 9,000 + 500 + 40

③ 20,000 + 9,000 + 40 + 7

④ 20,000 + 9,000 + 500 + 40 + 7

9. ब्याण्णव शतक + ब्याण्णव दशक + ब्याण्णव एकक = किती ?

① 9,29,292 ② 10,992

③ 10,012 ④ 10,212

10. खालीलपैकी रिकाम्या चौकटीत कोणते चिन्ह येईल ?

40,000 + 5,000 + 300 + 10 + 2 ☐ 50,000 + 9,000 + 400 + 10 + 2

① > ② < ③ ∨ ④ =

उत्तरसूची

1. ❸	2. ❸	3. ❶	4. ❶	5. ❶	6. ❶	7. ❶
8. ❹	9. ❹	10. ❷				

प्रश्नावली–4

1. 400 + 5,000 + 30 + 20,000 + 9,00,000 या विस्तारित मांडणीपासून तयार होणारी संख्या कोणती ?

① 92,543 ② 9,05,431

③ 9,25,430 ④ 9,52,431

2. $9 \times 10{,}000 + 5 \times 1{,}000 +$ .... $+ 3 \times 10 + 5 \times 1 = 95{,}431$ या प्रश्नात रिकाम्या जागी कोणती संख्या येईल ?

① 4×10 ② 4×1 ③ 4×100 ④ 40

3. 82,517 ही संख्या विस्तारित रूपात कशी मांडता येईल ?

① 80,000 + 2,000 + 500 + 10 + 7

② 80,000 + 500 + 10 + 7

③ 2,000 + 500 + 10 + 7

④ 80,000 + 500 + 100 + 7

4. 4 × 10,000 + 3 × 1,000 + 2 × 100 + 5 × 10 + 7 × 1 = 4 – 257 या प्रश्नात रिकाम्या जागी कोणती संख्या येईल ?

① 3 ② 2 ③ 5 ④ 7

5. 89,71,843 या संख्येतील 7 या अंकाच्या स्थानिक किमतीच्या बाबतीत कोणते विधान अयोग्य आहे ?

① 70,000 ② 700 शतक

③ 7 × 1,000 ④ 70 × 1,000

6. पन्नास हजार पाच ही संख्या 5,005 अशी लिहिली तर संख्या कितीने चुकली ?

① 50,050 ② 55,050 ③ 45,000 ④ 4,500

7. 89,47,034 = 80,00,000 + 9,00,000 + 40,000 + 7000 + ... + 30 + 4 या प्रश्नात रिकाम्या जागी कोणती संख्या येईल ?

① 0 ② 3 ③ 100 ④ 1,000

8. पावणेनऊ हजार ही संख्या विस्तारित रूपात कशी लिहाल ?

① 9,000 + 700 + 50 + 0 ② 8,000 + 500 + 0

③ 8,000 + 700 + 50 + 0 ④ 9,000 + 200 + 50 + 0

9. चार हजार चारशे एकोणनव्वद ही संख्या विस्तारित रूपात कशी लिहाल ?

① 4,000 + 400 + 90 + 8 ② 4,000 + 400 + 80 + 9

③ 4,000 + 40 + 80 + 9 ④ 4,000 + 40 + 8 + 9

10. 200 + 50 + 1 ही संख्या लिहिताना 215 अशी लिहिली तर उत्तर कितीने चुकले ?

① 36 ② 46 ③ 26 ④ 56

उत्तरसूची

1. ❸	2. ❸	3. ❶	4. ❶	5. ❸	6. ❸	7. ❶
8. ❸	9. ❷	10. ❶				

★★★

4. मोठ्यात मोठी व लहानात लहान संख्या तयार करणे

- संख्येचा लहान–मोठेपणा, समानता ठरविण्यासाठी >, <, = चिन्हांचा वापर केला जातो.
- लहान–मोठेपणा ठरविण्यासाठी खालील नियमांचा वापर करावा.
  1. प्रथम दोन्हीही संख्यांतील अंक मोजावेत. जास्त अंक असणारी संख्या मोठी व कमी अंक असणारी संख्या लहान असते.
  2. अंकांची संख्या समान असल्यास सर्वांत डावीकडील संख्येतील अंकांचा विचार करावा. सर्वांत डावीकडील अंक मोठा ती संख्या मोठी. सर्वांत डावीकडील अंक लहान ती संख्या सर्वांत लहान असते.
  3. संख्येतील अंक समान असल्यास डावीकडील अंक समान असल्यास त्या अंकांच्या उजवीकडील अंकांचा वरील पद्धतीने विचार करावा.
- **समसंख्या** : एककस्थानी 0, 2, 4, 6 किंवा 8 यांपैकी एक अंक येणाऱ्या सर्व संख्या. उदा., 52, 44, 50, 204.
- **विषम संख्या** : एककस्थानी 1, 3, 5, 7 किंवा 9 यांपैकी एक अंक येणाऱ्या सर्व संख्या. उदा., 109; 187; 2,009.

संख्या	लहानात लहान	मोठ्यात मोठी	एकूण संख्या	एकूण सम संख्या	एकूण विषम संख्या
एक अंकी	1	9	9	4	5
दोन अंकी	10	99	90	45	45
तीन अंकी	100	999	900	450	450
चार अंकी	1,000	9,999	9,000	4,500	4,500
पाच अंकी	10,000	99,999	90,000	45,000	45,000
सहा अंकी	1,00,000	9,99,999	9,00,000	4,50,000	4,50,000
सात अंकी	10,00,000	99,99,999	90,00,000	45,00,000	45,00,000

- अंकापासून तयार होणाऱ्या एकूण संख्या

एका अंकापासून एक अंकी संख्या = 1

दोन अंकापासून दोन अंकी संख्या = 2   एक अंक शून्य असल्यास = 1

तीन अंकापासून तीन अंकी संख्या = 6   एक अंक शून्य असल्यास = 4

चार अंकापासून चार अंकी संख्या = 24   एक अंक शून्य असल्यास = 18

पाच अंकापासून पाच अंकी संख्या = 120   एक अंक शून्य असल्यास = 96

सहा अंकापासून सहा अंकी संख्या = 720   एक अंक शून्य असल्यास = 600

नमुना उदाहरणे

1. 1,90,458 $\square$ 99,485 या प्रश्नात चौकटीत कोणते चिन्ह येईल ?

① > ② < ③ ∨ ④ =

स्पष्टीकरण : 1,90,458 $\square$ 99,485 सोबतच्या रिकाम्या चौकटीत कोणते चिन्ह येईल ते काढायचे आहे.

यासाठी प्रथम दोन्ही संख्येतील अंक मोजावेत - 6 अंक $\square$ 5 अंक

नियम : ज्या संख्येत अंक जास्त आहेत ती संख्या मोठी व ज्या संख्येत अंक कमी ती संख्या लहान आहे.

6 अंक $\boxed{>}$ 5 अंक

1,90,458 $\boxed{>}$ 99,485

∴ **उत्तर :** पर्याय क्र. ❶

2. 89,74,855 $\square$ 89,74,954 या प्रश्नात चौकटीत कोणते चिन्ह येईल ?

① > ② < ③ = ④ ∨

स्पष्टीकरण : 89,74,855 $\square$ 89,74,954 सोबतच्या रिकाम्या चौकटीत कोणते चिन्ह येईल ते काढायचे आहे.

यासाठी प्रथम दोन्ही संख्येतील अंक मोजावेत.

89,74,855 $\square$ 89,74,954

7 अंक $\square$ 7 अंक

दोन्हीही संख्येत अंक 7 समान आहेत. त्यामुळे यावरून लहान-मोठेपणा कळत नाही.

दोन्हीही संख्येतील सर्वांत डावीकडील अंकांचा विचार करावा.

सर्वांत डावीकडील अंक

8 $\square$ 8 हे दोन्हीही अंक समान आहेत. त्यामुळे

9 $\square$ 9 क्रमाने त्यांचा उजवीकडील अंक घ्यावेत.

7 $\square$ 7

4 ☐ 4 या अंकापर्यंत सर्व अंक समान आहेत.

$8 \boxed{<} 9$

$89{,}74{,}855 \boxed{<} 89{,}74{,}954$

∴ **उत्तर :** पर्याय क्र. ❷

3. 8, 9, 0, 1, 4, 3 या अंकांपासून सहा अंकी किती संख्या तयार होतील ?

① 720 ② 840 ③ 120 ④ 600

स्पष्टीकरण : वरील अंकापासून सहा अंकी संख्या तयार करणे. वरील एका अंकापासून 120 सहा अंकी संख्या तयार होतात. यामध्ये '0' हा अंक आला आहे. त्यामुळे सुरुवातीला '0' घेतल्यास सहा अंकी संख्या तयार होत नाही. यासाठी फक्त पाच अंकापासून सहा अंकी संख्या तयार होतील.

एका अंकापासून $120 \times 5 = 600$

600 संख्या तयार होतील.

∴ **उत्तर :** पर्याय क्र. ❹

4. 9, 5, 3, 4, 7 या अंकांपासून मोठ्यात मोठी पाच अंकी संख्या व लहानात लहान पाच अंकी संख्या यातील फरक किती ?

① 63,036 ② 62,596 ③ 62,694 ④ 64,096

स्पष्टीकरण : 9, 5, 3, 4, 7 या अंकापासून मोठ्यातमोठी पाच अंकी संख्या व लहानातलहान पाच अंकी संख्या यातील फरक काढावयाचा आहे.

पाच अंकी मोठ्यातमोठी संख्या – $9 > 7 > 5 > 4 > 3 = 97{,}543$

पाच अंकी लहानातलहान संख्या – $3 < 4 < 5 < 7 < 9 = 34{,}579$

त्यातील फरक काढण्यासाठी वजाबाकी करू.

$$\begin{array}{r} 97543 \\ -\ 34579 \\ \hline 62964 \end{array}$$

∴ **उत्तर :** पर्याय क्र. ❸

5. 9, 8, 3, 4, 1, 0, 2 या अंकांचा एकदाच वापर करून तयार होणाऱ्या लहानात लहान संख्येतील दशसहस्र स्थानच्या अंकांची स्थानिक किंमत किती ?

① 10,000 ② 30,000 ③ 20,000 ④ 40,000

स्पष्टीकरण : लहान संख्या तयार करण्यासाठी लहानांकडून मोठ्या अंकांकडे मांडणी करू.

$0 < 1 < 2 < 3 < 4 < 8 < 9$ परंतु या ठिकाणी प्रथम शून्य घेऊन संख्या तयार होत नाही. त्यासाठी जवळचा अंक पुढे घेऊन त्या ठिकाणी शून्य वापरावे.

$1 < 0 < 2 < 3 < 4 < 8 < 9$

10,23,489 ही लहानातलहान संख्या तयार होईल. या संख्येतील दशसहस्र म्हणजे दशहजार स्थानच्या अंकांची स्थानिक किंमत या ठिकाणी '2' हा अंक येतो. त्याची स्थानिक किंमत 20,000 आहे.

∴ **उत्तर :** पर्याय क्र. ❸

6. 5, 9, 6, 1 यातील प्रत्येक अंक एकदाच वापरून तयार होणारी चार अंकी मोठ्यात मोठी संख्या कोणती ?

① 5,619 ② 1,569 ③ 9,651 ④ 6,951

स्पष्टीकरण : येथे अंक डावीकडून त्यांच्या किमतींच्या उतरत्या क्रमाने लिहिल्यास 9,651 ही मोठ्यात मोठी संख्या बनते.

∴ **उत्तर :** पर्याय क्र. ❸

7. 4, 2, 7, 3, 0 हे सर्व अंक प्रत्येकी एक वेळेला घेऊन तयार होणारी लहानात लहान पाच अंकी संख्या कोणती ?

① 42,730 ② 20,347 ③ 23,470 ④ 02,347

स्पष्टीकरण : येथे दिलेल्या अंकांमध्ये शून्य आहे. म्हणून प्रथम शून्य सोडून उरलेल्या सर्व अंकांमधील लहानात लहान 2 हा अंक प्रथम लिहून लगेच शून्य लिहावा. नंतर त्याच्यापुढे उरलेले इतर अंक त्यांच्या किमतीच्या चढत्या क्रमाने लिहावेत. 20,347 ही संख्या तयार झाली.

∴ **उत्तर :** पर्याय क्र. ❷

8. 4, 1, 5, 6 या अंकांपासून मोठ्यात मोठी चार अंकी कोणती संख्या तयार होईल ?

① 6,541 ② 6,451 ③ 6,514 ④ 1,456

स्पष्टीकरण : येथे चार अंक दिलेले आहेत. त्या चार अंकांपासून मोठ्यात मोठी संख्या तयार करावयाची आहे. यासाठी सर्वांत मोठा अंक घेऊन त्यानंतर उतरता क्रम लावून संख्या तयार करणे.

सर्वांत मोठा अंक : 6 – 6,541.

∴ **उत्तर :** पर्याय क्र. ❶

9. 7, 4, 0, 5 या चार अंकांपासून एक अंक एकदाच वापरून चार अंकी लहानात लहान कोणती संख्या तयार होईल ?

① 0,457 ② 4,057 ③ 4,570 ④ 4,507

स्पष्टीकरण : वरील चार अंकांपासून चार अंकी लहानात लहान संख्या तयार करावयाची आहे. यासाठी लहान अंक प्रथम घेऊन त्यानंतर चढत्या क्रमाने संख्या घ्याव्यात.

लहान अंक – 0 – 0,457. परंतु ही संख्या चार अंकी होत नाही. म्हणून 4 प्रथम घेऊन 4,057 ही लहानात लहान संख्या तयार होईल.

∴ **उत्तर :** पर्याय क्र. ❷

10. 4, 1, 3 या अंकांपासून तीन अंकी किती संख्या तयार होतील ?

① 7 ② 8 ③ 6 ④ 9

स्पष्टीकरण : वरील उदाहरणात तीन अंक दिले असून त्या अंकांपासून तीन अंकी संख्या तयार करावयाच्या आहेत. त्या संख्या खालील-प्रमाणे – 413, 431, 134, 143, 341, 314. अशा एकूण 6 संख्या.

∴ **उत्तर :** पर्याय क्र. ❸

11. 7, 3, 2, 5 या अंकांपासून चार अंकी मोठ्यात मोठी व लहानात लहान संख्या तयार केल्यास यातील फरक किती ?

① 5,175 ② 5,075 ③ 9,889 ④ 6,175

स्पष्टीकरण : वरील चार अंकांपासून चार अंकी मोठ्यात मोठी संख्या = 7,532 व लहानात लहान संख्या = 2,357 फरक : 7,532 – 2,357 = 5,175

∴ **उत्तर :** पर्याय क्र. ❶

12. 7, 1, 9, 3 या अंकांपासून लहानात लहान चार अंकी कोणती संख्या तयार होईल ?

① 3,971 ② 1,973 ③ 1,379 ④ 1,397

स्पष्टीकरण : वरील उदाहरणात लहानात लहान चार अंकी संख्या तयार करण्यासाठी प्रथम लहानात लहान अंक घेऊन त्यानंतर चढत्या क्रमाप्रमाणे अंक घ्यावेत. लहानात लहान अंक – 1. म्हणून लहानात लहान संख्या 1,379.

∴ **उत्तर :** पर्याय क्र. ❸

प्रश्नावली–1

प्रश्न 1 ते 5 : खालील दिलेले अंक वापरून कंसातील सूचने-प्रमाणे चार अंकी संख्या तयार करा.

1. 3, 7, 1, 4 (लहानात लहान संख्या)

① 3,714 ② 1,347 ③ 1,437 ④ 1,734

2. 5, 1, 3, 8 (मोठ्यात मोठी संख्या)

① 8,531 ② 5,831 ③ 3,815 ④ 8,351

3. 5, 7, 3, 2 (मोठ्यात मोठी विषम संख्या)

① 7,532 ② 5,327 ③ 7,523 ④ 5,732

4. 8, 9, 4, 3 (लहानात लहान सम संख्या)

① 3,498 ② 3,489 ③ 3,894 ④ 3,948

5. 8, 0, 0, 5 (लहानात लहान संख्या)

① 8,500 ② 8,050 ③ 0,085 ④ 8,005

6. 9, 3, 4, 2 या अंकांपासून चार अंकी मोठ्यात मोठी सम संख्या व चार अंकी मोठ्यात मोठी विषम संख्या यांतील फरक किती ?

① 9 ② 99 ③ 549 ④ 7,083

7. 4, 1, 5, 7 या अंकांपासून चार अंकी मोठ्यात मोठी व लहानात लहान संख्या तयार केल्यास यातील फरक किती ?

① 6,084 ② 6,184 ③ 6,174 ④ 6,284

8. 9, 4, 3, 1, 0 या अंकांपासून लहानात लहान पाच अंकी संख्या तयार केल्यास शतक स्थानच्या अंकाची स्थानिक किंमत किती ?

① 300 ② 900 ③ 100 ④ 400

9. 8, 5, 3, 2 या अंकांपासून चार अंकी मोठ्यात मोठी व लहानात लहान संख्या तयार केल्यास त्यांची वजाबाकी किती ?

① 6,274 ② 6,174 ③ 6,074 ④ 6,374

उत्तरसूची

1. ❷	2. ❶	3. ❸	4. ❶	5. ❹	6. ❶	7. ❶
8. ❶	9. ❷					

प्रश्नावली–2

1. 5, 9, 6, 7 यातील प्रत्येक अंक एकदाच वापरून बनणारी मोठ्यात मोठी चार अंकी संख्या कोणती?

① 5,967 ② 7,695 ③ 9,765 ④ 9,576

2. 4, 8, 0, 2, 3 यातील प्रत्येक अंक एकदाच वापरून बनणारी लहानात लहान पाच अंकी संख्या कोणती?

① 48,023 ② 23,084 ③ 02,348 ④ 20,348

3. 6, 4, 8, 5 हे सर्व अंक प्रत्येकी एकदाच घेऊन तयार होणाऱ्या लहानात लहान चार अंकी संख्येचा दशक स्थानचा अंक कोणता ?

① 4 ② 5 ③ 6 ④ 8

4. 8, 5, 1, 3, 4 यांपैकी प्रत्येक अंक एकदाच वापरून तयार होणाऱ्या लहानात लहान तीन अंकी संख्येचा शतक स्थानचा अंक कोणता ?

① 8 ② 5 ③ 3 ④ 1

5. 7, 8, 1, 3, 0 हे सर्व अंक प्रत्येकी एकदा वापरून तयार होणाऱ्या लहानात लहान पाच अंकी संख्येतील मधल्या अंकाची स्थानिक किंमत किती असावी ?

① 700 ② 800 ③ 100 ④ 300

6. ☐ 243 ही चार अंकी संख्या आहे. चौकटीच्या जागी खालीलपैकी कोणता अंक वापरला तर ती लहानात लहान संख्या होईल ?

① 4 ② 0 ③ 3 ④ 2

7. पाच अंकी सर्वांत लहान संख्येतून खालीलपैकी कोणती संख्या वजा केल्यावर उत्तर चार हजार येईल?

① 60×10 ② 60×100 ③ 40×100 ④ 6×100

8. खालीलपैकी सर्वांत मोठी संख्या कोणती ?

① मोठ्यात मोठी तीन अंकी संख्या

② सर्वांत लहान चार अंकी संख्या

③ सर्वांत मोठी दोन अंकी संख्या

④ सर्वांत मोठी 1 अंकी संख्या

9. 9, 8, 0, 7, 6 हे अंक प्रत्येकी एकदा वापरून तयार होणाऱ्या मोठ्यात मोठ्या पाच अंकी संख्येच्या शतकस्थानी कोणता अंक येतो ?

① 9 ② 8 ③ 7 ④ 6

10. 26,513 या संख्येतील प्रत्येक अंक एकदाच वापरून मोठ्यात मोठी पाच अंकी संख्या तयार केल्यावर शतकस्थानी कोणता अंक येतो ?

① 6 ② 5 ③ 1 ④ 3

11. 8, 0, 4, 0, 5 यातील प्रत्येक अंक फक्त एकदा वापरून पाच अंकी सर्वांत लहान संख्या कोणती येते ?

① 00,458 ② 40,058 ③ 40,580 ④ 04,580

12. 5, 2, 7, 8, 3 यातील प्रत्येक अंक एकदाच वापरून पाच अंकी अशी सर्वांत मोठी संख्या बनवा की जिला पाचने पूर्ण भाग जातो.

① 78,325 ② 23,785 ③ 83,725 ④ 87,325

13. $(4 \times 10{,}000) + (6 \times 100) + (3 \times 1{,}000) + (5 \times 10)$ या संख्येमधून कोणती संख्या वजा करावी म्हणजे लहानात लहान पाच अंकी संख्या मिळेल ?

① 10,000 ② 33,650 ③ 43,650 ④ 3,650

14. 5, 6, 2, 0 हे चार अंक फक्त एकदा वापरून जास्तीत जास्त चार अंकी संख्या किती तयार करता येतील ?

① 3 ② 4 ③ 5 ④ 6

15. 8, 2, 1, 3 या अंकांपासून प्रत्येक अंक एकदाच वापरून लहानात लहान कोणती चार अंकी सम संख्या तयार करता येते ?

① 1,238 ② 1,382 ③ 1,328 ④ 1,832

उत्तरसूची

1. ❸	2. ❹	3. ❸	4. ❹	5. ❹	6. ❹	7. ❷
8. ❷	9. ❸	10. ❹	11. ❷	12. ❹	13. ❷	14. ❹
15. ❶						

प्रश्नावली–3

1. 8, 1, 3, 6 या अंकांपासून प्रत्येक अंक एकदाच वापरून चार अंकी लहानात लहान विषम संख्या बनवा.

① 3,681 ② 1,683 ③ 8,631 ④ 8,613

2. 1, 2, 8, 4 या अंकांपासून प्रत्येक अंक एकदाच वापरून बनविलेल्या लहानात लहान चार अंकी संख्येच्या दशकस्थानी कोणता अंक येतो ?

① 1 ② 2 ③ 4 ④ 8

3. सर्वांत मोठी पाच अंकी संख्या आणि सर्वांत मोठी चार अंकी संख्या यांच्यातील फरक किती ?

① 90 ② 900 ③ 9,000 ④ 90,000

4. खालीलपैकी चार अंकी लहानात लहान संख्या कोणती ?

① 2,076 ② 0,276 ③ 2,670 ④ 2,706

5. सहा अंकी मोठ्यात मोठ्या संख्येला मोठ्यात मोठ्या दोन अंकी संख्येने भागले असता भागाकार किती येतो ?

① 1,010 ② 10,101 ③ 111 ④ 101

6. चार अंकी मोठ्यात मोठ्या संख्येला 0 हा अंक नसणाऱ्या लहानात लहान चार अंकी संख्येने भागले असता भागाकार किती येतो ?

① 9,999 ② 999 ③ 99 ④ 9

7. सर्वांत मोठ्या दोन अंकी विषम संख्येला सर्वांत मोठ्या एक अंकी विषम संख्येने भागले असता उत्तर किती येते ?

① 99 ② 9 ③ 108 ④ 11

8. सर्वांत मोठ्या दोन अंकी विषम संख्येत सर्वांत मोठी तीन अंकी विषम संख्या मिळविली तर उत्तर किती येते ?

① 999 ② 99 ③ 99,999 ④ 1,098

9. चार अंकी मोठ्यात मोठ्या संख्येत एक अंकी लहानात लहान संख्या मिळविली तर उत्तर किती येते ?

① 10,000 ② 9,999 ③ 1,000 ④ 10

10. मोठ्यात मोठी तीन अंकी संख्या आणि शून्य अंक नसणारी लहानात लहान दोन अंकी संख्या यांची बेरीज किती येते ?

① 999 ② 11 ③ 1,010 ④ 101

11. मोठ्यात मोठी पाच अंकी संख्या व मोठ्यात मोठी चार अंकी संख्या यातील फरक किती ?

① 99,999 ② 9,999 ③ 90,000 ④ 9,000

12. मोठ्यात मोठ्या चार अंकी संख्येत एक मिळवून आलेल्या संख्येतून लहानात लहान पाच अंकी संख्या वजा केली तर उत्तर किती येते ?

① एक हजार ② शून्य

③ दहा हजार ④ पाच हजार

13. (999 + 1) या बेरजेला दहाने किती वेळा भागले म्हणजे भागाकार एक येईल ?

① 1 ② 2 ③ 3 ④ 4

उत्तरसूची

1. ❷	2. ❸	3. ❹	4. ❶	5. ❷	6. ❹	7. ❹
8. ❹	9. ❶	10. ❸	11. ❸	12. ❷	13. ❸	

✣ प्रश्नमाला 1 ✣

मोठ्यात मोठी व लहानात लहान संख्या तयार करणे.

1. 5,705 □ 5,17,005 या प्रश्नात रिकाम्या जागी कोणते चिन्ह येईल ?

   ① >   ② <   ③ ∨   ④ =

2. 9, 8, 7, 4, 3, 1 या अंकांपासून तयार होणारी लहानात लहान संख्या व मोठ्यात मोठी संख्या यातील फरक किती ?

   ① 8,52,358   ② 9,54,381
   ③ 8,52,642   ④ 8,50,642

3. 15,00,075 □ 1,50,075 या प्रश्नात रिकाम्या जागी कोणते चिन्ह येईल ?

   ① >   ② <   ③ ∨   ④ =

4. दोन संख्यांची बेरीज 'प' आहे. त्यांपैकी एक 'क' असल्यास दुसरी संख्या कोणती ?

   ① क + प   ② प + क   ③ प – क   ④ क – प

5. 0, 1, 2, 8, 7, 9 हे अंक एकदाच वापरून तयार होणारी लहानात लहान सहा अंकी संख्या कोणती ?

   ① 0,12,789   ② 1,20,789
   ③ 1,02,789   ④ 1,08,729

6. पाच अंकी मोठ्यात मोठी सम संख्या व सहा अंकी लहानात लहान संख्या यातील फरक किती ?

   ① 1   ② 2   ③ 100   ④ 11

7. 400 शतक □ 1,000 दशक या सोबतच्या चौकटीत कोणते चिन्ह येईल ?

   ① >   ② <   ③ ∨   ④ =

8. 9, 1, 3, 2, 4 या अंकांपासून मोठ्यात मोठी संख्या तयार केल्यास हजारस्थानी कोणता अंक येईल ?

   ① 9   ② 4   ③ 3   ④ 2

9. 1, 0, 7, 8, 4 या अंकांपासून लहानात लहान पाच अंकी संख्या व मोठ्यात मोठी पाच अंकी संख्या यांची बेरीज किती ?

① 97,488 ② 97,484 ③ 97,888 ④ 97,444

10. खालीलपैकी मोठ्यात मोठी संख्या कोणती ?

① 47,047 ② 47,004 ③ 47,074 ④ 47,007

उत्तरसूची

1. ❷	2. ❸	3. ❶	4. ❸	5. ❸	6. ❷	7. ❶
8. ❷	9. ❸	10. ❸				

✣ प्रश्नमाला 2 ✣

1. 95,004 ☐ 9,540 + 4,001 या सोबतच्या चौकटीत कोणते चिन्ह येईल ?

① > ② < ③ ∨ ④ =

2. 1,70,054 ☐ 17,005 या सोबतच्या चौकटीत कोणते चिन्ह येईल ?

① > ② < ③ ∨ ④ =

3. 3, 2, 1, 4 या अंकांपासून चार अंकी किती संख्या तयार होतील ?

① 24 ② 120 ③ 18 ④ 20

4. पाच अंकी मोठ्यात मोठी सम संख्या यातून चार अंकी विषम संख्या तयार केल्यास फरक किती येईल ?

① 99,999 ② 80,009 ③ 89,999 ④ 89,009

5. 9, 1, 4, 3, 2 या अंकापासून मोठ्यात मोठी संख्या तयार केल्यास दश हजारस्थानी कोणता अंक येईल ?

① 9 ② 3 ③ 4 ④ 2

6. 8,000 हजार ☐ 80 दशलक्ष या सोबतच्या चौकटीत कोणते चिन्ह येईल ?

① > ② < ③ ∨ ④ =

7. 5 × 1,000 ☐ 4 × 10,000

① > ② < ③ ∨ ④ =

8. 1, 2, 3 या अंकांपासून तयार होणाऱ्या तीन अंकी संख्या किती ?

① 6 ② 24 ③ 8 ④ 4

9. 1 ते 100 पर्यंत विषम संख्या किती ?

① 45 ② 50 ③ 101 ④ 51

10. 9 × 10,00,000 ☐ 80 लक्ष

① > ② < ③ ∨ ④ =

उत्तरसूची

1. ❶	2. ❶	3. ❶	4. ❸	5. ❶	6. ❷	7. ❷
8. ❶	9. ❷	10. ❶				

★★★

5. संख्यांचा चढता-उतरता क्रम व तुलना

◈ कोणत्याही संख्यांचा लहान–मोठेपणा ठरविताना पर्यायातील सर्व संख्या एकाखाली एक म्हणजेच एककाखाली एकक, दशकाखाली दशक या रीतीने मांडून घ्याव्यात व रिकाम्या जागी शून्य मांडावेत आणि सर्वांत डावीकडील ज्या संख्येतील अंक सर्वांत मोठा ती सर्वांत मोठी संख्या याप्रमाणे क्रमाने उजवीकडील अंक मोठे असतील त्याप्रकारे त्यांचा मोठेपणा ठरवावा.

अंकाचा चढता व उतरता क्रम ठरविण्यासाठी सर्वांत मोठ्या संख्येला 1 क्रमांक त्यापेक्षा लहान संख्येला दुसरा अशा प्रकारे क्रमांक द्यावेत.

◈ **चढता क्रम** : चढता क्रम लिहिताना प्रथम लहान संख्या व त्यानंतर क्रमाक्रमाने वाढत जाणाऱ्या संख्या लिहाव्या लागतात.

उदा., 1, 2, 3, 4, 5

◈ **उतरता क्रम** : संख्यांचा उतरता क्रम लिहिताना प्रथम सर्वांत मोठी संख्या व त्यापुढे क्रमाने कमी–कमी होत जाणाऱ्या संख्या लिहाव्यात.

नमुना उदाहरणे

1. खालील संख्या उतरत्या क्रमाने लिहिल्यास सर्वांत प्रथम कोणती संख्या येईल ?

① 98,740 ② 88,943 ③ 85,742 ④ 77,904

स्पष्टीकरण :

दशहजार	हजार	शतक	दशक	एकक	
9	8	7	4	0	... (1)
8	8	9	4	3	... (2)
8	5	7	4	2	... (3)
7	7	9	0	4	... (4)

वरील प्रकारे संख्यांची मांडणी करून सर्वांत डावीकडील अंकांचा विचार करून सर्वांत मोठा अंक 9 आहे. त्या संख्येला सर्वांत मोठ्या संख्येचा 1 क्रमांक घ्यावा. त्यानंतर थोड्या लहान संख्येला 2, 3, 4 असे क्रमांक द्यावेत.

वरील संख्यांची मांडणी उतरत्या क्रमाने करावयाची आहे.

उतरता क्रम : 98,740; 88,943; 85,742; 77,904

या पद्धतीने मांडणी केल्यानंतर सर्वांत शेवटी येणारी संख्या 77,904 आहे.

∴ **उत्तर :** पर्याय क्र. ❹

2. 1, 3, 2, 8, 7 या अंकांपासून पाच अंकी मोठ्यात मोठ्या पाच संख्या तयार करून त्यांची उतरत्या क्रमाने मांडणी केल्यास मध्यभागी कोणती संख्या येईल ?

① 87,132 ② 87,231 ③ 87,123 ④ 87,213

स्पष्टीकरण : वरील अंकांपासून पाच अंकी मोठ्यात मोठ्या पाच संख्या तयार करावयाच्या आहेत. त्यासाठी खालीलप्रमाणे मांडणी करावी.

$8 > 7 > 3 > 2 > 1$

पहिली मोठी संख्या 87,321 ... (1)

दुसरी मोठी संख्या 87,312 ... (2)

तिसरी मोठी संख्या 87,231 ... (3)

चौथी मोठी संख्या 87,213 ... (4)

पाचवी मोठी संख्या 87,132 ... (5)

या संख्यांची मांडणी उतरत्या क्रमाने करावयाची आहे, त्यासाठी मोठ्या संख्येकडून लहान संख्येकडे जावे.

उतरता क्रम : 87,321; 87,312; 87,231; 87,213; 87,132

वरील क्रमातील मधली संख्या 87,231 आहे.

∴ **उत्तर :** पर्याय क्र. ❷

3. चार अंकी मोठ्यात मोठ्या चार सम संख्येची उतरत्या क्रमाने मांडणी केल्यास शेवटी येणारी संख्या व तीन अंकी मोठ्यात मोठी संख्या यातील फरक किती ?

① 8,995 ② 8,999 ③ 8,993 ④ 8,997

स्पष्टीकरण : चार अंकी मोठ्यात मोठ्या चार सम संख्या तयार करायच्या आहेत.

सर्वांत मोठा अंक 9

सर्वांत मोठी चार अंकी संख्या 9999 पण ही संख्या विषम आहे. आपल्याला सम संख्या हवी आहे. त्यामागची सम संख्या 9998 आहे.

पहिली संख्या 9,998 ... (1)

दुसरी संख्या 9,996 ... (2) 2 वजा करून

तिसरी संख्या 9,994 ... (3) 2 वजा करून

चौथी संख्या 9,992 ... (4) 2 वजा करून

वरील संख्यांची मांडणी उतरत्या क्रमाने करावयाची आहे.

उतरता क्रम – 9,998; 9,996; 9,994; 9,992

या क्रमातील शेवटची संख्या 9992 येईल तसेच तीन अंकी मोठी संख्या 999 या दोन संख्येतील फरक काढावयाचा आहे.

$$\begin{array}{r} 9992 \\ -\ 999 \\ \hline 8993 \end{array}$$

∴ **उत्तर :** पर्याय क्र. ❸

4. 4 दशहजार + 2 दशक □ 9 हजार + 1 एकक या सोबतच्या रिकाम्या चौकटीत खालीलपैकी कोणते चिन्ह येईल ?

① > ② < ③ ∨ ④ =

स्पष्टीकरण : 4 दशहजार + 2 दशक □ 9 हजार + 1 एकक या रिकाम्या चौकटीत येणारे चिन्ह शोधायचे आहे.

4 दशहजार	=	40000	9 हजार	=	9000
2 दशक	=	20	1 एकक	=	1
		40020			9001

40,020 [<] 9,001

4 दशहजार 2 दशक [<] 9 हजार

∴ **उत्तर :** पर्याय क्र. ❷

5. खालील संख्या चढत्या क्रमाने मांडल्यास शेवटच्यास्थानी कोणती संख्या येईल ?

9,809; 98,009; 9,899; 9,800; 98,099

① 98,009 ② 98,099 ③ 9,809 ④ 9,899

स्पष्टीकरण : 9,809; 98,009; 9,988; 9,800; 98,099 ह्या संख्या चढत्या क्रमाने मांडायच्या आहेत. त्यासाठी प्रथम लहान संख्येकडून मोठ्या संख्येकडे मांडणी करायची आहे.

पहिली लहान संख्या	9,800	... (1)
दुसरी संख्या	9,809	... (2)
तिसरी संख्या	9,899	... (3)
चौथी संख्या	98,009	... (4)
पाचवी संख्या	98,099	... (5)

या संख्यांची चढत्या क्रमाने मांडणी करायची आहे.

चढता क्रम – 9,800; 9,809; 9,899; 98,009; 98,099

शेवटची येणारी संख्या – 9,899

∴ **उत्तर :** पर्याय क्र. ❷

6. 47,191 ☐ 57,191 या रिकाम्या चौकटीत खालीलपैकी कोणते चिन्ह येईल ?

① > ② < ③ V ④ =

स्पष्टीकरण : वरील संख्यांपैकी लहान-मोठी संख्या ठरवायची आहे. यासाठी वरील संख्या पाच अंकी असून डावीकडील 4 व 5 या अंकांचा विचार करावा.

4 < 5

47,191 < 57,191

∴ **उत्तर :** पर्याय क्र. ❷

7. 47,154 + ... ☐ 50,000 यासाठी रिकाम्या जागी कोणती संख्या लिहावी ?

① 3,000 ② 2,846 ③ 2,800 ④ 280

स्पष्टीकरण : वरील संख्येत कोणती संख्या मिळविली म्हणजे संख्या 50,000 पेक्षा मोठी येईल, त्यासाठी -

① 47,154 + 3,000 = 50,154

② 47,164 + 2,846 = 50,000

③ 47,154 + 2,800 = 49,954

④ 47,154 + 280 = 47,434

∴ **उत्तर :** पर्याय क्र. ❶

8. 54,125 – 125 ☐ 53,750 + 250 या रिकाम्या चौकटीत खालीलपैकी कोणते चिन्ह येईल?

① > ② < ③ V ④ =

स्पष्टीकरण : वरील उदाहरणाची क्रिया केल्यानंतर -

54,125 – 125 = 54,000

53,750 + 250 = 54,000 दोन्ही बाजू समान आहेत.

∴ **उत्तर :** पर्याय क्र. ❹

9. 5,735; 94,150; 15,030; 1,45,430 या संख्या चढत्या क्रमाने लिहिल्यास शेवटी कोणती संख्या येईल ?

① 94,150 ② 15,030 ③ 1,45,430 ④ 5,735

स्पष्टीकरण : वरील संख्या चढत्या क्रमाने लिहिण्यासाठी लहानापासून मोठ्यापर्यंत मांडणी करावयाची. यासाठी चढता क्रम पुढीलप्रमाणे -

5,735; 15,030; 94,150; 1,45,430

∴ **उत्तर :** पर्याय क्र. ❸

10. खालील संख्या उतरत्या क्रमाने लिहिल्यास मध्यभागी कोणती संख्या येईल ?

84,030; 48,145; 54,253; 36,145; 1,10,295

① 54,253 ② 48,145 ③ 36,145 ④ 1,10,295

स्पष्टीकरण : वरील संख्या उतरत्या क्रमाने लिहिण्यासाठी मोठ्यापासून लहानापर्यंत मांडणी करावी. यासाठी उतरता क्रम खालीलप्रमाणे :

1,10,295; 84,730; 54,253; 48,145; 36,145

मध्यभागीची संख्या : 54,253.

∴ **उत्तर :** पर्याय क्र. ❶

प्रश्नावली–1

प्रश्न 1 ते 6 सूचना : खालील प्रश्नांमध्ये रिकाम्या चौकटीत खालीलपैकी कोणते चिन्ह येईल ?

1. 48,025 ☐ 4,825

① > ② < ③ ∨ ④ =

2. 35,275 ☐ 48,000

① < ② > ③ ∨ ④ =

3. 5,005 ☐ 55,000

① = ② < ③ ∨ ④ >

4. 4,725 + 275 ☐ 4,900 – 300

① ∨ ② < ③ > ④ =

5. 94,125 ☐ 49,125

① > ② < ③ ∨ ④ =

6. 1,15,275 ☐ 1,21,000

① ∨ ② = ③ < ④ >

7. 94,000; 27,535; 84,110; 48,025 या संख्या चढत्या क्रमाने लिहिल्यास सुरुवातीला कोणती संख्या येईल ?

① 48,025 ② 27,535 ③ 84,110 ④ 94,000

8. 74,150; 47,025; 1,10,350; 87,025 या संख्या उतरत्या क्रमाने लिहिल्यास शेवटी कोणती संख्या येईल ?

① 1,10,350 ② 47,025 ③ 74,150 ④ 84,025

9. पुढील संख्यांचा चढता क्रम खालीलपैकी कोणता ?

84,015; 97,135; 89,245; 47,140.

① 89,245; 84,125; 97,135; 47,140

② 47,140; 84,015; 89,245; 97,135

③ 97,135; 89,245; 84,015; 47,140

④ 84,015; 89,245; 97,135; 47,150

10. खालील संख्या उतरत्या क्रमाने लिहा.

1,05,490; 28,430; 13,540; 48,295

① 13,540; 28,430; 48,295; 1,05,490

② 1,05,490; 48,295; 13,540; 28,430

③ 28,430; 13,540; 48,295; 1,05,490

④ 1,05,490; 48,295; 28,430; 13,540

उत्तरसूची

1. ❶	2. ❶	3. ❷	4. ❸	5. ❶	6. ❸	7. ❷
8. ❷	9. ❷	10. ❹				

प्रश्नावली-2

1. 6, 2, 0, 4, 9 या अंकांपासून बनविलेल्या मोठ्यात मोठ्या पाच अंकी संख्येच्या शतक स्थानच्या अंकांची स्थानिक किंमत किती ?
   ① 600 ② 400 ③ 200 ④ 900

प्रश्न 2 ते 6 : या उदाहरणातील मोठ्यात मोठी संख्या ओळखा.

2. ① 678 ② 768 ③ 500 ④ 687
3. ① 6,661 ② 6,600 ③ 6,419 ④ 6,667
4. ① 95,728 ② 97,582 ③ 98,752 ④ 95,872
5. ① 798 ② 979 ③ 089 ④ 900
6. ① 5,555 ② 10,001 ③ 55,000 ④ 55,555

प्रश्न 7 ते 12 : खाली दिलेल्या प्रत्येक प्रश्नामधील संख्या जर उतरत्या क्रमाने लिहिल्या तर शेवटी कोणती संख्या येते ?

7. ① 989 ② 998 ③ 899 ④ 979
8. ① 80,879 ② 89,987 ③ 89,978 ④ 86,542
9. ① सव्वाशे ② अडीचशे ③ पाऊणशे ④ साडेतीनशे
10. ① सव्वादोन हजार ② पावणेदोन हजार ③ अडीच हजार ④ पावणेपाच हजार
11. ① 97 ② 79 ③ 93 ④ 39
12. ① अडीच रुपये ② पावणेदोन रुपये ③ साडेतीन रुपये ④ पावणेपाच रुपये

उत्तरसूची

1. ❷	2. ❷	3. ❹	4. ❸	5. ❷	6. ❹	7. ❸
8. ❶	9. ❸	10. ❷	11. ❹	12. ❷		

✣ प्रश्नमाला 1 ✣

1. 41,041; 41,410; 41,014; 41,004 या संख्यांची चढत्या क्रमाने मांडणी केल्यास शेवटी कोणती संख्या येईल ?

① 41,014 ② 41,004 ③ 41,410 ④ 41,041

2. खालील संख्यांची उतरत्या क्रमाने मांडणी केल्यास शेवटी कोणती संख्या येईल ?

① 78,078 ② 78,708 ③ 78,807 ④ 78,870

3. खालील संख्या चढत्या क्रमाने मांडल्यास मध्यभागी कोणती संख्या येईल ?

1,99,078; 99,708; 2,99,008; 1,90,083; 90,005

① 99,708 ② 1,90,083 ③ 1,99,078 ④ 2,99,008

4. खालील संख्यांचा योग्य क्रम कोणता ?

① 29,029; 29,920; 29,929; 29,092

② 29,092; 29,920; 29,029; 29,929

③ 29,029; 29,092; 29,920; 29,929

④ 29,920; 29,029; 29,092; 29,929

5. 9,909; 9,900; 99,099; 99,990; 99,090 संख्या उतरत्या क्रमाने लावल्यास सुरुवातीला कोणती संख्या येईल ?

① 99,990 ② 99,099 ③ 99,090 ④ 9,909

6. 19,009; 19,909; 19,999; 19,000; 1,900 या संख्या कोणत्याही क्रमाने मांडल्यास मध्यभागी कोणती संख्या येईल ?

① 19,999 ② 19,000 ③ 19,009 ④ 19,909

7. 8,705; 8,507; 8,500; 8,505 या संख्या उतरत्या क्रमाने मांडल्यास शेवटी कोणती संख्या येईल ?

① 8,507 ② 8,505 ③ 8,500 ④ 8,705

8. 98,089; 98,098; 98,809; 98,889; 98,888 या संख्या चढत्या क्रमाने मांडल्यास शेवटच्या स्थानी कोणती संख्या येईल ?

① 98,889 ② 98,888 ③ 98,809 ④ 98,098

9. 9,000; 9,999; 9,009; 99,999; 900 या संख्या उतरत्या क्रमाने मांडल्यास शेवटून येणारी दुसरी संख्या कोणती ?

① 900 ② 9,999 ③ 9,000 ④ 9,009

10. 87; 807; 8,070; 87,087; 8,787 या संख्या चढत्या क्रमाने मांडल्यास शेवटी कोणती संख्या येईल ?

① 87,087 ② 8,070 ③ 8,787 ④ 807

उत्तरसूची

1. ❸	2. ❶	3. ❷	4. ❸	5. ❶	6. ❸	7. ❸
8. ❶	9. ❸	10. ❶				

✣ प्रश्नमाला 2 ✣

1. पाच अंकी मोठ्यात मोठी संख्या उतरत्या क्रमाने मांडल्यास शेवटी कोणती संख्या येईल ?

① 99,999 ② 99,998 ③ 99,994 ④ 99,995

2. 1,010; 1,001; 10,101; 10,001; 10,000 ही संख्या उतरत्या क्रमाने मांडल्यास शेवटी कोणती संख्या येईल ?

① 10,000 ② 1,001 ③ 1,010 ④ 10,101

3. 18,018; 1,818; 18,180; 1,80,018 या संख्या उतरत्या क्रमाने मांडल्यास सुरुवातीला येणारी संख्या व शेवटी येणारी संख्या यातील फरक किती ?

① 1,78,200 ② 1,72,200 ③ 1,71,800 ④ 1,80,000

4. चार अंकी क्रमागत पाच लहान संख्यांची उतरत्या क्रमाने मांडणी केल्यास सुरुवातीला कोणती संख्या येईल ?

① 10,000 ② 10,004 ③ 10,005 ④ 10,003

5. 9,99,999 या संख्येतील प्रत्येक अंकाच्या स्थानिक किमतीची मांडणी उतरत्या क्रमाने केल्यास शेवटून तिसरी येणारी संख्या कोणती ?

① 900 ② 9,000 ③ 90,000 ④ 8,99,999

6. चार अंकी क्रमागत पाच संख्यांची मांडणी केल्यास मध्यभागी 4,978 ही संख्या येते तर सर्वांत मोठी संख्या कोणती ?

① 9,999 ② 4,980

③ 4,975 ④ 4,982

7. 10 शतक, 100 हजार, 1,000 एकक, 10 लक्ष, 1,000 दशहजार या संख्यांची चढत्या क्रमाने मांडणी केल्यास शेवटी कोणती संख्या येईल ?

① 10 लक्ष ② 1,000 दशहजार

③ 100 हजार ④ 10 शतक

8. 99,005 या संख्येतील कोणत्या अंकांची स्थानिक किंमत सर्वांत जास्त आहे ?

① 9 ② 5 ③ 0 ④ 1

9. 8,000; 80,008; 8,800; 88,088; 8,888 या संख्या चढत्या क्रमाने मांडल्यास मध्यभागी कोणती संख्या येईल ?

① 8,888 ② 8,800

③ 88,088 ④ 80,008

10. खालीलपैकी सर्वांत मोठी संख्या कोणती ?

① $1 \times 10{,}000$ ② $10 \times 10{,}000$

③ $100 \times 10{,}000$ ④ $1{,}000 \times 1{,}000$

उत्तरसूची

1. ❹	2. ❷	3. ❶	4. ❶	5. ❷	6. ❷	7. ❷
8. ❶	9. ❶	10. ❹				

★★★

6. 1 ते 100 संख्यांवर आधारित प्रश्न

◈ 1 ते 100 पर्यंतच्या संख्यांवर आधारित बरेच प्रश्न विचारले जातात. त्यासाठी खालील कोष्टक पाहा.

अंक	हा अंक येणाऱ्या एकूण संख्या	हा अंक येणाऱ्या दोन अंकी एकूण संख्या	दिलेला अंक 1 ते 100 पर्यंत किती वेळा लिहावा लागतो.	दिलेल्या अंकाने भाग जाणाऱ्या 100 पर्यंतच्या एकूण संख्या
0	10	09	11	-
1	20	18	21	100
2	19	18	20	50
3	19	18	20	33
4	19	18	20	25
5	19	18	20	20
6	19	18	20	16
7	19	18	20	14
8	19	18	20	12
9	19	18	20	11

नमुना उदाहरणे

1. सर्वांत लहान तीन अंकी संख्येत कोणता अंक जास्त वेळा लिहावा लागतो ?

① 1 ② 9 ③ 0 ④ 2

स्पष्टीकरण : सर्वांत लहान तीन अंकी संख्या ही 100 येते. त्यामध्ये ही संख्या लिहिण्यासाठी 1 आणि 0 चा वापर करतात.

1 चा वापर - 1 वेळा

0 चा वापर - 2 वेळा

त्यामुळे तीन अंकी लहान संख्या लिहिण्यासाठी 0 चा अधिक वापर होतो.

∴ **उत्तर :** पर्याय क्र. ❸

2. 2 ने निःशेष भाग जाणाऱ्या दोन अंकी सममूळ संख्या किती ?

① 50 ② 25 ③ 1 ④ 0

स्पष्टीकरण : 2 ने भाग जाणाऱ्या सममूळ संख्या शोधायच्या आहेत. यामध्ये फक्त '2' ही एकच सममूळ संख्या आहे. परंतु ती एक अंकी आहे. दोन अंकी सममूळ संख्या एकसुद्धा नाही. त्यामुळे भाग जाणारी संख्या '0' येते.

∴ **उत्तर** : पर्याय क्र. ❹

3. दोन अंकी संख्या लिहिताना कोणता अंक कमी वेळा लिहावा लागतो ?

① 0 ② 1 ③ 9 ④ 2

स्पष्टीकरण : दोन अंकी '90' संख्या लिहिताना अनुक्रमे -

'0' हा अंक 10 वेळा

'1' हा अंक 19 वेळा

'9' हा अंक 19 वेळा

'2' हा अंक 19 वेळा

यामध्ये '0' हा अंक कमी वेळा लिहावा लागतो.

∴ **उत्तर** : पर्याय क्र. ❶

4. 41 ते 60 पर्यंत '4' अंक येणाऱ्या सम संख्या किती ?

① 10 ② 8 ③ 5 ④ 6

स्पष्टीकरण : 41 ते 60 पर्यंत येणाऱ्या सम संख्या पण त्यामध्ये कोणत्याही स्थानी 4 असणे गरजेचे आहे.

42, 44, 46, 48, 50, 52, 54, 56, 58, 60 या सम संख्या आहेत परंतु 4 हा अंक असणाऱ्या संख्या निवडावयाच्या आहेत.

42, 44, 46, 48, 54 याच संख्येत '4' हा अंक आलेला आहे आणि या सम संख्या आहेत.

एकूण 5 संख्या आहेत.

∴ **उत्तर** : पर्याय क्र. ❸

5. एककस्थानी विषम अंक असणाऱ्या दोन अंकी संख्या किती ?

① 90 ② 40 ③ 50 ④ 45

स्पष्टीकरण : एककस्थानी विषम अंक यांचा अर्थ विषम संख्या होय. दोन अंकी विषम संख्या किती आहेत हे काढायचे आहे. दोन अंकी एकूण संख्या 90 आहेत. त्यापैकी निम्म्या संख्या व उरलेल्या निम्म्या संख्या विषम संख्या आहेत. विषम संख्या 45 आहेत.

∴ **उत्तर :** पर्याय क्र. ❹

6. 1 ते 100 पर्यंत एक अंकी एकूण संख्या किती ?

① 90 ② 9 ③ 10 ④ 100

स्पष्टीकरण : एक अंकी संख्या घ्या. 1 ते 9 पर्यंत आहेत. त्यानंतर दोन अंकी संख्या आहेत. त्यामुळे 1 ते 100 पर्यंत एक अंकी एकूण संख्या 9 आहेत.

∴ **उत्तर :** पर्याय क्र. ❷

7. दोन अंकी संख्येत '5' हा अंक किती वेळा येतो ?

① 20 ② 21 ③ 19 ④ 18

स्पष्टीकरण : दोन अंकी एकूण संख्येत '5' हा अंक 19 वेळा येतो. 1 ते 100 पर्यंत 20 वेळा येतो. परंतु एक वेळा तो एक अंकी संख्येत येतो.

∴ **उत्तर :** पर्याय क्र. ❸

8. दोन अंकी लहान संख्या व मोठी संख्या यातील फरक किती ?

① 88 ② 90 ③ 89 ④ 98

स्पष्टीकरण : दोन अंकी लहान संख्या 10 व दोन अंकी मोठी संख्या 99 येते.

यातील फरक : $99 - 10 = 89$.

∴ **उत्तर :** पर्याय क्र. ❸

9. एक अंकी एकूण सम संख्या किती ?

① 9 ② 5 ③ 4 ④ 8

स्पष्टीकरण : एक अंकी एकूण संख्या 9 आहेत. यामध्ये सम संख्या व विषम संख्या येतात. यामध्ये विषम संख्या 5 येतात व उरलेल्या सम संख्या 4 आहेत. यामध्ये 2, 4, 6 व 8 या सम संख्या येतात.

∴ **उत्तर :** पर्याय क्र. ❸

10. 1 ते 100 पर्यंत 1 अंक किती वेळा येतो ?

① 21 ② 19 ③ 20 ④ 18

स्पष्टीकरण : 1 ते 100 पर्यंत 1 हा अंक 21 वेळा येतो. यामध्ये 1, 10, 11, 12, 13, 14, 15, 16, 17, 18, 19, 21, 31, 41, 51, 61, 71, 81 व 91, 100 या संख्येत 1 हा अंक येतो.

एकूण 1 हा अंक 21 वेळा येतो.

∴ **उत्तर :** पर्याय क्र. ❶

प्रश्नावली–1

1. 1 ते 100 या संख्येत 4 हा अंक किती वेळा येतो ?

① 21 ② 20 ③ 19 ④ 11

2. दोन अंकी संख्येत 1 हा अंक किती वेळा येतो ?

① 19 ② 18 ③ 20 ④ 21

3. दोन अंकी संख्येपैकी एकूण विषम संख्या किती ?

① 90 ② 45 ③ 50 ④ 40

4. दोन अंकी संख्येत एक अंक एकदाच वापरून किती संख्या तयार होतात ?

① 90 ② 81 ③ 80 ④ 99

5. एक अंकी मोठ्यात मोठी सम संख्या कोणती ?

① 9 ② 10 ③ 8 ④ 12

6. '0' हा अंक घेऊन दोन अंकी किती संख्या तयार होतात ?

① 10 ② 12 ③ 9 ④ 8

7. 41 ते 50 पर्यंत 4 हा अंक किती वेळा येतो ?

① 10 ② 9 ③ 8 ④ 11

8. 21 ते 40 पर्यंत 2 हा अंक किती वेळा येतो ?

① 11 ② 10 ③ 12 ④ 9

9. खालीलपैकी कोणता अंक दोन अंकी संख्येत सर्वांत कमी वेळा येतो ?

① 1 ② 4 ③ 5 ④ 0

10. मोठ्यात मोठी दोन अंकी संख्या व मोठ्यात मोठी एक अंकी संख्या यातील फरक किती ?

① 90 ② 89 ③ 80 ④ 98

11. दोन अंकी एकूण विषम संख्या किती आहेत ?

① 40 ② 45 ③ 50 ④ 60

उत्तरसूची

1. ❷	2. ❶	3. ❷	4. ❷	5. ❸	6. ❸	7. ❶
8. ❶	9. ❹	10. ❶	11. ❶			

✣ प्रश्नमाला 1 ✣

1. '9' हा अंक दोन अंकी संख्येत किती वेळा येतो ?

① 21 वेळा ② 18 वेळा ③ 19 वेळा ④ 17 वेळा

2. खालीलपैकी कोणता अंक दोन अंकी संख्येत कमी वेळा येतो ?

① 1 ② 0 ③ 3 ④ 2

3. 1 ते 100 पर्यंत दोन अंकी विषम संख्या किती ?

① 50 ② 45 ③ 51 ④ 40

4. '9' ने भाग जाणाऱ्या दोन अंकी सम संख्या किती ?

① 5 ② 11 ③ 10 ④ 8

5. '5' ने भाग जाणाऱ्या मूळ संख्या किती ?

① 10 ② 20 ③ 1 ④ 2

6. 50 ते 70 पर्यंत '5' हा अंक किती वेळा लिहावा लागतो ?

① 12 वेळा ② 20 वेळा ③ 18 वेळा ④ 7 वेळा

7. दोन अंकी 4 ने भाग जाणाऱ्या विषम संख्या किती ?

① 25 ② 20 ③ 5 ④ 0

8. 51 ते 60 पर्यंतच्या संख्यांची बेरीज किती ?

① 1110 ② 550 ③ 555 ④ 500

9. दोन अंकी 8 ने भाग जाणाऱ्या संख्या किती ?

① 12 ② 11 ③ 10 ④ 8

10. 5 ने भाग जाणाऱ्या दोन अंकी विषम संख्या किती ?

① 9 ② 10 ③ 20 ④ 11

उत्तरसूची

1. ❷	2. ❷	3. ❷	4. ❶	5. ❸	6. ❶	7. ❶
8. ❸	9. ❷	10. ❶				

✣ प्रश्नमाला 2 ✣

1. एककस्थानी 5 आहेत अशा दोन अंकी संख्या किती ?

① 9 ② 10 ③ 20 ④ 18

2. एककस्थानी 5 नाही अशा दोन अंकी संख्या किती ?

① 91 ② 81 ③ 80 ④ 85

3. 10 ने भाग जाणाऱ्या दोन अंकी संख्यांची बेरीज किती ?

① 500 ② 1,100 ③ 450 ④ 550

4. '9' ने भाग जाणाऱ्या दोन अंकी सम संख्यांची बेरीज किती ?

① 540 ② 270 ③ 320 ④ 400

5. '5' ने भाग जाणाऱ्या 1 ते 100 पर्यंत संख्यांची बेरीज किती ?

① 2,100 ② 1,005 ③ 1,050 ④ 1,000

6. दशकस्थानी '4' आहेत अशा दोन अंकी संख्यांची बेरीज किती ?

① 890 ② 445 ③ 450 ④ 500

7. '2' ने भाग जाणाऱ्या दोन अंकी संख्यांची बेरीज किती ?

① 2,430 ② 2,400 ③ 2,500 ④ 2,460

8. एक अंकी सम संख्यांची बेरीज व विषम संख्यांची बेरीज यातील फरक किती ?

① 5 ② 7 ③ 8 ④ 6

9. दोन अंकी मूळ संख्यांची संख्या खालीलपैकी कोणत्या गटात कमी आहे ?

① 21 ते 30 ② 41 ते 50 ③ 71 ते 80 ④ 11 ते 20

10. एक अंकी 3 ने भाग जाणाऱ्या संख्या किती ?

① 3 ② 4 ③ 2 ④ 7

उत्तरसूची

1. ❶	2. ❷	3. ❸	4. ❷	5. ❸	6. ❷	7. ❶
8. ❶	9. ❶	10. ❶				

★★★

7. सम, विषम, मूळ, जोडमूळ, सहमूळ, संयुक्त, त्रिकोणी व चौरस संख्या

◈ **सम संख्या** : ज्या संख्येच्या एककस्थानी 0, 2, 4, 6 किंवा 8 यांपैकी एखादा अंक असतो त्या संख्यांना सम संख्या असे म्हणतात. उदा., 24; 48; 206; 6,000; 80,082

◈ **विषम संख्या** : ज्या संख्येच्या एककस्थानी 1, 3, 5, 7 किंवा 9 यांपैकी एखादा अंक असतो. त्या संख्यांना विषम संख्या असे म्हणतात. उदा., 5, 13, 225, 747, 949

नियम :

- दोन अथवा अनेक सम संख्यांची बेरीज सम संख्याच येते.
- दोन सम संख्यांची वजाबाकी सम संख्याच येते.
- एक सम व एक विषम संख्यांची बेरीज अथवा वजाबाकी विषम संख्या येते.
- दोन विषम संख्यांची बेरीज अथवा वजाबाकी सम संख्याच येते.
- दोन सम अथवा एक सम व एक विषम संख्यांचा गुणाकार सम संख्या येते.
- दोन विषम संख्यांचा गुणाकार विषम संख्याच येते.
- विषम संख्यांना 2 ने भागल्यास बाकी '1' येते.

◈ **मूळ संख्या** : ज्या संख्येचे 1 व ती संख्या असे दोनच विभाजक असतात, ती मूळ संख्या असते.

उदा., 2, 3, 5, 7, 11, 13, 17, 19, 23, 29, 31, 37, 41, 43, 47, 53, 59, 61, 67, 71, 73, 79, 83, 89, 97.

- 1 ते 100 पर्यंत 25 मूळ संख्या आहेत.

◈ **जोडमूळ संख्या** : लगतच्या दोन मूळ संख्यांतील फरक 2 येतो किंवा लगतच्या क्रमाने येणाऱ्या दोन मूळ संख्यांच्या दरम्यान एकच संयुक्त संख्या येते.

3 व 5 यांच्या दरम्यान 4 5 व 7 यांच्या दरम्यान 8

(11 व 13), (17 व 19), (29 व 31), (41 व 43), (59 व 61), (71 व 73) अशा 1 ते 100 पर्यंत 8 जोड्या येतात.

◈ **संयुक्त संख्या** : ज्या संख्येचे दोनपेक्षा जास्त विभाजक असतात ती संयुक्त संख्या असते. उदा., 4, 6, 8, 9

संयुक्त संख्यांना 'आयती संख्या' असे म्हणतात.

- 1 या संख्येचा 1 हा एकच विभाजक असल्यास 1 ही संख्या संयुक्तही नाही आणि मूळही नाही.
- 2 ही सममूळ संख्या असते.

गट	मूळ संख्या	एकूण मूळ संख्या	एकूण संयुक्त संख्या
1 ते 10	2, 3, 5, 7	4	5
11 ते 20	11, 13, 17, 19	4	6
21 ते 30	23, 29	2	8
31 ते 40	31, 37	2	8
41 ते 50	41, 43, 47	3	7
51 ते 60	53, 59	2	8
61 ते 70	61, 67	2	8
71 ते 80	71, 73, 79	3	7
81 ते 90	83, 89	2	8
91 ते 100	97	1	9

- 1 ते 100 पर्यंत एकूण 25 मूळ संख्या व 74 संयुक्त संख्या आहेत.

◈ **त्रिकोणी संख्या** : दोन क्रमवार नैसर्गिक संख्यांच्या गुणाकाराच्या निमपटीस त्रिकोणी संख्या म्हणतात.

- सर्वांत लहान त्रिकोणी संख्या = 1
- 1 ते 100 पर्यंत एकूण 13 त्रिकोणी संख्या आहेत.

$$\text{त्रिकोणी संख्या} = \frac{\text{दोन क्रमवार नैसर्गिक संख्यांचा गुणाकार}}{2}$$

- दोन क्रमवार नैसर्गिक संख्यांमधील पहिल्या संख्येला त्रिकोणी संख्येचा पाया म्हणतात.

उदा., त्रिकोणी संख्येचा पाया
- (15) 16
- (13) 14
- (10) 11

◈ **चौरस संख्या** : कोणत्याही पूर्ण वर्ग संख्येस चौरस संख्या म्हणतात.

- **वर्ग** : वर्ग करणे म्हणजे दिलेल्या संख्येला त्याच संख्येने गुणणे. उदा., 4 × 4 = 16 म्हणजे 4 या संख्येचा वर्ग 16 आहे. साधारणतः विद्यार्थ्यांना 1 ते 15 पर्यंतचे वर्ग

संख्या	1	2	3	4	5	6	7	8	9	10	11	12	13	14	15
वर्ग	1	4	9	16	25	36	49	64	81	100	121	144	169	196	225

तसेच पुढील 16 ते 30 पर्यंत वर्ग काढावेत.

नमुना उदाहरणे

1. एक अंकी विषम मूळ संख्या व 81 ते 90 पर्यंतच्या मूळ संख्यांची बेरीज यातील फरक यांची बेरीज किती ?

① 162 ② 157 ③ 160 ④ 148

स्पष्टीकरण : एक अंकी विषम मूळ संख्या 3, 5 व 7 आहेत.

त्यांची बेरीज 3 + 5 + 7 = 15 येते. ... (1)

81 ते 90 पर्यंत 83 व 89 या दोन मूळ संख्या आहेत.

83 + 89 = 172 ... (2)

(2) व (1) यातील फरक 172 – 12 = 160

∴ **उत्तर :** पर्याय क्र. ❷

2. एक अंकी मूळ संख्या यांच्या वर्गांची बेरीज किती ?

① 168 ② 87 ③ 289 ④ 67

स्पष्टीकरण : एक अंकी मूळ संख्या 2, 3, 5 व 7 या आहेत. त्यांच्या वर्गांची बेरीज करावयाची आहे.

2 चा वर्ग	4
3 चा वर्ग	+ 9
5 चा वर्ग	+ 25
7 चा वर्ग	+ 49
	87

∴ **उत्तर :** पर्याय क्र. ❷

3. कोणत्याही दोन मूळ संख्यांचा गुणाकार निश्चितपणे कोणती संख्या असते ?

① सम ② विषम व मूळ

③ मूळ ④ संयुक्त

स्पष्टीकरण : दोन मूळ संख्यांचा गुणाकार करून येणारी संख्या कोणत्या प्रकारची असेल हे शोधायचे आहे. यासाठी दोन-दोन मूळ संख्यांचे गट करू.

1. $3 \times 17 = 51$ - विषम
2. $19 \times 2 = 38$ - सम
3. $41 \times 3 = 123$ - विषम

या ठिकाणी गुणाकार सम व विषम संख्या येते. पण कोठेही मूळ संख्या येत नाही. हा सम संख्या व विषम संख्या यांचा पर्याय नाही.

सम संख्या व विषम संख्या म्हणजेच संयुक्त संख्या हा पर्याय येतो.

∴ **उत्तर :** पर्याय क्र. ❹

4. 41 ते 100 पर्यंत येणाऱ्या जोडमूळ संख्या किती ?

① 3 ② 5 ③ 4 ④ 2

स्पष्टीकरण : 41 ते 100 पर्यंत येणाऱ्या जोडमूळ संख्या (41 ते 43), (59 व 61), (71 व 73) या 3 जोड्या आल्या आहेत.

∴ **उत्तर :** पर्याय क्र. ❶

5. 1 ते 5 पर्यंतच्या संयुक्त संख्यांच्या वर्गाची बेरीज किती ?

① 16 ② 17 ③ 20 ④ 28

स्पष्टीकरण : 1 ते 5 पर्यंत येणाऱ्या संयुक्त संख्या 4 ही एकमेव येते.

4 चा वर्ग = 16

∴ **उत्तर :** पर्याय क्र. ❶

6. खालील विषम संख्यांपैकी कोणती संख्या मूळ संख्या आहे ?

① 15 ② 21 ③ 23 ④ 25

स्पष्टीकरण : दिलेल्या संख्यांपैकी फक्त 23 × 1 = 23 हीच संख्या अशा स्वरूपात मांडता येते. इतर संख्या मूळ अवयवांच्या गुणाकार रूपात मांडता येतात, जसे - 15 = 5 × 3, 21 = 3 × 7, 25 = 5 × 5, म्हणून 23 संख्या मूळ संख्या.

∴ **उत्तर :** पर्याय क्र. ❸

7. 2 व्यतिरिक्त प्रत्येक सम संख्या कशी असेल ?

① मूळ ② संयुक्त ③ विषम ④ अपूर्णांक

स्पष्टीकरण : 2 व्यतिरिक्त इतर प्रत्येक सम संख्येला 2 ने पूर्णपणे भाग जातो. म्हणजे ती मूळ अवयवांच्या गुणाकार रूपात लिहिता येते. म्हणून 2 व्यतिरिक्त प्रत्येक सम संख्या ही संयुक्त संख्या असते.

∴ **उत्तर :** पर्याय क्र. ❷

8. 21 ते 30 पर्यंत येणाऱ्या मूळ संख्यांची बेरीज किती ?

① 125 ② 140 ③ 52 ④ 80

स्पष्टीकरण : 21 ते 30 पर्यंत येणाऱ्या मूळ संख्या या 23 व 29 आहेत. या मूळ संख्यांची बेरीज 52 येते.

∴ **उत्तर :** पर्याय क्र. ❸

9. 5 चा वर्ग व 4 चा वर्ग यातील फरक किती ?

① 9 ② 41 ③ 13 ④ 12

स्पष्टीकरण : 5 चा वर्ग 25 व 4 चा वर्ग 16.

यांतील फरक : 25 – 16 = 9.

∴ **उत्तर :** पर्याय क्र. ❶

10. 41 ते 50 पर्यंत येणाऱ्या सम संख्या व विषम संख्या यांच्या बेरजेतील फरक किती ?

① 10 ② 25 ③ 5 ④ 7

स्पष्टीकरण : 41 ते 50 पर्यंत येणाऱ्या सम संख्या व विषम संख्या यांच्या बेरजेतील फरक

सम संख्यांची बेरीज = 42 + 44 + 46 + 48 + 50 = 230

विषम संख्यांची बेरीज = 41 + 43 + 45 + 47 + 49 = 225

फरक = 230 – 225 = 5.

∴ **उत्तर :** पर्याय क्र. ❸

11. 1 ते 15 पर्यंत येणाऱ्या मूळ संख्यांची बेरीज किती ?

① 51 ② 41 ③ 31 ④ 17

स्पष्टीकरण : 1 ते 15 पर्यंत येणाऱ्या मूळ संख्या 2, 3, 5, 7, 11 व 13 येतात. या संख्यांची बेरीज : 41

∴ **उत्तर :** पर्याय क्र. ❷

12. खालीलपैकी कोणती वर्गसंख्या नाही ?

① 81 ② 100 ③ 72 ④ 64

स्पष्टीकरण : वरील पर्यायात 81, 100 व 64 या वर्गसंख्या आहेत.

$81 = 9 \times 9 = 9$ चा वर्ग

$100 = 10 \times 10 = 10$ चा वर्ग

$64 = 8 \times 8 = 8$ चा वर्ग

72 ही वर्ग संख्या नाही.

∴ **उत्तर :** पर्याय क्र. ❸

13. 25 पाया असणाऱ्या संख्येची त्रिकोणी संख्या कोणती ?

① 325 ② 352 ③ 235 ④ 253

स्पष्टीकरण : 25 चा पाया म्हणजे ती पहिली संख्या व त्यापुढील संख्या 26

$$\frac{25 \times 26}{2} = 235$$

∴ **उत्तर :** पर्याय क्र. ❶

14. 78 ही त्रिकोणी संख्या असून त्या संख्येचा पाया शोधा.

① 22 ② 24 ③ 12 ④ 11

स्पष्टीकरण : दिलेली त्रिकोणी संख्या × 2 करावे आणि आलेल्या उत्तराच्या अलीकडील पूर्णवर्ग संख्या पाहून तिचे वर्गमूळ घ्यावे. वर्गमूळ म्हणजेच पाया होय.

$78 \times 2 = 156$

∴ 156 च्या अलीकडील पूर्णवर्ग संख्या = 144

$\sqrt{144} = 12$

पाया = 12

∴ **उत्तर :** पर्याय क्र. ❸

15. 66 ह्या त्रिकोणी संख्येनंतरची 4 थी त्रिकोणी संख्या काढा.

① 120 ② 130 ③ 140 ④ 120

स्पष्टीकरण : दिलेल्या त्रिकोणी संख्येचा नेहमीच्या पद्धतीने पाया काढला.

$66 \times 2 = 132$ व 132 च्या अलीकडील पूर्णवर्ग संख्या = 121, $\sqrt{121} = 11$.

∴ पाया = 11

पायामध्ये नंतरची संख्या अधिक केली असता नवीन पाया मिळतो.

∴ 11 + 4 = 15 नंतरची 4 थी त्रिकोणी संख्या विचारली आहे. त्यामुळे 4 ही संख्या 11 मध्ये मिळविली असता नवीन पाया = 15.

∴ $\frac{15 \times 16}{2} = 120$

∴ 66 ह्या त्रिकोणी संख्येनंतरची 4 थी त्रिकोणी संख्या = 120.

∴ **उत्तर :** पर्याय क्र. ❹

प्रश्नावली–1

1. 51 ते 60 पर्यंत किती मूळ संख्या येतात ?

① 3 ② 4 ③ 2 ④ 1

2. 21 ते 40 पर्यंत येणाऱ्या सम संख्यांची बेरीज किती ?

① 310 ② 220 ③ 260 ④ 185

3. 10 व 8 या संख्येच्या वर्गसंख्येतील फरक किती ?

① 26 ② 36 ③ 30 ④ 42

4. 21 ते 30 पर्यंत येणाऱ्या सम संख्यांची बेरीज व मूळ संख्यांची बेरीज यातील फरक किती ?

① 88 ② 68 ③ 78 ④ 158

5. खालीलपैकी कोणती संख्या विषम संख्येचा वर्ग नाही ?

① 49 ② 81 ③ 25 ④ 100

6. खालीलपैकी कोणती संख्या सम संख्या नाही ?

① 44 ② 58 ③ 41 ④ 78

7. 8 चा वर्ग व 4 चा वर्ग यांतील फरक किती ?

① 30 ② 46 ③ 48 ④ 28

8. 91 ते 100 पर्यंत येणारी मूळ संख्या कोणती ?

① 95 ② 93 ③ 97 ④ 99

9. खालीलपैकी कोणती मूळ संख्या सम आहे ?

① 5 ② 8 ③ 6 ④ 2

10. सम संख्या असण्यासाठी एककस्थानी खालीलपैकी कोणता अंक असत नाही ?

① 3 ② 6 ③ 8 ④ 0

11. 21 पाया असणाऱ्या संख्येची त्रिकोणी संख्या काढा.

① 312 ② 211 ③ 231 ④ 213

12. 49 हा पाया आहे, तर त्याची त्रिकोणी संख्या कोणती ?

① 1,225 ② 1,200 ③ 1,252 ④ 1,522

13. 300 ही त्रिकोणी संख्या आहे, तर तिचा पाया काढा.

① 40 ② 24 ③ 42 ④ 21

14. 91 या त्रिकोणी संख्येच्या अगोदरची 4 थी त्रिकोणी संख्या काढा.

① 45 ② 46 ③ 40 ④ 42

15. 276 या त्रिकोणी संख्येचा पाया किती ?

① 276 ② 32 ③ 23 ④ 20

16. 36 या त्रिकोणी संख्येचा पाया किती ?

① 2 ② 8 ③ 6 ④ 4

17. 13 पाया असलेली त्रिकोणी संख्या कोणती ?

① 78 ② 91 ③ 65 ④ 98

18. 66 या त्रिकोणी संख्येचा पाया किती ?

① 10 ② 11 ③ 12 ④ 13

19. 42 पाया असलेली संख्या कोणती ?

① 903 ② 882 ③ 861 ④ 908

20. 55 नंतरची 8 वी त्रिकोणी संख्या कोणती ?

① 172 ② 170 ③ 171 ④ 174

उत्तरसूची

1. ❸	2. ❶	3. ❷	4. ❸	5. ❹	6. ❸	7. ❸
8. ❸	9. ❹	10. ❶	11. ❸	12. ❶	13. ❷	14. ❶
15. ❸	16. ❷	17. ❶	18. ❷	19. ❶	20. ❸	

प्रश्नावली–2

1. 72 ही संख्या दोन संख्यांच्या गुणाकाराच्या रूपात जास्तीत जास्त किती वेळा लिहिता येईल ?

① 6 ② 4 ③ 5 ④ 7

2. 1 ते 50 अंकांत एकूण मूळ संख्या किती ?

① 11 ② 13 ③ 14 ④ 15

3. 1 ते 50 पर्यंतच्या संयुक्त संख्या किती आहेत ?

① 33 ② 34 ③ 35 ④ 36

4. 1 ते 25 पर्यंतच्या मूळ संख्यांची बेरीज किती येते ?

① 80 ② 109 ③ 100 ④ 50

5. 2 ते 15 पर्यंत एकूण मूळ संख्या किती आहेत ?

① 6 ② 7 ③ 8 ④ 9

6. 100 या संख्येत 1 हा अंक आहे, तर ती संख्या कोणती असावी ?

① मूळ ② विषम ③ संयुक्त ④ अपूर्णांक

7. 27 ही संयुक्त संख्या आहे. याला खालीलपैकी कोणता पर्याय द्याल ?

① $27 \times 1 = 27$ ② $1 \times 27 = 27$

③ $3 \times 9 = 27$ ④ अपूर्णांक

8. एक मूळ संख्या (2 सोडून) आणि दुसरी सम संख्या यांची बेरीज कशी येईल ?

① सम संख्या ② विषम संख्या

③ मूळ संख्या ④ अपूर्णांक

9. 2 ते 50 पर्यंतच्या सर्व मूळ संख्यांच्या बेरजेतून 1 वजा केल्यास कोणती संख्या मिळते ?

① 328 ② 327 ③ 329 ④ 330

उत्तरसूची

1. ❶	2. ❹	3. ❷	4. ❸	5. ❶	6. ❷	7. ❸
8. ❷	9. ❷					

❖ प्रश्नमाला 1 ❖

1. खालीलपैकी कोणती मूळ संख्या नाही ?

① 47 ② 79 ③ 87 ④ 97

2. खालीलपैकी संयुक्त संख्या असणारा पर्याय कोणता ?

① 97 ② 83 ③ 89 ④ 78

3. खालीलपैकी समसंख्या असणारा पर्याय कोणता ?

① 89,748 ② 56,430 ③ 84,321 ④ 8,42,156

4. दोन अंकी संयुक्त संख्या किती ?

① 90 ② 79 ③ 80 ④ 69

5. पाच अंकी समसंख्या किती ?

① 45,000 ② 4,50,000 ③ 4,500 ④ 50,000

6. चार अंकी विषम संख्या किती ?

① 45,000 ② 4,500 ③ 450 ④ 45

7. पाच अंकी मोठ्यात मोठी सम संख्या कोणती ?

① 10,000 ② 99,998 ③ 99,999 ④ 88,888

8. एक अंकी मूळ संख्यांच्या वर्गाची बेरीज किती ?

① 87 ② 57 ③ 107 ④ 117

9. खालीलपैकी कोणती वर्गसंख्या नाही ?

① 121 ② 144 ③ 189 ④ 169

10. खालीलपैकी कोणत्या गटात संयुक्त संख्यांची संख्या जास्त आहे ?

① 11 ते 20 ② 71 ते 80 ③ 41 ते 50 ④ 31 ते 40

उत्तरसूची

1. ❸	2. ❹	3. ❸	4. ❹	5. ❶	6. ❷	7. ❷
8. ❶	9. ❸	10. ❹				

✣ प्रश्नमाला 2 ✣

1. खालीलपैकी कोणता गट मूळ संख्यांचा गट आहे ?

① 9, 17, 21 ② 11, 43, 69

③ 5, 15, 35 ④ 71, 73, 97

2. मूळ संख्या ही नाही संयुक्त संख्या नाही अशी संख्या कोणती ?

① 5 ② 7 ③ 1 ④ 10

3. चार अंकी संख्या किती आहेत ?

① 9,000 ② 9,999 ③ 4,500 ④ 45,000

4. 22 चा वर्ग किती ?

① 484 ② 529 ③ 784 ④ 600

5. 11 ते 40 पर्यंत मूळ संख्या किती ?

① 7 ② 8 ③ 10 ④ 6

6. 51 ते 80 पर्यंत मूळ संख्या किती ?

① 7 ② 6 ③ 8 ④ 10

7. दोन अंकी सर्वांत मोठी मूळ संख्या व दोन अंकी सर्वांत लहान मूळ संख्या यातील फरक किती ?

① 86 ② 85 ③ 90 ④ 95

8. 1 ते 100 पर्यंत दोन अंकी किती मूळ संख्या येतात ?

① 7 ② 10 ③ 6 ④ 8

9. 'म' एक सम संख्या आहे तिच्या पुढील क्रमागत पाचवी सम संख्या कोणती ?

① म + 5 ② म – 10 ③ म + 10 ④ म + 20

10. 28 च्या पुढील क्रमागत पाचवी सम संख्या कोणती ?

① 38 ② 40 ③ 42 ④ 50

उत्तरसूची

1. ❹	2. ❸	3. ❶	4. ❶	5. ❷	6. ❶	7. ❶
8. ❶	9. ❸	10. ❶				

★★★

घटक 2 : संख्यांवरील क्रिया

1. बेरीज (सात अंकी संख्यांपर्यंत) हातच्याची बेरीज, शाब्दिक उदाहरणे

- ◈ आपण इयत्ता 1 ली पासून बेरीज करत आहोत. बेरीज करण्यासाठी आपणास 1 ते 9 पर्यंतच्या कोणत्याही अंकांची बेरीज जलद आली. त्यासाठी वेगवेगळे अंक घेऊन त्याचा तोंडी सराव करा.
- ◈ कोणत्याही संख्यांची बेरीज करताना त्या संख्या एकाखाली एक क्रमाने मांडून घ्याव्यात. म्हणजेच एककाखाली एकक, दशकाखाली दशक, शतकाखाली शतक या पद्धतीने मांडाव्यात.
- ◈ आपल्याला या अभ्यासक्रमात सहा व सात अंकी संख्यांपर्यंतची बेरीज करायची आहे.
- ◈ अंक एकाखाली एक लिहिल्यास रिकाम्या जागी शून्य द्यावा.

नमुना उदाहरणे

1. क्रिकेटच्या एका सामन्यासाठी पहिल्या दिवशी 23,456 व दुसऱ्या दिवशी 14,978 तिकिटे विकली गेली, तर एकूण किती तिकिटे विकली गेली ?

① 38,424 ② 38,034 ③ 38,434 ④ 38,334

स्पष्टीकरण : वरील उदाहरणे सोडविण्यापूर्वी प्रथम काळजीपूर्वक वाचून घ्यावे. उदाहरणात एकूण शब्द आला आहे. त्यामुळे त्या ठिकाणी बेरीज ही क्रिया करावी लागणार आहे. एकाखाली एक अंक लिहून घ्यावेत. दशमान संख्यालेखन व्यवस्थित करून घ्यावे.

	23456	पहिल्या दिवशी विकली गेलेली तिकिटे
+	14978	दुसऱ्या दिवशी विकली गेलेली तिकिटे
	38434	एकूण विकलेली तिकिटे

एकूण 38,434 तिकिटे विकली गेली.

∴ **उत्तर :** पर्याय क्र. ❸

2. 1,04,057 + 4,01,689 + 507 किती ?

① 5,06,603 ② 5,04,603 ③ 5,06,703 ④ 5,04,703

स्पष्टीकरण :

दल	ल	दह	ह 1	श 1	द 2	ए
	1	0	4	0	5	7
+	4	0	1	6	8	9
+				5	0	7
	5	0	6	7	0	3

या पद्धतीने एकाखाली एक अंक मांडून घ्यावा. तसेच हातचा व्यवस्थित द्यावा.

∴ **उत्तर :** पर्याय क्र. ❸

3. पाऊण लक्ष + सव्वादोन लक्ष + पाऊण हजार = किती ?

① 3,00,075 ② 3,00,005 ③ 3,00,750 ④ 3,07,500

स्पष्टीकरण : पाऊण लक्ष + सव्वादोन लक्ष + पाऊण हजार यांची बेरीज करायची आहे.

पाऊण लक्ष म्हणजे लक्षांचा पाऊण भाग = 75,000

सव्वादोन लक्ष म्हणजे $2\frac{1}{4}$ लक्षांचा भाग = + 2,25,000

पाऊण हजार म्हणजे हजारांचा पाऊण भाग = + 750

3,00,750

∴ **उत्तर :** पर्याय क्र. ❸

4. 40 शतक + 30 हजार + 20 दशक + 500 एकक = किती ?

① 34,070 ② 34,007 ③ 34,700 ④ 35,700

स्पष्टीकरण : 40 शतक + 30 हजार + 20 दशक + 500 एकक = किती ? हे काढावयाचे आहे.

रीत 1 : 40 शतक = शतक म्हणजे 100

40 शतक = 40×100 4000

30 हजार = 30×1000 + 30000

20 दशक = 20×10 + 200

500 एकक = 500×1 + 500

34,700

रीत 2 :

लक्ष	दशहजार	हजार	शतक	दशक	एकक
		4	0	0	0
	3	0	0	0	0
			2	0	0
			5	0	0
	3	4	7	0	0

∴ **उत्तर :** पर्याय क्र. ❸

5. रामने सव्वादोन लाख रुपये बँक ऑफ इंडियातून व साडेतीन लाख रुपये स्टेट बँक ऑफ इंडियातून काढले तर त्याने एकूण किती रुपये काढले ?

① पावणेपाच लाख रुपये ② साडेपाच लाख रुपये

③ पावणेसहा लाख रुपये ④ साडेसहा लाख रुपये

स्पष्टीकरण : रामने दोन बँकेतून काढलेले एकूण रुपये काढावयाचे आहेत त्यासाठी बेरीज करणे आवश्यक आहे.

रामने बँक ऑफ इंडियातून काढलेली रक्कम = 2,25,000

रामने स्टेट बँक ऑफ इंडियातून काढलेली रक्कम = + 3,50,000

5,75,000

∴ 5,75,000 ∴ पावणेसहा लाख रुपये

∴ **उत्तर :** पर्याय क्र. ❸

6. शीलाने पन्नास लाख रुपये भांडवल म्हणून स्टेट बँकेतून व पन्नास हजार रुपये बँक ऑफ महाराष्ट्र बँकेतून काढले तर शीलाने भांडवल म्हणून एकूण किती रुपये काढले ?

① पन्नास लाख रुपये

② पन्नास लाख पंच्चाचन्न हजार रुपये

③ पन्नास लाख पन्नास हजार रुपये

④ यांपैकी एकही नाही.

स्पष्टीकरण : शीलाने दोन बँकेतून काढलेले एकूण रुपये काढायचे आहेत, त्यासाठी बेरीज करणे आवश्यक आहे.

शीलाने स्टेट बँकेतून काढलेली रक्कम = 50,00,000

शीलाने बँक ऑफ महाराष्ट्रमधून काढलेली रक्कम = 50,000

50,50,000

पन्नास लक्ष पन्नास हजार रुपये.

∴ **उत्तर :** पर्याय क्र. ❸

(A) बेरीज (हातच्याची)

हातच्याची बेरीज : हातच्याची बेरीज करताना बेरजेचा हातचा पुढच्या घरात काळजीपूर्वक द्यावा तसेच हातचा देताना खालीलप्रमाणे हातचा द्यावा.

$$\begin{array}{r} 8 \\ +\ 9 \\ \hline 17 \end{array}$$

$\therefore 8 + 9 = 17$

	1	
	दशक	**एकक**
		8
+		9
	1	7

सूचना : • हातचा देताना एककाचा दशकात, दशकाचा शतकात, शतकाचा हजारात, हजाराचा दशहजारात द्यावा.

• बेरीज करताना हातचा बेरजेत धरावा.

नमुना उदाहरणे

1. 48,355 + 2,754 = किती ?

① 50,009 ② 51,109 ③ 61,109 ④ 41,109

स्पष्टीकरण : वरील आडवी मांडणी उभ्या मांडणीनुसार करू.

दशहजार	हजार	शतक	दशक	एकक
1	1	1		
4	8	3	5	5
+	2	7	5	4
5	1	1	0	9

यामध्ये दशक, शतक, हजार या ठिकाणी हातचा येतो तो हातचा पुढच्या घरात दिला.

∴ **उत्तर** : पर्याय क्र. ❷

2. 80,575 + ... = 94,320 या रिकाम्या ठिकाणी कोणती संख्या येईल ?

① 11,745 ② 9,745 ③ 13,745 ④ 8,745

स्पष्टीकरण : रिकाम्या जागी संख्या ठरविण्यासाठी :

$$\begin{array}{r} 9\ 4\ 3\ 2\ 0 \\ -\ 8\ 0\ 5\ 7\ 5 \\ \hline 1\ 3\ 7\ 4\ 5 \end{array}$$

म्हणून 13,745 रिकाम्या जागी येईल.

∴ **उत्तर :** पर्याय क्र. ❸

3. 75,025 + 3,075 ☐ 71,025 + 450 या रिकाम्या चौकटीत खालीलपैकी कोणते चिन्ह येईल ?

① > ② < ③ v ④ =

स्पष्टीकरण : वरील उदाहरणांची बेरीज करून

74,025 + 3,075 = 77,100 [>] 71,025 + 450 = 71,475

∴ **उत्तर :** पर्याय क्र. ❶

4. या सोबतच्या चौकटीत कोणता अंक येईल ?

$$\begin{array}{r} 8\ 3\ 7\ 4\ 5 \\ +\ 2\ 5\ \square\ \square\ 6 \\ \hline 10\ 9\ 4\ 1\ 1 \end{array}$$

① 7 ② 6 ③ 5 ④ 3

स्पष्टीकरण :

$$\begin{array}{r} 8\ 3\ 7\ 4\ 5 \\ 2\ 5\ \boxed{6}\ \boxed{6}\ 6 \\ \hline 10\ 9\ 4\ 1\ 1 \end{array}$$

रिकाम्या चौकटीतील अंक 6 येतो.

∴ **उत्तर :** पर्याय क्र. ❷

5. सोबतच्या चौकटीत कोणता अंक येईल ?

$$\begin{array}{r} 4\ 5\ 3\ 2\ 4\ 5\ 6 \\ \square\ 2\ \square\ 8\ \square\ 9\ 4 \\ \hline 6\ 7\ 6\ 0\ 7\ 5\ 0 \end{array}$$

① 3 ② 2 ③ 4 ④ 5

स्पष्टीकरण :

4	5	3	2	4	5	6
[2]	2	[2]	8	[2]	9	4
6	7	6	0	7	5	0

रिकाम्या चौकटीतील अंक 2 येतो.

∴ **उत्तर :** पर्याय क्र. ❷

प्रश्नावली

प्रश्न 1 ते 6 सूचना : खालील बेरजेचे उत्तर येणारा पर्याय निवडा.

1. 47,285 + 37,945 = किती ?

① 85,120 ② 85,230

③ 85,220 ④ 85,020

2. 96,420 + 8845 = किती ?

① 94,265 ② 1,05,265

③ 1,40,265 ④ 1,14,265

3. 47,085 + 37,142 = किती ?

① 84,227 ② 74,227 ③ 94,227 ④ 80,227

4. 57,115 + 42,230 = किती ?

① 99,345 ② 98,345 ③ 59,325 ④ 79,345

5. 58,175 + 4,495 = किती ?

① 52,660 ② 62,060 ③ 62,670 ④ 72,070

6. 97,148 + 38,545 = किती ?

① 1,25,693 ② 1,35,693

③ 1,25,493 ④ 1,35,493

7. 58,235 + 4,888 = किती ?

① 62,013 ② 63,123

③ 62,123 ④ 63,013

प्रश्न 8 ते 11 सूचना : खालील रिकाम्या चौकटीत येणारा पर्याय निवडा.

8. रिकाम्या चौकटीत कोणता समान अंक येईल ?

$$\begin{array}{r} 9\ 4\ 5\ 3\ 8 \\ +\ 1\ \square\ 6\ \square\ 6 \\ \hline 11\ 2\ 2\ 1\ 4 \end{array}$$

① 8 ② 7 ③ 6 ④ 5

9. रिकाम्या चौकटीत कोणता समान अंक येईल ?

$$\begin{array}{r} 5\ 8\ 1\ 3\ 8 \\ +\ 4\ \square\ 5\ \square\ 7 \\ \hline 10\ 3\ 6\ 9\ \square \end{array}$$

① 5 ② 6 ③ 7 ④ 8

10. रिकाम्या चौकटीत कोणता समान अंक येईल ?

$$\begin{array}{r} 8\ 4\ 3\ 1\ 5 \\ +\ 1\ \square\ 6\ 9\ 4 \\ \hline 9\ 7\ 0\ 0\ 9 \end{array}$$

① 3 ② 5 ③ 2 ④ 4

11. रिकाम्या चौकटीत कोणता समान अंक येईल ?

$$\begin{array}{r} 4\ 9\ 3\ 7\ 5 \\ +\ 5\ \square\ 7\ \square\ 6 \\ \hline 10\ 7\ 1\ 5\ 1 \end{array}$$

① 8 ② 9 ③ 7 ④ 6

12. सोबतच्या अ, ब, क यांची किंमत किती ?

$$\begin{array}{r} \text{अ}\ \text{अ}\ \text{अ} \\ +\ \text{ब}\ \text{ब}\ \text{ब} \\ \hline \text{क}\ \text{क}\ \text{क} \end{array}$$

① 1,3,5 ② 2,3,6 ③ 3,4,8 ④ 3,6,9

13. एका निवडणुकीसाठी 57,153 पुरुष व 48,005 स्त्रियांनी मतदान केले. तर एकूण किती लोकांनी मतदान केले ?

① 1,15,158 ② 1,05,158

③ 1,50,158 ④ 1,01,518

14. एका शेतकऱ्याने बँकेकडून 45,528 व सोसायटीकडून ₹ 53,158 कर्ज घेतले तर एकूण किती कर्ज घेतले ?

① 98,686 ② 97,676 ③ 96,686 ④ 96,886

15. एका मेळाव्यात 60,85,903 पुरुष व 71,25,400 स्त्रीया उपस्थित होते, तर त्या मेळाव्यास एकूण किती लोक उपस्थित होते ?

① 1,22,11,330 ② 1,22,11,303

③ 1,21,12,330 ④ 1,11,22,330

16. पूरग्रस्त लोकांना आर्थिक मदत म्हणून पुणे शहरातून ₹ 65,82,900 नागपूर शहराकडून ₹ 72,80,200 पाठविण्यात आले, तर पूरग्रस्तांना मदत निधी म्हणून पुणे व नागपूर शहरांकडून एकूण किती रुपये पाठविण्यात आले ?

① 3,11,38,600 ② 1,33,18,600

③ 1,38,63,100 ④ 1,38,60,031

उत्तरसूची

1. ❷	2. ❷	3. ❶	4. ❶	5. ❸	6. ❷	7. ❷
8. ❷	9. ❶	10. ❸	11. ❸	12. ❹	13. ❷	14. ❶
15. ❷	16. ❸					

(B) बेरीज (बिन हातच्याची)

- ◈ बेरीज करताना एकाखाली एक अंक लिहून बेरीज करून त्याच घरात तो अंक लिहावा.
- ◈ बेरीज करताना गडबड न करता लक्षपूर्वक बेरीज करावी.
- ◈ बेरीज करताना संख्या किती अंकी आहे याचा विचार करून आडव्या व उभ्या मांडणीने बेरीज करावी.

नमुना उदाहरणे

1. 4,025 + 3,534 = किती ?

① 7,559 ② 7,059 ③ 7,531 ④ 7,539

स्पष्टीकरण : वरील बेरीज आडव्या मांडणीत दिली आहे. ती आडव्या मांडणीची बेरीज उभ्या मांडणीत करून बेरीज करा.

हजार	शतक	दशक	एकक
4	0	2	5
+ 3	5	3	4
7	5	5	9

∴ **उत्तर :** पर्याय क्र. ❶

2. 5,045 + ... = 9,087 तर रिकाम्या जागी खालीलपैकी कोणती संख्या येईल ?

① 3,042 ② 4,042 ③ 5,042 ④ 3,142

स्पष्टीकरण : वरील उदाहरणात बेरजेच्या रिकाम्या जागी येणारा पर्याय निवडायचा आहे.

```
  5 0 4 5    5 मध्ये 2 मिळवल्यावर 7 येते.
+ - - - -    4 मध्ये 4 मिळवल्यावर 8 येते.
---------
  9 0 8 7    0 मध्ये 0 मिळवल्यावर 0 येते.
             5 मध्ये 4 मिळवल्यावर 9 येते.
```

म्हणून ती संख्या 4,042

∴ **उत्तर :** पर्याय क्र. ❷

3. 4,123 + 356 □ 4,325 + 404 तर रिकाम्या जागी खालीलपैकी कोणते चिन्ह येईल ?

① > ② < ③ = ④ ∨

स्पष्टीकरण : वरील उदाहरणात बेरीज करून रिकाम्या जागी येणारे चिन्ह ओळखायचे आहे.

```
  4 3 2 5        4 1 2 3
+   4 0 4      +   3 5 6
---------      ---------
  4 7 2 9        4 4 7 9
```

4,123 + 356 ☐ 4,325 + 404

4,479 [<] 4,739.

∴ **उत्तर :** पर्याय क्र. ❷

4. **सोबतच्या चौकटीत रिकाम्या जागी येणारा पर्याय निवडा.**

	7	**5**	**4**	**2**
+	**2**	☐	**3**	**5**
	9	7	7	7

① 3 ② 2 ③ 4 ④ 1

स्पष्टीकरण :

	7	5	4	2
+	2	☐	3	5
	9	7	7	7

वरील उदाहरणात येणारा पर्याय निवडण्यासाठी 5 मध्ये किती मिळवावे म्हणजे उत्तर 7 येते ? 5 मध्ये 2 मिळवल्यास 7 येते.

∴ **उत्तर :** पर्याय क्र. ❷

5. **खालीलपैकी कोणत्या पर्यायातील बेरीज जास्त आहे ?**

① 45,231 + 4,314 ② 40,001 + 3,056

③ 42,131 + 3,454 ④ 7,056 + 241

स्पष्टीकरण : चार पर्यायात बेरीज दिली असून जास्त बेरीज असणारा

① 45,231 + 4,314 = 49,545

② 40,001 + 3,056 = 43,057

③ 42,131 + 3,454 = 45,585

④ 7,056 + 241 = 7,297

∴ **उत्तर :** पर्याय क्र. ❶

6. **खालीलपैकी कोणत्या पर्यायातील बेरीज कमी आहे ?**

① 57,86,400 + 56,80,921 ② 51,88,320 + 50,77,000

③ 58,00,000 + 59,00,000 ④ 50,00,321 + 51,77,000

स्पष्टीकरण : चार पर्यायात बेरीज दिली असून कमी बेरीज असणारा पर्याय शोधायचा आहे.

① 57,86,400 + 56,80,921 = 11,467,321

② 51,88,320 + 50,77,000 = 10,265,320

③ 58,00,000 + 59,00,000 = 1,17,00,000

④ 50,00,321 + 51,77,000 = 10,177,321

∴ **उत्तर :** पर्याय क्र. ❹

प्रश्नावली– 1

प्रश्न 1 ते 6 सूचना : खालील बेरीज करून योग्य पर्याय निवडा.

1. 45,213 + 4,120 = किती ?
① 49,313 ② 49,333 ③ 48,333 ④ 50,123

2. 47,125 + 40,534 = किती ?
① 87,689 ② 87,659 ③ 80,659 ④ 87,679

3. 51,355 + 220 = किती ?
① 51,775 ② 53,555 ③ 73,355 ④ 51,575

4. 4,599 + 5,400 = किती ?
① 9,999 ② 9,900 ③ 9,909 ④ 9,009

5. 71,520 + 4,355 = किती ?
① 5,875 ② 75,875 ③ 78,775 ④ 75,877

6. 14,120 + 80,720 = किती ?
① 94,840 ② 90,840 ③ 94,720 ④ 94,920

7. 35,25,111 + 25,00,902 = किती ?
① 60,62,130 ② 60,26,013
③ 60,20,613 ④ 66,32,137

प्रश्न 8 ते 11 सूचना : खालील प्रश्नांत रिकाम्या जागी येणारा पर्याय निवडा.

8. सोबतच्या चौकटीत कोणता अंक येईल ?

$$\begin{array}{r} 4\ 8\ 7\ 5 \\ +\ 3\ \square\ 2\ 4 \\ \hline 7\ 9\ 9\ 9 \end{array}$$

① 1 ② 3 ③ 2 ④ 4

9. सोबतच्या चौकटीत कोणता अंक येईल ?

$$\begin{array}{r} 7\ \square\ 2\ 1 \\ +\ 2\ \square\ 3\ 5 \\ \hline 9\ \square\ 5\ 6 \end{array}$$

① 2 ② 3 ③ 4 ④ 0

10. सोबतच्या चौकटीत कोणता अंक येईल ?

$$\begin{array}{rcccc} & 4 & 3 & 1 & 5 \\ + & 2 & 3 & \square & 4 \\ \hline & \square & \square & 7 & 9 \end{array}$$

① 4 ② 6 ③ 5 ④ 7

11. सोबतच्या चौकटीत कोणता अंक येईल ?

$$\begin{array}{rcccc} & 8 & 4 & 0 & 5 \\ + & 1 & \square & \square & \square \\ \hline & 9 & 6 & 2 & 7 \end{array}$$

① 3 ② 2 ③ 4 ④ 1

12. एका शाळेत 725 मुले व 214 मुली सहलीला गेल्या तर एकूण किती विद्यार्थी सहलीला गेले?

① 939 ② 729 ③ 919 ④ 949

13. समीरजवळ ₹ 550 होते. त्याला आईने ₹ 135 व वडिलांनी ₹ 110 दिले तर त्याच्याजवळ किती रुपये झाले ?

① 660 ② 795 ③ 785 ④ 805

14. एका संख्येत 40 मिळविले. पुन्हा त्याच संख्येत 25 मिळविले तेव्हा उत्तर 100 आले तर ती संख्या कोणती ?

① 165 ② 35 ③ 65 ④ 70

15. सोबतच्या चौकटीत कोणता अंक येईल ?

$$\begin{array}{rccccccc} & 4 & 3 & 2 & 1 & 5 & 6 & 7 \\ + & 2 & \square & \square & 2 & 0 & \square & 3 \\ \hline & 6 & 7 & 6 & 3 & 6 & 1 & 0 \end{array}$$

① 1 ② 3 ③ 4 ④ 2

उत्तरसूची

1. ❷	2. ❷	3. ❹	4. ❶	5. ❷	6. ❶	7. ❷
8. ❶	9. ❹	10. ❷	11. ❷	12. ❶	13. ❷	14. ❷
15. ❸						

प्रश्नावली– 2

1. 15,736 + 60,600 + 8,935 = ?
① 852 ② 85,271 ③ 8,527 ④ 58,270

2. 52,705 + 33,260 = ?
① 56,958 ② 65,958 ③ 96,585 ④ 85,965

3. 3,999 + 11 = ?
① 4,100 ② 4,010 ③ 1,040 ④ 140

4. तीस हजार चारशे + बारा हजार आठशे चौऱ्याण्णव + दोनशे तेरा + तीनशे एकवीस = ?
① 43,828 ② 34,819 ③ 42,819 ④ 40,819

5. 39,099 + 1 = ?
① 3,910 ② 39,100 ③ 3,901 ④ 39,001

6. पाव शतक + पाव सहस्र + □ = पावणेचारशे
① 100 ② 200 ③ 300 ④ 400

7. □ – (18 × 0) = 60
① 50 ② 60 ③ 70 ④ 80

8. 433 + 345 = 232 + □
① 456 ② 546 ③ 465 ④ 645

9. कोणत्या संख्येतून 4,930 वजा केल्यास उत्तर 3,070 येईल ?
① 1,000 ② 9,000 ③ 8,000 ④ 5,930

10. गणपतरावांनी 5,735 रुपयांच्या विटा, 1,970 रुपयांची वाळू आणि 4,148 रुपयांचे सिमेंट विकत आणले, तर त्यांनी एकूण किती रुपये खर्च केले ?
① 1,185 ② 11,853 ③ 12,853 ④ 13,853

11. एका दुकानदारीत माधवरावांनी ₹ 19,000, गणपतरावांनी ₹ 28,000 आणि दिनकररावांनी ₹ 23,000 भांडवल गुंतवले, तर तिघांचे मिळून भांडवल किती रुपये होईल ?
① 70,000 ② 7,000
③ 7,00,000 ④ 70,00,000

12. भूकंपग्रस्तांसाठी आपल्या खाऊच्या पैशातून माधुरीने ₹ 65, गणेशने ₹ 63, सुधीरने ₹ 96 आणि राजूने ₹ 75 दिले, तर सर्वांनी मिळून एकूण किती रुपये दिले ?

① 199 ② 299 ③ 309 ④ 209

13. 85,813 या संख्येत 13,897 ही संख्या मिळविली असता, येणाऱ्या संख्येच्या शतकस्थानी कोणता अंक येईल ?

① 9 ② 7 ③ 1 ④ 0

14. कोणत्या संख्येतून 8,721 वजा केले असता उत्तर 8,721 येईल ?

① 8,721 ② $8,721 \times 1$ ③ $8,721 + 1$ ④ 17,442

15. दोन शहरांची लोकसंख्या अनुक्रमे 45,612 आणि 23,456 आहे, तर दोन्ही शहरांची एकूण लोकसंख्या किती असावी ?

① 6,906 ② 9,068 ③ 69,068 ④ 70,068

16. सोलापूर ते हैदराबाद दरम्यान पहिल्या आठवड्यात 45,123 दुसऱ्या आठवड्यात 54,612 आणि तिसऱ्या आठवड्यात 44,265 वाहने धावली, तर त्या 3 आठवड्यात एकूण किती वाहने धावली ?

① 1,44,000 ② 14,400 ③ 1,440 ④ 144

17. एका खोलीच्या बांधकामाकरिता 15,924 रुपयांचे सिमेंट; 13,452 रुपयांच्या विटा आणि 5,772 रुपयांची वाळू लागली, तर एकूण खर्च किती रुपये झाला ?

① 34,148 ② 36,148 ③ 35,148 ④ 37,148

18. एका शहराच्या नवीन वस्तीत 2,81,056 व जुन्या वस्तीत 1,43,892 लोक राहतात, तर त्या शहराची लोकसंख्या किती ?

① 4,24,948 ② 4,24,958 ③ 4,24,968 ④ 4,24,978

19. एका कारखान्यात एका वर्षात पहिल्या सहा महिन्यांत 33,260 व नंतरच्या सहा महिन्यांत 71,705 लोखंडी कांबी तयार झाल्या, तर त्या वर्षात एकूण किती लोखंडी कांबी तयार झाल्या ?

① 1,04,965 ② 1,05,010 ③ 5,01,010 ④ 1,01,050

20. शाळेच्या वार्षिक स्नेहसंमेलनासाठी 5 वीच्या वर्गाने ₹ 248, 6 वीच्या वर्गाने ₹ 317 व 7 वीच्या वर्गाने ₹ 459 वर्गणी दिली, तर तिन्ही वर्गांची एकूण किती रक्कम जमली ?

① 1,024 ② 1,214 ③ 1,240 ④ 10,024

21. संपतरावांकडे 2,350 कोंबड्या होत्या. त्यांनी आणखी 865 कोंबड्या घेतल्या, तर आता त्यांच्याकडे किती कोंबड्या झाल्या ?

① 1,532 ② 3,215 ③ 3,251 ④ 3,015

22. लस टोचणी मोहिमेत फेब्रुवारी महिन्यात 2,315 मुलांना व मार्च महिन्यात 3,720 मुलांना रोगप्रतिबंधक लस टोचली, तर त्या दोन महिन्यात एकूण किती मुलांना लस टोचली ?

① 6,535 ② 3,560 ③ 6,035 ④ 365

23. एका जिल्ह्यातील सर्व शाळांचे सर्वेक्षण केल्यास एकूण मुलांची संख्या 15,16,200 व मुलांची संख्या 11,00,000 आढळली तर त्या जिल्ह्यातील शाळेत जाणारी एकूण विद्यार्थी संख्या किती ?

① 26,16,200 ② 26,20,016

③ 16,26,200 ④ 20,02,616

उत्तरसूची

1. ❷	2. ❹	3. ❷	4. ❶	5. ❷	6. ❶	7. ❷
8. ❷	9. ❸	10. ❷	11. ❶	12. ❷	13. ❷	14. ❹
15. ❸	16. ❶	17. ❸	18. ❶	19. ❶	20. ❶	21. ❷
22. ❸	23. ❶					

★★★

2. वजाबाकी (सात अंकी संख्यांपर्यंत) हातच्याची वजाबाकी, शाब्दिक उदाहरणे

- वजाबाकी करताना बेरजेप्रमाणे संख्या एकाखाली एक मांडाव्यात.
- संख्या मांडताना एकक, दशक व शतकाखाली शतक या क्रमाने घ्याव्यात.
- मोठी संख्या प्रथम मांडून घेऊन त्याखाली लहान संख्या मांडावी.
- वजाबाकी करताना प्रथम एकक स्थानाची नंतर दशक स्थानाची या क्रमाने करत जावे.
- एक अंकी संख्यांचा तोंडी वजाबाकी करण्याचा भरपूर सराव करायला हवा.

नमुना उदाहरणे

1. एका परीक्षेला मागील वर्षी 38,796 विद्यार्थी बसले, यावर्षी 45,028 विद्यार्थी बसले. तर दोन वर्षांतील फरक किती ?

① 16,232 ② 6,232 ③ 7,232 ④ 7,232

स्पष्टीकरण : यावर्षी परीक्षेला बसलेले विद्यार्थी 45,028

मागील वर्षी परीक्षेला बसलेले विद्यार्थी 38,796

रीत 1 :

$$\begin{array}{rrrrrr} & 4 & 5 & 0 & 2 & 8 \\ - & 3 & 8 & 7 & 9 & 6 \\ \hline & 0 & 6 & 2 & 3 & 2 \end{array}$$

रीत 2 :

$$\begin{array}{rrrrrr} & 4 & 5 & 0 & 2 & 8 \\ - & 3 & 8 & 7 & 9 & 6 \\ & 1 & 1 & 1 & & \\ \hline & 0 & 6 & 2 & 3 & 2 \end{array}$$

∴ **उत्तर :** पर्याय क्र. ❷

2. 89,734 – 20,415 = किती ?

① 69,019 ② 69,009 ③ 69,319 ④ 60,319

स्पष्टीकरण

$$\begin{array}{rrrrr} 8 & 9 & 7 & 3 & 4 \\ 2 & 0 & 4 & 1 & 5 \\ \hline 6 & 9 & 3 & 1 & 9 \end{array}$$

∴ **उत्तर :** पर्याय क्र. ❸

3. 9900541 – **ΔΔ• = 6556314 तर Δ × * = किती ?

① 10 ② 12 ③ 8 ④ 21

स्पष्टीकरण : 9900541 – **ΔΔ• = 6556314

$$\begin{array}{rrrrrrrr} & 9 & 9 & 0 & 0 & 5 & 4 & 1 \\ - & 6 & 5 & 5 & 6 & 3 & 1 & 4 \\ \hline & 3 & 3 & 4 & 4 & 2 & 2 & 7 \end{array}$$

** ΔΔ• या ठिकाणी Δ = 2 व * = 4 आहे.

$\Delta \times *$

$2 \times 4 = 8$ येते.

∴ **उत्तर :** पर्याय क्र. ❸

4. रामने आपल्याकडील अडीच लाख रुपयापैकी पावणेदोन लाख रुपयांची गाडी घेतली व उरलेले पैसे बँकेत ठेवले तर त्याने किती रक्कम बँकेत ठेवली ?

① पाऊण लाख ② अर्धा लाख

③ पावणेदोन लाख ④ सव्वा लाख

स्पष्टीकरण : रामकडे अडीच लाख रुपये होते. त्यांपैकी त्याने पावणे दोन लाख रुपये खर्च केले व उरलेले पैसे काढायचे आहेत यासाठी वजाबाकी करावी लागेल.

2 5 0 0 0 0	एकूण पैसे
− 1 7 5 0 0 0	खर्च केलेले पैसे
0 7 5 0 0 0	उरलेले पैसे

∴ 75,000 म्हणजे पाऊण लाख

∴ **उत्तर :** पर्याय क्र. ❶

5. 12,50,000 रुपयांपैकी 500 रुपयांच्या 800 नोटा आहेत व उरलेल्या 1,000 रुपयांच्या आहेत. तर 1,000 च्या नोटा किती ?

① 850 ② 650 ③ 750 ④ 700

12,50,000 रुपयांपैकी 500 व 1,000 रुपयांच्या नोटा आहे.

500 रुपयांच्या 800 नोटा आहेत.

500 × 800 = ₹ 4,00,000 व उरलेल्या 1,000 रुपयांच्या नोटा आहेत.

1 2 5 0 0 0 0	ल	द	ह	स	द	ए
− 4 0 0 0 0 0	7	5	0	0	0	0
7 5 0 0 0 0 0						

∴ **उत्तर :** पर्याय क्र. ❸

(A) वजाबाकी (बिन हातच्याची)

- ◈ वजाबाकी करताना संख्या किती अंकी आहे याचा विचार करावा.
- ◈ वजाबाकी करताना संख्या उजवीकडून डावीकडे लिहाव्यात.
- ◈ वजाबाकी करताना एका घराची वजाबाकी त्याच घरात लिहावी.
- ◈ वजाबाकी करताना अचूक आकडेमोड करावी.

नमुना उदाहरणे

1. **49,725 – 4,320 = किती ?**

① 9,405 ② 46,525 ③ 45,405 ④ 44,505

स्पष्टीकरण : वरील उदाहरणात वजाबाकी करावयाची आहे. त्यासाठी खालील आराखड्याचा उपयोग करावा.

$$\begin{array}{r} 4\ 9\ 7\ 2\ 5 \\ -\quad 4\ 3\ 2\ 0 \\ \hline 4\ 5\ 4\ 0\ 5 \end{array}$$

∴ **उत्तर :** पर्याय क्र. ❸

2. **54,375 – 3,120 = किती ?**

① 51,255 ② 57,255 ③ 51,455 ④ 23,175

स्पष्टीकरण : वरील उदाहरणात वजाबाकी करावयाची आहे. यासाठी खालील आराखड्याचा उपयोग करावा.

	दशहजार	हजार	शतक	दशक	एकक
	5	4	3	7	5
–		3	1	2	0
	5	1	2	5	5

∴ **उत्तर :** पर्याय क्र. ❶

3. **54,355 – .... = 32,143 या रिकाम्या जागी खालीलपैकी कोणती संख्या येईल ?**

① 22,212 ② 23,312 ③ 25,122 ④ 21,112

स्पष्टीकरण : वरील उदाहरणात रिकाम्या जागी येणारा पर्याय निवडण्यासाठी

$$\begin{array}{r} 5\ 4\ 3\ 5\ 5 \\ -\ 3\ 2\ 1\ 4\ 3 \\ \hline 2\ 2\ 2\ 1\ 2 \end{array}$$

∴ **उत्तर :** पर्याय क्र. ❶

4. सोबतच्या चौकटीत खालीलपैकी कोणता अंक येईल ?

$$\begin{array}{r} 7\ 5\ 9\ 4\ 5 \\ -\ 4\ \square\ 4\ 2\ \square \\ \hline 3\ 0\ 5\ 2\ 0 \end{array}$$

① 5 ② 0 ③ 4 ④ 3

स्पष्टीकरण : वरील उदाहरण हे वजाबाकीचे असून 5 मधून 5 वजा करावे म्हणजे 0 उत्तर येते. त्यामुळे रिकाम्या चौकटीत 5 हा अंक येतो.

∴ **उत्तर** : पर्याय क्र. ❶

5. 95,488 मधून किती वजा करावेत म्हणजे उत्तर 44,334 येईल ?

① 59,154 ② 51,754 ③ 51,154 ④ 5,114

स्पष्टीकरण : 95,488 मधून 44,334 वजा करावेत म्हणजे उत्तर मिळेल.

$$\begin{array}{r} 9\ 5\ 4\ 8\ 8 \\ -\ 4\ 4\ 3\ 3\ 4 \\ \hline 5\ 1\ 1\ 5\ 4 \end{array}$$

∴ **उत्तर** : पर्याय क्र. ❸

6. माधवजवळ ₹ 11,20,536 होते. त्याने त्यापैकी ₹ 10,15,000 अनाथ आश्रमास देणगी दिली, तर माधवकडे एकूण किती रुपये शिल्लक राहिले ?

① 1,03,655 ② 1,05,536 ③ 1,50,536 ④ 1,36,055

स्पष्टीकरण : ₹ 11,20,536 मधून ₹ 10,15,000 वजा करावेत म्हणजे माधवजवळ शिल्लक राहिलेली रक्कम रुपये मिळेल.

$$\begin{array}{r} 1\ 1\ 2\ 0\ 5\ 3\ 6 \\ -\ 1\ 0\ 1\ 5\ 0\ 0\ 0 \\ \hline 1\ 0\ 5\ 5\ 3\ 6 \end{array}$$

∴ **उत्तर** : पर्याय क्र. ❷

प्रश्नावली

प्रश्न 1 ते 7 सूचना : खालील वजाबाकीच्या उत्तराचा पर्याय क्रमांक कोणता ?

1. 97,433 – 33,122 = किती ?
① 1,30,555 ② 65,311 ③ 64,311 ④ 63,311

2. 88,532 – 45,020 = किती ?
① 53,512 ② 43,552 ③ 43,512 ④ 63,512

3. 97,112 – 77,001 = किती ?
① 20,003 ② 20,111 ③ 20,113 ④ 20,001

4. 67,545 – 55,314 = किती ?
① 12,239 ② 12,231 ③ 12,331 ④ 1,331

5. 47,911 – 43,000 = किती ?
① 4,000 ② 4,911 ③ 4,011 ④ 4,111

6. 57,141 – 44,030 = किती ?
① 13,111 ② 13,010 ③ 13,171 ④ 23,010

7. 48,454 – 3,000 = किती ?
① 18,454 ② 45,454 ③ 45,000 ④ 41,454

8. रिकाम्या चौकटीत कोणता अंक येईल ?

$$\begin{array}{rccccc} & 4 & 8 & 4 & 1 & 1 \\ - & 3 & \square & \square & 0 & 0 \\ \hline & 1 & 4 & 0 & 1 & 1 \end{array}$$

① 3 ② 5 ③ 4 ④ 2

9. रिकाम्या चौकटीत कोणता अंक येईल ?

$$\begin{array}{rccccc} & 5 & 5 & 3 & 4 & 5 \\ - & 2 & \square & \square & \square & \square \\ \hline & \square & 2 & 0 & 1 & 2 \end{array}$$

① 2 ② 3 ③ 1 ④ 0

10. सोबतच्या रिकाम्या चौकटीत कोणता अंक येईल ?

	5	1	4	5	5
–	3	0	□	□	3
	2	1	0	1	2

① 4 ② 3 ③ 2 ④ 1

11. सोबतच्या रिकाम्या चौकटीत कोणता अंक येईल ?

	8	4	3	9	9
–	□	3	2	□	5
	□	1	1	5	□

① 4 ② 5 ③ 2 ④ 1

12. 15,548 रुपयांपैकी 11,325 रुपयांची खरेदी केली तर किती रुपये शिल्लक राहिले ?

① 14,223 ② 24,223 ③ 4,223 ④ 4,423

13. 99,999 संख्येमधून किती वजा करावेत म्हणजे 87,654 उत्तर येईल ?

① 11,111 ② 12,234 ③ 12,345 ④ 12,341

14. 25,55,960 संख्येमधून 11,70,500 वजा केले तर उत्तर काय येईल ?

① 13,85,441 ② 13,85,460

③ 85,135 ④ 13,85,444

उत्तरसूची

1. ❸	2. ❸	3. ❷	4. ❷	5. ❷	6. ❶	7. ❷
8. ❸	9. ❷	10. ❶	11. ❶	12. ❸	13. ❸	14. ❷

(B) वजाबाकी (हातच्याची)

हातच्याची वजाबाकी करताना हातचा उसना घ्यावा लागतो. हातचा उसना घेताना पुढच्या घरातून घ्यावा. म्हणजे एककासाठी हातचा दशकातून, दशकासाठी हातचा शतकातून, शतकासाठी हातचा हजारातून घ्यावा लागतो. अशा पद्धतीने उसना हातचा घ्यावा.

शून्यासाठी हातचा त्याच्या लगतच्या पुढच्या घरातून घ्यावा.

नमुना उदाहरणे

1. 21,911 – 12,999 = किती ?

① 18,912 ② 8,912 ③ 1,912 ④ 11,088

स्पष्टीकरण : वरील वजाबाकी करताना आराखड्याचा उपयोग करावा. यासाठी हाताचा उसना घ्यावा.

दशहजार	हजार	शतक	दशक	एकक
2	1	9	1	1
– 1	2	9	9	9
0	8	9	1	2

∴ उत्तर : पर्याय क्र. ❷

2. 54,388 – .... = 27,578 रिकाम्या जागी कोणती संख्या येईल ?

① 36,810 ② 26,810 ③ 26,210 ④ 26,120

स्पष्टीकरण : 54,388 मधून वजा 27,578 केल्यावर रिकाम्या जागीची संख्या मिळेल.

दशहजार	हजार	शतक	दशक	एकक
5	4	3	8	8
2	7	5	7	8
– 2	6	8	1	0

∴ उत्तर : पर्याय क्र. ❷

3. 30,000 – 9,999 = किती ?

① 2,001 ② 21,111 ③ 20,001 ④ 21,001

स्पष्टीकरण : वरील उदाहरणात आराखड्याचा उपयोग करून वजाबाकी करावी.

दशहजार	हजार	शतक	दशक	एकक
3	0	0	0	0
–	9	9	9	9
2	0	0	0	1

∴ उत्तर : पर्याय क्र. ❸

4. 26,67,910 – 18,25,700 = किती ?

① 8,47,510 ② 8,47,410 ③ 8,47,210 ④ 8,47,310

स्पष्टीकरण : वरील उदाहरणात आराखड्याचा उपयोग करून वजाबाकी करावी.

द.ल.	ल.	द.ह.	हजार	शतक	दशक	एकक
2	6	7	8	9	1	0
– 1	8	2	5	7	0	0
	8	4	7	2	1	0

∴ **उत्तर :** पर्याय क्र. ❸

5. सोबतच्या रिकाम्या चौकटीत कोणता अंक येईल ?

```
   4  4  □  8  6
 – 3  8  8  9  □
 ───────────────
   0  5  8  8  9
```

① 7 ② 8 ③ 6 ④ 9

स्पष्टीकरण : वरील उदाहरणात चौकटीत येणारा अंक समान आहे.

```
   3 13  6  1  7
   4  4  □  8  6
 – 3  8  8  9  □
 ───────────────
   0  5  8  8  9
```

रिकाम्या चौकटीत 7 हा अंक येतो.

∴ **उत्तर :** पर्याय क्र. ❶

6. सोबतच्या गणितात 'ब' व 'अ' यांच्या अनुक्रमे किमती किती ?

```
   ब ब ब
 –   अ अ
 ───────
   4 5 6
```

① 9, 3 ② 5, 9 ③ 9, 4 ④ 5, 7

सोबतच्या पर्यायातील किमती घेऊन गणिते केल्यास

```
   5 5 5
 –   9 9
 ───────
   4 5 6
```

∴ **उत्तर :** पर्याय क्र. ❷

प्रश्नावली -1

प्रश्न 1 ते 7 सूचना : खालील उदाहरणे सोडविल्यास येणाऱ्या उत्तराचा पर्याय कोणता ते लिहा.

1. 94,846 – 29,547 = किती ?

① 75,299 ② 65,299 ③ 64,299 ④ 74,299

2. 88,888 – 9,999 = किती ?

① 79,999 ② 78,889 ③ 78,888 ④ 88,889

3. 95,009 – 904 = किती ?

① 94,105 ② 76,105 ③ 96,105 ④ 93,105

4. 87,105 – 42,899 = किती ?

① 44,306 ② 34,206 ③ 44,206 ④ 54,206

5. 75,000 – 39,999 = किती ?

① 36,111 ② 35,001 ③ 36,001 ④ 46,001

6. 84,299 – 48,266 = किती ?

① 36,033 ② 46,033 ③ 46,003 ④ 46,330

7. 94,211 – 46,425 = किती ?

① 57,786 ② 47,786 ③ 58,786 ④ 48,786

8. 35,16,802 – 20,19,190 = किती ?

① 14,97,613 ② 14,97,612

③ 14,98,612 ④ 14,62,981

प्रश्न 9 ते 11 सूचना : खालील रिकाम्या चौकटीत कोणता अंक येईल ?

9. रिकाम्या चौकटीत कोणता अंक येईल ?

	9	9	□	7	8
–	4	8	8	□	5
	5	0	8	1	3

① 8 ② 6 ③ 5 ④ 7

10. रिकाम्या चौकटीत कोणता अंक येईल ?

	9	□	5	7	4
–	4	8	□	7	5
	4	2	4	9	9

① 0 ② 1 ③ 4 ④ 6

11. रिकाम्या चौकटीत कोणता अंक येईल ?

	7	1	5	8	5
–	4	8	□	9	9
	2	2	8	8	□

① 3 ② 6 ③ 7 ④ 8

12. 25,000 रुपयांपैकी 14,982 रुपयांचा टी.व्ही. घेतला व उरलेले पैसे बँकेत ठेवले तर किती रुपये बँकेत ठेवले ?

① 39,982 ② 10,018 ③ 11,018 ④ 10,008

13. एका गावातील 48,250 लोकांपैकी 24,112 लोकांनी रक्तदान केले तर किती लोकांनी रक्तदान केले नाही ?

① 72,362 ② 14,038 ③ 24,038 ④ 24,138

उत्तरसूची

1. ❷	2. ❷	3. ❶	4. ❸	5. ❷	6. ❶	7. ❷
8. ❷	9. ❷	10. ❶	11. ❷	12. ❷	13. ❹	

प्रश्नावली–2

1. 3,465 – □ = 3,000 + 400 + 60 + 5

① 1 ② 0 ③ 100 ④ 10

2. □ + (8 × 1,000) = 9,450

① 450 ② 45 ③ 1,450 ④ 14,500

3. 2,435 – □ = 324

① 2,111 ② 1,111 ③ 111 ④ 11

4. $(80 \times 0) + \square = 80$

① 80 ② 0 ③ 160 ④ 1

5. $458 - 235 = ?$

① 22 ② 223 ③ 323 ④ 235

6. $925 - 416 = ?$

① 509 ② 905 ③ 59 ④ 95

7. $2,796 - 1,542 = ?$

① 1,254 ② 1,354 ③ 1,454 ④ 1,554

8. $147 - 0 = ?$

① 147 ② 0 ③ 1,470 ④ 170

9. $5,325 - 2,117 = ?$

① 3,208 ② 320 ③ 32 ④ 208

10. $2,015 - 1,569 = ?$

① 746 ② 646 ③ 546 ④ 446

11. $5,020 - 995 = ?$

① 3,725 ② 3,825 ③ 3,925 ④ 4,025

12. $6,063 - 1,208 = ?$

① 5,055 ② 4,955 ③ 4,855 ④ 4,755

13. $1,000 - 99 = ?$

① 601 ② 701 ③ 801 ④ 901

14. $5,341 - 2,860 = ?$

① 2,481 ② 2,482 ③ 2,381 ④ 2,382

15. $1,942 - \square = 1,942$

① 0 ② 1 ③ 10 ④ 3,884

16. $2,000 - \square = 0$

① 0 ② 1 ③ 2,000 ④ 2,001

17. $887 - \square = 559$

① 328 ② 329 ③ 330 ④ 331

18. 4,007 – 399 = ?
① 3,608 ② 7,836 ③ 6,738 ④ 608

उत्तरसूची

1. ❷	2. ❸	3. ❶	4. ❶	5. ❷	6. ❶	7. ❶
8. ❶	9. ❶	10. ❹	11. ❹	12. ❸	13. ❹	14. ❶
15. ❶	16. ❸	17. ❶	18. ❶			

प्रश्नावली–3

1. 9,005 – 97 = ?
① 8,908 ② 9,808 ③ 8,098 ④ 898

2. एका टोपलीत झेंडूची व गुलाबाची मिळून 936 फुले होती, त्यापैकी झेंडूची फुले 197 असल्यास गुलाबाची फुले किती ?
① 739 ② 1,133 ③ 971 ④ 560

3. रहीमला त्याच्या एका महिन्याच्या पगाराचे ₹ 2,115 मिळाले. त्यातून त्याने ₹ 1,890 खर्च केले व उरलेली रक्कम बँकेत ठेवली; तर त्याने बँकेत ठेवलेली रक्कम किती ?
① 225 ② 325 ③ 425 ④ 525

4. शाळेच्या रोपवाटिकेत 7,450 रोपे होती. त्यांतील 4,695 रोपे विकली आणि बाकीची विद्यार्थ्यांना मोफत वाटली; तर किती रोपे मोफत वाटली ?
① 2,655 ② 2,755 ③ 2,855 ④ 2,955

5. 2,033 व 1,892 या दोन संख्यांत फरक किती ?
① 141 ② 241 ③ 341 ④ 441

6. 5,381 मध्ये किती मिळविले म्हणजे बेरीज 7,753 होईल ?
① 2,372 ② 2,042 ③ 2,312 ④ 2,323

7. 6,049 पेक्षा 760 ने लहान असणारी संख्या कोणती ?
① 5,189 ② 5,289 ③ 5,389 ④ 5,489

8. एका वर्षी एका विभागातून शालान्त परीक्षेला 9,53,271 विद्यार्थी बसले होते. त्यापैकी 5,37,985 मुले होती व बाकी मुली होत्या; तर मुली किती होत्या?
① 4,15,286 ② 4,15,386 ③ 4,15,486 ④ 4,15,276

9. 37,235 – 26,048 = ?
① 11,177 ② 11,187 ③ 11,287 ④ 11,387

10. 62,314 – 7,455 = ?
① 54,859 ② 87,858 ③ 54,857 ④ 87,856

11. 12,845 – 10,974 = ?
① 1,851 ② 1,861 ③ 1,871 ④ 1,881

12. 40,263 – 23,787 = ?
① 15,476 ② 14,476 ③ 16,476 ④ 18,476

13. 57,305 – 19,079 = ?
① 35,226 ② 36,226 ③ 37,226 ④ 38,226

14. 23,147 – 5,607 = ?
① 17,240 ② 17,340 ③ 17,440 ④ 17,540

15. 30,127 – 11,430 = ?
① 18,397 ② 18,497 ③ 18,597 ④ 18,697

16. 39,400 – 3,749 = ?
① 35,551 ② 35,451 ③ 35,551 ④ 35,651

17. 53,339 – 20,870 = ?
① 32,469 ② 32,369 ③ 32,496 ④ 32,459

18. 4,284 पेक्षा 5,284 कितीने मोठी आहे ?
① 100 ② 1,000 ③ 2,000 ④ 200

19. 80,045 मधून किती वजा केल्यास 29,178 राहतील ?
① 50,567 ② 50,767 ③ 50,867 ④ 50,967

20. दोन संख्यांची बेरीज 1,05,725 आहे. त्यातील एक संख्या 78,069 असल्यास दुसरी संख्या कोणती ?
① 27,656 ② 27,456 ③ 27,556 ④ 27,356

21. एका विभागात बालवीरांची संख्या गेल्या वर्षी 1,27,540 होती. या वर्षी नवीन नोंदणीनुसार ती 1,53,650 झाली, तर या वर्षी बालवीरांची संख्या कितीने वाढली ?
① 26,110 ② 25,110 ③ 24,110 ④ 23,110

22. दहा दशसहस्र रुपयांतून ₹ 25,000 शिल्लक राहिले, तर किती रुपये खर्च केले ?

① 80,000 ② 85,000 ③ 70,000 ④ 75,000

उत्तरसूची

1. ❶	2. ❶	3. ❶	4. ❷	5. ❶	6. ❶	7. ❷
8. ❶	9. ❷	10. ❶	11. ❸	12. ❸	13. ❹	14. ❹
15. ❹	16. ❹	17. ❶	18. ❷	19. ❸	20. ❶	21. ❶
22. ❹						

प्रश्नावली-4

1. रामरावांनी मित्राकडून ₹ 45,000 कर्ज घेतले, त्यापैकी त्यांनी ₹ 28,000 परत दिले, तर किती रुपये कर्ज शिल्लक राहिले ?

① 26,000 ② 17,000 ③ 13,000 ④ 15,000

2. मोठ्यात मोठी पाच अंकी संख्या ही लहानात लहान सहा अंकी संख्येपेक्षा कितीने लहान आहे ?

① 0 ② 1 ③ 2 ④ 3

3. एका गावात 24,580 पुरुष राहतात. त्यांच्यापेक्षा स्त्रियांची संख्या 817 ने कमी आहे, तर स्त्रियांची संख्या किती ?

① 23,680 ② 22,680 ③ 23,763 ④ 23,863

4. गणपतने 13,013 ही संख्या लिहिताना 0 लिहिला नाही तर त्याची संख्या कितीने चुकली ?

① 13,700 ② 12,700 ③ 11,700 ④ 10,700

5. 8,88,888 ही संख्या लिहिताना डावीकडचा पहिला अंक पुसला तर उत्तरात कितीचा फरक पडेल ?

① 1,000 ② 10,000 ③ 8,00,000 ④ 800

6. 8,999 मध्ये किती मिळवावेत म्हणजे बेरीज दहा हजार येईल ?

① 101 ② 11 ③ 1,011 ④ 1,001

7. एका निवडणुकीत 39,500 मतदारांपैकी 1,352 मतदारांनी मतदान केले नाही, तर किती मतदारांनी मतदान केले ?

① 37,148 ② 38,148 ③ 39,148 ④ 40,148

8. 31 ते 35 पर्यंतच्या संख्यांची बेरीज ही 41 ते 45 पर्यंतच्या संख्यांच्या बेरजेपेक्षा कितीने कमी आहे ?

① 30 ② 40 ③ 50 ④ 60

9. 5 □6 □ 4 – 39,835 = 17,789 तर चौकटीतील अंक कोणते ?

① 2, 7 ② 7, 2 ③ 6, 2 ④ 1, 6

10. 5 □2 □1 – 37,985 = 15,286, तर चौकटीतील अंक कोणते ?

① 3, 7 ② 7, 3 ③ 5, 3 ④ 2, 1

11. एका गावातील यात्रेसाठी 15,81,527 लोक आले होते, त्यापैकी 10,27,637 लोक आपल्या गावी परत गेले, तर किती लोक शिल्लक राहिले ?

① 51,890 ② 52,890 ③ 5,53,890 ④ 54,890

उत्तरसूची

1. ❷	2. ❷	3. ❸	4. ❸	5. ❸	6. ❹	7. ❷
8. ❸	9. ❷	10. ❶	11. ❸			

मिश्र शाब्दिक उदाहरणे

- कोणत्याही शाब्दिक गणिती उदाहरणात वाचन अतिशय महत्त्वाचे आहे. उदाहरण वाचून त्याचे आकलन करून कोणत्या क्रिया कोणत्या क्रमाने कराव्यात हे निश्चित करून घ्यावे.
- फरक, शिल्लक, कमी अशा वेळी वजाबाकीची क्रिया करावी.
- जास्त, एकूण किती? अशा प्रकारचे प्रश्न विचारल्यास बेरीज करावी.
- बेरीज, वजाबाकी, संमिश्र उदाहरणात प्रथम संख्या मांडून घेऊन बेरीज करावी व नंतर वजाबाकी करावी.
- संख्या एकाखाली एक उतरताना एककाखाली एकक, दशकाखाली दशक या क्रमानेच उतरून घ्याव्यात व नंतरच बेरीज वजाबाकी करावी.

नमुना उदाहरणे

1. **9,49,024 + 3,21,009 – 7,20,004 = किती ?**

① 5,49,929 ② 5,50,039 ③ 5,50,029 ④ 55,009

स्पष्टीकरण : 9,49,024 + 3,21,009 – 7,20,004 या ठिकाणी प्रथम क्रमाने बेरीज करावी लागते. उभी मांडणी करून बेरीज करून घ्यावी एकाखाली एक अंक लिहावेत.

ल	दशह	ह	श	द	एकक
9 3	4 2	9 1	0 0	2 0	4 9
– 12	7	0	0	3	3

12,70,033 मधून 7,20,004 वजा करावेत.

दशल	ल	दशह	ह	श	द	एकक
1 –	2 7	7 2	0 0	0 0	3 0	3 4
	5	5	0	0	2	9

∴ **उत्तर :** पर्याय क्र. ❸

2. **समीरने घरासाठी ₹ 9,00,500 खर्च केले. त्यांपैकी 3,28,002 रुपयांचे बांधकाम साहित्य व ₹ 2,18,400 मजुरीसाठी खर्च केले व उरलेल्या पैशांचा रंगसाहित्य आणले, तर समीरने किती पैशांचे रंगाचे साहित्य आणले ?**

① 5,46,402 ② 5,72,498 ③ 3,54,008 ④ 3,54,098

स्पष्टीकरण : प्रथम गणिताचे काळजीपूर्वक वाचन करावे.

समीरचा घरासाठी एकूण खर्च	9,00,500	... (1)
समीरचा बांधकाम साहित्यासाठी खर्च	3,28,002	... (2)
समीरचा मजुरीसाठी झालेला खर्च	2,18,400	... (3)
समीरचा रंगसाहित्यासाठी झालेला खर्च ?		... (4)

रंगसाहित्यासाठीचा खर्च काढायचा आहे.

रीत I : 1 हा क्रमांक एकूण खर्च दर्शवितो त्यांची विभागणी 2, 3 व क्रमांक 4 मध्ये झालेली आहे. त्यासाठी प्रथम 2 व 3 यांची बेरीज करावी लागेल.

क्रमांक 1 व 2 यांची बेरीज करून.

```
   3 2 8 0 0 2
 – 2 1 8 4 0 0
 -------------
   5 4 6 4 0 2
```

5 यामध्ये क्रमांक 4 मिळवावे लागेल परंतु क्रमांक 4 ची किंमत काढावयाची आहे. त्यासाठी एकूण खर्चातून क्रमांक 5 ची किंमत वजा करावी लागेल.

```
   9 0 0 5 0 0
 – 5 4 6 4 0 2
 -------------
   3 5 4 0 9 8
```

354098 रुपयांचा रंगसाहित्य लागले.

रीत II : एकूण खर्चातून एकापाठोपाठ एक खर्च वजा करत जावे.

```
   9 0 0 5 0 0   एकूण खर्च
 – 3 2 8 0 0 2   बांधकाम साहित्याचा खर्च
 -------------
   5 7 2 4 9 8
   2 1 8 4 0 0   मजुरीसाठी झालेला खर्च
 -------------
   3 5 4 0 9 8   रंगसाहित्याचा खर्च
```

∴ **उत्तर** : पर्याय क्र. ❹

3. 1900*47 – 1*00029 + 8□8□7 = 185665 तर * व □ च्या जागी कोणते अंक येतील ?

① 8, 5 ② 8, 4 ③ 9, 4 ④ 3, 4

स्पष्टीकरण :

```
     1  9  0  0  *  4  7
   – 1  *  0  0  0  2  9
   ---------------------
                 *  1  8
   +       8  □  8  □  7
   ---------------------
        1  8  5  6  6  5
   –       8  4  8  4  7
   ---------------------
        1  0  0  8  1  8
```

त्यामुळे □ 4 ही संख्या येईल. 84,847

	1	9	0	0	*	4	7
–	1	*	0	0	0	2	9
		1	0	0	8	1	8

* च्या जागी 8 येऊ शकतो.

उत्तर अनुक्रमे 8 व 4 येईल

∴ **उत्तर** : पर्याय क्र. ❷

4. रामने आपल्याकडील ₹ 1,00,408 व 29,08,180 अनुक्रमे पतसंस्था व सोसायटीत ठेवले व काही पैसे त्याने बँकेत ठेवले एकूण ठेवी 35,09,809 ठेवले. तर बँकेत किती पैसे ठेवले ?

① 6,00,629 ② 30,80,180 ③ 5,00,221 ④ 5,00,021

स्पष्टीकरण : रामने आपल्याकडील रक्कम अनुक्रमे पतसंस्था, सोसायटी व बँकेत ठेवली. एकूण ठेवी क्रमाक्रमाने ठेवी वजा करत गेल्यास बँकेतील ठेव मिळेल.

	3	5	0	9	8	0	9	
–	2	9	0	8	1	8	0	
	0	6	0	0	6	2	9	
–		1	0	0	4	0	8	पतसंस्थेतील ठेव
		5	0	0	2	2	1	बँकेतील ठेव

∴ **उत्तर** : पर्याय क्र. ❸

5. 1809375 + 840085 – 500081 = किती ?

① 2149037 ② 2149479

③ 2149379 ④ 2149389

स्पष्टीकरण :

	1	8	0	9	3	7	5
+		8	4	0	0	8	5
	2	6	4	9	4	6	0
–		5	0	0	0	8	1
	2	1	4	9	3	7	9

∴ **उत्तर** : पर्याय क्र. ❸

★★★

3. गुणाकार (पाच अंकी गुणिले तीन अंकी संख्येपर्यंत)

◈ **गुण्य** : ज्या संख्येला गुणायचे आहे तिला 'गुण्य' असे म्हणतात.

◈ **गुणक** : ज्या संख्येने गुणायचे आहे तिला 'गुणक' असे म्हणतात.

◈ **गुणाकार** : गुण्यला गुणकने गुणल्यास येणाऱ्या संख्येला 'गुणाकार' असे म्हणतात.

9 गुण्य
× 8 गुणक
72 गुणाकार

◈ कोणत्याही संख्येला 0 ने गुणल्यास किंवा '0' ला गुणल्यास गुणाकार '0' येतो.

◈ कोणत्याही संख्येला '1' ने गुणल्यास गुणाकार तिच संख्या येते.

◈ 400×10 अशा गुणाकारात फक्त अंकांचा गुणाकार करून गुण्य व गुणकात जेवढे शून्य असतील तेवढे देणे.

◈ दोन अंकी संख्येला 11 ने गुणायचे झाल्यास त्या संख्येच्या अंकांच्यामध्ये त्यांची बेरीज करून अंक लिहावा. हातचा येत असेल तर पुढच्या अंकांत मिसळावा.

$63 \times 11 = 63$

$6 + 3 = 693$

$86 \times 11 = 86$

$8 + 6 = 14$

946

◈ गुणाकार करण्यासाठी कमीत कमी 10 पर्यंतचे पाढे पाठ करणे आवश्यक आहे.

रीत I :

दशहजार	हजार	शतक	दशक	एकक	
	5	4	8	1	
	×			6	
				6	एककास गुणून
+		4	8	0	दशकास गुणून
+	2	4	0	0	शतकास गुणून
3	0	0	0	0	हजारास गुणून
3	2	8	8	6	

रीत II : $498 \times 28 =$ किती ?

498 ची मांडणी विस्तारित रूपात करा.

400 + 90 + 8

28 ची मांडणी विस्तारित रूपात करा.

28 = 20 + 8

×	400	90	8
20	8000	1800	160
8	3200	720	64

$$
\begin{array}{rrrrr}
 & 8 & 0 & 0 & 0 \\
+ & 1 & 8 & 0 & 0 \\
+ & & 1 & 6 & 0 \\
+ & 3 & 2 & 0 & 0 \\
+ & & 7 & 2 & 0 \\
+ & & & 6 & 4 \\
\hline
 & 12 & 9 & 4 & 4
\end{array}
$$

नमुना उदाहरणे

1. **सहलीसाठी एका विद्यार्थ्याने ₹ 705 याप्रमाणे 48 विद्यार्थ्यांचे किती रुपये जमा होतील ?**

① 33,840 ② 33,740

③ 23,840 ④ 32,840

स्पष्टीकरण : एका विद्यार्थ्याने ₹ 705 याप्रमाणे 48 विद्यार्थ्यांचे पैसे काढण्यासाठी गुणाकार करावा लागेल.

$$
\begin{array}{rrrrrr}
 & & & 7 & 0 & 5 \\
\times & & & & 4 & 8 \\
\hline
 & & 5 & 6 & 4 & 0 \\
 & 2 & 8 & 2 & 0 & 0 \\
\hline
 & 3 & 3 & 8 & 4 & 0
\end{array}
$$

∴ **उत्तर :** पर्याय क्र. ❶

2. **$3842 \times 283 =$ किती ?**

① 47,346 ② 79,286

③ 9,70,286 ④ 10,70,286

स्पष्टीकरण :

```
        3 8 4 2
      × 2 8 3
    -----------
      1 0 5 2 6      3 एककाने गुणून
  + 2 9 1 3 6 0      8 दशकाने गुणून
    7 6 8 4 0 0      2 शतकाने गुणून
    -----------
   10 7 0 2 8 6
```

3 एककाने गुणून :

```
  3 8 4 2
×       3
---------
1 0 5 2 6
```

8 दशकाने गुणून :

```
   3 8 4 2
×      8 0
----------
29 1 3 6 0
```

2 शतकाने गुणून :

```
    3 8 4 2
  × 2 0 0
-----------
7 6 8 4 0 0
```

∴ **उत्तर :** पर्याय क्र. ❹

3. 8297 × 3*8 = 2887356 या प्रश्नात * च्या जागी कोणता अंक येईल ?

① 3 ② 4 ③ 6 ④ 7

स्पष्टीकरण :

```
        8 2 9 7
      × 3 * 8
  -------------
      6 6 3 7 6
  +           0
  + 2 4 8 9 1 0 0
  -------------
    2 8 8 7 3 5 6
```

दशकात 7 व 0 येतो त्यांची बेरीज 7 येते परंतु खाली अंक 5 आहे. त्यामुळे या ठिकाणी 7 मध्ये कोणती संख्या मिळविल्यास 15 येईल ते शोधावे लागेल. 7 मध्ये 8 मिळवावे लागेल. 7 + 8 = 15

∴ त्या ठिकाणी 8 येण्यासाठी 7 या अंकाला ‘4’ ने गुणावे लागेल त्यामुळे त्या ठिकाणी ‘4’ येईल.

∴ **उत्तर :** पर्याय क्र. ❷

4. 8569 × 600 = किती ?

① 51,414 ② 48,41,400 ③ 51,41,400 ④ 5,14,400

स्पष्टीकरण : 8569×600

$$\begin{array}{r} 8\ 5\ 6\ 9 \\ \times\ 6\ 0\ 0 \\ \hline \end{array} \qquad \begin{array}{r} 8\ 5\ 6\ 9 \\ \times\qquad 6 \\ \hline 5\ 1\ 4\ 1\ 4 \end{array}$$

त्यानंतर गुणकमध्ये असणाऱ्या शून्यांची संख्या मोजून गुणाकाराच्या पुढे द्याव्यात.

या ठिकाणी दोन शून्य आहेत. 51414 यावर दोन शून्य द्याव्यात 5141400

∴ **उत्तर :** पर्याय क्र. ❸

5. **एका कपाटाची किंमत ₹ 2150 आहे अशा दीड डझन कपाटांची किंमत किती होईल ?**

① 38,790 ② 25,800 ③ 64,500 ④ 42,580

स्पष्टीकरण : एका कपाटाची किंमत ₹ 2,150 आहे दीड डझन कपाटांची किंमत काढण्यासाठी गुणाकार करणे आवश्यक आहे.

एक डझन = 12 वस्तू

अर्धा डझन = 6 वस्तू

एक आणि अर्धा $= 1 + \frac{1}{2} = 1\frac{1}{2} =$ दीड डझन कपाटे

$= 12 + 6 = 18$

$$\begin{array}{r} 2\ 1\ 5\ 0 \\ \times\qquad 1\ 8 \\ \hline 3\ 8\ 7\ 9\ 0 \end{array}$$

अठराचा पाढा पाठ असल्यास सरळ गुणाकार करावा.

∴ ₹ 38,790

∴ 18 कपाटांची किंमत ₹ 38,790

∴ **उत्तर :** पर्याय क्र. ❶

6. **गुणाकार करा : 54384×216 ?**

① 10,746,944 ② 11,746,944

③ 11,646,944 ④ 11,745,944

स्पष्टीकरण :

5 4 3 8 4	
× 2 1 6	
3 2 6 3 0 4	एककाने गुणून
+ 5 4 3 8 4 0	दशकाने गुणून
+ 1 0 8 7 6 8 0 0	शतकाने गुणून
1 1 7 4 6 9 4 4	

∴ **उत्तर :** पर्याय क्र. ❷

(अ) दशक व शतक संख्यांना एक अंकी संख्येने गुणणे

7. **5 दशक × 2 = किती एकक ?**

① 100 ② 200 ③ 10 ④ 20

स्पष्टीकरण : 5 दशक × 2 म्हणजे 5 दशक 2 वेळा म्हणजे 10 दशक आणि 10 दशक : 100 एकक

म्हणून 5 दशक × 2 = 100 एकक

∴ **उत्तर :** पर्याय क्र. ❶

8. **4 शतक × 2 = किती ?**

① 600 ② 800 ③ 400 ④ 200

स्पष्टीकरण : 4 शतक × 2 म्हणजे 4 शतक 2 वेळा म्हणजे 8 शतक म्हणून 8 शतक = 800

∴ **उत्तर :** पर्याय क्र. ❷

(ब) दोन अंकी संख्येला दोन अंकी संख्येने गुणणे

9. **23 × 14 = ?**

① 322 ② 232 ③ 233 ④ 422

स्पष्टीकरण : रीत 1 : या उदाहरणात 14 चा पाढा पाठ असेल तर उदाहरण पटकन सुटेल.

∴ 23 × 14 = 322

रीत 2 :

```
   2 3     येथे 23 ला प्रथम 4 ने गुणून गुणाकार 92 आला.
 × 1 4
 -----
   9 2     नंतर 23 ला 1 दशकने गुणून गुणाकार 230 आला.
+ 2 3 0    92 व 230 ची बेरीज केली.
 -------
 3 2 2
```

यावरून $23 \times 14 = 322$.

∴ **उत्तर :** पर्याय क्र. ❶

(क) तीन अंकी संख्येला दोन अंकी संख्येने गुणणे

10.

```
     1 2 5
     × 3 4
   -------
     5 0 0     125 ला 4 एककने गुणले.
 + 3 7 5 0     125 ला 3 दशकने गुणले.
 ---------
   4 2 5 0
```

(ड) तीन अंकी संख्येला तीन अंकी संख्येने गुणणे

11.

```
        1 3 7
      × 1 3 2
    ---------
        2 7 4     137 × 2 ए.   =  274
  +   4 1 1 0     137 × 3 द.   =  4,110
    1 3 7 0 0     137 × 1 श.   =  13,700
  -----------
    1 8 0 8 4     गुणाकार      =  18,084
```

(इ) चार अंकांपर्यंतच्या संख्येला एक अंकी संख्येने गुणणे

12.

```
   5 3 1 3
 ×       2
 ---------
 1 0 6 2 6
```

13.

```
   9 3 1 5
 ×       5
 ---------
 4 6 5 6 0
```

(ई) चार अंकी संख्येला दोन अंकी संख्येने गुणणे

14.

3421	
× 35	
17105	3,421 ला 5 ए. ने गुणले
+ 102630	3,421 ला 3 द. ने गुणले
119735	

(उ) चार अंकी संख्येला तीन अंकी संख्येने गुणणे

15.

4349	
× 104	
17396	4,349 ला 4 ए. ने गुणले.
+ 00000	4,349 ला 0 द. ने गुणले.
+ 434900	4,349 ला 1 श. ने गुणले.
452296	

(ऊ) पाच अंकी संख्येला तीन अंकी संख्येने गुणणे

16.

24639	
× 687	
172473	24,639 ला 4 ए. ने गुणले.
+ 1971120	24,639 ला 9 द. ने गुणले.
+ 14783400	24,639 ला 6 श. ने गुणले.
16926993	

17. $800 \times 100 = ?$

① 8,00,000 ② 800 ③ 8,000 ④ 80,000

स्पष्टीकरण : येथे 8 आणि 1 यांच्या गुणाकारावर चार वेळा शून्य दिल्यास उत्तर मिळते.

∴ **उत्तर :** पर्याय क्र. ❹

18. 250 × 2 दशक = ?

① पाचशे ② पन्नास हजार

③ पाच हजार ④ पाच

स्पष्टीकरण : येथे 2 दशकाने म्हणजे 20 ने गुणावयाचे आहे. म्हणजे 25 आणि 2 यांच्या गुणाकारावर दोन वेळा शून्य दिल्यास उत्तर मिळते.

∴ **उत्तर :** पर्याय क्र. ❸

19. 587 ची चाळीस पट म्हणजे किती ?

① 23,480 ② 58,400

③ 627 ④ 547

स्पष्टीकरण : पट याचा अर्थ गुणिले असा होतो. म्हणून 587 × 40 हे उदाहरण सोडविताना 587 × 4 याच्या उत्तरावर शून्य दिल्यास उत्तर मिळते.

∴ **उत्तर :** पर्याय क्र. ❶

20. $567 \times 10 = ?$

① 5,670 ② 56,700 ③ 567 ④ 5,067

स्पष्टीकरण : 567 या संख्येला 10 ने गुणताना तिच्यावर एक शून्य द्यावा; म्हणजेच 567 × 10 = 5,670 उत्तर येते.

∴ **उत्तर :** पर्याय क्र. ❶

21. $13 \times 12 \times 0 = ?$

① 1,312 ② 156 ③ 0 ④ 26

स्पष्टीकरण : कोणत्याही संख्येला शून्याने गुणले असता उत्तर शून्यच येते.

∴ **उत्तर :** पर्याय क्र. ❸

22. $25,430 \times 123 = ?$

① 31,27,890 ② 31,27,980

③ 32,17,980 ④ 3,98,02,199

स्पष्टीकरण : 25,430 ला 123 ने गुणले असता उत्तर 31,27,890 येते.

∴ **उत्तर :** पर्याय क्र. ❶

प्रश्नावली -1

सूचना : खालील उदाहरणे सोडवून त्यांच्या उत्तरांच्या पर्याय क्रमांकाचे वर्तुळ काळे करा.

1. गुण्य 15 आणि गुणक 12 असेल तर गुणाकार किती ?
   ① 3 ② 27 ③ 180 ④ 1,215
2. गुणाकार 81 असून गुणक आणि गुण्य यांच्यात फरक नाही, तर गुणक किती असावा ?
   ① 8 ② 1 ③ 9 ④ 7
3. $23 \times 0 \times 9 =$ किती ?
   ① 168 ② 96 ③ 1 ④ 0
4. $9,003 \times 85 =$ किती ?
   ① 76,525 ② 75,255 ③ 7,65,255 ④ 7,45,255
5. 141 आणि 63 यांचा गुणाकार किती ?
   ① 7,387 ② 8,883 ③ 7,883 ④ 88,883
6. $101 \times 99 =$ किती ?
   ① 9,909 ② 9,090 ③ 9,999 ④ 9,099
7. 2 □ × 6 = 1 □□ या उदाहरणात चौकटीच्या जागी समान अंक आहेत, तर खालीलपैकी कोणता अंक असू शकेल ?
   ① 2 ② 8 ③ 4 ④ 0
8. 4 द × 3 = किती ?
   ① 7 द ② 12 श ③ 12 द ④ 21 द
9. 5 श × 7 = किती ?
   ① 35 द ② 35 श ③ 53 श ④ 12 श
10. 3 द × 3 = किती ?
    ① 9 श ② 90 द ③ 6 द ④ 9 द
11. 6 श × 2 = किती ?
    ① 600 ② 1,200 ③ 12 द ④ 120 श
12. 7 श × 3 = किती ?
    ① 210 द ② 21 द ③ 12 श ④ 10 श

13. 4 द × 3 द = किती ?

① 12 द ② 21 द ③ 12 श ④ 7 श

14. 5 श × 2 द = किती ?

① 10 श ② 10 ह ③ 1 ह ④ 10 द

15. 21 × 15 = किती ?

① 325 ② 315 ③ 305 ④ 215

16. 34 × 24 = किती ?

① 816 ② 726 ③ 806 ④ 916

17. 57 × 32 = किती ?

① 1,724 ② 1,824 ③ 1,814 ④ 1,834

18. 75 × 37 = किती ?

① 2,775 ② 3,775 ③ 2,765 ④ 2,675

19. 91 × 17 = किती ?

① 108 ② 1,547 ③ 1,457 ④ 1,537

उत्तरसूची

1. ❸	2. ❸	3. ❹	4. ❸	5. ❷	6. ❸	7. ❸
8. ❸	9. ❷	10. ❹	11. ❷	12. ❶	13. ❸	14. ❷
15. ❷	16. ❶	17. ❷	18. ❶	19. ❷		

प्रश्नावली–2

1. 265 × 34 = किती ?

① 9,100 ② 9,010 ③ 9,009 ④ 9,011

2. 189 × 29 = किती ?

① 4,581 ② 5,481 ③ 5,471 ④ 5,491

3. 171 × 49 = किती ?

① 8,369 ② 8,479 ③ 8,379 ④ 8,378

4. 935 × 20 = किती ?

① 17,700 ② 18,700 ③ 19,700 ④ 1,870

5. 675 × 25 = किती ?

① 18,675 ② 17,875 ③ 16,875 ④ 16,825

6. 269 × 345 = किती ?

① 92,085 ② 92,705 ③ 92,805 ④ 91,705

7. 763 × 112 = किती ?

① 84,546 ② 85,456 ③ 75,456 ④ 85,556

8. 605 × 333 = किती ?

① 2,01,565 ② 2,01,465 ③ 2,00,465 ④ 2,01,365

9. 720 × 500 = किती ?

① 3,56,000 ② 3,65,000 ③ 2,60,000 ④ 3,60,000

10. 250 × 750 ☐ 500 × 375 तर रिकाम्या चौकटीत खालीलपैकी कोणते चिन्ह येईल ?

① = ② > ③ < ④ V

11. 750 × 320 = किती ?

① 2,40,200 ② 2,40,000 ③ 16,000 ④ 2,04,000

उत्तरसूची

1. ❷	2. ❷	3. ❸	4. ❷	5. ❸	6. ❸	7. ❷
8. ❷	9. ❹	10. ❶	11. ❷			

प्रश्नावली–3

1. 4,001 × 5 = किती ?

① 20,001 ② 20,005 ③ 20,004 ④ 20,050

2. 4,505 × 4 = किती ?

① 1802 ② 18,020 ③ 1,820 ④ 1,80,200

3. 3,242 × 5 = किती ?

① 15,210 ② 16,010 ③ 16,210 ④ 16,110

4. 6,535 × 6 = किती ?

① 37,210 ② 38,210 ③ 36,210 ④ 39,210

5. 1,345 × 3 = किती ?
① 3,935 ② 4,035 ③ 4,135 ④ 4,045

6. 2,549 × 41 = किती ?
① 1,04,499 ② 1,04,509 ③ 1,05,509 ④ 1,04,409

7. 4,005 × 23 × 0 = किती ?
① 0 ② 92,115 ③ 4,028 ④ 92,110

8. 4,389 × 49 = किती ?
① 2,15,062 ② 2,15,161 ③ 2,14,060 ④ 2,15,061

9. 5,673 × 52 = किती ?
① 2,94,896 ② 2,94,996 ③ 2,84,996 ④ 2,94,986

10. 7,805 × 65 = किती ?
① 5,07,225 ② 5,07,335 ③ 5,07,325 ④ 5,70,325

11. 4,542 × 115 = किती ?
① 5,22,230 ② 5,22,330 ③ 5,22,303 ④ 5,23,230

12. 4,509 × 105 = किती ?
① 4,73,454 ② 4,73,545 ③ 4,73,445 ④ 4,72,445

13. 2,991 × 502 = किती ?
① 14,01,482 ② 15,01,382
③ 15,02,482 ④ 15,01,482

14. 1,339 × 582 = किती ?
① 7,69,288 ② 7,79,298 ③ 7,79,289 ④ 7,69,298

15. 4,444 × 122 = किती ?
① 5,42,168 ② 5,32,168 ③ 5,42,178 ④ 5,41,168

16. 24,530 × 250 = किती ?
① 61,32,500 ② 61,50,032
③ 61,53,200 ④ 65,13,200

17. 19,182 × 512 = किती ?
① 98,11,284 ② 98,21,184
③ 98,84,211 ④ 21,19,884

18. 22,203 × 685 = किती ?

① 1,59,05,520 ② 1,59,02,055

③ 1,52,09,055 ④ 2,01,59,055

उत्तरसूची

1. ❷	2. ❷	3. ❸	4. ❹	5. ❷	6. ❷	7. ❶
8. ❹	9. ❷	10. ❸	11. ❷	12. ❸	13. ❹	14. ❷
15. ❶	16. ❶	17. ❷	18. ❸			

(B) गुणाकार (10, 100, 1000 ने गुणणे)

- ◈ कोणत्याही संख्येला 10 ने गुणल्यास त्या संख्येच्या पुढे एक शून्य द्यावा.
- ◈ कोणत्याही संख्येला 100 ने गुणल्यास त्या संख्येच्या पुढे दोन शून्ये द्यावीत.
- ◈ कोणत्याही संख्येला 1,000 ने गुणल्यास त्या संख्येच्या पुढे तीन शून्ये द्यावीत.

नमुना उदाहरणे

1. **24 × 10 = किती ?**

① 240 ② 2,400 ③ 2,410 ④ 241

स्पष्टीकरण : 10 ने गुणल्यामुळे त्या संख्येच्या पुढे एक शून्य द्यावा.

∴ **उत्तर :** पर्याय क्र. ❶

2. **255 × 100 = किती ?**

① 2,55,100 ② 25,500 ③ 2,550 ④ 20,550

स्पष्टीकरण : 100 ने गुणल्यामुळे त्या संख्येपुढे दोन शून्ये द्यावीत.

∴ **उत्तर :** पर्याय क्र. ❷

3. **14 × 1,000 = किती ?**

① 1,41,000 ② 14,000 ③ 1,400 ④ 14,100

स्पष्टीकरण : 1,000 ने गुणल्यामुळे 14 च्या पुढे तीन शून्ये द्यावीत.

∴ **उत्तर :** पर्याय क्र. ❷

प्रश्नावली–1

1. 900 × 300 = किती ?
   ① 270 ② 2,700 ③ 27,000 ④ 2,70,000
2. 360 × 10 = किती ?
   ① 360 ② 36 ③ 3,200 ④ 3,600
3. 167 ची दहा हजार पट = ?
   ① 16,70,000 ② 1,67,000 ③ 16,700 ④ 1,670
4. 700 × 40 = किती ?
   ① 28,000 शतक ② 2,800 शतक
   ③ 280 शतक ④ 28 शतक
5. 63 × 7 = 441, तर 6,300 × 70 = ?
   ① 4,410 ② 44,100 ③ 44,10,000 ④ 4,41,000
6. ₹ 38 दराने एक किलो तेल घेतल्यास किती रुपये द्यावे लागतील ?
   ① 38 ② 380 ③ 3,800 ④ 308
7. 125 किलो द्राक्षे ₹ 36 किलो दराने विकली तर किती रक्कम मिळेल?
   ① ₹ 45 ② ₹ 45 दशक
   ③ ₹ 45 शतक ④ ₹ 405
8. एका पूर्ण दिवसाची मिनिटे किती ?
   ① 60 मिनिटे ② 720 मिनिटे
   ③ 1,440 मिनिटे ④ 144 मिनिटे
9. 10 तासांचे सेकंद किती ?
   ① 60 ② 360 ③ 1,440 ④ 36,000
10. पुढीलप्रमाणे कोणता गुणाकार 896 येईल ?
   ① 46 × 26 ② 56 × 16 ③ 66 × 6 ④ 26 × 26
11. दोन संख्यांचा गुणाकार 144 आहे. तर त्या संख्या कोणत्या ?
   ① 12 × 12 ② 24 × 12 ③ 6 × 6 ④ 5 × 5
12. 13 ची दहा पट आणि 33 ची दहा पट यांतील फरक किती ?
   ① 130 ② 330 ③ 200 ④ 100

13. एका संख्येमध्ये 11 ही संख्या नऊ वेळा मिळविल्यास बेरीज 100 येते, तर ती संख्या कोणती ?

① 1 ② 10 ③ 100 ④ 99

14. माधव एका मिनिटामध्ये 25 बैठका काढतो, तर तो पाव तासात किती बैठका काढू शकेल?

① 100 ② 29 ③ 375 ④ 357

15. एका तासात 150 कागद छापून होतात, तर 600 मिनिटांत किती कागद छापून होतील?

① 90,000 ② 1,500 ③ 15,600 ④ 150

16. $(68 \times 68) - (68 \times 38) = ?$

① 680 ② 204 ③ 2,040 ④ 2,400

उत्तरसूची

1. ❹	2. ❹	3. ❶	4. ❸	5. ❹	6. ❶	7. ❸
8. ❸	9. ❹	10. ❷	11. ❶	12. ❸	13. ❶	14. ❸
15. ❷	16. ❸					

प्रश्नावली–2

1. $(335 \times 45) + (55 \times 335) = ?$

① 15,075 ② 18,425 ③ 3,350 ④ 33,500

2. $(78 \times 0 \times 5 \times 1) = ?$

① 0 ② 78 ③ 390 ④ 6

3. 17 दशक $\times 6 - 1,020 = ?$

① 170 ② 0 ③ 1 ④ 2,040

4. 28 या संख्येला 1 ने सात वेळेला गुणले तर उत्तर किती येईल ?

① 28×7 ② 28×0 ③ 28×1 ④ $28 + 1$

5. $98 \times 103 = ?$

① 10,094 ② 1,094 ③ 194 ④ 1,904

6. $39 \times 351 = ?$

① 13,689 ② 14,689 ③ 15,689 ④ 16,689

7. 35 □ × 16 = 5,728 तर □च्या जागी कोणता अंक असावा ?

① 2 ② 4 ③ 6 ④ 8

8. 53 × 105 = ?

① 5,555 ② 5,565 ③ 7,555 ④ 5,575

9. 7,008 × 9= ?

① 63,072 ② 6,30,072 ③ 70,089 ④ 6,372

10. गुण्य 23 आणि गुणक 12, तर गुणाकार =

① 35 ② 11 ③ 2,312 ④ 276

11. 8 × [अ] = [ब] × 12 = 96, तर [अ] + [ब] = ?

① 8 ② 20 ③ 88 ④ 0

12. गुण्य आणि गुणक यांच्यातील फरक 5 चा आहे गुणक 40 आणि गुणाकार 1,800 असल्यास गुण्य किती ?

① 35 ② 30 ③ 50 ④ 45

13. गुण्य 25 असून गुणाकार 650 आहे, तर गुणक किती असावा ?

① 26 ② 27 ③ 28 ④ 29

14. गुण्य 26 असून गुणक त्याच्यापेक्षा 6 ने लहान आहे, तर गुणाकार किती असावा ?

① 20 ② 2,620 ③ 2,026 ④ 520

15. गुण्य 21,252 व गुणक 335 असेल तर गुणाकार किती येईल ?

① 79,41,120 ② 71,49,420

③ 71,19,420 ④ 71,12,094

उत्तरसूची

1. ❹	2. ❶	3. ❷	4. ❸	5. ❶	6. ❶	7. ❹
8. ❷	9. ❶	10. ❹	11. ❷	12. ❹	13. ❶	14. ❹
15. ❹						

★★★

4. भागाकार (पाच अंकी भागिले दोन अंकी संख्येपर्यंत)

- **भागाकार** : दिलेल्या संख्येची समान वाटणी करणे किंवा दिलेल्या संख्येतून एखादी संख्या पुनः पुन्हा वजा करणे.
- भागणे म्हणजे भागाकार
- गुणाकार व भागाकार या परस्परांच्या विरुद्ध क्रिया आहेत.
- आपल्याला कोणत्याही संख्येला एक अंकी संख्येने भागावयाचे झाल्यास 9 पर्यंतचे पाढे पाठ असले पाहिजेत.
- कोणत्याही संख्येने शून्याला भागले तरी भागाकार शून्यच येतो.
- कोणत्याही संख्येला 1 ने भागल्यास भागाकार तीच संख्या येते.
- **भाज्य** : ज्या संख्येला भागावयाचे आहे तिला 'भाज्य' असे म्हणतात.
- **भाजक** : ज्या संख्येने भागतात त्या संख्येला 'भाजक' असे म्हणतात.
- **भागाकार** : भाज्यला भाजकाने भागल्यानंतर येणारी संख्या तिला 'भागाकार' असे म्हणतात.
- **बाकी** : भागाकारात शिल्लक राहते तिला 'बाकी' असे म्हणतात.

```
                 8   ← भागाकार
भाजक ⟶  8) 64   ← भाज्य
            − 64
              00   ← बाकी
```

भाज्य = भाजक × भागाकार + बाकी

नमुना उदाहरणे

1. एका भागाकारात भाजक 18 असून भागाकार 25 येतो व बाकी भाजकाच्या निम्मी राहते तर भाज्य किती ?

① 450 ② 612 ③ 459 ④ 500

स्पष्टीकरण : वरील भागाकाराच्या उदाहरणाचे काळजीपूर्वक वाचन करावे. या भागाकारात भाजक = 18, भागाकार = 25

∴ बाकी ही भाजकाच्या निम्मी येते.

भाजक 18 आहे त्याच्या निम्मी म्हणजे '9' येते.

बाकी = 9

∴ भाज्य = भाजक × भागाकार + बाकी

= 18 × 25 + 9 प्रथम गुणाकार करावा.

= 450 + 9 आता बेरीज करा.

= 459

∴ **उत्तर :** पर्याय क्र. ❸

2. 9,842 ÷ 45 = किती ?

① 290 ② 209 ③ 208 ④ 219

स्पष्टीकरण : 9,842 ÷ 45

$$\begin{array}{r} 219 \\ 45\,\overline{)\,9842} \\ -90 \\ \hline 084 \\ -45 \\ \hline 392 \\ -360 \\ \hline 032 \end{array}$$

9 लहान अंक असल्यामुळे भाग जात नाही त्यासाठी पुढचा अंक घेऊन विचार करावा. आता 98 ही संख्या तयार झाली. 45 ने भागण्यासाठी किती भाग बसेल हा अंदाज घ्यायचा आहे. त्यासाठी डावीकडील अंकांचा विचार करावा.

$$\begin{array}{r} 2 \\ 4\,\overline{)\,9} \\ -8 \\ \hline 1 \end{array}$$

2 चा भाग बसू शकतो.

45 × 2 = 90

त्यानंतर 1 चा भाग बसेल. त्यानंतर बाकी 392 संख्या तयार होईल 9 चा भाग बसेल.

∴ भागाकार : 219

∴ **उत्तर :** पर्याय क्र. ❹

3. ताशी 56 कि.मी. वेगाने 448 कि.मी. अंतर जाण्यासाठी किती मिनिटे वेळ लागेल ?

① 8 तास ② 450 मिनिट

③ 480 मिनिटे ④ 420 मिनिटे

स्पष्टीकरण : ताशी 56 कि.मी. वेगाने 448 कि.मी. अंतर जाण्यासाठी लागणारा वेळ काढण्यासाठी भागाकार करणे आवश्यक आहे.

$$\begin{array}{r} 8 \\ 56\overline{)448} \\ -448 \\ \hline 000 \end{array}$$

या ठिकाणी 56 चा पाढा येत नसल्यामुळे पाढा तयार करणे आवश्यक आहे. यासाठी प्रथम अंदाज घेऊ. डावीकडील अंकाचा विचार करू.

$5 > 4$

∴ पुढच्या अंकांचा विचार करू.

$$\begin{array}{r} 8 \\ 5\overline{)44} \\ -40 \\ \hline 04 \end{array}$$

8 चा भाग बसू शकतो.

$$\therefore \begin{array}{r} 56 \\ \times 8 \\ \hline 448 \end{array}$$

ताशी 56 कि.मी. वेगाने 8 तास लागतात. परंतु उत्तरात मिनिटे विचारली आहेत.

8 तास $= 60 \times 8$

$= 480$ मिनिटे

∴ **उत्तर** : पर्याय क्र. ❸

4. 30□Δ ÷ 27 = 112 असेल तर अनुक्रमे □Δ ही कोणती संख्या होईल ?

① 42 ② 04 ③ 24 ④ 40

स्पष्टीकरण : 30□Δ ÷ 27 = 112

भाज्य ÷ भाजक = भागाकार

= भागाकार × भाजक

$= 112 \times 27$

$= 3,024$

= 30□Δ

∴ □ = 2, Δ = 4

परंतु अनुक्रमे □ Δ ही संख्या तयार करावयाची आहे.

∴ Δ = 4, □ = 2

∴ 42

∴ **उत्तर** : पर्याय क्र. ❶

5. एका पिशवीत 150 ग्रॅम साखर याप्रमाणे 12 कि. ग्रॅ. साखरेच्या किती पिशव्या तयार होतील ?

① 80 ② 8 ③ 800 ④ 18

स्पष्टीकरण : एका पिशवीत 150 ग्रॅम साखर याप्रमाणे प्रत्येक पिशवीत साखर भरायची आहे. एकूण साखर 12 कि. ग्रॅ. आहे. परंतु दोन्ही मापनाची एकके भिन्न आहेत. ती एकके एक करून घ्यावे.

12 कि. ग्रॅ. चे ग्रॅममध्ये रूपांतर करावे.

1 कि. ग्रॅ. = 1,000 ग्रॅम

∴ 12 कि. ग्रॅ. = 1,000 ग्रॅम × 12 कि. ग्रॅ. = 12,000

12,000 ग्रॅम साखर प्रत्येकी 150 ग्रॅम याप्रमाणे पिशवीत भरायची आहे.

$$\begin{array}{r} 80 \\ 150 \overline{)12000} \\ -\ 1200 \\ \hline 00000 \end{array}$$

15 वरून भागाचा अंदाज घ्यावा.

120 ÷ 15 = 8

∴ 8 ने 120 ला पूर्ण भाग जातो.

$$\begin{array}{r} 150 \\ \times\ 8 \\ \hline 1200 \end{array}$$

∴ 150 ग्रॅम याप्रमाणे 80 पिशव्या तयार होतील.

$\frac{12000}{150}$ = 80 पिशव्या

∴ **उत्तर :** पर्याय क्र. ❶

6. भागाकार करा : 78,336 ÷ 128 ?

① 612 ② 602 ③ 601 ④ 613

स्पष्टीकरण :

$$\begin{array}{r} 80 \\ 128 \overline{)78336} \\ -\ 768 \\ \hline 0153 \\ -\ 128 \\ \hline 0256 \\ -\ 256 \\ \hline 000 \end{array}$$

∴ **उत्तर :** पर्याय क्र. ❶

(अ) दोन अंकी संख्येला दोन अंकी संख्येने भागणे

1. **98 ÷ 13 =**

स्पष्टीकरण : ⟶ ①

```
   07
13)98
 − 0
  98
 − 91
  07
```

9 ही संख्या 13 पेक्षा लहान असल्यामुळे तिला भाग जात नाही.

13 चा पाढा 7 पर्यंत म्हटल्यावर 91

13 चा पाढा 8 पर्यंत म्हटल्यावर 104

98 ही संख्या 91 व 104 यामध्ये येते. त्यामुळे लहान संख्येने भाग जातो.

भाज्य = भाजक × भागाकार + बाकी

98 = 13 × 7 + 7

(ब) तीन अंकी संख्येला दोन अंकी संख्येने भागणे

1. **475 ÷ 12**

स्पष्टीकरण :

```
   039
12)475
 − 0
   47
 − 36
  115
 − 108
  007
```

4 ही संख्या 12 पेक्षा लहान असल्यामुळे तिला भाग जात नाही. त्यामुळे तिला '0' चा भाग जातो.

47 ला 3 चा भाग जातो.

115 ला 9 चा भाग जातो.

भाज्य = भाजक × भागाकार + बाकी

475 = 12 × 39 + 7

(क) चार अंकी संख्येला दोन अंकी संख्येने भागणे

1. **4,875 ÷ 24**

स्पष्टीकरण :

```
   0203
24 )4875
 − 0
   48
 − 48
  007
 − 0
   75
 − 72
   03
```

4 ला 0 चा भाग जातो.

48 ला 2 चा भाग जातो.

7 ला 0 चा भाग जातो.

75 ला 3 चा भाग जातो.

भाज्य = भाजक × भागाकार + बाकी

4,875 = 24 × 203 + 3

(ड) पाच अंकी संख्येला दोन अंकी संख्येने भागणे

1. **21,173 ÷ 50**

स्पष्टीकरण :

```
      423
50 ) 21173
   - 200
      117
   - 100
      173
   - 150
      023
   - 000
       23
```

211 ला 4 चा भाग जातो.
117 ला 2 चा भाग जातो.
173 ला 3 चा भाग जातो.
23 ला 0 चा भाग जातो.
230 ला 4 चा भाग जातो.
300 ला 6 चा भाग जातो.

भाज्य = भाजक × भागाकार + बाकी

21,173 = 50 × 423 + 23

(इ) शाब्दिक उदाहरणे

1. **₹ 1,500 अनुदान 20 शेतकऱ्यांना समान वाटून दिले, तर प्रत्येकाला किती रुपये अनुदान मिळेल ?**

① ₹ 75 ② ₹ 55 ③ ₹ 70 ④ ₹ 78

स्पष्टीकरण : 20 शेतकऱ्यांना ₹ 1,500 वाटून दिले.

त्यामुळे 1,500 रुपयांचे 20 समान भाग करणे.

```
      75
20 ) 1500
   - 140
     0100
   - 100
     000
```

प्रत्येक शेतकऱ्याला ₹ 75 अनुदान मिळेल.

∴ **उत्तर :** पर्याय क्र. ❶

प्रश्नावली–1

1. 480 ÷ 12 =

① 35 ② 4 ③ 40 ④ 44

2. 8,008 ÷ 8 =

① 1,100 ② 1,001 ③ 101 ④ 1,010

3. 8,485 ÷ 100 या भागाकारात बाकी किती येईल ?

① 485 ② 58 ③ 85 ④ 48

4. 755 ÷ 5 =

① 150 ② 151 ③ 152 ④ 154

5. 7,575 ÷ 15 =

① 55 ② 5050 ③ 550 ④ 505

6. 8 शतक ÷ 16 =

① 5 ② 500 ③ 50 ④ 15

7. 1,400 ÷ 20 =

① 7 ② 70 ③ 700 ④ 77

8. 819 ÷ 9 = ☐ भागाकार. ☐ बाकी

① 80,19 ② 81,19 ③ 19,81 ④ 91,0

9. 53 ÷ 2 = ☐ भागाकार. ☐ बाकी

① 26, 58 ② 26, 1 ③ 52, 9 ④ 27,0

10. 137 ÷ 7 = ☐ भागाकार. ☐ बाकी

① 9,97 ② 19,4 ③ 69,9 ④ 19,0

11. 55 ÷ 5 = ☐ भागाकार. ☐ बाकी

① 9, 55 ② 31, 9 ③ 11, 0 ④ 10

12. 29 ÷ 8 = ☐ भागाकार. ☐ बाकी

① 3, 5 ② 3, 9 ③ 9, 5 ④ 30, 5

13. 88 ÷ 10 = ☐ भागाकार. ☐ बाकी

① 8, 8 ② 8, 0 ③ 88, 10 ④ 0, 8

14. 97 ÷ 5 = ☐ भागाकार. ☐ बाकी

① 18, 9 ② 19, 2 ③ 19, 8 ④ 18, 10

15. 825 ÷ 5 = ☐ भागाकार. ☐ बाकी

① 165, 10 ② 165, 0 ③ 0, 165 ④ 165, 20

16. 39 ÷ 3 = ☐ भागाकार. ☐ बाकी

① 26, 5 ② 13, 26 ③ 13, 0 ④ 13, 11

17. 37,110 ÷ 10 = ☐ भागाकार. ☐ बाकी

① 371; 1 ② 3,711; 0
③ 3,711; 10 ④ 3,711; 100

18. 499 ÷ 7 = ☐ भागाकार. ☐ बाकी

① 79, 29 ② 71, 29 ③ 71,2 ④ 71, 25

19. 1,001 ÷ 20 = ☐ भागाकार. ☐ बाकी

① 50, 1 ② 100, 20 ③ 51, 0 ④ 20, 1

20. 9,000 ÷ 30 = ☐ भागाकार. ☐ बाकी

① 3,00 ② 30, 0 ③ 300, 0 ④ 13, 0

21. 253 ÷ 6 = ☐ भागाकार. ☐ बाकी

① 42, 5 ② 42, 0 ③ 42, 1 ④ 41, 1

22. 38 ÷ 4 = ☐ भागाकार. ☐ बाकी

① 9, 1 ② 9, 16 ③ 9, 3 ④ 9, 2

23. 284 ÷ 2 = ☐ भागाकार. ☐ बाकी

① 144, 2 ② 142, 0 ③ 140, 3 ④ 114, 3

24. 91,980 ÷ 36 =

① 5,255 ② 2,555 ③ 5,525 ④ 5,552

उत्तरसूची

1. ❸	2. ❷	3. ❸	4. ❷	5. ❹	6. ❸	7. ❷
8. ❹	9. ❷	10. ❷	11. ❸	12. ❶	13. ❶	14. ❷
15. ❷	16. ❸	17. ❷	18. ❸	19. ❶	20. ❸	21. ❸
22. ❹	23. ❷	24. ❷				

प्रश्नावली–2

1. $88,508 \times 324$ = किती ?

① 28,67,6562 ② 28,67,6062
③ 28,66,862 ④ 28,616,562

2. $8,147 \times 308$ = किती ?

① 2,59,276 ② 25,49,276
③ 25,09,276 ④ 25,69,276

3. एका सायकलीची किंमत ₹ 4,192 आहे. अशा 105 सायकलींची किंमत किती ?

① 44,01,601 ② 44,160 ③ 4,46,166 ④ 4,40,160

4. एका संगणकाची किंमत ₹ 24,050 आहे, तर अशा 22 संगणकाची किंमत किती ?

① 5,29,100 ② 5,29,000
③ 5,92,100 ④ 52,91,000

5. 4 तासांचे एकूण सेकंद किती ?

① 3,600 ② 14,400 ③ 7,200 ④ 18,400

6. रामरावांचा एका दिवसांचा पगार ₹ 255 तर सन 2016 या संपूर्ण वर्षातील त्यांचा पगार किती होईल ?

① 93,300 ② 93,075 ③ 93,330 ④ 93,255

7. वि.म. कपिलेश्वर शाळेत 280 विद्यार्थी असून प्रत्येक विद्यार्थ्याने ₹ 5,245 वर्गणी जमा केली. त्यापैकी ₹ 2,54,128 संगणकासाठी खर्च केले व उरलेल्या पैशांची रंगरंगोटी केली. तर रंगरंगोटीसाठी किती खर्च झाला?

① 14,68,600 ② 12,14,472
③ 4,68,600 ④ 17,22,728

8. $899584 \div 256$ = किती ?

① 3,504 ② 35,014 ③ 3,514 ④ 35,041

9. $11,95,500 \div (100 + 25)$ = किती ?

① 480 ② 11,955 ③ 11,525 ④ 9,564

10. एका गावात सन 2016 मध्ये जन्मलेल्या मुलींच्या नावे सन 2016 मुळे तेवढीच रक्कम बँकेत ठेवली. त्यामुळे बँकेत ₹ 8,16,480 जमा झाले. तर किती मुलींच्या नावे रक्कम ठेवली ?

① 2,016 ② 404 ③ 405 ④ 504

11. एका किलो गव्हाची किंमत ₹ 22 आहे. तर 12 क्विंटल गहू किती रुपयांना मिळेल ?

① 24,400 ② 24,000 ③ 26,400 ④ 24,040

12. पाच अंकी मोठ्यात मोठ्या संख्येतून किती वजा करावेत म्हणजे 205 ने नि:शेष भाग जाईल ?

① 205 ② 487 ③ 164 ④ 111

13. रामरावांनी आपल्याकडील रकमेपैकी $\frac{1}{4}$ भाग म्हणजे ₹ 26,500 शामला दिले. तर रामरावांकडे किती रुपये शिल्लक राहतील ?

① 78,000 ② 79,500 ③ 78,500 ④ 97,500

14. सतीशने 315 कर्मचाऱ्यांना प्रत्येकी ₹ 31,500 बोनस दिला. तर एकूण किती बोनस वाटला ?

① 9,22,500 ② 9,92,500 ③ 99,22,500 ④ 9,95,500

15. 100100 ÷ 100 किती?

① 101 ② 1010 ③ 110 ④ 1001

उत्तरसूची

1. ❶	2. ❸	3. ❹	4. ❶	5. ❷	6. ❸	7. ❷
8. ❸	9. ❹	10. ❸	11. ❸	12. ❸	13. ❷	14. ❸
15. ❹						

प्रश्नावली–3

1. एका संख्येला 9 ने भागले तर भागाकार व बाकी 7 येते व 7 ने भागले तर भागाकार 8 व बाकी 5 उरते तर ती संख्या कोणती ?

① 61 ② 63 ③ 68 ④ 70

2. एका उदाहरणात भाजक, भागाकार व बाकी या संख्या अनुक्रमे 14, 18 व 3 या आहेत, तर भाज्य संख्या खालील कोणती ?

① 255 ② 355 ③ 252 ④ 354

3. दोन संख्यांचा गुणाकार 56 असून त्यापैकी एक संख्या 7 आहे, तर दुसरी संख्या कोणती ?

① 5 ② 7 ③ 9 ④ 8

4. राजूने वर्गातील 32 मुलांना प्रत्येकी 5 गोळ्या वाटल्या, तेव्हा 3 गोळ्या शिल्लक राहिल्या तर राजूजवळ एकूण किती गोळ्या होत्या ?

① 163 ② 256 ③ 160 ④ 157

5. खालीलपैकी कोणत्या संख्येला 14 ने भागल्यास भागाकार 8 व बाकी 9 येते ?

① 103 ② 121 ③ 130 ④ 125

6. खालीलपैकी कोणत्या पर्यायाचा भागाकार वेगळा येतो ?

① 850 ÷ 17 ② 950 ÷ 15

③ 1,050 ÷ 21 ④ 100 ÷ 2

7. 4 मजुरांना ₹ 2,840 समान मजुरी वाटली तर प्रत्येक मजुराला किती रुपये मजुरी मिळेल ?

① ₹ 71 ② ₹ 710 ③ ₹ 701 ④ ₹ 7,010

8. 1,680 रुपयांत 21 रुमाल आणले तर प्रत्येक रुमालाची किंमत किती ?

① ₹ 8 ② ₹ 80 ③ ₹ 88 ④ ₹ 800

9. 7*75 ÷ 15 = 505 तर * च्या जागी कोणता अंक येईल ?

① 5 ② 6 ③ 4 ④ 7

10. 240 रुपयांत 15 लीटर दूध येते. तर एक लीटर दुधाची किंमत किती ?

① ₹ 16 ② ₹ 14 ③ ₹ 26 ④ ₹ 61

11. एका उदाहरणात भाजक 20, भागाकार 48 व बाकी 18 येते, तर भाज्य किती ?

① 960 ② 942 ③ 978 ④ 980

12. 4,200 रुपयांत 21 खुर्च्या घेतल्या, तर एका खुर्चीची किंमत किती ?

① ₹ 20 ② ₹ 222 ③ ₹ 200 ④ ₹ 2,000

13. 12 पानांचा एक पेपर याप्रमाणे 5,472 पानांचे किती पेपर होतील ?

① 456 ② 465 ③ 654 ④ 454

14. ₹ 825 देण्याकरिता 5 रुपयांच्या किती नोटा लागतील ?

① 16 ② 165 ③ 825 ④ 17

उत्तरसूची

1. ❶	2. ❶	3. ❹	4. ❶	5. ❷	6. ❷	7. ❷
8. ❷	9. ❶	10. ❶	11. ❸	12. ❸	13. ❶	14. ❷

प्रश्नावली-4

1. दररोज 16 पानांचे वाचन केल्यास 432 पाने वाचण्यासाठी किती दिवस लागतील ?

   ① 448 ② 416 ③ 27 ④ 30

2. 34 जणांच्या प्रवासासाठी ₹ 6,494 खर्च आला, तर प्रत्येकासाठी किती रुपये खर्च आला?

   ① 91 ② 19 ③ 191 ④ 528

3. एकच संख्या 48 वेळा घेऊन बेरीज केली असता उत्तर 4,272 आले तर ती संख्या कोणती असावी?

   ① 98 ② 89 ③ 187 ④ 189

4. 9 जणांना ₹ 999 सारखे वाटले तर प्रत्येकाला किती रुपये मिळतील ?

   ① 110 ② 101 ③ 111 ④ 100

5. एका संख्येला 18 ने भागले असता भागाकार 56 आला व बाकी 3 उरली, तर ती संख्या कोणती असावी ?

   ① 1,008 ② 1,856 ③ 1,011 ④ 1,010

6. एका करंडीत 36 आंबे याप्रमाणे 3,60,360 आंब्यांसाठी किती करंड्या लागतील ?

   ① 11 ② 1,001 ③ 10,010 ④ 1,010

7. 50 फुलांचा एक गुच्छ, याप्रमाणे गुच्छ करताना 10,013 फुलांमधून किती फुले शेवटी कमी पडतील?

   ① 13 ② 47 ③ 37 ④ 35

8. 12 बिस्किटांचा एक पुडा याप्रमाणे 624 बिस्किटांचे किती पुडे होतील ?

   ① 636 ② 7,488 ③ 62 ④ 52

9. 10 बालवीरांचे एक पथक याप्रमाणे 250 बालवीरांची किती पथके होतील ?

① 288 ② 224 ③ 25 ④ 225

10. प्रत्येक खोक्यात 30 पुस्तके याप्रमाणे 1,337 पुस्तके ठेवताना शेवटी किती पुस्तके कमी पडतील?

① 17 ② 27 ③ 13 ④ 31

11. 48 आंबे म्हणजे किती डझन आंबे ?

① 7 ② 4 ③ 12 ④ 8

12. ₹ 380 देण्याकरिता 2 रुपयांच्या किती नोटा लागतात ?

① 190 ② 19 ③ 380 ④ 38

उत्तरसूची

1. ❸	2. ❸	3. ❷	4. ❸	5. ❸	6. ❸	7. ❶
8. ❹	9. ❸	10. ❸	11. ❷	12. ❶		

गुणाकार, भागाकार (शाब्दिक) उदाहरणे

◈ उदाहरण व्यवस्थित वाचून कोणती क्रिया केली पाहिजे हे प्रथम निश्चित करा.

◈ एकावरून अनेकांची किंमत काढताना गुणाकार करावा लागतो.

◈ अनेकावरून एकाची किंमत काढण्यासाठी भागाकार करावा लागतो.

नमुना उदाहरणे

1. रामरावांनी 240 बॉक्स आणले. प्रत्येक बॉक्समध्ये दोन डझन टोप्या याप्रमाणे होत्या. त्या टोप्या प्रत्येकी 48 याप्रमाणे काही विद्यार्थ्यांना वाटल्या. तर त्या टोप्या किती विद्यार्थ्यांना पुरतील ?

① 240 ② 120 ③ 5,760 ④ 200

स्पष्टीकरण : रामरावांनी एका बॉक्समध्ये दोन डझन टोप्या असणारे 240 बॉक्स आणले.

आता एका बॉक्समधील टोप्यांची संख्या काढू.

एका बॉक्समध्ये दोन डझन टोप्या.

1 डझन = 12 टोप्या

2 डझन = 2×12

= 24 टोप्या

एका बॉक्समध्ये 24 टोप्या आहेत असे 240 बॉक्स आणले. यामधील सर्व टोप्यांची किंमत काढायची आहे. या ठिकाणी एका बॉक्समधील टोप्यावरून अनेक बॉक्समधील टोप्यांची संख्या काढायची आहे. यासाठी एकावरून अनेकांची किंमत काढायची आहे यासाठी या ठिकाणी गुणकार करावा लागेल.

एकूण टोप्या = एक बॉक्समधील टोप्या × एकूण बॉक्सची संख्या

= 24×240 = 5,760 टोप्या

एकूण 5,760 टोप्या त्यांच्याकडे आहेत. त्यांनी त्या टोप्या काही विद्यार्थ्यांना प्रत्येकी 48 याप्रमाणे वाटल्या. यामध्ये त्या विद्यार्थ्यांची संख्या काढायची आहे.

अनेकावरून विद्यार्थ्यांची संख्या काढायची आहे. यासाठी भागाकार करावा लागेल.

```
      120
48) 5760
   - 48
    096
   - 96
    000
```

याप्रमाणे 120 विद्यार्थ्यांना टोप्या पुरतील.

∴ **उत्तर :** पर्याय क्र. ❷

2. रामने 2,916 रुपयांत 27 भेटवस्तू खरेदी केल्या. या भेटवस्तू प्रत्येकी 132 रुपयांस विकल्या. तर एक वस्तू किती कमी अगर जास्तने विकली ?

① 24 रुपयाने कमी ② 26 रुपयाने जास्त

③ 24 रुपयाने जास्त ④ 20 रुपयाने जास्त

स्पष्टीकरण : रामने 2,916 रुपयांत 27 भेटवस्तू खरेदी केल्या. यावरून आपल्याला एका भेटवस्तूंची किंमत काढावी लागेल. यामध्ये अनेकावरून एकाची किंमत काढण्यासाठी भागाकार करावा लागेल.

$$\begin{array}{r} 108 \\ 27\,\overline{)\,2916} \\ -\ 27 \\ \hline 021 \\ -\ \ 0 \\ \hline 216 \\ -\ 216 \\ \hline 000 \end{array}$$

भेटवस्तूंची एक वस्तू 108 रुपयांस मिळावी. ती वस्तू 132 रुपयास विकली यामधील दोन्हीच्या विक्री व खरेदी फरक काढावयाचा आहे. यासाठी वजाबाकी करावी लागेल.

$$\begin{array}{r} 132 \\ -108 \\ \hline ₹\ 24 \end{array}$$

या ठिकाणी ती वस्तू ₹ 24 जास्त घेऊन विकण्यात आली.

∴ **उत्तर :** पर्याय क्र. ❸

3. एका पिशवीत पाऊण किलोग्रॅम साखर आहे. अशा 8 पिशव्या एकत्र करून त्यातील साखर प्रत्येकी 120 ग्रॅम याप्रमाणे किती लहान पिशव्या भराव्या लागतील ?

① 50 ② 30 ③ 24 ④ 45

स्पष्टीकरण : एका पिशवीत पाऊण किलो साखर आहे.

पाऊण किलो = किलोचा पाऊण भाग = 750 ग्रॅम साखर

अशा 8 पिशव्यातील साखर एकत्र केली यामध्ये एका पिशवीतील साखरेवरून अनेक पिशवीतील साखर काढायची आहे. यासाठी गुणाकार करावा लागेल.

एकूण साखर = एका पिशवीतील साखर × एकूण पिशव्या

= 750×8

= 6,000 ग्रॅम साखर

8 पिशवीतील 6,000 ग्रॅम साखर होईल यातील साखर प्रत्येकी 120 ग्रॅम याप्रमाणे प्रत्येक पिशवीत भरायची आहे. होणाऱ्या पिशव्यांची संख्या काढण्यासाठी भागाकार करावा लागेल.

$$\begin{array}{r} 50 \\ 120\,\overline{)\,6000} \\ -600 \\ \hline 0000 \\ -\quad 0 \\ \hline 0 \end{array}$$

∴ 50 पिशव्यांची गरज आहे.

∴ **उत्तर :** पर्याय क्र. ❶

4. दुष्काळग्रस्तांसाठी प्रत्येक विद्यार्थ्याने ₹ 240 जमा केले जेवढ्या कुटुंबांना पैसे वाटले तेवढ्या विद्यार्थ्यांनी पैसे आणले. यामध्ये प्रत्येक कुटुंबाला किती पैसे मिळतील ?

① 240 ② 480 ③ 120 ④ 560

स्पष्टीकरण : दुष्काळग्रस्त निधीसाठी एका विद्यार्थ्याने ₹ 240 जमा केले. आता या ठिकाणी जेवढ्या कुटुंबांना पैसे वाटले तेवढ्याच विद्यार्थ्यांनी पैसे आणले. याचा अर्थ समजा 10 कुटुंबांना पैसे वाटले. तेवढ्याच म्हणजेच 10 विद्यार्थ्यांनी पैसे आणले.

म्हणजेच विद्यार्थी व कुटुंब याची संख्या समान आहे.

एका कुटुंबाला जेवढे मिळतील तेवढेच पैसे एका विद्यार्थ्याने आणले आहेत.

एका विद्यार्थ्यांने ₹ 240 आणले म्हणजेच प्रत्येक कुटुंबाला ₹ 240 मिळतील.

∴ **उत्तर :** पर्याय क्र. ❶

5. एका पिशवीत सव्वा किलो पेढे आहेत. ते पेढे लहान पिशवीत भरायचे आहेत. एका लहान पिशवीत 10 ग्रॅम पेढे याप्रमाणे जास्तीत जास्त किती पिशव्या लागतील ?

① 150 ② 225 ③ 100 ④ 125

स्पष्टीकरण : एका पिशवीत सव्वा किलो पेढे आहेत. सव्वा किलो याचा अर्थ 1 किलो 250 ग्रॅम होय.

आता या सर्वांचे ग्रॅम करून घेऊ

$$\begin{array}{r} 1 \text{ किलो} = 1000 \text{ ग्रॅम} \\ -\quad 250 \text{ ग्रॅम} \\ \hline 1250 \text{ ग्रॅम} \end{array}$$

हे पेढे प्रत्येकी 10 ग्रॅम याप्रमाणे भरायचे आहेत. अनेकांवरून पिशव्यांची संख्या काढावी लागणार यासाठी भागाकार करावा लागेल.

$$\begin{array}{r} 125 \\ 10\overline{)1250} \\ -10 \\ \hline 025 \\ -20 \\ \hline 50 \\ -50 \\ \hline 00 \end{array}$$

125 पिशव्या लागतील.

∴ **उत्तर** : पर्याय क्र. ❹

सूचना : खालील उदाहरणे सोडवून त्यांच्या उत्तरांच्या पर्याय क्रमांकाचे वर्तुळ काळे करा.

1. 10 पेनांची किंमत ₹ 77.50 असेल, तर 4 पेनांची किंमत किती ?

① 7.75 ② 31 ③ 77.5 ④ 775

स्पष्टीकरण : येथे 77.50 रुपयांना 10 ने भागल्यावर ₹ 7.75 ही एका पेनची किंमत येते. त्या किमतीला 4 ने गुणल्यावर 31 येतात.

∴ **उत्तर** : पर्याय क्र. ❷

2. 8 फोटोंची किंमत ₹ 640 असेल, तर 80 फोटोंची किंमत किती ?

① ₹ 640.0 ② ₹ 64,000

③ ₹ 6,400 ④ ₹ 64

स्पष्टीकरण : येथे 640 रुपयांना 8 ने भागल्यावर एका फोटोची किंमत ₹ 80 येते. 80 फोटोंची किंमत काढताना 80 × 80 = 6,400 येतात.

∴ **उत्तर** : पर्याय क्र. ❸

प्रश्नावली–1

1. प्रत्येकास $\frac{1}{4}$ केळी याप्रमाणे 40 जणांसाठी किती केळी लागतील ?

① 6 ② 10 ③ 4 ④ 12

2. ज्ञानदेव दीड तासात 810 ओळी वाचतो, तर एका मिनिटात तो किती ओळी वाचतो ?

① 90 ② 60 ③ 9 ④ 10

3. 13 पेट्यांमध्ये 1,326 पुस्तके समान भरली, तर प्रत्येक पेटीत पुस्तके किती ?

① 102 ② 101 ③ 110 ④ 112

4. 17 पेट्यांमध्ये 1,870 आंबे समान भरले आहेत, तर अशा 5 पेट्यात किती आंबे असतील ?

① 3,240 ② 650 ③ 550 ④ 2,240

5. एका करंडीत 5 आंबे आहेत, याप्रमाणे 535 आंबे भरण्यासाठी किती करंड्या लागतील ?

① 17 ② 107 ③ 104 ④ 103

6. 9 रुमालांची किंमत ₹ 63 तर 51 रुमालांची किंमत किती रुपये?

① 401 ② 459 ③ 359 ④ 357

7. 10 शर्टची किंमत ₹ 1,200 आहे, तर 5 शर्टांची किंमत किती रुपये होईल ?

① 600 ② 2,400 ③ 300 ④ 50

8. प्रत्येकी 24 आंबे असलेल्या 50 पेट्या घेतल्या. त्या आंब्यांच्या प्रत्येकी 6 आंबे असलेल्या किती पिशव्या तयार होतील?

① 100 ② 200 ③ 20 ④ 120

9. 30 कि. ग्रॅ. तांदळाची एक गोणी 404 रुपयांस मिळते तर 9 गोण्यांची किंमत किती रुपये ?

① ₹ 36,360 ② ₹ 6,336

③ ₹ 3,636 ④ ₹ 63,660

10. 5 पेनांची किंमत ₹ 12.5 असल्यास 25 पेनांची किंमत किती ?

① ₹ 625 ② ₹ 6.25

③ ₹ 62.5 ④ ₹ 62.05

11. 8 आरशांची किंमत ₹ 864.72 आहे. तर अशा 10 आरशांची किंमत किती रुपये ?

① 108.9 ② 1080.7

③ 1,080.9 पैसे ④ 1,089

12. 8 मी. कापडाची किंमत ₹ 136 आहे, तर 10 मी. कापडाची किंमत किती रुपये ?

① ₹ 170 ② ₹ 17 ③ ₹ 1,700 ④ ₹ 1,710

उत्तरसूची

1. ❷	2. ❸	3. ❶	4. ❸	5. ❷	6. ❹	7. ❶
8. ❷	9. ❸	10. ❸	11. ❸	12. ❶		

प्रश्नावली–2

1. 13 दिवसांचे वाचन 117 पाने झाले, तर 19 दिवसांचे वाचन किती पाने होईल ?

   ① 9 ② 139 ③ 171 ④ 261

2. एका विद्यार्थ्याने 4 दिवसांत 12 चित्रे काढली, तर तो 12 दिवसांत किती चित्रे काढेल?

   ① 36 ② 1,212 ③ 412 ④ 124

3. 7 डझन आंब्यांची किंमत ₹ 315 आहे, तर अशा 18 डझन आंब्यांची किंमत किती ?

   ① ₹ 45 ② ₹ 900 ③ ₹ 810 ④ ₹ 81

4. 12 दिवसांत 144 पानांचे लेखन केले, तर 13 दिवसांत किती पाने लिहून होतील ?

   ① 169 ② 156 ③ 25 ④ 1

5. 9 विद्यार्थ्यांना 72 कागद वाटले, याच प्रमाणात 10 विद्यार्थ्यांना किती कागद लागतील?

   ① 720 ② 80 ③ 17 ④ 27

6. 6 मोसंब्यांची किंमत ₹ 12 आहे, तर 12 मोसंब्यांची किंमत किती ?

   ① ₹ 20 ② ₹ 22 ③ ₹ 24 ④ ₹ 26

7. 7 डझन केळी 70 रुपयांना मिळाली, तर 70 डझन केळींची किंमत किती रुपये ?

   ① 7,070 ② 707 ③ 700 ④ 70

8. 17 घागरींमध्ये 204 ली. दूध मावले, तर अशा 12 घागरींमध्ये किती लीटर दूध मावेल ?

   ① 144 ② 156 ③ 1,712 ④ 1,217

9. 7 विद्यार्थ्यांना 49 बिस्किटे समान प्रमाणात वाटली, तर 9 विद्यार्थ्यांसाठी किती बिस्किटे लागतील ?

① 749 ② 56 ③ 63 ④ 70

10. एक मुलगा 12 मिनिटांत 840 मी. पळाला, तर तोच मुलगा 10 मिनिटांत किती मीटर पळेल ?

① 70 ② 7 ③ 700 ④ 7,000

11. 9 दिवसांची मजुरी ₹ 270 होते, तर 30 दिवसांची मजुरी किती होईल ?

① ₹ 90 ② ₹ 900
③ ₹ 9,000 ④ ₹ 9

12. 9 तासांत 504 ओळी लिहून झाल्या, तर 12 तासांत किती ओळी लिहून होतील ?

① 372 ② 472 ③ 572 ④ 672

उत्तरसूची

1. ❸	2. ❶	3. ❸	4. ❷	5. ❷	6. ❸	7. ❸
8. ❶	9. ❸	10. ❸	11. ❷	12. ❹		

★★★

5. पदावली व अक्षरांचा उपयोग

(A) पदावली

◈ पदावली म्हणजे एखाद्या उदाहरणात बेरीज, वजाबाकी, गुणाकार किंवा भागाकार यांपैकी दोन किंवा दोनपेक्षा अधिक क्रिया असणे.

◈ **नियम** : (1) पदावलीमध्ये कंचेभागूबेव या नियमाप्रमाणे प्रथम कंस सोडवावा.

(2) त्यानंतर क्रमाने गुणाकार किंवा भागाकार यामध्ये जी प्रथम क्रिया असेल ती करावी त्यानंतर उरलेली क्रिया करावी.

(3) गुणाकार, भागाकार ही क्रिया झाल्यानंतर बेरीज, वजाबाकी यामध्ये जी क्रिया प्रथम आली असेल ती करावी व उरलेली नंतर क्रिया करावी.

(4) क्रिया करताना डावीकडून उजवीकडे करत जावे.

नमुना उदाहरणे

1. **$[16 \times 4 + (20 + 5 - 10)] \div 13 =$ किती ?**

① 10 ② 5 ③ 8 ④ 6

स्पष्टीकरण : $[16 \times 4 + (20 + 5 - 11)] \div 13$ पदावलीच्या नियमांनुसार प्रथम कंस सोडवावा. त्यासाठी सर्वांत आतील कंस सोडवावा.

$= [16 \times 4 + (20 + 5 - 11)] \div 13$

$= [16 \times 4 + (25 - 11)] \div 13$

$= [16 \times 4 + 14] \div 13$ आता मोठा कंस सोडवावा.

$= [64 + 14] \div 13$

$= 78 \div 13$ भागाकार करा.

$= 6$

∴ **उत्तर** : पर्याय क्र. ❹.

2. **$45 \div 5 + 4 \times 3 - 15 =$ किती ?**

① 6 ② 10 ③ 12 ④ 8

स्पष्टीकरण : $45 \div 5 + 4 \times 3 - 15$ पदावलीच्या नियमानुसार प्रथम

$= 9 + 4 \times 3 - 15$ भागाकार करू.

$= 9 + 12 - 15$ भागाकारानंतर गुणाकार करू.

$= 9 + 12 - 5$ प्रथम क्रमाने बेरीज आल्यामुळे

$= 21 - 15$ वजाबाकी करू.

$= 6$

∴ **उत्तर** : पर्याय क्र. ❶

3. **$84 - 20 + 47 - 15 \times 3 =$ किती ?**

① 64 ② 62 ③ 66 ④ 111

स्पष्टीकरण : $84 - 20 + 47 - 15 \times 3$

$= 84 - 20 + 47 - 45$ पदावलीच्या नियमानुसार गुणाकार करणे.

$= 64 + 47 - 45$ क्रमाने बेरीज, वजाबाकी करणे.

$= 111 - 45$

$= 66$

∴ **उत्तर** : पर्याय क्र. ❸

4. 90 ☐ 15 ☐ 4 ☐ 8 ☐ 38 = या पदावलीत चौकोनातील चिन्हांचा कोणता क्रम योग्य ठरेल ?

① =, +, ÷, × ② +, ÷, ×, =

③ ÷, ×, +, = ④ ÷, +, ×, =

स्पष्टीकरण : संख्याचा विचार करून पर्याय क्र. 4 चिन्हाचा क्रम योग्य ठरू शकतो.

$= 90 \div 15 + 4 \times 8$

$= 6 + 32$

$= 38$

∴ म्हणजेच चिन्हांचा क्रम ÷, +, ×, = हा क्रम योग्य ठरतो.

∴ **उत्तर :** पर्याय क्र. ❹

5. $24 + 24 \div 4 \times 3 - 7 =$ किती ?

① 35 ② 9 ③ 42 ④ 10

स्पष्टीकरण :

$= 24 + 24 \div 4 \times 3 - 7$ प्रथम भागाकार करणे.

$= 24 + 6 \times 3 - 7$ गुणाकार करणे.

$= 24 + 18 - 7$

$= 42 - 7$

$= 35$

∴ **उत्तर :** पर्याय क्र. ❶

सूचना : खालील उदाहरणे सोडवून त्यांच्या उत्तरांच्या पर्याय क्रमांकाचे वर्तुळ काळे करा.

6. $25 - 6 + 9 =$?

① 28 ② 10 ③ 34 ④ 31

स्पष्टीकरण : अगोदर 25 व 6 यांची वजाबाकी करावी. येणाऱ्या संख्येत 9 मिळवावे. उत्तर 28 येते.

∴ **उत्तर :** पर्याय क्र. ❶

7. $13 + (6 \div 3) =$?

① 15 ② 11 ③ 132 ④ 26

स्पष्टीकरण : कंसातील भागाकार अगोदर करावा. येणाऱ्या उत्तरात 13 मिळवावेत. उत्तर 15 येते.

∴ **उत्तर :** पर्याय क्र. ❶

8. **$23 \times 1 \times 0 = ?$**

① 23 ② 1 ③ 0 ④ 231

स्पष्टीकरण : कोणत्याही संख्येला 0 ने गुणले असता गुणाकार 0 येतो.

∴ **उत्तर :** पर्याय क्र. ❸

9. **$25 \times 5 - 100 = ?$**

① 125 ② 95 ③ 25 ④ 100

स्पष्टीकरण : प्रथम 25 व 5 यांचा गुणाकार करावा. येणाऱ्या उत्तरातून 100 वजा करावेत. उत्तर 25 येते.

∴ **उत्तर :** पर्याय क्र. ❸

10. **$48 \div 12 \times 4 = ?$**

① 1 ② 16 ③ 44 ④ 4

स्पष्टीकरण : प्रथम 48 व 12 यांचा भागाकार करावा. येणाऱ्या उत्तराला 4 ने गुणावे. उत्तर 16 येते.

∴ **उत्तर :** पर्याय क्र. ❷

11. **$48 + 12 \times 3 \div 6 - 5 + 3 = ?$**

① 52 ② 46 ③ 44 ④ 40

स्पष्टीकरण : $48 + 12 \times 3 \div 6 - 5 + 3$ या पदावलीतील गुणाकार प्रथम व नंतर भागाकार करावा.

$= 48 + 36 \div 6 - 5 + 3$

$= 48 + 6 - 5 + 3.$

आता क्रमाने येणाऱ्या बेरीज, वजाबाकी या क्रिया कराव्यात

$= 54 - 5 + 3$

$= 49 + 3$

$= 52$

∴ **उत्तर :** पर्याय क्र. ❶

12. $64 \div 8 + 15 \times 3 + (7 - 4) =$ किती ?

① 56 ② 60 ③ 53 ④ 51

स्पष्टीकरण :

$64 \div 8 + 15 \times 3 + (7 - 4)$ या पदावलीतील कंस प्रथम सोडवा.

$= 64 \div 8 + 15 \times 3 + 3$

आता क्रमाने येणाऱ्या गुणाकार व भागाकार या क्रिया कराव्यात.

$= 8 + 45 + 3$

$= 56$

∴ **उत्तर :** पर्याय क्र. ❶.

13. $72 - (9 + 5 \times 3) + 15 =$ किती ?

① 63 ② 64 ③ 45 ④ 60

स्पष्टीकरण : या पदावलीतील कंस प्रथम सोडवा.

$= 72 - (9 + 5 \times 3) + 15$

$= 72 - 24 + 15$

आता क्रमाने येणाऱ्या बेरीज, वजाबाकी या क्रिया कराव्यात.

$= 48 + 15$

$= 63$

∴ **उत्तर :** पर्याय क्र. ❶

14. $45 + (17 - 9 + 8) - 10 \times 3 =$ किती ?

① 31 ② 75 ③ 30 ④ 25

स्पष्टीकरण : या पदावलीतील कंस प्रथम सोडवा.

$= 45 + (17 - 9 + 8) - 10 \times 3$

$= 45 + (8 + 8) - 10 \times 3$

$= 45 + 16 - 30$

$= 61 - 30$

$= 31$

∴ **उत्तर :** पर्याय क्र. ❶

15. $15 \times 2 \times (3 - 3) = ?$

① 0 ② 30 ③ 1 ④ 17

स्पष्टीकरण : या पदावलीतील कंस प्रथम सोडवा.

$= 15 \times 2 \times (3 - 3)$

$= 15 \times 2 \times 0$

$= 30 \times 0$

$= 0$

$\therefore$ **उत्तर :** पर्याय क्र. ❶

प्रश्नावली–1

1. $15 + 7 \times 8 - 14 =$ किती ?

① 57 ② 56 ③ 75 ④ 60

2. $18 \times 5 \div 3 - 7 + 8 =$ किती ?

① 15 ② 31 ③ 25 ④ 30

3. $(17 + 3 \times 5) \div 8 + 5 =$ किती ?

① 9 ② 6 ③ 7 ④ 8

4. $56 \div 14 + 7 \times 3 - 5 =$ किती ?

① 30 ② 20 ③ 18 ④ 17

5. $35 + 5 \times 3 - 18 =$ किती ?

① 32 ② 30 ③ 31 ④ 40

6. $(18 \times 2 \div 9) + 5 \times 3 - 18 =$ किती ?

① 37 ② 1 ③ 15 ④ 7

7. $5 \times 3 + 4 \times 7 - 20 =$ किती ?

① 23 ② 18 ③ 33 ④ 25

8. $47 - 5 \times 4 + 15 =$ किती ?

① 12 ② 42 ③ 32 ④ 15

9. $(8 \times 5 - 10) + 25 =$ किती ?

① 50 ② 45 ③ 55 ④ 25

10. $9 \times 8 + 7 - 5 \times 3 =$ किती ?

① 64 ② 78 ③ 72 ④ 70

11. $5 \times 7 + 4 - 3 \times 4 =$ किती ?

① 27 ② 33 ③ 30 ④ 32

उत्तरसूची

1. ❶	2. ❷	3. ❶	4. ❷	5. ❶	6. ❷	7. ❶
8. ❷	9. ❸	10. ❶	11. ❶			

प्रश्नावली–2

1. जर $3 \times \square + 5 = 20$, तर $\square$ मध्ये कोणती संख्या असेल ?

① 7 ② 9 ③ 15 ④ 5

2. $19 \times 5 + 5 - 20 \times 10 \div 5 + 5 \times 18 + 10 =$ किती ?

① 160 ② 80 ③ 175 ④ 250

3. $(14 \times 8) - (4 \div 4) =$ किती ?

① 124 ② 111 ③ 31 ④ 27

4. $(0.5 \times 4) + (1.5 \times 2) + 1 =$ किती ?

① 2 ② 3 ③ 6 ④ 5

5. $65 \square 45 \square 91 \square 19$ या पदावलीतील चौकोनांमध्ये खालीलपैकी कोणत्या गटातील चिन्हे येतील म्हणजे पदावली सत्य होईल ?

① +, =, + ② +, =, -

③ –, =, + ④ +, +, =

6. $29 \square 3 \square 3 \square 3 = 32$ या समीकरणातील चौकटीमध्ये खालीलपैकी कोणत्या गटातील चिन्हे त्याच क्रमाने वापरली आहेत ?

① ÷, =, +1891 ② +, ÷, x

③ +, x, – ④ +, ÷, +

7. $(133 \div 19) \times 7 =$ किती ?

① 7 ② 14 ③ 49 ④ 133

8. $7 \times \square + 5 = 5$ येण्यासाठी $\square$ च्या जागी कोणती संख्या असावी ?

① 1 ② 0 ③ 10 ④ 100

9. $30 \div 2 + 5 \times 4 - 17 = ?$

① 16 ② 17 ③ 19 ④ 18

10. $32 - 10 \times 2 + 3 \times 6 = ?$

① 30 ② 40 ③ 20 ④ 25

11. $16 \div 8 \times 3 - 6 = ?$

① 6 ② 4 ③ 0 ④ 1

12. $42 - 48 + 36 = ?$

① 45 ② 30 ③ 20 ④ 40

13. $(10 + 7) - (10 - 7) = ?$

① 15 ② 17 ③ 51 ④ 14

14. $21 \div 7 \times 2 - 5 = ?$

① 5 ② 4 ③ 1 ④ 0

15. $12 \times \frac{1}{2} - 12 \times \frac{1}{3} = ?$

① 4 ② 6 ③ 2 ④ 1

उत्तरसूची

1. ❹	2. ❶	3. ❷	4. ❸	5. ❶	6. ❷	7. ❸
8. ❷	9. ❹	10. ❶	11. ❸	12. ❷	13. ❹	14. ❸
15. ❸						

प्रश्नावली-3

1. $(25 \times 2) - (35 \div 7) + 12 = ?$

① 49 ② 43 ③ 44 ④ 57

2. $4 \times 2 \div 2 \times 1 = ?$

① 4 ② 1 ③ 2 ④ 0

3. $5 \times (7 - 3) = ?$

① 5 ② 3 ③ 25 ④ 20

4. $5 + 7 - 8 \times 1 + 15 + 5 = ?$

① 26 ② 24 ③ 25 ④ 27

5. $(10 + 8) - (10 + 3) = ?$

① 18 ② 13 ③ 5 ④ 10

6. $51 \times 50 - 50 = ?$

① 2,550 ② 2,500 ③ 2,050 ④ 2,005

7. $20 \times 14 \div 2 - (5 \times 3) = ?$

① 24 ② 125 ③ 21 ④ 42

8. $50 \times 42 - 1 \div 1 \times 1 = ?$

① 2,100 ② 2,099 ③ 20,100 ④ 2,110

9. $48 \div 4 \times 15 = ?$

① 190 ② 180 ③ 100 ④ 120

10. $(18 \div 2)\,(6 \times 3) + 9 = ?$

① 27 ② 20 ③ 15 ④ 10

11. $25 \times (20 - 4 \times 5) = ?$

① 25 ② 20 ③ 4 ④ 0

12. $54 + 9 + 12 - (4 \div 2) = ?$

① 73 ② 74 ③ 70 ④ 75

13. $39 \times (40 - 37) = ?$

① 93 ② 3 ③ 117 ④ 15,600

14. $(33 + 11 \times 2) - 5 = ?$

① 10 ② 50 ③ 100 ④ 34

15. $12 \times 8 \div 2 = ?$

① 96 ② 2 ③ 32 ④ 48

16. $1 \times 135 - 1 \times 134 = ?$

① 1 ② 2 ③ 3 ④ 4

17. $29 \times 4 - 23 \times 4 = ?$

① 28 ② 23 ③ 12 ④ 24

18. $22 \div 11 \times 3 - 1 = ?$

① 4 ② 5 ③ 6 ④ 7

उत्तरसूची

1. ❹	2. ❶	3. ❹	4. ❷	5. ❸	6. ❷	7. ❷
8. ❷	9. ❷	10. ❶	11. ❹	12. ❶	13. ❸	14. ❷
15. ❹	16. ❶	17. ❹	18. ❷			

(B) अक्षरांचा उपयोग

- बीजगणित म्हणजे संख्या आणि अक्षर यांचा वापर करून मांडलेले गणित
- **समानता** : दोन संख्यांवर बेरीज, वजाबाकी, गुणाकार, भागाकार यांपैकी कोणतीही क्रिया केली, की आलेले उत्तर म्हणजे एक संख्याच असते.

  $6 + 6 \square 3 \times 4$ $12 \square 12$ $12 = 12$

  $\therefore$ हे समानतेचे उदाहरण आहे.
- **असमानता** :

  $7 + 5 \square 7 \times 4$ $12 \square 35$ $12 \neq 35$

  या ठिकाणी दोन्ही बाजूंचा विचार केला असता उत्तर समान येत नाही. हे असमानतेचे उदाहरण आहे. उदाहरणांच्या दोन्ही बाजू असमान असतात.
- पदावलीत या $<, >, =$ चिन्हांचा वापर

  पदावलीतील क्रिया करून दोनही बाजूंच्या उत्तरांचा विचार करून $<, >, =$ या चिन्हांचा वापर करावा.
- **अक्षरांचा उपयोग** : चिन्हांप्रमाणे अक्षरांचा वापर करूनही लेखन सोपे, सुटसुटीत करता येते.
- कोणत्याही दोन संख्यांची बेरीज आणि त्याच दोन संख्यांचा क्रम बदलून येणारी बेरीज समानच असते.

  या दोन संख्यांसाठी a आणि b अक्षरे वापरू. $a + b = b + a$
- कोणत्याही संख्येला 1 या संख्येने गुणले असता गुणाकार संख्येएवढाच येतो.

∴ 'a' या संख्येला गुणल्यास $1 \times a = a$

◈ दोन वेगवेगळ्या संख्यांचा भागाकार आणि त्या संख्यांचा क्रम बदलून केलेला भागाकार हे समान नसतात. $a \div b \neq b \div a$

◈ कोणत्याही अक्षराला '0' या संख्येने गुणल्यास गुणाकार '0' येतो. $a \times 0 = 0$

नमुना उदाहरणे

1. कोणत्याही संख्येत '0' मिळविल्यास उत्तर काय येईल ?

① $a + 0 = 0$ ② $a + 0 = a0$

③ $a + 0 = a$ ④ $a + 0 = \frac{a}{0}$

स्पष्टीकरण : कोणत्याही संख्येत '0' मिळवायचे आहे. यासाठी कोणत्याही संख्येसाठी 'a' मानू.

'a' मध्ये 0 मिळवायचे आहे.

$a + 0$

कोणत्याही संख्येत 0 ही संख्या मिळविल्यास उत्तर ती संख्या येते.

$a + 0 = a$

∴ **उत्तर :** पर्याय क्र. ❸

2. $n + 8 = 12$ तर n = किती ?

① 4 ② 8 ③ 20 ④ 6

$n + 8 = 12$

या ठिकाणी n ची किंमत काढावयाची आहे.

$n + 8 = 12$

रीत 1 : तोंडी करून - n या संख्येत 8 मिळवायचे आहेत. म्हणजेच अशी कोणती संख्या आहे की ज्यामध्ये 8 मिळविल्यास उत्तर 12 येते.

∴ 4 या संख्येत 8 मिळविल्यास उत्तर 12 येते.

रीत 2 : पदावलीचा उपयोग करून

∴ $n + 8 = 12$

या ठिकाणी पदावलीच्या नियमाचा वापर करून

∴ $n + 8 = 12$

∴ दोन्ही बाजूतून 8 वजा केल्यास

∴ $n + 8 - 8 = 12 - 8$

∴ $n + 0 = 4$

∴ $\boxed{n = 4}$

∴ **उत्तर :** पर्याय क्र. ❶

3. एका संख्येतून 5 वजा करून त्याला 4 ने गुणल्यास गुणाकार 28 येतो. तर ती संख्या कोणती ?

① 12 ② 17 ③ 7 ④ 15

स्पष्टीकरण : एका संख्येसाठी x मानू.

एका संख्येतून 5 वजा करायचे

∴ $x - 5$ त्याला 4 ने गुणायचे आहे.

∴ $4(x - 5)$

∴ गुणाकार 28 येतो.

∴ $4(x - 5) = 28$

या ठिकाणी पदावलीच्या गुणधर्माचा उपयोग करून

∴ $4(x - 5) = 28$

$4 \times x - 4 \times 5 = 28$

$4x - 20 = 28$

∴ $4x = 28 + 20$ दोन्ही बाजूतून 20 मिळवून

∴ $4x = 48$

∴ $x = \frac{48}{4}$

∴ $x = 12$

∴ ती संख्या 12 असेल.

∴ **उत्तर :** पर्याय क्र. ❶

4. एका शाळेतील निम्मे विद्यार्थी सहलीला गेले व उरलेल्या विद्यार्थ्यांपैकी 14 विद्यार्थी गैरहजर राहिले व त्या वेळी शाळेत 15 विद्यार्थी हजर होते. तर शाळेत किती विद्यार्थी होते ?

① 29 ② 48 ③ 58 ④ 60

स्पष्टीकरण : एका शाळेतील x हे विद्यार्थी मानू त्यापैकी निम्मे विद्यार्थी सहलीला गेले.

$x - \frac{x}{2}$ सहलीला गेलेले विद्यार्थी $\frac{x}{2}$

उरलेल्या विद्यार्थ्यांपैकी 14 विद्यार्थी गैरहजर राहिले.

$x - \frac{x}{2} - 14$ त्या वेळी 15 विद्यार्थी शाळेत राहिले.

$\therefore \quad x - \frac{x}{2} - 14 = 15$

∴ दोन्ही बाजूत 14 मिळविल्यास

$\therefore \quad x - \frac{x}{2} - 14 + 4 = 15 + 14$

$\therefore \quad x - \frac{x}{2} + 0 = 29$

$\therefore \quad x - \frac{x}{2} = 29$

∴ छेद समान करून घेऊ.

$\therefore \quad \frac{2x - x}{2} = 29$

$\therefore \quad \frac{x}{2} = 29$

$\therefore \quad x = 29 \times 2$

$\therefore \quad x = 58$

∴ त्या शाळेत 58 विद्यार्थी होते.

∴ **उत्तर :** पर्याय क्र. ❸

5. एका मजुराला असलेल्या मजुरीपैकी पाव भाग मजुरी घरखर्चासाठी, पाव भाग मजुरी घरभाडे, $\frac{1}{3}$ भाग मजुरी बचत व उरलेल्या ₹ 200 प्रवासासाठी खर्च करतो. तर त्याला पगार किती ?

① 800 ② 1,200 ③ 1,500 ④ 1,000

स्पष्टीकरण : एकूण पगार x मानू.

घर खर्चासाठी पाव भाग मजुरी $- x \times \frac{1}{4} = \frac{x}{4}$

घरभाडेसाठी पाव भाग मजुरी $x \times \frac{1}{4} = \frac{x}{4}$

बचतेसाठी $\frac{1}{3}$ भाग मजुरीचा $x \times \frac{1}{3} = \frac{x}{3}$

व उरलेले 200 प्रवासासाठी

$$\therefore \quad x - \frac{x}{4} - \frac{x}{4} - \frac{x}{3} = 200$$

सर्वांचा छेद 12 करून घेऊ.

$$\frac{x \times 12 - 3 \times x - 3 \times x - 4 \times x}{12} = 200$$

$$\therefore \quad \frac{12x - 3x - 3x - 4x}{12} = 200$$

$$\therefore \quad 12x - 10x = 200 \times 12$$

$$\therefore \quad 2x = 2400$$

$$\therefore \quad x = \frac{2400}{2}$$

$$\therefore \quad x = 1200$$

मजुरी ₹ 1200

∴ **उत्तर** : पर्याय क्र. ❷

6. $8 \times 9 + 4 \square 15 \times 4 + 16$

वरील चौकटीत खालीलपैकी कोणते चिन्ह येईल ?

① $>$ ② $<$ ③ $\vee$ ④ $=$

स्पष्टीकरण : $8 \times 9 + 4 \square 15 \times 4 + 16$

$72 + 4 \square 15 \times 4 + 16$

$76 \square 60 + 16$

$76 \boxed{=} 76$

∴ या उदाहरणात दोन्ही उत्तरांचा विचार केला असता दोन्ही बाजू समान आहेत.

∴ **उत्तर** : पर्याय क्र. ❹

7. $(8 \times 9 + 14) = (12 \times 6) +$ ....

रिकाम्या जागी कोणती संख्या येईल ?

① 24 ② 4 ③ 14 ④ 18

स्पष्टीकरण : $(8 \times 9 + 14) = (12 \times 6) +$ ....

प्रथम गुणाकार करावा.

$72 + 14 = 72 +$ ....

दोन्ही बाजू समान आहेत.

$86 = 72 +$ ....

$86 = 72 + \underline{14}$

रिकाम्या जागी 14 ही संख्या येईल.

∴ **उत्तर :** पर्याय क्र. ❸

8. एका संख्येच्या निमपटीची तिप्पट 9 आहे. ही मांडणी असणारा पर्याय कोणता ?

① $\frac{3a}{2} + b = 9$ ② $\frac{a}{2} \times 3 = 9$

③ $\frac{a}{3} + 2 = 9$ ④ $\frac{32}{a} = 9$

स्पष्टीकरण : एका संख्येसाठी 'a' मानू. त्या संख्येची निमपट करावयाची आहे.

∴ $\frac{a}{2}$

∴ त्या संख्येच्या तिप्पट करावयाची आहे.

∴ $3 \times \frac{a}{2}$ किंवा $\frac{a}{2} \times 3$ याचे उत्तर 9 येते.

∴ $\frac{a}{2} \times 3 = 9$

∴ **उत्तर :** पर्याय क्र. ❷

9. एका संख्येची चौपट 56 आहे. तर ती संख्या कोणती ?

① 14 ② 16 ③ 12 ④ 18

स्पष्टीकरण : एका संख्येची चौपट करावयाची आहे. त्यासाठी एक संख्या म्हणून x मानू.

∴ त्या x ची चारपट करावयाची आहे.

∴ $4 \times x$

याचे उत्तर 56 येते.

∴ $4 \times x = 56$

∴ $x = \frac{56}{4}$

∴ $x = 14$

∴ ती संख्या 14 आहे.

∴ **उत्तर :** पर्याय क्र. ❶

10. $56 \div 7 \square 324 \div 9$ या रिकाम्या चौकटीत कोणते चिन्ह येईल ?

① > ② < ③ ∨ ④ =

स्पष्टीकरण : $56 \div 7 \square 324 \div 9$

$8 \square 36$

∴ $8 \boxed{<} 36$

∴ **उत्तर :** पर्याय क्र. ❷.

प्रश्नावली

1. खालीलपैकी अयोग्य विधान कोणते ?

① $\frac{0}{a} = 0$ ② $a - 0 = a$

③ $a + b = b + a$ ④ $a - b = b - a$

2. एका संख्येतून 3 वजा करून 3 ने भागल्यास उत्तर 3 येते ही मांडणी कशी कराल ?

① $\frac{a}{3} - 3 = 3$ ② $\frac{a-3}{3} = \frac{3}{3}$ ③ $\frac{a-3}{3} = 1$ ④ $\frac{a-3}{3} = 3$

3. एका संख्येच्या दुप्पटीची 1/4 पट 16 येते, तर ती संख्या कोणती ?

① 32 ② 16 ③ 64 ④ 8

4. एका संख्येतून 8 वजा करून 2 ने गुणल्यास उत्तर 12 येते, तर ती संख्या कोणती ?

① 16 ② 8 ③ 14 ④ 12

5. रामने आपल्याजवळील 800 रुपयांच्या किती पट रक्कम द्यावी म्हणजे ₹ 200 होतील ?

① $\frac{1}{4}$ पट ② $\frac{1}{2}$ पट ③ $\frac{1}{3}$ पट ④ $\frac{1}{5}$ पट

6. समीरने आपल्याजवळील काही रकमेपैकी 1/4 पट रक्कम म्हणजे ₹ 1500 रामला दिले तर समीरजवळ किती रुपये होते ?

① 6,000 ② 4,000 ③ 3,000 ④ 2,000

7. एका संख्येला 8 ने गुणून त्यातून 12 वजा केल्यास उत्तर 52 येते तर ती संख्या कोणती ?

① 64 ② 8 ③ 7 ④ 12

8. एका शाळेतील एकूण विद्यार्थ्यांपैकी पाव पट विद्यार्थी शिष्यवृत्तीला आले. जर 160 विद्यार्थी शिष्यवृत्तीला आले. तर शाळेतील एकूण किती विद्यार्थी होते ?

① 40 ② 320 ③ 640 ④ 480

9. एका गावात 12,000 व्यक्तींपैकी 6,400 व्यक्ती पंढरपूरला गेले व उरलेल्या व्यक्तींपैकी $\frac{1}{4}$ व्यक्ती तुळजापूरला गेले व राहिलेले व्यक्ती शेतीच्या कामासाठी गेले. तर किती व्यक्ती शेतीच्या कामासाठी गेले ?

① 5,600 ② 4,200 ③ 1,400 ④ 2,800

10. रामने एका संख्येला 9 ने भागून येणाऱ्या भागाकारात 13 मिळविल्यास उत्तर 122 येते. तर ती संख्या कोणती ?

① 1089 ② 1098 ③ 981 ④ 998

11. $\frac{x + 9}{2} = 18$ तर $x = ?$

① 27 ② 18 ③ 25 ④ 35

12. $(x - 9) \times 2 = x - 2$ तर $x = ?$

① 20 ② 18 ③ 16 ④ 14

13. $\frac{x + 5}{4} = 18$ तर $x = ?$

① 72 ② 67 ③ 77 ④ 57

14. $\frac{x \times 0}{9} + 7 = 7$ तर x = ?

① 8 ② 7

③ 9 ④ सर्व पर्याय बरोबर.

15. $9x - 15 = 48$ तर x = ?

① 5 ② 7 ③ 8 ④ 6

उत्तरसूची

1. ❹	2. ❹	3. ❶	4. ❸	5. ❶	6. ❶	7. ❷
8. ❸	9. ❷	10. ❸	11. ❶	12. ❸	13. ❷	14. ❹
15. ❷						

★★★

6. संख्यांचे विभाजक (अवयव) व विभाज्य, एक ते दहा पर्यंतच्या विभाज्यतेच्या कसोट्या

(A) संख्येचे विभाजक (अवयव) व विभाज्य

◈ कोणतीही संख्या दोन किंवा अधिक संख्यांच्या गुणाकाराच्या रूपात मांडली असता त्या गुणाकारातील प्रत्येक संख्या त्या संख्येचा अवयव असते.

◈ **विभाजक (अवयव)** : विभाजक म्हणजे दिलेल्या संख्येला निःशेष भाग जाणाऱ्या संख्या

उदा., 10 ला 1, 2, 5, 10 या संख्येने निःशेष भाग जातो.

त्यामुळे 10 चे 1, 2, 5, 10 हे विभाजक आहेत.

◈ **विभाज्य** : दिलेल्या संख्येच्या पटीतील संख्या होय किंवा दिलेल्या संख्येने विभाजित संख्या होय.

उदा., 10 चे 10, 20, 30, 40 ...... हे विभाज्य आहेत.

◈ कोणत्याही संख्येचे 1 आणि ती संख्या असे कमीत कमी दोन विभाजक असतातच अपवाद 1 ही संख्या.

◈ विभाजक आणि विभाज्य काढण्यासाठी विभाज्यकतेला कसोट्या वापराव्या लागतात.

- **मूळ संख्या** : ज्या संख्येचे 1 व ती संख्या असे दोनच विभाजक असतात त्या संख्येला 'मूळ संख्या' असे म्हणतात.
- **सहमूळ संख्या** : ज्या दोन संख्येचे 1 हा एकच सामाईक विभाजक असतो त्या संख्यांना 'सहमूळ संख्या' असे म्हणतात.
  या ठिकाणी एक संख्या मूळ असावी असे काहीही नाही.
  उदा., 8 व 9 यांचा सामाईक विभाजक 1 आहे. त्यामुळे या सहमूळ संख्या आहेत.
- **जोडमूळ संख्या (जुळ्या मूळ संख्या)** : ज्या मूळ संख्यांमध्ये 2 चा फरक असतो. त्या संख्यांना जुळ्या 'मूळ संख्या' असे म्हणतात.
  उदा., 3 व 5, 5 व 7, 11 व 13, 17 व 19, 29 व 31, 41 व 43, 59 व 61, 71 व 73 अशा 1 ते 100 पर्यंत 8 जोड्या आहेत.
- मूळ संख्या अनंत आहेत. असे युक्लिड याने 300 वर्षांपूर्वी ग्रीसमध्ये सिद्ध केले होते.
- मूळ संख्या शोधण्याची इराटोस्थेनिसची चाळणी पद्धत आहे.
- **संयुक्त संख्या** : ज्या संख्येचे दोनपेक्षा जास्त विभाजक असतात. ती संयुक्त संख्या असते.
- 1 ही संख्या संयुक्तही नाही आणि मूळ संख्याही नाही.

नमुना उदाहरणे

1. 28 चे सर्व विभाजक किती ?

① 10 ② 4 ③ 8 ④ 6

स्पष्टीकरण : 28 चे विभाजक काढावयाचे आहेत.

28 चे विभाजक 1	28 कोणत्याही संख्येचे 1 व ती संख्या असे दोन विभाजक असतात.
28 चे विभाजक 1, 2	14, 28 एककस्थानी 8 असल्यामुळे 2 हा विभाजक आहे. $2 \times 14 = 28$
28 चे विभाजक 1, 2, 4, 7, 14, 28	4 च्या पाढ्यात येते. 4×7

28 चे एकूण विभाजक 1, 2, 4, 7, 14, 28 असे एकूण 6 विभाजक आहेत.

∴ **उत्तर** : पर्याय क्र. ❹

2. 64 ही संख्या दोन पूर्ण संख्यांचा गुणाकाराच्या रूपात किती वेळा मांडता येईल ?

① 4 वेळा ② 6 वेळा ③ 5 वेळा ④ 2 वेळा

स्पष्टीकरण : 64 ही संख्या दोन पूर्ण संख्यांचा गुणाकाराच्या रूपात मांडणे.

$64 = 1 \times 64$ ... 1 जोडी

$64 = 2 \times 32$ ... 2 जोडी

$64 = 4 \times 16$ ... 3 जोडी

$64 = 8 \times 8$ ... 4 जोडी

∴ अशा 4 जोड्या आहेत.

∴ **उत्तर** : पर्याय क्र. ❶

(1) 899740 = 8 + 9 + 9 + 7 + 4 + 0 = 37 या संख्येला 3 ने भाग जात जाणारी त्यामुळे या संख्येला 3 ने भाग जात नाही.

(2) 88882431 = 8 + 8 + 8 + 8 + 2 + 4 + 3 + 1 = 42 या संख्येला 3 ने भाग जातो त्यामुळे या संख्येला 3 ने भाग जातो.

(3) 9998472 = 9 + 9 + 9 + 8 + 4 + 7 + 2 = 48 या संख्येला 3 ने भाग जातो. त्यामुळे या संख्येला 3 ने भाग जातो.

(4) 77789421 = 7 + 7 + 7 + 8 + 9 + 4 + 2 + 1 = 45 या संख्येला 3 ने भाग जातो. त्यामुळे या संख्येला 3 ने भाग जातो.

∴ **उत्तर** : पर्याय क्र. ❶

3. 897 ✻24✻ या संख्येला 15 ने निःशेष भाग जाण्यासाठी ✻ च्या जागी कोणता अंक येईल ?

① 5 ② 3 ③ 0 ④ 4

स्पष्टीकरण : 897✻24✻ या संख्येला 15 ने निःशेष भाग जाण्यासाठी ✻ च्या जागचा अंक काढावा लागेल.

15 ची कसोटी म्हणजे 3 व 5 ची कसोटी लागू पडणे. प्रथम 3 ची कसोटी वापरू.

897✻24✻ = 8 + 9 + 7 + 2 + 4 + ✻ + ✻ = 30 + ✻

5 ची कसोटी एकक 0 किंवा 5 पाहिजे

0 घेतल्यास = 30 + 0 = 30, 3 ने भाग जाईल.

5 घेतल्यास = 30 + 5 + 5 = 40, 3 ने भाग जात नाही.

∴ 3 व 5 ने निःशेष भाग जाण्यासाठी 0 योग्य आहे.

∴ **उत्तर** : पर्याय क्र. ❸

4. 18 ने भाग जाणारी पाच अंकी मोठ्यात मोठी संख्या कोणती ?

① 99999 ② 99998 ③ 99990 ④ 99996

स्पष्टीकरण : 5 अंकी मोठ्यात मोठी संख्या, ज्या संख्येला 18 ने निःशेष भाग जातो अशी संख्या शोधायची आहे. 18 ने निःशेष भाग जाण्यासाठी 2 ची कसोटी व 1 ची कसोटी त्यासाठी वापरावी लागेल. 2 ची कसोटी म्हणजे संख्या सम असावी लागेल. 9 ची कसोटी म्हणजे अंकांच्या बेरजेला 9 ने भाग जावा लागेल. पाच अंकी मोठ्यात मोठी संख्या 99999 ही विषम संख्या आहे. त्यामुळे 2 ने भाग जाण्यासाठी सम संख्या असावी.

99999 = 9 + 9 + 9 + 9 + 9 = 45 या संख्येला 9 ने भाग जातो परंतु 2 ने जात नाही. त्यामुळे या संख्येच्या मागील संख्या शोधण्यासाठी या संख्येतून 9 वजा करावे लागेल.

99999 – 9 = 99990

∴ 99990 ही समसंख्या आहे. 1 अंकी बेरीज 36 येते. त्यामुळे या संख्येला 2 व 9 ने निःशेष भाग जातो. या संख्येलाही 18 ने निःशेष भाग जाईल.

∴ **उत्तर** : पर्याय क्र. ❸

5. 497✻317 या संख्येत ✻ च्या जागी कोणता अंक असावा म्हणजे 11 ने निःशेष भाग जाईल ?

① 2 ② 4 ③ 0 ④ 9

स्पष्टीकरण : 497✻317 या संख्येला 11 ने निःशेष भाग घालवायचा आहे. एक आड एक संख्या घेऊन अंकाची बेरीज करून फरक 0 किंवा 11 च्या पटीतील असावा.

4 9 7 * 3 1 7

$$\begin{array}{rcr} 4 + 7 + 3 + 7 & = & 21 \\ 9 + 1 & = & -\ 10 \\ \hline & & 11 \end{array}$$

∴ ✻ च्या जागी '0' अंक असावा म्हणजे आहे तो फरक राहील.

∴ **उत्तर :** पर्याय क्र. ❸

6. 75 चे एकूण विभाजक किती ?

① 6 ② 8 ③ 5 ④ 4

स्पष्टीकरण : 75 चे एकूण विभाजक गुणाकाराच्या रूपात पुढील-प्रमाणे - 1×75, 3×25, 5×15

एकूण विभाजक 1, 3, 5, 15, 25 व 75 असे 6 विभाजक आहेत.

∴ **उत्तर :** पर्याय क्र. ❶

7. 15 चा विभाज्य नसणारा पर्याय कोणता ?

① 855 ② 750 ③ 900 ④ 800

स्पष्टीकरण : 15 चा विभाज्य नसणारा पर्याय म्हणजे नि:शेष भाग न जाणारी संख्या होय.

$855 \div 15 = 57$ बाकी = 0

$750 \div 15 = 50$ बाकी = 0

$900 \div 15 = 60$ बाकी = 0

$800 \div 15 = 53$ बाकी = 5

∴ **उत्तर :** पर्याय क्र. ❹

8. 25 चा विभाज्य होण्यासाठी सोबतच्या ✻ च्या ठिकाणी कोणता अंक लिहावा ? 985 ✻ 5

① 4 ② 3 ③ 2 ④ 5

स्पष्टीकरण : वरील ठिकाणी 25 ने भाग जाणारी संख्या तयार करणे आवश्यक आहे. यामध्ये खालील पर्यायांतील अंक लिहून संख्या तयार करावी.

पर्याय क्र. ① $98{,}545 \div 25 = 3{,}941$ बाकी = 20

पर्याय क्र. ② $98{,}535 \div 25 = 3{,}941$ बाकी = 10

पर्याय क्र. ③ 98,525 ÷ 25 = 3,941 बाकी = 0

पर्याय क्र. ④ 98,555 ÷ 25 = 3,942 बाकी = 5

∴ **उत्तर :** पर्याय क्र. ❸

9. 90 ही संख्या लिहिताना गुणाकाराच्या रूपात कोणता योग्य पर्याय आहे ?

① 15 × 5 ② 25 × 4 ③ 18 × 5 ④ 16 × 6

स्पष्टीकरण : 90 ही संख्या दोन संख्यांच्या गुणाकाराच्या रूपात लिहावी. दोन अवयवांच्या रूपात लिहिताना गुणाकार त्या संख्येएवढा यावा.

15 × 5 = 75, 25 × 4 = 100, 18 × 5 = 90, 16 × 6 = 96

18 × 5 यांचा गुणाकार 90 येतो.

∴ **उत्तर :** पर्याय क्र. ❸

प्रश्नावली–1

1. पुढीलपैकी 3 ची लहानात लहान विभाज्य संख्या कोणती ?

① 6 ② 9 ③ 12 ④ 15

2. 100 चा लहानात लहान विभाजक कोणता ?

① 50 ② 100 ③ 10 ④ 1

3. 35 चा विभाज्य नसणारा पर्याय कोणता ?

① 420 ② 280 ③ 560 ④ 360

4. 150 ही संख्या किती वेळा दोन संख्येच्या गुणाकाराच्या रूपात लिहिता येईल ?

① 6 ② 4 ③ 10 ④ 12

5. 280 ही संख्या खालीलपैकी कोणत्या संख्येचा विभाज्य नाही ?

① 40 ② 70 ③ 30 ④ 35

6. 210 या संख्येचा लहानात लहान विभाज्य कोणता ?

① 105 ② 2,100 ③ 70 ④ 210

7. 140 चे एकूण विभाजक किती ?

① 12 ② 10 ③ 8 ④ 6

8. 210 ही संख्या दोन संख्यांच्या गुणाकाराच्या रूपात खालील कोणत्या प्रकारे लिहिता येते ?

① 70×4 ② 35×8 ③ 60×5 ④ 105×2

9. 105 या संख्येचा लहानात लहान विभाजक कोणता ?

① 21 ② 105 ③ 5 ④ 1

10. खालीलपैकी कोणत्या संख्येचा 5 व 10 हा अवयव आहे ?

① 145 ② 450 ③ 255 ④ 275

11. 25 व 15 या संख्यांचा विभाज्य असणारा पर्याय कोणता ?

① 180 ② 200 ③ 150 ④ 360

12. 48 या संख्येचे एकूण विषम विभाजक किती ?

① 2 ② 10 ③ 4 ④ 6

उत्तरसूची

1. ❶	2. ❹	3. ❹	4. ❶	5. ❸	6. ❹	7. ❶
8. ❹	9. ❹	10. ❷	11. ❸	12. ❶		

प्रश्नावली–2

1. 24 आणि 42 यांचा क्रमाने येणारा तिसरा सामाईक विभाजक कोणता ?

① 4 ② 3 ③ 2 ④ 1

2. एका संख्येला 14 ने भागले असता भागाकार 842 आला व बाकी 2 उरली, तर ती संख्या कोणती ?

① 11,788 ② 11,792 ③ 11,790 ④ 1,197

3. 64 वह्यांचे समान गठ्ठे बांधायचे आहेत, तर वह्यांचे जास्तीत जास्त किती गठ्ठे होतील ?

① 64 ② 32 ③ 16 ④ 2

4. 45 ही संख्या अंकांचे स्थान बदलून मांडली, तर नवीन संख्या 45 च्या कोणत्या अवयवांची विभाज्य संख्या आहे ?

① 1, 45 ② 6, 9 ③ 3, 9 ④ 15, 3

5. 9 ची सर्वांत लहान विभाज्य असणारी खालीलपैकी संख्या कोणती ?

① 117 ② 81 ③ 54 ④ 72

6. खालीलपैकी 19 ची विभाज्य संख्या कोणती ?

① 195 ② 295 ③ 395 ④ 95

7. 121 ही संख्या तिच्या दोन समान अवयवांच्या गुणाकाराच्या रूपात कशी लिहावी ?

① $1 \times 2 \times 1$ ② 121×1 ③ 11×11 ④ 11×12

8. 24 या संख्येच्या सर्व विभाजकांची संख्या किती ?

① 5 ② 6 ③ 7 ④ 8

9. $23 \times \square = 736$, तर $\square$ = किती ?

① 23 ② 32 ③ 1 ④ 736

10. खालीलपैकी कोणत्या संख्येचा 27 हा विभाज्य आहे ?

① 2 ② 7 ③ 72 ④ 9

11. खालीलपैकी चुकीचे विधान कोणते ?

① $123 = 123 \times \square$ येथे चौकटीत 1 येईल.

② 4 हा 162 चा विभाजक नाही.

③ $47 \times 18 = 846$

④ 35 चे 5 विभाज्य आहे.

12. एका संख्येला 24 ने भागल्यावर भागाकार 10 आला आणि बाकी 10 उरली, तर ती संख्या कोणती असावी ?

① 240 ② 100 ③ 250 ④ 2,410

13. 5 आणि 4 या दोन्हीही संख्यांची सामाईक विभाज्य संख्या खालीलपैकी कोणती ?

① 35 ② 75 ③ 76 ④ 60

उत्तरसूची

1. ❷	2. ❸	3. ❷	4. ❸	5. ❸	6. ❹	7. ❸
8. ❹	9. ❷	10. ❹	11. ❹	12. ❸	13. ❹	

प्रश्नावली–3

1. 169 आणि 208 या दोन्ही संख्यांचा विभाजक असणारी खालीलपैकी संख्या कोणती ?

   ① 8 ② 4 ③ 2 ④ 13

2. 30 चे सर्व विभाजक क्रमाने सांगा.

   ① 1, 2, 3, 5, 6, 10, 15, 30 ② 30, 6, 3, 15, 5, 1, 2
   ③ 3, 15, 5, 1, 6 ④ 6, 2, 30, 1, 3, 5

3. 26 चा शेवटचा विभाजक कोणता ?

   ① 13 ② 1 ③ 2 ④ 26

4. 81 चा मोठ्यात मोठा विभाजक कोणता ?

   ① 1 ② 81 ③ 27 ④ 9

5. खालीलपैकी कोणत्या संख्येचा विभाज्य 144 आहे ?

   ① 1 ② 28 ③ 44 ④ 12

6. 5 हा सर्वांत लहान विभाजक असणारी संख्या कोणती ?

   ① 55 ② 155 ③ 15 ④ 45

7. 144 ही संख्या तिच्या 2 समान अवयवांच्या गुणाकाराच्या रूपात कशी मांडावी ?

   ① 24×6 ② 16×9 ③ 12×12 ④ 48×3

8. एका संख्येला 13 ने भागले असता भागाकार 9 आला आणि बाकी 3 उरली, तर ती संख्या कोणती ?

   ① 13 ② 9 ③ 120 ④ 39

9. $26 \times \square = 806$, तर $\square$ = किती ?

   ① 11 ② 21 ③ 31 ④ 41

10. 1, 2, 3 या तीनही संख्यांची लहानात लहान विभाज्य संख्या कोणती ?

    ① 123 ② 321 ③ 6 ④ 7

11. 12 ही संख्या कोणत्या दोन संख्यांचा विभाज्य आहे ?

    ① 2, 3 ② 3, 6
    ③ 4, 2 ④ यांपैकी सर्व.

12. भाजकाने भाज्याला नि:शेष भाग गेल्यास त्या भाजकाला काय म्हणावे ?

① भाज्य ② विभाजक ③ भाजक ④ विभाज्य

13. 2, 4, 6, 8 यांनी नि:शेष भाग जाणारी लहानात लहान संख्या कोणती ?

① 42 ② 48 ③ 24 ④ 16

14. 64 या संख्येचा चौथ्या क्रमांकाचा विभाजक कोणता ?

① 16 ② 4 ③ 12 ④ 8

15. 64 आणि 36 या संख्यांचा कोणता सामाईक विभाजक आहे ?

① 3 ② 4 ③ 8 ④ 9

16. 78 व 104 या दोन्ही संख्या खालीलपैकी कोणत्या संख्येच्या विभाज्य आहेत ?

① 39 ② 36 ③ 3 ④ 13

17. 24 या संख्येचे एकूण किती विभाजक आहेत ?

① 2 ② 6 ③ 4 ④ 8

18. खालीलपैकी कोणत्या संख्यांचा सामाईक विभाजक दोन अंकी आहे ?

① 39 व 52 ② 77 व 91 ③ 45 व 55 ④ 63 व 81

19. 12 या संख्येच्या सर्व विभाजकांची बेरीज किती ?

① 12 ② 24 ③ 28 ④ 15

20. 7 आणि 6 या दोन्ही संख्यांची सामाईक विभाज्य संख्या खालीलपैकी कोणती ?

① 21×3 ② 3×28 ③ 4×14 ④ 7×8

21. 96 ही संख्या कोणत्या संख्येचा विभाजक नाही ?

① 414 ② 288 ③ 384 ④ 480

उत्तरसूची

1. ❹	2. ❶	3. ❹	4. ❷	5. ❹	6. ❶	7. ❸
8. ❸	9. ❸	10. ❸	11. ❹	12. ❷	13. ❸	14. ❹
15. ❷	16. ❹	17. ❹	18. ❶	19. ❸	20. ❷	21. ❶

(B) विभाज्यतेच्या कसोट्या 10 पर्यंत

- ◈ एखाद्या विभाज्य संख्येला एखाद्या विभाजकाने पूर्ण भाग जातो की नाही हे ठरविण्यासाठी काही कसोट्या निश्चित केलेल्या आहेत. त्यापैकी काही कसोट्यांची माहिती घेऊ या.
- ◈ **2 ची विभाज्यतेची कसोटी :** ज्या संख्येच्या एककस्थानी 0, 2, 4, 6 किंवा 8 यांपैकी एखादा अंक असतो तेव्हा त्या संख्येला 2 ने निःशेष भाग जातो. उदा., 20, 24, 26, 48
- ◈ **3 ची विभाज्यतेची कसोटी** : जेव्हा संख्येतील सर्व अंकांच्या बेरजेला 3 ने निःशेष भाग जातो तेव्हा त्या संख्येलाही 3 ने निःशेष भाग जातो.
- ◈ **4 ची विभाज्यतेची कसोटी** : जेव्हा संख्येतील दशक व एकक स्थान मिळून तयार होणाऱ्या संख्येला 4 ने निःशेष भाग जातो तेव्हा त्या संख्येलाही 4 ने निःशेष भाग जातो.
- ◈ **5 ची विभाज्यतेची कसोटी** : ज्या संख्येच्या एककस्थानी 0 क्रिया 5 यापैकी अंक असतो तेव्हा त्या संस्थेला 5 ने निःशेष भाग जातो.
- ◈ **8 ची कसोटी** : संख्येतील शतक, दशक व एकक स्थान मिळून होणाऱ्या संख्येला 8 ने निःशेष भाग गेल्यास त्या संख्येलाही 8 ने निःशेष भाग जातो.
- ◈ **9 ची कसोटी** : जेव्हा संख्येतील सर्व अंकांच्या बेरजेला 9 ने निःशेष भाग जातो तेव्हा त्या संख्येलाही 9 ने निःशेष भाग जातो.
- ◈ **10 ची कसोटी** : जेव्हा संख्येच्या एककस्थानी 0 ही संख्या असते त्या संख्येला 10 ने निःशेष भाग जातो.
- ◈ या संख्येला 2 व 3 ची कसोटी लागू पडते त्या संख्येला 2×3 ला 6 ने निःशेष भाग जातो.
- ◈ ज्या संख्येला 3 व 4 ची कसोटी लागू पडते. त्या संख्येला $3 \times 4 = 12$ ने निःशेष भाग जातो.
- ◈ ज्या संख्येला 3 व 5 ची कसोटी लागू पडते, त्या संख्येला $3 \times 5 = 15$ ने निःशेष भाग जातो.

नमुना उदाहरणे

1. 4984* या संख्येला 8 ने निःशेष भाग जाण्यासाठी * च्या जागी कोणता अंक येईल ?

① 3 ② 4 ③ 2 ④ 0

स्पष्टीकरण : 4984* या ठिकाणी या संख्येला 8 ने निःशेष भाग घालावयाचा आहे. 8 ची कसोटीने शतक, दशक व एकक स्थानचे अंक घेऊन तयार होणाऱ्या संख्येला 8 ने निःशेष भाग गेल्यास पूर्ण संख्येला भाग जातो.

```
   105
8) 84*
  -8
   04
   0
    40
  - 40
    00
```

या ठिकाणी 0 किंवा 8 यापैकी एक अंक घेतल्यास भाग जाईल परंतु 8 पर्यायात नाही त्यामुळे 0 हा अंक योग्य आहे.

∴ **उत्तर** : पर्याय क्र. ❹.

2. खालीलपैकी 3 ने निःशेष भाग न जाणारी संख्या कोणती ?

① 899740 ② 88882431

③ 9998472 ④ 77789421

स्पष्टीकरण : वरील पर्यायांपैकी 3 ने निःशेष भाग न जाणारी संख्या शोधायची आहे. त्यासाठी 3 ची कसोटी पाहावयाला पाहिजे.

3 ची कसोटी : संख्येतील अंकांच्या बेरजेला 3 ने भाग गेल्यास त्या संख्येला 3 ने निःशेष भाग जातो.

∴ **उत्तर** : पर्याय क्र. ❶

3. 21 ते 70 पर्यंत असणाऱ्या जोडमूळ संख्यांची बेरीज किती येईल ?

① 124 ② 104 ③ 204 ④ 264

स्पष्टीकरण : 21 ते 70 पर्यंत येणाऱ्या जोडमूळ संख्या यांची बेरीज करायची आहे. यामध्ये 29 व 31, 41 व 43, 59 व 61 या जोडमूळ संख्या येतात त्यांची बेरीज करायची आहे.

29 + 31 + 41 + 43 + 59 + 61 = 264

∴ 264 यांची बेरीज येईल.

∴ **उत्तर :** पर्याय क्र. ❹

4. खालीलपैकी कोणती सहमूळ संख्यांची जोडी नाही ?

① 48 व 44 ② 52 व 39 ③ 49 व 64 ④ 80 व 60

स्पष्टीकरण : सहमूळ संख्यांची जोडी नसणारा पर्याय शोधायचा आहे.

(1) 48 व 44

48 चे विभाजक - 1, 2
44 चे विभाजक - 1, 2 } 1 व 2 हे सामाईक विभाजक आहेत त्यामुळे सहमूळ नाही.

(2) 52 व 39

52 चे विभाजक - 1, 2, 4, 13, 26, 52

39 चे विभाजक - 1, 3, 13, 39

1 व 13 हे सामाईक विभाजक आहेत त्यामुळे सहमूळ नाही.

(3) 49 व 64

49 चे विभाजक - 1, 7, 49

64 चे विभाजक - 1, 2, 4, 8, 16, 32, 64

सामाईक विभाजक '1' आहे. त्यामुळे सहमूळ आहे.

(4) 80 व 60

80 चे विभाजक - 1, 2, 4, 5, 8, 10, 16, 20, 40, 80

60 चे विभाजक - 1, 2

1, 2 हे सामाईक विभाजक आहेत. त्यामुळे सहमूळ आहे. सहमूळ ठरविण्यासाठी एकापेक्षा जास्त सामाईक विभाजक मिळाल्यास सर्व विभाजक काढण्याची गरज नाही.

∴ **उत्तर :** पर्याय क्र. ❹

5. 60 चा विभाज्य नसणारा पर्याय कोणता ?

① 300 ② 240 ③ 120 ④ 30

स्पष्टीकरण : 60 चा विभाज्य शोधावयाचे आहेत. 60 चा विभाज्य म्हणजे 60 ने भाग जाणारी संख्या होय.

60 चे विभाज्य म्हणजे 60 च्या पूर्ण पटीतील संख्या होय.

60 चे विभाज्य - 60, 120, 180, 240, 300

या ठिकाणी 120, 240, 300 हे 60 चे विभाज्य आहेत. परंतु 30 हा 60 चा विभाज्य नसून विभाजक आहे. त्यामुळे 30 हा 60 चा विभाज्य नाही.

∴ **उत्तर :** पर्याय क्र. ❹

6. खालीलपैकी कोणत्या संख्येला 4 ने नि:शेष भाग जात नाही ?

① 1,476 ② 2,588 ③ 2,584 ④ 3,278

स्पष्टीकरण : वरील संख्येस 4 ने नि:शेष भाग जातो किंवा नाही ठरविण्यासाठी 4 ची कसोटी उपयोगी पडते. एकक व दशक अंकांपासून बनणारी संख्या -

पर्याय क्रमांक 1	76 = 76 ÷ 4 = 19 बाकी 0
पर्याय क्रमांक 2	8 = 88 ÷ 4 = 22 बाकी 0
पर्याय क्रमांक 3	84 = 84 ÷ 4 = 21 बाकी 0
पर्याय क्रमांक 4	78 = 78 ÷ 4 = 19 बाकी 2

पर्याय क्रमांक 4 म्हणजेच 3,278 ला 4 ने नि:शेष भाग जात नाही.

∴ **उत्तर :** पर्याय क्र. ❹

7. 7,560 या संख्येला खालीलपैकी कोणत्या गटाने नि:शेष भाग जातो ?

① 1,2,3,5,6,8,10 ② 1,2,3,4,5,8,10

③ 1,2,3,4,5,6,8,10 ④ 1,3,4,5,6,8,10

स्पष्टीकरण : 7,560 या संख्येला खालील संख्येनी नि:शेष भाग जातो. एककस्थानी 0 आहे. त्यामुळे 2 ने नि:शेष भाग जातो. एककस्थानी 0 आहे त्यामुळे 5 ने नि:शेष भाग जातो. अंकांची बेरीज 18 आहे. त्यामुळे 3 ने नि:शेष भाग जातो. दशक व एकक यांपासून 60 संख्या बनते. त्यामुळे 4 ने नि:शेष भाग जातो. 2 ने व 3 ने भाग जातो. त्यामुळे 6 ने नि:शेष भाग जातो. शतक, दशक व एकक

यावरून 560 संख्या बनते. त्यामुळे 8 ने नि:शेष भाग जातो. या संख्येला खालील गटाने भाग जाईल - 1, 2, 3, 4, 5, 6, 8, 10

∴ **उत्तर** : पर्याय क्र. ❸

8 4,956∗ या संख्येत ∗ च्या जागी कोणता अंक लिहावा म्हणजे 8 ने नि:शेष भाग जाईल ?

① 4 ② 8 ③ 7 ④ 2

स्पष्टीकरण : 8 ने नि:शेष भाग जाण्यासाठी शतक, दशक व एकक स्थानच्या अंकांना 8 ने नि:शेष भाग जातो का ते पाहणे.

पर्याय क्रमांक 1	564 ÷ 8 = 70	बाकी 4
पर्याय क्रमांक 2	568 ÷ 8 = 71	बाकी 0
पर्याय क्रमांक 3	567 ÷ 8 = 70	बाकी 7
पर्याय क्रमांक 4	562 ÷ 8 = 70	बाकी 2

∴ **उत्तर** : पर्याय क्र. ❷

9. खालीलपैकी कोणत्या संख्येला 9 ने नि:शेष भाग जाईल ?

① 75,844 ② 84,321 ③ 72,571 ④ 88,422

स्पष्टीकरण : 9 ने नि:शेष भाग जाण्यासाठी संख्येतील अंकांच्या बेरजेला 9 ने भाग गेल्यास त्या संख्येला 9 ने भाग जातो.

पर्याय क्रमांक 1	28 ÷ 9 = 3	बाकी 1
पर्याय क्रमांक 2	18 ÷ 9 = 2	बाकी 0
पर्याय क्रमांक 3	22 ÷ 9 = 2	बाकी 4
पर्याय क्रमांक 4	24 ÷ 9 = 2	बाकी 6

∴ **उत्तर** : पर्याय क्र. ❷

10. 4∗∗34 या संख्येत ∗∗ च्या जागी कोणता समान अंक लिहावा म्हणजे तयार होणाऱ्या संख्येला 6 ने नि:शेष भाग जाईल ?

① 6 ② 4 ③ 5 ④ 3

स्पष्टीकरण : 6 ने नि:शेष भाग जाण्यासाठी 2 व 3 ने नि:शेष भाग जाणे आवश्यक आहे. एककस्थानी 4 हा अंक असल्यामुळे 2 ने भाग जातो. 3 ने भाग जाण्यासाठी अंकांची बेरीज 3 च्या पटीत असणे आवश्यक आहे.

46,634 = 23; 44,434 = 19; 45,534 = 21; 43,334 = 17

∴ **उत्तर :** पर्याय क्र. ❸

प्रश्नावली

1. 58✻ 46 या संख्येला 9 ने नि:शेष भाग जाण्यासाठी ✻ च्या जागी कोणता अंक असावा ?

   ① 4 ② 5 ③ 6 ④ 7

2. 8,484 या संख्येला खालीलपैकी कोणत्या संख्येने नि:शेष भाग जात नाही ?

   ① 1 ② 4 ③ 2 ④ 5

3. 95✻ 35 या संख्येला 5 ने नि:शेष भाग जाण्यासाठी ✻ च्या जागी कोणता अंक लिहावा ?

   ① 4 ② 6
   ③ 0 ④ सर्व पर्याय बरोबर.

4. 8 ने नि:शेष भाग न जाणारा पर्याय कोणता ?

   ① 8,512 ② 9,432 ③ 10,064 ④ 7,775

5. 745✻✻ या संख्येत ✻ च्या जागी कोणता समान अंक लिहावा म्हणजे त्या संख्येला 6 ने नि:शेष भाग जाईल ?

   ① 4 ② 5 ③ 0 ④ 2

6. 9948✻ या संख्येत ✻ च्या जागी कोणता अंक लिहावा म्हणजे या संख्येला 8 ने नि:शेष भाग जाईल ?

   ① 0 ② 5 ③ 7 ④ 4

7. 44,442 या संख्येला खालीलपैकी कोणत्या संख्यांनी भाग जातो ते लिहा.

   ① 2 ② 2, 5, 10 ③ 2, 5 ④ 5

8. 10 या संख्येला खालीलपैकी कोणत्या संख्येने भाग जातो ते लिहा.

   ① 3 ② 2, 5, 10 ③ 2, 3, 5 ④ 3, 5

9. 18 या संख्येला पुढीलपैकी कोणत्या संख्येने भाग जातो ?

   ① 4 ② 5 ③ 3, 9 ④ 7

10. 69 या संख्येला पुढीलपैकी कोणत्या संख्येने भाग जातो ?

    ① 3 ② 9 ③ 3, 9 ④ 2

11. 72 या संख्येला पुढीलपैकी कोणत्या संख्येने भाग जातो ?
① 5 ② 7 ③ 5, 7 ④ 3

12. 573 या संख्येला पुढीलपैकी कोणत्या संख्येने भाग जातो ?
① 3 ② 9 ③ 3, 9 ④ 2

13. 8,091 या संख्येला पुढीलपैकी कोणत्या संख्येने भाग जातो ?
① 5 ② 7 ③ 5, 7 ④ 1

14. 108 या संख्येला पुढीलपैकी कोणत्या संख्येने भाग जातो ?
① 5 ② 7 ③ 5, 7 ④ 4

15. 9 या संख्येला पुढीलपैकी कोणत्या संख्येने भाग जातो ?
① 2 ② 5 ③ 2, 5 ④ 3

16. 6,300 या संख्येला पुढीलपैकी कोणत्या संख्येने भाग जातो ?
① 5 ② 7 ③ 5, 7 ④ 19

17. 9,000 या संख्येला पुढीलपैकी कोणत्या संख्येने भाग जातो ?
① 5 ② 13 ③ 5, 13 ④ 17

18. 4,194 या संख्येला पुढीलपैकी कोणत्या संख्येने भाग जातो ?
① 4 ② 7 ③ 4, 7 ④ 9

19. 21,375 या संख्येला पुढीलपैकी कोणत्या संख्येने भाग जातो ?
① 2 ② 5 ③ 2, 5 ④ 3

20. 36 या संख्येला पुढीलपैकी कोणत्या संख्येने भाग जातो ?
① 5 ② 7 ③ 5, 7 ④ 6

उत्तरसूची

1.	❶	2.	❹	3.	❹	4.	❹	5.	❶	6.	❶	7.	❶
8.	❷	9.	❸	10.	❶	11.	❹	12.	❶	13.	❹	14.	❹
15.	❹	16.	❸	17.	❶	18.	❹	19.	❷	20.	❹		

★★★

घटक 3 : अपूर्णांक

1. व्यवहारी अपूर्णांक

(A) समच्छेद व भिन्नच्छेद अपूर्णांकाचा लहान-मोठेपणा, चढता-उतरता क्रम, बेरीज, वजाबाकी, गुणाकार

◈ समच्छेद अपूर्णांक, लहान–मोठेपणा, चढता–उतरता क्रम, बेरीज व वजाबाकी.

◈ **समच्छेद अपूर्णांक** : समान छेद असणाऱ्या सर्व अपूर्णांकांना समच्छेद अपूर्णांक असे म्हणतात.

उदा., $\frac{4}{5}, \frac{3}{5}, \frac{7}{5}, \frac{9}{5}$

या ठिकाणी छेद 5 आहे. सर्व अपूर्णांकांचा छेद समान आहे.

◈ **भिन्नछेद अपूर्णांक** : ज्या अपूर्णांकाचा छेद भिन्न आहे. त्या अपूर्णांकाना भिन्न छेद अपूर्णांक असे म्हणतात.

उदा., $\frac{1}{8}, \frac{3}{9}, \frac{4}{3}, \frac{2}{8}$

◈ **अपूर्णांकांचा लहान–मोठेपणा :**

1. समच्छेद अपूर्णांकांत छेद समान असतो. अशा वेळी ज्याचा अंश मोठा असतो तो अपूर्णांक सर्वांत मोठा. ज्याचा अंश लहान तो अपूर्णांक लहान असतो.

   उदा., $\frac{4}{5} \boxed{>} \frac{3}{5}$

2. समान अंश असलेल्या अपूर्णांकांमध्ये ज्या अपूर्णांकांचा छेद मोठा असतो तो अपूर्णांक लहान असतो. ज्याचा छेद लहान असतो तो अपूर्णांक मोठा असतो.

   उदा., $\frac{2}{3} \boxed{>} \frac{2}{4}$

3. **भिन्न छेद असलेल्या अपूर्णांकांचा लहान–मोठेपणा :**

   भिन्न छेद असलेल्या अपूर्णांकांचा लहान–मोठेपणा ठरविताना त्यांचा तिरकस गुणाकार करून अंशावरून ठरवावा.

उदा., $\frac{3}{4}, \frac{5}{6}$ पहिल्या अपूर्णांकाचा अंश × दुसऱ्या अपूर्णांकाचा छेद

$\therefore$ $3 \times 6, 5 \times 4$ दुसऱ्या अपूर्णांकाचा अंश × पहिल्या अपूर्णांकाचा छेद

$\therefore$ $18 < 20$

ज्याचा गुणाकार मोठा असेल तो अपूर्णांक मोठा असतो. ज्याचा गुणाकार लहान येईल तो अपूर्णांक लहान असतो.

◈ **समच्छेद अपूर्णांकांची बेरीज व वजाबाकी :**

बेरीज : समच्छेद अपूर्णांकांची बेरीज करताना समान छेद छेदस्थानी ठेवून फक्त अंशांची बेरीज अंशस्थानी लिहिली जाते.

उदा., $\frac{4}{11} + \frac{5}{11} = \frac{4+5}{11} = \frac{9}{11}$

उदा., $\frac{2}{6} + \frac{4}{6} = \frac{2+4}{6} = \frac{6}{6} = 1$

अपूर्णांकांचे अंश व छेद समान असतील, तर त्या अपूर्णांकांची किंमत 1 असते.

वजाबाकी : दोन समच्छेद अपूर्णांकांची वजाबाकी करताना त्या अपूर्णांकांच्या अंशाची वजाबाकी अंशस्थानी लिहून छेदस्थानी दिलेल्या अपूर्णांकांचा छेद तसाच लिहितात.

उदा., $\frac{4}{5} - \frac{1}{5} = \frac{4-1}{5} = \frac{3}{5}$

◈ **चढता-उतरता क्रम :**

चढता क्रम : अपूर्णांकांचा लहान मोठेपणा पाहून अपूर्णांकांची मांडणी लहान अपूर्णांकांकडून मोठ्या अपूर्णांकांकडे करावी.

उतरता क्रम : अपूर्णांकांचा लहान-मोठेपणा पाहून अपूर्णांकांची मांडणी मोठ्या अपूर्णांकांकडून लहान अपूर्णांकांकडे करावी.

उदा., $\frac{1}{3}, \frac{2}{3}, \frac{4}{3}, \frac{3}{3}$

चढता क्रम : $\frac{1}{3}, \frac{2}{3}, \frac{3}{3}, \frac{4}{3}$

उतरता क्रम : $\frac{4}{3}, \frac{3}{3}, \frac{2}{3}, \frac{1}{3}$

नमुना उदाहरणे

1. खालीलपैकी समच्छेद नसणारा अपूर्णांक कोणता ?

① $\frac{2}{9}$ ② $\frac{4}{9}$ ③ $\frac{5}{19}$ ④ $\frac{3}{9}$

स्पष्टीकरण : वरील उदाहरणात समच्छेद अपूर्णांक नसणारा अपूर्णांक शोधायचा आहे.

समच्छेद अपूर्णांक म्हणजे समान छेद असणारा अपूर्णांक होय.

पर्याय ① मध्ये $\frac{2}{9}$ या ठिकाणी अंश 2 व छेद 9 आहे.

पर्याय ② मध्ये $\frac{4}{9}$ या ठिकाणी अंश 4 व छेद 9 आहे.

पर्याय ③ मध्ये $\frac{5}{19}$ या ठिकाणी अंश 5 व छेद 19 आहे.

पर्याय ④ मध्ये $\frac{3}{9}$ या ठिकाणी अंश 3 व छेद 9 आहे.

वरील उदाहरणात 1, 2 व 4 मध्ये छेद 9 आहे. पर्याय 3 मध्ये छेद 19 आहे.

∴ **उत्तर :** पर्याय क्र. ❸

2. खालीलपैकी सर्वांत मोठा अपूर्णांक कोणता ?

① $\frac{4}{12}$ ② $\frac{7}{12}$ ③ $\frac{10}{12}$ ④ $\frac{1}{12}$

स्पष्टीकरण : वरीलपैकी सर्वांत मोठा अपूर्णांक शोधायचा आहे. या ठिकाणी सर्वांचा छेद समान आहे. त्यामुळे छेद समान असताना ज्याचा अंश मोठा तो अपूर्णांक मोठा असतो. ज्याचा अंश लहान तो अपूर्णांक लहान असतो.

वरील उदाहरणात '12' हा छेद असून तो सर्व अपूर्णांकांचा छेद '12' आहे. सर्व अपूर्णांकांचा छेद समान आहे.

छेद समान आहेत म्हणून अंशाचा विचार करावा.

पर्यायानुसार अनुक्रमे 4, 7, 10 व 1 असे अंश आहेत. अंशाचा विचार करता $1 < 4 < 7 < 10$ आहे. या ठिकाणी 10 मोठा आहे. त्यामुळे हा अपूर्णांक मोठा आहे.

∴ मोठा अपूर्णांक $\frac{10}{12}$

∴ **उत्तर :** पर्याय क्र. ❸

3. $\mathbf{\frac{4}{7} \square \frac{3}{5}}$ **या रिकाम्या चौकटीत खालीलपैकी कोणते चिन्ह येईल ?**

① $>$ ② $<$ ③ $\vee$ ④ $=$

स्पष्टीकरण : $\frac{4}{7} \square \frac{3}{5}$ या चौकटीत येणारे चिन्ह शोधायचे आहे. सोबतचे अपूर्णांक भिन्न छेद असणारे अपूर्णांक आहेत.

ज्या वेळी भिन्न छेद असतो त्या वेळी तिरकस गुणाकार करावा.

$\frac{4}{7} \square \frac{3}{5}$

∴ $4 \times 5 \quad 7 \times 3$

$20 < 21$

$\frac{4}{7} < \frac{3}{5}$

∴ **उत्तर :** पर्याय क्र. ❷

4. खालील अपूर्णांकांचा चढता क्रम लावल्यास मध्यभागी कोणता अपूर्णांक येईल ?

$\mathbf{\frac{3}{7}, \frac{2}{7}, \frac{6}{7}, \frac{9}{7}, \frac{1}{7}}$

① $\frac{3}{7}$ ② $\frac{2}{7}$ ③ $\frac{1}{7}$ ④ $\frac{9}{7}$

स्पष्टीकरण : वरील अपूर्णांकांचा चढता क्रम लावावयाचा आहे. सर्व अपूर्णांकांचा छेद '7' आहे. त्यामुळे हे समच्छेद अपूर्णांक आहेत.

छेद समान असल्यामुळे अंशांचा विचार करावा. ज्याचा अंश मोठा असतो तो अपूर्णांक मोठा असतो.

चढता क्रम म्हणजे लहान अपूर्णांकांकडून मोठ्या अपूर्णांकांकडे जाणे. प्रथम संख्यांचा (अंशाचा) चढता क्रम लावू.

चढता क्रम - 1, 2, 3, 6, 9

अंशाचा क्रम लावल्यानंतर त्याच क्रमाने अपूर्णांकांचा क्रम लावावा.

चढता क्रम - $\frac{1}{7}, \frac{2}{7}, \frac{3}{7}, \frac{6}{7}, \frac{9}{7}$

या ठिकाणी मध्यभागी $\frac{3}{7}$ हा अपूर्णांक येतो.

∴ **उत्तर :** पर्याय क्र. ❶

5. खालील अपूर्णांकांची बेरीज केल्यास उत्तर काय येईल ? $\frac{3}{9} + \frac{2}{9} = ?$

① $\frac{4}{9}$ ② $\frac{3}{9}$ ③ $\frac{6}{9}$ ④ $\frac{5}{9}$

स्पष्टीकरण : $\frac{3}{9} + \frac{2}{9}$ या ठिकाणी छेद असल्यामुळे अंशांची बेरीज करावी. छेद आहे तसाच लिहावा. $\frac{3}{9} + \frac{2}{9} = \frac{3+2}{9} = \frac{5}{9}$.

∴ **उत्तर :** पर्याय क्र. ❹

6. खालीलपैकी समच्छेद नसणारा अपूर्णांक कोणता ?

① $\frac{4}{9}$ ② $\frac{7}{9}$ ③ $\frac{8}{27}$ ④ $\frac{9}{9}$

स्पष्टीकरण : वरीलपैकी समच्छेद नसणारा अपूर्णांक ओळखायचा आहे. समच्छेद अपूर्णांक म्हणजे समान छेद असणारा अपूर्णांक होय. या ठिकाणी तिन्हीही पर्यायांमध्ये '9' हा समच्छेद आहे. परंतु तिसऱ्या पर्यायात 27 हा छेद आहे. पर्याय ③ मधील अपूर्णांकाचा छेद भिन्न असल्यामुळे तो अपूर्णांक वेगळा आहे.

∴ **उत्तर :** पर्याय क्र. ❸

7. रिकाम्या जागी कोणते चिन्ह येईल ? $\frac{14}{9}$ □ $\frac{8}{9}$

① > ② < ③ = ④ ∨

स्पष्टीकरण : वरील दोन अपूर्णांक समच्छेद अपूर्णांक आहेत. समच्छेद अपूर्णांकांपैकी ज्याचा अंश मोठा तो अपूर्णांक मोठा व ज्याचा अंश लहान तो अपूर्णांक लहान. या दोन अपूर्णांकांपैकी 14 अंश मोठा व 8 हा अंश लहान आहे. त्यामुळे $\frac{14}{9}$ हा अपूर्णांक मोठा आहे. $\frac{8}{9}$ हा अपूर्णांक लहान आहे.

∴ **उत्तर :** पर्याय क्र. ❶

8. खालीलपैकी समच्छेद नसणाऱ्या अपूर्णांकांचा गट ओळखा.

① $\frac{7}{5}, \frac{8}{5}, \frac{15}{5}$ ② $\frac{8}{11}, \frac{11}{11}, \frac{15}{11}$

③ $\frac{8}{9}, \frac{9}{8}, \frac{10}{8}$ ④ $\frac{15}{14}, \frac{4}{14}, \frac{7}{14}$

स्पष्टीकरण : वर दिलेल्या अपूर्णांकाच्या गटापैकी समच्छेद नसणारा अपूर्णांकांचा गट ओळखायचा आहे.

पहिल्या पर्यायात 5 हा समान छेद आहे.

दुसऱ्या पर्यायात 11 हा समान छेद आहे.

तिसऱ्या पर्यायात 9 व 8 हे वेगळे छेद आहेत.

चौथ्या पर्यायात 14 हा समान छेद आहे.

∴ **उत्तर :** पर्याय क्र. ❸

9. खालील अपूर्णांकांचा चढता क्रम लिहा. $\frac{5}{12}, \frac{6}{12}, \frac{8}{12}, \frac{3}{12}, \frac{1}{12}$

① $\frac{1}{12}, \frac{5}{12}, \frac{3}{12}, \frac{6}{12}, \frac{8}{12}$ ② $\frac{8}{12}, \frac{6}{12}, \frac{5}{12}, \frac{3}{12}, \frac{1}{12}$

③ $\frac{1}{12}, \frac{3}{12}, \frac{5}{12}, \frac{6}{12}, \frac{12}{12}$ ④ $\frac{1}{12}, \frac{3}{12}, \frac{5}{12}, \frac{6}{12}, \frac{8}{12}$

स्पष्टीकरण : वरील उदाहरणात समच्छेद अपूर्णांक दिलेले आहेत. या ठिकाणी 12 हा समान छेद आहे. त्यामुळे ज्याचा अंश लहान तो अपूर्णांक लहान व ज्याचा अंश मोठा तो अपूर्णांक मोठा असतो. वरील उदाहरणात लहान अंश 1 आहे. त्यामुळे 3, 5, 6, 8 हा क्रम येतो.

अपूर्णांकाचा चढता क्रम : $\frac{1}{12}, \frac{3}{12}, \frac{5}{12}, \frac{6}{12}, \frac{8}{12}$.

∴ **उत्तर :** पर्याय क्र. ❹

10. खालील अपूर्णांक उतरत्या क्रमाने लावल्यास चौथ्या स्थानी कोणता अपूर्णांक येईल ? $\frac{12}{5}, \frac{4}{5}, \frac{3}{5}, \frac{13}{5}, \frac{8}{5}$

① $\frac{8}{5}$ ② $\frac{13}{5}$ ③ $\frac{12}{5}$ ④ $\frac{4}{5}$

स्पष्टीकरण : वरील उदाहरणात पाच अपूर्णांक दिलेले असून ते समच्छेद अपूर्णांक आहेत. त्यांचा छेद 5 हा समान आहे. ज्यांचा अंश मोठा तो अपूर्णांक मोठा व ज्याचा अंश लहान तो अपूर्णांक लहान असतो. अंशाचा उतरता क्रम : 13 < 12 < 8 < 4 < 3.

अपूर्णांकांचा उतरता क्रम $\frac{13}{5}, \frac{12}{5}, \frac{8}{5}, \frac{4}{5}, \frac{3}{5}$

चौथ्या स्थानी येणारा अपूर्णांक : $\frac{4}{5}$.

∴ **उत्तर :** पर्याय क्र. ❹

11. खालील रिकाम्या चौकटीत कोणते चिन्ह येईल ? $\frac{5}{14}$ □ $\frac{8}{9}$

① > ② < ③ = ④ ∨

स्पष्टीकरण : भिन्न छेद असणारे अपूर्णांक दिलेले आहेत. त्यामुळे त्यांचा तिरकस गुणाकार करून

$$\frac{5}{14} \; \square \; \frac{8}{9}$$

$$5 \times 9 \; \square \; 14 \times 8$$

$$45 \; \square \; 112$$

$$\frac{5}{14} < \frac{8}{9}$$

∴ **उत्तर :** पर्याय क्र. ❷

प्रश्नावली

प्रश्न 1 ते 7 : सूचना : खालील प्रश्नांमध्ये रिकाम्या चौकटीत येणारे चिन्ह कोणते ?

1. $\frac{8}{15}$ □ $\frac{12}{15}$ ① $>$ ② $<$ ③ $\vee$ ④ $=$

2. $\frac{9}{15}$ □ $\frac{6}{15}$ ① $>$ ② $<$ ③ $\vee$ ④ $=$

3. $\frac{7}{2}$ □ $\frac{14}{28}$ ① $>$ ② $<$ ③ $\vee$ ④ $=$

4. $\frac{8}{15}$ □ $\frac{8}{15}$ ① $<$ ② $>$ ③ $=$ ④ $\vee$

5. $\frac{11}{33}$ □ $\frac{12}{33}$ ① $\vee$ ② $<$ ③ $>$ ④ $=$

6. $\frac{1}{9}$ □ $\frac{1}{9}$ ① $=$ ② $>$ ③ $<$ ④ $\vee$

7. $\frac{25}{8}$ □ $\frac{52}{8}$ ① $>$ ② $<$ ③ $\vee$ ④ $=$

प्रश्न 8 ते 10 : खाली अपूर्णांकांचे गट दिले असून त्यातील समच्छेद नसणारा अपूर्णांकांचा गट कोणता ?

8. ① $\frac{4}{8}, \frac{7}{5}, \frac{8}{5}$ ② $\frac{9}{5}, \frac{10}{5}, \frac{11}{5}$
③ $\frac{12}{6}, \frac{14}{6}, \frac{11}{6}$ ④ $\frac{8}{7}, \frac{18}{7}, \frac{26}{7}$

9. ① $\frac{12}{9}, \frac{11}{9}, \frac{10}{9}$ ② $\frac{25}{7}, \frac{20}{7}, \frac{18}{7}$
③ $\frac{16}{5}, \frac{20}{5}, \frac{11}{5}$ ④ $\frac{11}{8}, \frac{8}{11}, \frac{12}{8}$

10. ① $\frac{11}{10}, \frac{12}{10}, \frac{5}{10}$ ② $\frac{8}{5}, \frac{15}{8}, \frac{9}{5}$
③ $\frac{11}{6}, \frac{12}{6}, \frac{8}{6}$ ④ $\frac{15}{7}, \frac{10}{7}, \frac{9}{7}$

11. $\frac{12}{9}$ या संख्येशी समच्छेद असणारा अपूर्णांक कोणता ?

① $\frac{12}{18}$ ② $\frac{9}{12}$ ③ $\frac{10}{19}$ ④ $\frac{21}{9}$

12. खालील अपूर्णांकांचा चढता क्रम लिहा. $\frac{5}{12}, \frac{8}{12}, \frac{3}{12}, \frac{4}{12}$

① $\frac{3}{12}, \frac{4}{12}, \frac{8}{12}, \frac{5}{12}$ ② $\frac{8}{12}, \frac{5}{12}, \frac{4}{12}, \frac{3}{12}$

③ $\frac{4}{12}, \frac{8}{12}, \frac{3}{12}, \frac{5}{12}$ ④ $\frac{3}{12}, \frac{4}{12}, \frac{5}{12}, \frac{8}{12}$

13. खालील अपूर्णांक उतरत्या क्रमाने लिहिल्यास शेवटी कोणता अपूर्णांक येईल ? $\frac{5}{9}, \frac{8}{9}, \frac{4}{9}, \frac{1}{9}$

① $\frac{1}{9}$ ② $\frac{4}{9}$ ③ $\frac{5}{9}$ ④ $\frac{8}{9}$

14. खालील अपूर्णांक चढत्या क्रमाने लिहिल्यास मध्यभागी कोणता अपूर्णांक येईल ? $\frac{7}{8}, \frac{9}{8}, \frac{12}{8}, \frac{4}{8}, \frac{1}{8}$

① $\frac{7}{8}$ ② $\frac{9}{8}$ ③ $\frac{4}{8}$ ④ $\frac{12}{8}$

15. $\frac{12}{9}$ या अपूर्णांकापेक्षा लहान अपूर्णांक कोणता ?

① $\frac{13}{9}$ ② $\frac{14}{9}$ ③ $\frac{4}{9}$ ④ $\frac{22}{9}$

उत्तरसूची

1.	❷	2.	❶	3.	❶	4.	❸	5.	❷	6.	❶
7.	❷	8.	❶	9.	❹	10.	❷	11.	❹	12.	❹
13.	❶	14.	❶	15.	❸						

अपूर्णांकांची बेरीज, वजाबाकी व गुणाकार

◈ **भिन्न छेद अपूर्णांकांची बेरीज :** भिन्न छेद असणाऱ्या अपूर्णांकांची बेरीज करताना त्या अपूर्णांकांचा छेद समान करून घेणे. अपूर्णांकांचा छेद समान करून त्यानंतर अंशांची बेरीज करावी व छेद आहे तसाच लिहावा.

$\frac{4}{5}$ व $\frac{2}{3}$ या अपूर्णांकांची बेरीज करायची आहे.

∴ या ठिकाणी छेद 15 होईल.

$$\therefore \frac{4\times3}{5\times3}+\frac{2\times5}{3\times5} = \frac{12}{15}+\frac{10}{15}$$

$$= \frac{12+10}{15}=\frac{22}{15}$$

◈ **भिन्न छेद अपूर्णांकांची वजाबाकी :** भिन्न छेद असणाऱ्या अपूर्णांकांची वजाबाकी करताना त्या अपूर्णांकांचा छेद समान करून घेणे. अपूर्णांकांचा छेद समान करून त्यानंतर अंशांची बेरीज करावी व छेद आहे तसाच लिहावा.

$\frac{4}{5}$ व $\frac{2}{3}$ या अपूर्णांकांची वजाबाकी करावयाची आहे.

∴ या ठिकाणी छेद 15 होईल.

$$\therefore \frac{4\times3}{5\times3}-\frac{2\times5}{3\times5} = \frac{12}{15}-\frac{10}{15} = \frac{12-10}{15} = \frac{2}{15}$$

◈ **अपूर्णांकांचा गुणाकार :** अपूर्णांकांचा गुणाकार करताना अंश व छेद याचा विचार करावा लागतो. दिलेल्या संख्येला अपूर्णांकातील अंश हा गुणाकार रूपात व छेद हा भागाकार या क्रियेत असतो.

उदा., 20 ठिपक्यांच्या समूहाचा $\frac{1}{4}$

या ठिकाणी 20 ठिपके आहेत. 20 ठिपक्यांचे समान 4 गट करावयाचे आहेत.

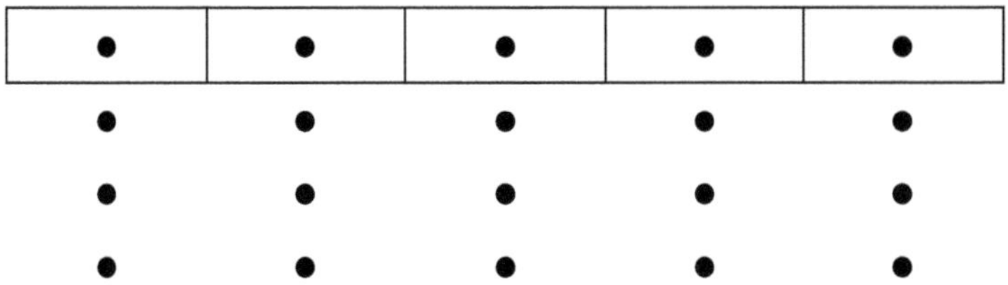

∴ प्रत्येक गट हा 5 ठिपक्यांचा आहे. म्हणजेच जेवढा अंक छेदात असतो तेवढे त्या संख्येचे भाग करायचे.

∴
$$\begin{array}{r|l} & 5 \\ \hline 4 & 20 \\ & -20 \\ \hline & 00 \end{array}$$

∴ 5-5 चे 4 गट तयार होतील. आता जेवढी संख्या अंशात आहे तेवढेच गट घ्यायचे आहेत.

∴ या ठिकाणी अंशात '1' ही संख्या आहे.

∴ त्यामुळे '1' हा गट घ्यायचा आहे.

∴ $5 \times 1 = 5$

∴ 20 ठिपक्यांच्या समूहाचा $\frac{1}{4}$ भाग म्हणजे 5 होय. हे उदाहरण पद्धतीत असे सोडविता येईल.

20 चा $\frac{1}{4}$

∴ $20 \times \frac{1}{4}$	$20 \times \frac{1}{4}$	
∴ 5×1	$\frac{20 \times 1}{4}$	प्रथम गुणाकार
∴ 5	$\frac{20}{4}$	नंतर भागाकार
	$= 5$	येईल.

नमुना उदाहरणे

1. शामरावने 40 कि.मी. अंतरापैकी $\frac{3}{4}$ अंतर मोटारीने पार केले म्हणजे त्याने किती कि.मी. अंतर पार केले ?

① 30 कि.मी. ② 10 कि.मी. ③ 20 कि.मी. ④ 25 कि.मी.

स्पष्टीकरण : शामरावांना 40 कि.मी. अंतर पार पाडायचे आहे. त्यापैकी $\frac{3}{4}$ अंतर मोटारीने पार केले. मोटारीने पार केलेले अंतर काढावयाचे आहे.

40 कि.मी. पैकी $\frac{3}{4}$ भाग अंतर मोटारीने म्हणजेच

$40 \times \frac{3}{4}$	$\frac{40 \times 3}{4}$
$\therefore$ 10×3	$\frac{120}{4}$
$\therefore$ 30 कि.मी.	$\therefore$ 30 कि.मी.

$\therefore$ **उत्तर** : पर्याय क्र. ❶

2. 84 चा $\frac{3}{7}$ किती ?

① 36 ② 84 ③ 42 ④ 56

स्पष्टीकरण : 84 चा $\frac{3}{7}$

$\therefore$ $84 \times \frac{3}{7} = 12 \times 3 = 36$

$\therefore$ **उत्तर** : पर्याय क्र. ❶

3. 120 चा .... = 90

① $\frac{1}{2}$ ② $\frac{3}{4}$ ③ $\frac{1}{4}$ ④ $\frac{2}{3}$

स्पष्टीकरण : 120 चा .... = 90

रिकाम्या जागी कोणता अपूर्णांक येईल तो शोधायचा आहे.

$\therefore$ 120 चा .... = 90

∴ रिकाम्या जागेसाठी एक अक्षर y मानू.

∴ 120 चा y = 90

∴ $120 \times y = 90$

∴ $y = \frac{90}{120}$ अतिसंक्षिप्त रूप देऊन.

∴ $y = \frac{9}{12}$ ∴ $y = \frac{3}{4}$

∴ **उत्तर :** पर्याय क्र. ❷

4. रामरावांनी आपल्या 16 एकर जमिनीपैकी $\frac{1}{4}$ भाग ज्वारी, $\frac{3}{8}$ भागावर गहू व उरलेल्या भागावर ऊस लावला. तर त्यांनी किती भागावर ऊस लावला आहे ?

① 4 एकर ② 6 एकर ③ 3 एकर ④ 5 एकर

स्पष्टीकरण : रामरावांकडे 16 एकर जमीन आहे. त्यापैकी त्यांनी खालील पद्धतीने पिके घेतली.

$\frac{1}{4}$ भागावर ज्वारी, $\frac{3}{8}$ भागावर गहू व उरलेल्या भागावर ऊस.

16 एकर जमिनीपैकी $\frac{1}{4}$ भागावर ज्वारी म्हणजेच,

$16 \times \frac{1}{4} = \frac{16 \times 1}{4} = \frac{16}{4} = 4$ एकर ... (1)

16 एकर जमिनीपैकी $\frac{3}{8}$ भागावर गहू म्हणजेच,

$16 \times \frac{3}{8} = \frac{16 \times 3}{8} = \frac{48}{8} = 6$ एकर ... (2)

ज्वारी + गहू + ऊस = एकूण जमीन

4 + 6 + ऊस = 16

10 + ऊस = 16

∴ ऊस = 16 – 10

∴ ऊस = 6 एकर

∴ **उत्तर :** पर्याय क्र. ❷

5. **शांतारामने आपल्याकडील रुपयांपैकी $\frac{3}{5}$ भाग म्हणजेच ₹ 12,000 आपल्या मुलाला दिले, तर त्यांच्याकडे एकूण किती रुपये होते ?**

① ₹ 20,000 ② ₹ 30,000

③ ₹ 24,000 ④ ₹ 15,000

स्पष्टीकरण : ₹ 12,000 शांतारामने आपल्याकडील असलेल्या रकमेच्या $\frac{3}{5}$ भाग दिले म्हणजेच त्यांच्याजवळ किती रुपये आहेत हे काढणे गरजेचे आहे.

∴ $\text{रक्कम} \times \frac{3}{5} = 12{,}000$

∴ रकमेसाठी y मानू.

∴ $y \times \frac{3}{5} = 12{,}000$

∴ $y \times 3 = 12{,}000 \times 5$

∴ $y = \frac{60{,}000}{3}$

∴ $y = 20{,}000$

∴ त्यांच्याजवळ ₹ 20,000 होते.

∴ **उत्तर** : पर्याय क्र. ❶

6. $\frac{3}{8} + \frac{2}{8} = \frac{\square}{8}$

① $\frac{5}{8}$ ② $\frac{53}{8}$ ③ $\frac{32}{8}$ ④ $\frac{23}{8}$

स्पष्टीकरण : $\frac{3}{8} + \frac{2}{8} = \frac{3+2}{8} = \frac{5}{8}$ छेद समान असल्यामुळे फक्त अंशांची बेरीज केली.

∴ **उत्तर** : पर्याय क्र. ❶

7. $\frac{17}{19} - \frac{8}{19} = ?$

① $\frac{25}{19}$ ② $\frac{9}{19}$ ③ $\frac{258}{19}$ ④ 1

स्पष्टीकरण : $\frac{17}{19} - \frac{8}{19} = \frac{17-8}{19} = \frac{9}{19}$

छेद समान असल्यामुळे फक्त अंशांची वजाबाकी केली.

∴ **उत्तर :** पर्याय क्र. ❷

8. **समान छेद असणाऱ्या 3 अपूर्णांकांचे अंश अनुक्रमे 4, 5, 7 आहेत. त्यांची बेरीज 8 येण्यासाठी प्रत्येकाचा छेद किती असावा ?**

① 1 ② 2 ③ 3 ④ 4

स्पष्टीकरण : 4 + 5 + 7 = 16 ही अंशांची बेरीज आहे. उत्तर 8 येण्याकरिता छेद 2 असणे आवश्यक आहे.

∴ **उत्तर :** पर्याय क्र. ❷

9. $\frac{14}{7} + \frac{8}{7} = ?$

① $\frac{22}{14}$ ② $\frac{22}{7}$ ③ $\frac{23}{7}$ ④ $\frac{25}{7}$

स्पष्टीकरण : $\frac{14}{7} + \frac{8}{7} = \frac{14+8}{7} = \frac{22}{7}$ या अपूर्णांकांची बेरीज करताना छेद समान असल्यामुळे फक्त अंशांची बेरीज करावी व सामाईक छेद लिहावा.

∴ **उत्तर :** पर्याय क्र. ❷

10. $\frac{25}{16} - \frac{9}{16} = ?$

① $\frac{16}{9}$ ② $\frac{34}{16}$ ③ $\frac{15}{16}$ ④ 1

स्पष्टीकरण : $\frac{25}{16} - \frac{9}{16} = \frac{25-9}{16} = \frac{16}{16} = 1$

या अपूर्णांकांची वजाबाकी करताना छेद समान असल्यामुळे फक्त अंशांची वजाबाकी करावी व सामाईक छेद लिहावा.

∴ **उत्तर :** पर्याय क्र. ❹

11. $\frac{9}{5}+\frac{7}{5}\square\frac{14}{5}-\frac{8}{5}$

① > ② < ③ ∨ ④ =

स्पष्टीकरण : $\frac{9}{5}+\frac{7}{5} = \frac{9+7}{5}=\frac{16}{5}$

$\frac{14}{5}-\frac{8}{5} = \frac{14-8}{5}=\frac{6}{5}$

$\frac{16}{5}\ \boxed{>}\ \frac{6}{5}$

∴ उत्तर : पर्याय क्र. ❶

प्रश्नावली

1. $\frac{18}{7}+\frac{5}{7}=$ किती ? ① $\frac{23}{14}$ ② $\frac{13}{7}$ ③ $\frac{23}{7}$ ④ $\frac{21}{7}$
2. $\frac{16}{9}-\frac{7}{9}=$ किती ? ① $\frac{23}{9}$ ② $\frac{9}{19}$ ③ 1 ④ $\frac{7}{9}$
3. $\frac{14}{5}+\frac{7}{5}-\frac{3}{5}=$ किती ? ① $\frac{24}{5}$ ② $\frac{18}{5}$ ③ $\frac{21}{5}$ ④ $\frac{4}{5}$
4. $\frac{25}{18}+\frac{7}{18}=$ किती ? ① $\frac{1}{18}$ ② $\frac{32}{18}$ ③ 1 ④ $\frac{18}{1}$
5. $\frac{25}{18}-\frac{7}{18}=$ किती ? ① $\frac{1}{18}$ ② $\frac{32}{18}$ ③ 1 ④ $\frac{18}{1}$
6. एका पुस्तकाची $\frac{5}{9}$ भाग पाने वाचून झाली तर किती पाने वाचायची शिल्लक आहेत ?

   ① $\frac{9}{9}$ ② $\frac{4}{9}$ ③ $\frac{9}{4}$ ④ $\frac{14}{9}$
7. एका भिंतीचा $\frac{4}{10}$ भाग हिरव्या रंगाने, $\frac{3}{10}$ भाग निळ्या रंगाने व उरलेला भाग पिवळ्या रंगाने रंगविला तर किती भाग पिवळ्या रंगाने रंगविला ?

   ① $\frac{7}{10}$ ② $\frac{10}{10}$ ③ $\frac{3}{10}$ ④ $\frac{13}{10}$

8. संपत्तीच्या एकूण भागापैकी $\frac{3}{7}$ भाग नातेवाइकांना वाटून दिला. उरलेला भाग संस्थांना देणगी म्हणून दिला तर किती भाग संस्थांना देणगी दिला ?

① $\frac{4}{7}$ ② $\frac{7}{7}$ ③ $\frac{6}{7}$ ④ $\frac{3}{7}$

9. 420 गोट्यांपैकी $\frac{5}{7}$ भाग गोट्या समीरकडे व उरलेल्या गोट्या सचिनकडे आहेत. तर सचिनकडे किती गोट्या आहेत ?

① 300 ② 60 ③ 120 ④ 180

10. कारखान्यातील एकूण कामगारांपैकी $\frac{2}{9}$ भाग सकाळ सत्रात, $\frac{4}{9}$ भाग दुपार सत्रात व उरलेले कामगार संध्याकाळ सत्रात काम करतात. जर कंपनीत 1,800 कामगार काम करत असतील, तर संध्याकाळ सत्रात किती कामगार काम करतात ?

① 1,200 ② 800 ③ 900 ④ 1,800

11. 2,400 चा $\frac{5}{8}$ भाग म्हणजे किती ?

① 1,500 ② 1,600 ③ 200 ④ 300

उत्तरसूची

1. ❸	2. ❸	3. ❷	4. ❷	5. ❸	6. ❷	7. ❸
8. ❶	9. ❸	10. ❷	11. ❶			

(B) अंशाधिक, छेदाधिक व पूर्णांकयुक्त अपूर्णांक परस्पर रूपांतर

◈ पूर्णांक संख्या व छेदाधिक अपूर्णांक मिळून तयार झालेल्या अपूर्णांकास पूर्णांकयुक्त अपूर्णांक असे म्हणतात.

$5\frac{3}{9}$ ∴ या ठिकाणी 5 पूर्ण व $\frac{3}{9}$ हा छेदाधिक अपूर्णांक आहे.

∴ $5\frac{3}{9}$ या अपूर्णांकाचे वाचन पाच पूर्णांक तीन अंश छेद नऊ आहे.

◈ पूर्णांकयुक्त अपूर्णांकाचे अंशाधिक अपूर्णांकात रूपांतर करताना दिलेल्या अपूर्णांकांतील छेदाने पूर्णांकाला गुणून त्यामध्ये अंश मिळवून येणारी बेरीज अंशस्थानी व मूळचाच छेद छेदस्थानी ठेवावा.

$5\frac{3}{9}$ या ठिकाणी 5 पूर्णांक 3 अंश व छेद 9 आहे.

$$\frac{9 \times 5 + 3}{9} = \frac{45 + 3}{9} = \frac{48}{9}$$

◈ अंशाधिक अपूर्णांकाचे पूर्णांकयुक्त अपूर्णांकांत रूपांतर करताना दिलेल्या अपूर्णांकातील छेदाने अंशाला भागले असता येणारा भागाकार पूर्णांक असतो व उरणारी बाकी ही अंशस्थानी ठेवून मूळचाच छेद छेदस्थानी घ्यावा.

$\frac{48}{5}$ हा अंशाधिक अपूर्णांक आहे.

$$\begin{array}{r} 9 \\ 5\overline{)\ 48} \\ -45 \\ \hline 03 \end{array}$$

या ठिकाणी भागाकार 9

भाजक 5

बाकी 3

$\therefore\ 9\frac{3}{5}$

◈ अंशाधिक अपूर्णांकांत अंश मोठा असतो.

◈ छेदाधिक अपूर्णांकांत अंशापेक्षा छेद मोठा असतो.

नमुना उदाहरणे

1. खालील अपूर्णांकांपैकी अंशाधिक अपूर्णांक कोणता ?

① $\frac{9}{15}$ ② $\frac{4}{17}$ ③ $\frac{11}{9}$ ④ $\frac{15}{17}$

स्पष्टीकरण : अंशाधिक अपूर्णांकांत अंश हा छेदापेक्षा मोठा असतो. आपल्याला अंश हा छेदापेक्षा मोठा असणारा अपूर्णांक शोधायचा आहे.

पर्याय ① : $\frac{9}{15}$ या ठिकाणी अंश 9 व छेद 15 आहे. अंशापेक्षा छेद मोठा आहे. हा छेदाधिक अपूर्णांक आहे.

पर्याय ② : $\frac{4}{17}$ या ठिकाणी अंश 4 व छेद 17 आहे. अंशापेक्षा छेद मोठा आहे. हा छेदाधिक अपूर्णांक आहे.

पर्याय ③ : $\frac{11}{9}$ या ठिकाणी अंश 11 व छेद 9 आहे. छेदापेक्षा अंश मोठा आहे. हा अंशाधिक अपूर्णांक आहे.

पर्याय ④ : $\frac{15}{17}$ या ठिकाणी अंश 15 व छेद 17 आहे. अंशापेक्षा छेद मोठा आहे. हा छेदाधिक अपूर्णांक आहे.

∴ **उत्तर** : पर्याय क्र. ❸

2. खालील अपूर्णांकांपैकी छेदाधिक अपूर्णांक कोणता ?

① $\frac{13}{9}$ ② $\frac{11}{15}$ ③ $\frac{16}{14}$ ④ $\frac{3}{1}$

स्पष्टीकरण : या वरील अपूर्णांकांपैकी छेदाधिक अपूर्णांक म्हणजे छेद मोठा असणारा अपूर्णांक होय. या ठिकाणी अंशापेक्षा छेद मोठा असणारा अपूर्णांक शोधायचा आहे.

पर्याय ① : $\frac{13}{9}$ या ठिकाणी अंश 13 व छेद 9 आहे. छेदापेक्षा अंश मोठा आहे. हा अंशाधिक अपूर्णांक आहे.

पर्याय ② : $\frac{11}{15}$ या ठिकाणी अंश 11 व छेद 15 आहे. अंशापेक्षा छेद मोठा आहे. हा छेदाधिक अपूर्णांक आहे.

पर्याय ③ : $\frac{16}{14}$ या ठिकाणी अंश 16 व छेद 14 आहे. छेदापेक्षा अंश मोठा आहे. हा अंशाधिक अपूर्णांक आहे.

पर्याय ④ : $\frac{3}{1}$ या ठिकाणी अंश 3 व छेद 1 आहे. छेदापेक्षा अंश मोठा आहे. हा अंशाधिक अपूर्णांक आहे.

∴ **उत्तर** : पर्याय क्र. ❷

3. $4\frac{5}{11}$ या अपूर्णांकांचे अंशाधिक अपूर्णांकांतील रूप कोणते ?

① $\frac{45}{11}$ ② $\frac{49}{11}$ ③ $\frac{59}{11}$ ④ $\frac{31}{11}$

स्पष्टीकरण : $4\frac{5}{11}$ या पूर्णांकयुक्त अपूर्णांकांचे अंशाधिक अपूर्णांकांत रूपांतर करावयाचे आहे.

$4\frac{5}{11}$ या अपूर्णांकांत पूर्णांक 4, अंश 5 व छेद 11 आहे.

$\therefore \frac{\text{पूर्णांक} \times \text{छेद} + \text{अंश}}{\text{छेद}}$

$\therefore \frac{4 \times 11 + 5}{11}$

$\therefore \frac{44 + 5}{11}$

$\therefore \frac{49}{11}$

∴ **उत्तर** : पर्याय क्र. ❷

4. $\frac{59}{8}$ या अंशाधिक अपूर्णांकांचे पूर्णांकयुक्त अपूर्णांकांतील रूप कोणते ?

① $5\frac{9}{8}$ ② $9\frac{5}{8}$ ③ $7\frac{5}{8}$ ④ $7\frac{3}{8}$

स्पष्टीकरण : $\frac{59}{8}$ या अंशाधिक अपूर्णांकांचे पूर्णांकयुक्त अपूर्णांकांत रूपांतर करायचे आहे. यासाठी अंशाला छेदाने भागायचे आहे.

```
      7
8 )  59        या ठिकाणी भागाकर 7
   - 56                  भाजक 8
   ----
     03                  बाकी 3
```

∴ अंशाधिक अपूर्णांकांचे पूर्णांकयुक्त रूपात मांडणी करता सोबतच्या प्रमाणे मांडणी करावी.

भागाकर $\frac{\text{बाकी}}{\text{भाजक}} = 7\frac{3}{8} = 7\frac{3}{8}$

∴ **उत्तर** : पर्याय क्र. ❹

5. $8\frac{\square}{9} = \frac{75}{*}$ **या प्रश्नात $\square$ व * च्या जागी येणाऱ्या संख्या अनुक्रमे कोणत्या ?**

① 9, 3 ② 7, 5 ③ 3, 9 ④ 5, 9

स्पष्टीकरण : $8\frac{\square}{9} = \frac{75}{*}$

∴ पूर्णांकयुक्त अपूर्णांकांचे अंशाधिक अपूर्णांकांत रूपांतर करायचे आहे. छेद समान असतो.

$8\frac{\square}{9} = \frac{75}{*}$ ∴ * च्या जागी 9 येईल.

$8\frac{\square}{9} = \frac{75}{9}$

∴ $8 \times 9 = 72 + \square = 75$

∴ $72 + \boxed{3} = 75$

∴ $\square$ च्या जागी 3 येईल.

∴ $\square$ व * या क्रमाने 3 व 9 येईल.

∴ **उत्तर** : पर्याय क्र. ❸

6. $8\frac{7}{9}$ **या अपूर्णांकांचे अंशाधिक अपूर्णांकातील रूप कोणते ?**

① $\frac{72}{9}$ ② $\frac{65}{9}$ ③ $\frac{79}{7}$ ④ $\frac{79}{9}$

स्पष्टीकरण : $8\frac{7}{9}$ या अपूर्णांकाचे अंशाधिक अपूर्णांकात रूपांतर करण्यासाठी या ठिकाणी पूर्णांक : 8, अंश 7, छेद 9 आहे.

$$\frac{\text{पूर्णांक} \times \text{छेद} + \text{अंश}}{\text{छेद}} = \frac{8 \times 9 + 7}{9} = \frac{72 + 7}{9} = \frac{79}{9}$$

∴ **उत्तर** : पर्याय क्र. ❹

7. खालीलपैकी छेदाधिक अपूर्णांक कोणता ?

① $\frac{74}{5}$ ② $8\frac{9}{15}$ ③ $\frac{14}{28}$ ④ $\frac{14}{9}$

स्पष्टीकरण : छेदाधिक अपूर्णांक म्हणजे अंशापेक्षा छेद मोठा असणे. या ठिकाणी पहिले दोन पर्याय व चौथा पर्याय अंशाधिक आहे व तिसऱ्या पर्यायात छेद अंशापेक्षा मोठा आहे.

∴ **उत्तर :** पर्याय क्र. ❸

8. $\frac{85}{7}$ या अपूर्णांकाचे पूर्णांकयुक्त अपूर्णांकातील रूप कोणते ?

① $12\frac{5}{7}$ ② $8\frac{5}{7}$ ③ $12\frac{4}{7}$ ④ $12\frac{1}{7}$

स्पष्टीकरण : $\frac{85}{7}$ या अंशाधिक अपूर्णांकाचे पूर्णांकयुक्त अपूर्णांकात रूपांतर करण्यासाठी छेदाने भागावे. या ठिकाणी $85 \div 7$ येथे भागाकार = 12, बाकी = 1 व भाजक 7 आहे. भागाकर $\frac{\text{बाकी}}{\text{भाजक}} = 12\frac{1}{7}$

∴ **उत्तर :** पर्याय क्र. ❹

प्रश्नावली

1. खालीलपैकी छेदाधिक नसणारा अपूर्णांक कोणता ?

① $\frac{7}{8}$ ② $\frac{1}{2}$ ③ $\frac{15}{51}$ ④ $\frac{10}{01}$

2. $8\frac{9}{10}$ या अपूर्णांकाचे अंशाधिक अपूर्णांकातील रूप कोणते ?

① $\frac{89}{10}$ ② $\frac{98}{10}$ ③ $\frac{90}{10}$ ④ $\frac{91}{10}$

3. $\frac{95}{9}$ या अपूर्णांकाचे पूर्णांकयुक्त अपूर्णांकातील रूप कोणते ?

① $9\frac{5}{9}$ ② $10\frac{5}{9}$ ③ $11\frac{5}{9}$ ④ $5\frac{9}{9}$

4. $\frac{72}{11}$ या अपूर्णांकाचे पूर्णांकयुक्त अपूर्णांकातील रूप कोणते ?

① $7\frac{2}{11}$ ② $6\frac{5}{11}$ ③ $6\frac{6}{11}$ ④ $7\frac{6}{11}$

5. $\frac{85}{9}$ या अपूर्णांकाचे पूर्णांकयुक्त अपूर्णांकातील रूप कोणते ?

① $8\frac{5}{9}$ ② $9\frac{5}{9}$ ③ $9\frac{8}{9}$ ④ $9\frac{4}{9}$

6. $11\frac{9}{12}$ या अपूर्णांकाचे अंशाधिक अपूर्णांकाचे रूप कोणते ?

① $\frac{132}{11}$ ② $\frac{123}{12}$ ③ $\frac{141}{11}$ ④ $\frac{141}{12}$

7. खालीलपैकी वेगळा अपूर्णांक कोणता ?

① $8\frac{9}{10}$ ② $\frac{89}{10}$ ③ $\frac{80+9}{10}$ ④ $\frac{98}{10}$

प्रश्न 8 ते 15 : पूर्णांकयुक्त अपूर्णांकात रूपांतर करा.

8. $\frac{9}{4} = ?$ ① $2\frac{1}{4}$ ② 36 ③ 13 ④ 5

9. $\frac{11}{5} = ?$ ① $\frac{11}{2}$ ② $2\frac{1}{5}$ ③ 11 ④ 5

10. $\frac{79}{1} = ?$ ① $39\frac{1}{2}$ ② 79 ③ 2 ④ 77

11. $\frac{20}{9} = ?$ ① $2\frac{2}{9}$ ② $3\frac{2}{9}$ ③ $4\frac{2}{9}$ ④ $5\frac{2}{9}$

12. $\frac{18}{7} = ?$

① $4\frac{4}{7}$ ② $5\frac{4}{7}$ ③ $3\frac{4}{7}$ ④ $2\frac{4}{7}$

13. $\frac{365}{3} = ?$

① $122\frac{2}{3}$ ② $124\frac{2}{3}$ ③ $121\frac{2}{3}$ ④ $123\frac{2}{3}$

14. $\frac{13}{6} = ?$

① $2\frac{2}{3}$ ② $2\frac{1}{6}$ ③ $2\frac{4}{3}$ ④ $2\frac{1}{9}$

15. $\frac{19}{8} = ?$

① $2\frac{6}{7}$ ② $2\frac{7}{8}$ ③ $2\frac{3}{8}$ ④ $2\frac{1}{4}$

प्रश्न 16 ते 18 : अंशाधिक अपूर्णांकात रूपांतर करा.

16. $3\frac{1}{4} = ?$ ① $\frac{13}{4}$ ② $\frac{11}{4}$ ③ $\frac{23}{4}$ ④ $\frac{9}{4}$

17. $9\frac{1}{2} = ?$ ① $\frac{7}{2}$ ② $\frac{19}{2}$ ③ $\frac{21}{2}$ ④ $\frac{11}{2}$

18. $4\frac{2}{3} = ?$ ① $\frac{2}{3}$ ② $\frac{18}{3}$ ③ $\frac{25}{3}$ ④ $\frac{14}{3}$

उत्तरसूची

1. ❹	2. ❶	3. ❷	4. ❸	5. ❹	6. ❹	7. ❹
8. ❶	9. ❷	10. ❷	11. ❶	12. ❹	13. ❸	14. ❷
15. ❸	16. ❶	17. ❷	18. ❹			

(C) सममूल्य अपूर्णांक

◈ **सममूल्य अपूर्णांक :** समान किंमत असलेल्या अपूर्णांकांना सममूल्य अपूर्णांक असे म्हणतात.

उदा., $\frac{1}{2} = \frac{2}{4} = \frac{3}{6} = \frac{4}{8}$

◈ $\frac{1}{2}$ = अर्धा, $\frac{1}{4}$ = पाव, $\frac{3}{4}$ = पाऊण.

◈ **सममूल्य अपूर्णांक तयार करणे :**

कोणत्याही संख्येने गुणून : अपूर्णांकांतील अंशाला व छेदाला एकाच शून्येतर संख्येने गुणले तर त्या अपूर्णांकांशी सममूल्य असलेला अपूर्णांक मिळतो.

उदा., $\frac{2}{3} = \frac{2 \times 2}{3 \times 2} = \frac{4}{6}$ (2 या एकाच संख्येने गुणल्यास)

$\frac{2}{3}$ चा सममूल्य $\frac{4}{6}$ अपूर्णांक मिळतो.

$\therefore \frac{2}{3} = \frac{4}{6}$

$\therefore$ एखाद्या अपूर्णांकांशी सममूल्य अपूर्णांक अनेक मिळविता येतात.

कोणत्याही संख्येने भागून : अपूर्णांकांतील अंश व छेद या दोघांनाही एकाच संख्येने भाग जात असेल तर भाग दिल्यावर मिळणारा अपूर्णांक दिलेल्या अपूर्णांकांशी सममूल्य असतो.

उदा., $\frac{6}{12} = \frac{6 \div 3}{12 \div 3} = \frac{2}{4}$ (3 या एकाच संख्येने भागल्यास)

$\therefore \frac{6}{12}$ चा सममूल्य $\frac{2}{4}$ अपूर्णांक मिळतो. $\therefore \frac{6}{12} = \frac{2}{4}$

एकापेक्षा जास्त सममूल्य अपूर्णांक मिळविता येतात.

नमुना उदाहरणे

1. $\frac{3}{7}$ शी सममूल्य असणारा अपूर्णांक कोणता ?

① $\frac{6}{21}$ ② $\frac{21}{21}$ ③ $\frac{18}{14}$ ④ $\frac{18}{42}$

स्पष्टीकरण : $\frac{3}{7}$ शी सममूल्य असणारा अपूर्णांक शोधायचा आहे.

पर्याय क्र. ① : $\frac{3}{7}$ मध्ये फक्त अंशाचा विचार केला असता अंशाला 2 ने गुणले आहे.

$\therefore \frac{3}{7} = \frac{3 \times 2}{7 \times 2} = \frac{6}{14}$ हवे होते परंतु त्या ठिकाणी $\frac{6}{21}$ असल्यामुळे हा सममूल्य नाही.

पर्याय क्र. ② : $\frac{3}{7}$ या ठिकाणी अंशाला 7 ने गुणले आहे.

$\therefore \frac{3}{7} = \frac{3 \times 7}{7 \times 7} = \frac{21}{49}$ हवे होते. परंतु त्या ठिकाणी $\frac{21}{21}$ असल्यामुळे हा सममूल्य नाही.

पर्याय क्र. ③ : $\frac{3}{7}$ ला या ठिकाणी अंशाला 6 ने गुणले आहे.

$\therefore$ $\frac{3}{7}=\frac{3\times6}{7\times6}=\frac{18}{42}$ हवे होते. परंतु त्या ठिकाणी $\frac{18}{14}$ असल्यामुळे हा सममूल्य नाही.

पर्याय क्र. ④ : $\frac{3}{7}$ ला या ठिकाणी अंशाला 6 ने गुणले आहे.

$\therefore$ $\frac{3}{7}=\frac{3\times6}{7\times6}=\frac{18}{42}$ आहे. त्यामुळे हा सममूल्य अपूर्णांक आहे.

$\therefore$ **उत्तर :** पर्याय क्र. ❹

2. खालीलपैकी सममूल्य नसणारा अपूर्णांक कोणता ?

① $\frac{8}{14}$ ② $\frac{4}{7}$ ③ $\frac{1}{7}$ ④ $\frac{12}{21}$

स्पष्टीकरण : वरील पर्यायात सममूल्य नसणारा अपूर्णांक शोधायचा आहे. या ठिकाणी अंश छेदाचा विचार करता पाढ्यातील संख्या शोधाव्यात. प्रत्येक ठिकाणातील अंशाचा विचार करावा. 8, 4, 1, 12 या अंशाचा विचार करता 4, 8, 12 हे अंश 4 च्या पाढ्यातील आहेत. त्यामुळे सममूल्य आहेत का ? ते पाहावे.

$\therefore$ $\frac{4}{7}$ ला 12 करण्यासाठी 3 ने गुणने आवश्यक आहे.

$\therefore$ $\frac{4}{7}=\frac{4\times3}{7\times3}=\frac{12}{21}$

$\therefore$ $\frac{4}{7}$ ला 8 करण्यासाठी 2 ने गुणने आवश्यक आहे.

$\therefore$ $\frac{4}{7}=\frac{4\times2}{7\times2}=\frac{8}{14}$

$\therefore$ $\frac{4}{7}=\frac{12}{21}=\frac{8}{14}$ हे सममूल्य अपूर्णांक आहेत.

$\therefore$ यामध्ये $\frac{1}{7}$ हा सममूल्य अपूर्णांक नाही.

$\therefore$ **उत्तर :** पर्याय क्र. ❸

3. $\frac{20}{30}$ **शी सममूल्य असणारा अपूर्णांक कोणता ?**

① $\frac{2}{3}$ ② $\frac{4}{6}$

③ $\frac{10}{15}$ ④ सर्व पर्याय बरोबर.

स्पष्टीकरण : $\frac{20}{30}$ शी सममूल्य असणारा अपूर्णांक शोधावयाचा आहे. या अपूर्णांकांतील अंश व इतर अंश याचा विचार करता, अंश लहान झाले आहेत. त्यामुळे सममूल्य अपूर्णांक तयार करण्यासाठी अंशाला भागले आहे.

$\frac{20}{30}$ ला 2, 5, 10 ने भाग जातो.

∴ प्रथम 2 ने भागू $\frac{20 \div 2}{30 \div 2} = \frac{10}{15}$

∴ 5 ने भागू $\frac{20 \div 5}{30 \div 5} = \frac{4}{6}$

∴ 10 ने भागू $\frac{20 \div 10}{30 \div 10} = \frac{2}{3}$

∴ $\frac{20}{30} = \frac{10}{15} = \frac{4}{6} = \frac{2}{3}$

∴ वरील पर्यायातील सर्व अपूर्णांक सममूल्य अपूर्णांक आहेत.

∴ **उत्तर :** पर्याय क्र. ❹

4. खालील अपूर्णांकांतील वेगळ्या किमतीचा अपूर्णांक कोणता ?

① $\frac{15}{20}$ ② $\frac{3}{4}$ ③ $\frac{30}{40}$ ④ $\frac{45}{50}$

स्पष्टीकरण : वरील अपूर्णांकातील वेगळ्या किमतीचा अपूर्णांक शोधायचा म्हणजे सममूल्य नसणारा अपूर्णांक शोधायचा आहे.

वरील अंशाचा विचार करता 3, 15, 30, 45 हे उभ्या पटीतील आहेत. त्यामुळे किती पटीतील आहेत. हे शोधावे.

3 चा 15 म्हणजे 5 ने गुणने.

$\frac{3\times5}{4\times5}=\frac{15}{20}$

$\frac{3\times10}{4\times10}=\frac{30}{40}$

$\frac{3\times15}{4\times15}=\frac{45}{60}$

परंतु हा अपूर्णांक $\frac{45}{50}$ आहे.

∴ म्हणून $\frac{45}{50}$ हा वेगळ्या किमतीचा अपूर्णांक आहे.

∴ **उत्तर :** पर्याय क्र. ❹

5. खालीलपैकी सममूल्य नसणारी अपूर्णांकांची जोडी कोणती ?

① $\frac{4}{7}=\frac{20}{35}$ ② $\frac{5}{6}=\frac{25}{30}$ ③ $\frac{4}{6}=\frac{24}{36}$ ④ $\frac{7}{8}=\frac{35}{48}$

स्पष्टीकरण : सममूल्य नसणारी अपूर्णांकांची जोडी शोधायची आहे.

पर्याय क्र. ① : अंश 4 दुसरा अंश 20 या ठिकाणी 4 ला 5 ने गुणले आहे.

∴ $\frac{4\times5}{7\times5}=\frac{20}{25}$ ही सममूल्य अपूर्णांकांची जोडी आहे.

पर्याय क्र. ② : $\frac{5}{6}$ व $\frac{25}{30}$ या अपूर्णांकांत अंश 5 व अंश 25 आहे.

त्यामुळे

∴ $\frac{5\times5}{6\times5}=\frac{25}{30}$ ही सममूल्य अपूर्णांकांची जोडी आहे.

पर्याय क्र. ③ : $\frac{4}{6}$ व $\frac{24}{36}$ या अपूर्णांकांत अंश 4 व अंश 24 आहे.

त्यामुळे या ठिकाणी 6 पट केले आहे.

∴ $\frac{4\times6}{6\times6}=\frac{24}{36}$ ही सममूल्य अपूर्णांकांची जोडी आहे.

पर्याय क्र. ④ : $\frac{7}{8}$ व $\frac{35}{38}$ या अपूर्णांकांत अंश 7 व अंश 35 आहे.

त्यामुळे या ठिकाणी 5 पट केले आहे.

∴ $\frac{7 \times 5}{8 \times 5} = \frac{35}{40}$ ही सममूल्य अपूर्णांकांची जोडी नाही.

∴ **उत्तर :** पर्याय क्र. ❹

प्रश्नावली

1. खालील अपूर्णांकातील वेगळ्या किमतीचा अपूर्णांक कोणता ?

   ① $\frac{4}{8}$ ② $\frac{6}{12}$ ③ $\frac{5}{10}$ ④ $\frac{14}{28}$

2. खालीलपैकी सममूल्य नसणारी अपूर्णांकाची जोडी कोणती ?

   ① $\frac{30}{15}$ ② $\frac{6}{3}$ ③ $\frac{3}{6}$ ④ $\frac{42}{21}$

3. $\frac{2}{5}$ शी सममूल्य असणारा अपूर्णांक कोणता ?

   ① $\frac{5}{2}$ ② $\frac{10}{25}$ ③ $\frac{4}{16}$ ④ $\frac{18}{24}$

4. खालीलपैकी सममूल्य नसणारा अपूर्णांक कोणता ?

   ① $\frac{6}{3}$ ② $\frac{12}{6}$ ③ $\frac{9}{8}$ ④ $\frac{72}{36}$

5. $\frac{15}{20}$ शी सममूल्य असणारा अपूर्णांक कोणता ?

   ① $\frac{3}{4}$ ② $\frac{4}{3}$ ③ $\frac{2}{3}$ ④ $\frac{42}{4}$

उत्तरसूची

1. ❸	2. ❸	3. ❷	4. ❸	5. ❶	

★★★

2. दशांश अपूर्णांक

(A) वाचन, लेखन

◈ **दशांश अपूर्णांक** : ज्या अपूर्णांकांचे छेद 10, 100, 1000 असे म्हणजे 10 किंवा 10 च्या दहा–दहा पटीत असतात. त्यांना 'दशांश अपूर्णांक' असे म्हणतात.

दशांश म्हणजे दश–अंश या दोन शब्दांपासून बनलेला आहे.

दश म्हणजे दहा.

अंश म्हणजे भाग.

दशांश म्हणजेच दहावा भाग.

उदा., $\frac{5}{10}$, $\frac{68}{100}$, $\frac{285}{1000}$ असे अपूर्णांकांना दशांश अपूर्णांक असे म्हणतात.

◈ **दशांश चिन्ह** : दशांश चिन्ह दाखविण्यासाठी पूर्णांकांतील शेवटच्या अंकांनंतर $\boxed{\cdot}$ असे टिंब लिहितात.

उदा.,

1. $8\frac{5}{10}$ = आठ पूर्णांक पाच दशांश

 = $8{\cdot}5$ = आठ दशांश चिन्ह पाच.

2. $\frac{5}{10}$ = पाच दशांश = $0{\cdot}5$ = शून्य दशांश चिन्ह पाच.

◈ **दशांशस्थान** : दश म्हणजे दहावा भाग असलेले स्थान.

◈ **शतांशस्थान** : शत म्हणजे शंभरावा भाग असलेले स्थान.

◈ **सहस्रांशस्थान** : सहस्र म्हणजे 1000, 1000 वा भाग असलेले स्थान म्हणजे सहस्रांश होय.

◈ $4\frac{14}{100}$ या अपूर्णांकांचे वाचन करताना चार पूर्णांक चौदा शतांश अशा पद्धतीने वाचन करता येईल.

$4\frac{14}{100} = 4{\cdot}14$

व्यावहारिक अपूर्णांक	दशक	एकक	दशांश	शतांश	दशांश अपूर्णांक	वाचन
$9\frac{4}{10}$		9	4		9·4	नऊ दशांश चिन्ह चार
$9\frac{4}{100}$		9	0	4	9·04	नऊ दशांश चिन्ह शून्य चार
$19\frac{4}{100}$	1	9	1	4	19·14	एकोणीस दशांश चिन्ह एक चार

नमुना उदाहरणे

1. $\frac{5}{100}$ या अपूर्णांकांचे दशांश अपूर्णांकांत लेखन कसे कराल ?

① 0·5 ② 0·50 ③ 0·015 ④ 0·05

स्पष्टीकरण : $\frac{5}{100}$ या अपूर्णांकांचे लेखन दशांश अपूर्णांकांत करावयाचे आहे. यासाठी दशमान पद्धतीचा चार्ट काढून घ्यावा.

एकक	दशांश	शतांश
0	0	5

(1) या ठिकाणी पूर्णांकामध्ये कोणता अंक (संख्या) नसल्यामुळे एककात कोणता अंक येणार नाही.

(2) या अपूर्णांकांचे छेद 100 आहे आणि अंश एक अंकी असल्यामुळे शतांशाच्या घरात 5 लिहावा.

(3) एककात व दशांश स्थानात कोणताही अंक नसल्यामुळे त्या ठिकाणी शून्य लिहावे.

(4) आता एकक व दशांश स्थान यांच्या मध्यभागी दशांश चिन्ह घ्यावे.

∴ 0·05

रीत II : $\frac{5}{100}$ या अपूर्णांकांचे दशांश अपूर्णांकांत लेखन करावयाचे आहे. याचा छेद 100 म्हणजे 1 वर दोन शून्ये आहेत. परंतु अंशात एक अंकी संख्या आहे. ती वेगळ्या रूपात म्हणजेच किंमत न बदलता 05 अशी तयार करावी. दोन शून्ये असल्यामुळे दोन घरे सोडून दशांश चिन्ह द्यावे.

∴ 0·05

∴ **उत्तर** : पर्याय क्र. ❹

2. $15\frac{4}{1000}$ या अपूर्णांकांचे दशांश अपूर्णांकांत लेखन कसे कराल ?

① 15·004 ② 15·04 ③ 15·4 ④ 15·0004

स्पष्टीकरण : $15\frac{4}{1000}$ या अपूर्णांकांचे लेखन दशांश अपूर्णांकांत करावयाचे आहे.

(1) 15 पूर्णांक असल्यामुळे प्रथम 15 लिहून घ्यावे. 15

(2) पूर्णांक नंतर दशांश चिन्ह द्यावे. 15

(3) आता छेद 1000 वर आहे त्या ठिकाणी अंश 4 आहे त्याची किंमत न बदलता तीन घरे असलेला अंश 004 अशा प्रकारे तयार करावा.

(4) आता छेदात तीन शून्ये असल्यामुळे तीन घरे सोडून दशांश चिन्ह द्यावे. 15·004

∴ 15·004

∴ **उत्तर** : पर्याय क्र. ❶

3. 9·005 या अपूर्णांकांचे वाचन कसे कराल ?

① नऊ दशांश चिन्ह पाच

② नऊ दशांश चिन्ह शून्य शून्य पाच

③ नऊ दशांश चिन्ह शून्य पाच

④ नऊ दशांश चिन्ह पाच शून्य शून्य.

स्पष्टीकरण : 9·005 या अपूर्णांकांचे वाचन करावयाचे आहे.

(1)	प्रथम पूर्णांक संख्येचे वाचन करावे.	नऊ
(2)	पूर्णांक दशांश चिन्ह आले आहे त्याचा उल्लेख करावा.	नऊ दशांश चिन्ह
(3)	दशांश चिन्हांच्या पलीकडे येणारे अंक शून्य जरी असले तरी त्यांचा उल्लेख करावा.	नऊ दशांश चिन्ह शून्य
(4)	क्रमाक्रमाने अंकाचा उल्लेख करावा. एकत्र अंक वाचू नये.	नऊ दशांश चिन्ह शून्य शून्य पाच

∴ **उत्तर :** पर्याय क्र. ❷

4. $2\frac{5}{100}$ या अपूर्णांकांच्या वाचनाचा अयोग्य पर्याय कोणता ?

① दोन पूर्णांक पाच अंश छेद शंभर

② दोन पूर्णांक पाच शतांश

③ दोन दशांश चिन्ह शून्य पाच

④ पंचवीस शतांश

स्पष्टीकरण : $2\frac{5}{100}$ या अपूर्णांकाच्या वाचनाचा अयोग्य पर्याय शोधायचा आहे.

पर्याय क्र. ① : दोन पूर्णांक पाच अंश छेद 'शंभर' हा पर्याय योग्य आहे. या ठिकाणी व्यवहारी अपूर्णांकांचे वाचन केले आहे.

पर्याय क्र. ② : दोन पूर्णांक पाच शतांश हाही पर्याय योग्य आहे. दशांश अपूर्णांकांच्या रूपात वाचन केले आहे.

पर्याय क्र. ③ : या ठिकाणी त्याचे लेखन दशांश अपूर्णांकांत 2·05 अशा पद्धतीने होते त्याचे वाचन दोन दशांश चिन्ह शून्य पाच असे आहे. हा पर्याय बरोबर आहे.

पर्याय क्र. ④ : या ठिकाणचा पर्याय अयोग्य आहे.

∴ **उत्तर :** पर्याय क्र. ❹

5. 'पाच दशांश चिन्ह शून्य एक पाच' याचे संख्येच्या रूपात लेखन कसे कराल.

① 5·015 ② 50·15 ③ 5·150 ④ 5015

स्पष्टीकरण : पाच दशांश चिन्ह शून्य एक पाच यांचे लेखन दशांश अपूर्णांकांच्या रूपात करायचे आहे.

पाच दशांश चिन्ह शून्य एक पाच 5·015 अशा पद्धतीने क्रमाने लेखन करावे.

∴ **उत्तर :** पर्याय क्र. ❶

प्रश्नावली

1. $16\frac{5}{100}$ या अपूर्णांकाचे दशांश अपूर्णांकात लेखन कसे कराल ?

① 16.05 ② 1.605 ③ 16.50 ④ 15.60

2. $\frac{3}{100}$ या अपूर्णांकाचे दशांश अपूर्णांकात लेखन कसे कराल ?

① 0.003 ② 0.03 ③ 0.3 ④ 0.0003

3. 8.105 या अपूर्णांकाचे वाचन कसे कराल ?

① आठ दशांश चिन्ह एक शून्य पाच
② आठ दशांश चिन्ह एकशे
③ आठ दशांश चिन्ह एक शून्य
④ आठ दशांश चिन्ह पाच शून्य

4. $4\frac{6}{100}$ या अपूर्णांकाच्या वाचनाचा अयोग्य पर्याय कोणता ?

① चार पूर्णांक सहा छेद शंभर
② चार पूर्णांक सहा शतांश
③ सेहचाळीस शतांश
④ चार दशांश चिन्ह शून्य सहा

5. 'नऊ दशांश चिन्ह एक शून्य नऊ' याचे संख्येच्या रूपात लेखन कसे कराल ?

① 9.019 ② 9.901 ③ 9.091 ④ 9.109

उत्तरसूची

1. ❶	2. ❷	3. ❶	4. ❸	5. ❹	

(B) स्थानिक किंमत, दशांश अपूर्णांक उपयोग

◈ पूर्णांक संख्यांतील अंकांची स्थानिक किंमत आपण ठरवितो, त्याच पद्धतीने दशांश अपूर्णांकातील अंकांची स्थानिक किंमत ठरविता येते.

यासाठी दशांश, शतांश, सहस्रांश यांचा उपयोग करावा.

दशांश म्हणजे दहावा भाग $= \frac{1}{10}$

शतांश म्हणजे शंभरावा भाग $= \frac{1}{100}$

सहस्रांश म्हणजे 1000 वा भाग $= \frac{1}{1000}$

उदा., 847·35 या संख्येतील अंकांची स्थानिक किंमत

अंक	8	4	7	3	5
स्थान	शतक	दशक	एकक	दशांश	शतांश
स्थानिक किंमत	8×100	4×10	7×1	$8 \times \frac{1}{10}$	$5 \times \frac{1}{100}$
	$= 800$	$= 40$	$= 7$	$= \frac{8}{10}$	$= \frac{5}{100}$

◈ **दशांश अपूर्णांकांचा व्यवहारात उपयोग :** दशांश अपूर्णांकांचा व्यवहारात उपयोग होतो. परिमाण, रुपये–पैसे यांसारख्या लेखनात त्याचा उपयोग होतो.

◈ **पैसे व रुपये परस्परसंबंध :**

100 पैसे = ₹ 1

1 पैसे $= \frac{1}{100}$ = ₹ 0·01

25 पैसे = ₹ 0·25

◈ **मीटर व सें.मी. परस्परसंबंध :**

100 सें.मी. = 1 मीटर

1 सें.मी. $= \frac{1}{100}$ = 0·01 मी

25 सें.मी. = 0·25 मी

◈ **इतर संबंध :**

1 मी = 0·001 कि.मी.

1 मि.मी. = 0·01 सें.मी.

1 मि.ली. = 0·001 ली

1 ग्रॅम = 0·001 किलो ग्रॅम

1 मी = 0·001 कि. मी.

1 सें.मी. = 0·1 डेसीमीटर

◈ **मापनाची दशमान एकके :** अंतर, वस्तुमान आणि आकारमान यांचे मापन करण्यासाठी अनुक्रमे अंतरासाठी किलोमीटर, मीटर, सें.मी. ही एकके तसेच वस्तुमानासाठी किलोग्रॅम, ग्रॅम ही एकके तसेच आकारमानासाठी लीटर, मिलिलीटर ही एकके वापरतात.

वस्तुमान, अंतर, आकारमान यासाठी ग्रॅम, मीटर आणि लीटर ही मूळ एकके मानतात. त्यांपासून तयार झालेली मोठी एकके त्यांच्या $\frac{1}{10}$ पटीत लहान होतात.

राशी	**किलो (हजार)**	**हेक्टो (शतक)**	**डेका (दशक)**	**मापनाचे मूळ एकक**	**डेसी (दशांश)**	**सेंटि (शतांश)**	**मिलि (हजारांश)**
	1 कि.मी.	1 हेक्टो मीटर	1 डेका मीटर	मीटर	1 डेसि मीटर	1 सें.मी.	1 मि.ली.
अंतर	1000 मी	100 मी	10 मी		$\frac{1}{10}$ मी	$\frac{1}{100}$ मी	$\frac{1}{1000}$ मी
वस्तु-मान				ग्रॅम			
आकार-मान				लीटर			

◈ किलो, हेक्टो, मि.ली. हे मूळ ग्रीक किंवा लॅटिन भाषेत आहेत.

◈ अर्धा, पाव, पाऊण, सव्वा इत्यादींचे दशांश अपूर्णांकांत लेखन.

अर्धा $= \frac{1}{2} = \frac{1 \times 5}{2 \times 5} = \frac{5}{10} = 0{\cdot}5$ किंवा $0{\cdot}50$

पाव $= \frac{1}{4} = \frac{1 \times 25}{4 \times 25} = \frac{25}{100} = 0{\cdot}25$

पाऊण $= \frac{3}{4} = \frac{3 \times 25}{4 \times 25} = \frac{75}{100} = 0{\cdot}75$

सव्वा $= 1\frac{1}{4} = 1{\cdot}25$

दीड $= 1\frac{1}{2} = 1{\cdot}5$

पावणेदोन $= 1\frac{3}{4} = 1{\cdot}75$

सव्वादोन $= 2\frac{1}{4} = 2{\cdot}25$

अडीच $= 2\frac{1}{2} = 2{\cdot}50$

पावणेतीन $= 2\frac{3}{4} = 2{\cdot}75$

नमुना उदाहरणे

1. अडीच रुपये हे दशांश अपूर्णांकांत कसे लिहाल ?

① 2·05 ② 2·55 ③ 2·50 ④ 1·50

स्पष्टीकरण : अडीच रुपये ही संख्या दशांश अपूर्णांकांत लिहिण्यासाठी प्रथम ती संख्या व्यवहारी अपूर्णांकांत लिहिणे गरजेच आहे.

अडीच म्हणजे दोन पूर्ण आणि अर्धा असा होतो.

व्यवहारी अपूर्णांकांत $2\frac{1}{2}$ असा लिहिता येईल. $2\frac{1}{2}$ या ठिकाणी 2 पूर्ण आहेत. अर्धा म्हणजेच $\frac{1}{2} = 0{\cdot}5$ किंवा 0·50 असा लिहिता येईल.

$\therefore\ 2\frac{1}{2} = 2{\cdot}50$

$\therefore$ **उत्तर :** पर्याय क्र. ❸

2. 14·09 मीटर = किती मीटर व किती सें.मी. ?

① 14 मीटर 90 सें.मी. ② 14 मीटर 9 सें.मी.

③ 140 मीटर 9 सें.मी. ④ 14 मीटर 900 सें.मी.

स्पष्टीकरण : 14.09 मीटर याचे रूपांतर मीटर व सें.मी. मध्ये करायचे आहे. या ठिकाणी एकक मीटर वापरले आहे. त्यामुळे पूर्ण संख्या ही मीटरमध्ये येते.

∴ 14 मीटर

आता 0·09 मीटर ही संख्या शोधायची आहे.

0·01 मी = 1 सें.मी.

∴ 0·09 मीटर = 9 सें.मी.

∴ 14 मीटर 9 सें.मी.

∴ **उत्तर :** पर्याय क्र. ❷

3. 525 पैसे याचे लेखन दशांश अपूर्णांकांत किती रुपये होईल ?

① 5·25 पैसे ② ₹ 52·5

③ ₹ 5·25 ④ ₹ 525·0

स्पष्टीकरण : 525 पैसे यांचे रूपांतर रुपयात करून त्याचे लेखन दशांश अपूर्णांकांत करायचे आहे.

100 पैसे = ₹ 1

या पद्धतीने 525 = 500 + 25

∴ 500 पैसे = ₹ 5 ... (1)

∴ आता राहिले 25 पैसे

∴ 1 पैसा = ₹ 0·01

∴ 25 पैसे = ₹ 0.25 ... (2)

क्रमांक (1) व (2) चा विचार करता.

525 पैसे = ₹ 5·25 असा होतो.

∴ **उत्तर :** पर्याय क्र. ❸

4. $98{\cdot}14\bar{7}$ या संख्येतील '7' या अंकांची स्थानिक किंमत किती ?

① $\frac{7}{100}$ ② $\frac{7}{10}$ ③ $\frac{7}{1000}$ ④ 7

स्पष्टीकरण : $98{\cdot}14\bar{7}$ या संख्येतील 7 ची स्थानिक किंमत काढायची आहे. या ठिकाणी सात हा अंक दशांश चिन्हांच्या उजवीकडे तिसऱ्या घरात येतो. तेथून घरे मोजण्यास सुरुवात करावी, दशांश, शतांश, सहस्रांश अशी घरे येतील.

7 हा अंक सहस्रांशाच्या घरात येतो.

∴ 7 ची स्थानिक किंमत $= \frac{7}{1000}$

∴ **उत्तर :** पर्याय क्र. ❸

5. 'पावणेपाच' हा अपूर्णांक दशांश अपूर्णांकांत कसा लिहाल ?

① 4·25 ② 4·75 ③ 4·50 ④ 5·75

स्पष्टीकरण : पावणेपाच हा अपूर्णांक प्रथम व्यवहारी अपूर्णांकांत लिहून घ्यावा.

पावणेपाच $= 4\frac{3}{4}$ या ठिकाणी 4 पूर्ण आहे. त्यामुळे तो अंक दशांश चिन्हांच्या डावीकडे येईल.

$\frac{3}{4} = 0{\cdot}75$ हा अपूर्णांक दशांश चिन्हांच्या उजवीकडे येईल. ∴ 4·75

∴ **उत्तर :** पर्याय क्र. ❷

प्रश्नावली

1. 'पावणेसहा' हा अपूर्णांक दशांश अपूर्णांकात कसा लिहाल ?

   ① 5.25 ② 5.50 ③ 5.57 ④ 5.75

2. $25.22\bar{4}$ या संख्येतील '4' या अंकाची स्थानिक किंमत किती ?

   ① 7 ② $\frac{7}{100}$ ③ $\frac{7}{1000}$ ④ $\frac{7}{10}$

3. सव्वा पाच रुपये हे दशांश अपूर्णांकात कसे लिहाल ?

   ① 5.52 ② 5.25 ③ 5.50 ④ 5.75

4. 21.82 मीटर = किती मीटर व किती सें.मी. ?

   ① 21 मीटर 82 सें.मी. ② 21 मीटर 2 सें.मी.

   ③ 210 मीटर 8 सें.मी. ④ 210 मीटर 82 सें.मी.

5. 835 पैसे यांचे लेखन दशांश अपूर्णांकात किती रुपये होईल ?
① ₹ 8.350 ② ₹ 8.35 ③ 8.35 पैसे ④ ₹ 835.0

उत्तरसूची

1. ❹	2. ❸	3. ❷	4. ❶	5. ❷	

(C) बेरीज व वजाबाकी

बेरीज

- नेहमीप्रमाणे सर्वांत कमी स्थानिक किमतीच्या अंकांची बेरीज करून क्रमाने मोठ्या स्थानिक किमतीच्या अंकांची बेरीज करावी.
- शतांशस्थानच्या अंकांची बेरीज शतांशस्थानी, तसेच दशांश स्थानच्या अंकांची बेरीज दशांशस्थानी लिहावी तसेच हातचा पुढच्या घरात द्यावा.
- बेरीज करताना दशांश चिन्हाखाली दशांश चिन्ह घेऊन ज्या ठिकाणी रिकामी घरे असतील तेथे शून्य देऊन बेरीज करावी.

उदा., 4.05 + 3.75 या दशांश अपूर्णांकांची बेरीज करताना प्रथम दशांश चिन्हाखाली दशांश चिन्ह घ्यावे.

```
    4 . 0 5
+   3 . 7 5
        1
-----------
    7 . 8 0
```

शतांश स्थानाकडून बेरीज करावी. येणारा हातचा पुढच्या दशांशाच्या घरात द्यावा. दशांश चिन्हाखाली दशांश चिन्ह द्यावे एककांची बेरीज एककस्थानी लिहावी.

वजाबाकी

- नेहमीप्रमाणे सर्वांत कमी स्थानिक किमतीच्या अंकांची वजाबाकी करून क्रमाने मोठ्या स्थानिक किमतीच्या अंकांची वजाबाकी करावी.
- दशांश चिन्हाखाली दशांश चिन्ह घेऊन ज्या त्या ठिकाणी संख्या लिहून रिकाम्या जागी शून्य लिहून संख्या पूर्ण करावी.
- उसने पुढच्या घरातून घ्यावे. फक्त दशांश चिन्हाखाली दशांश चिन्ह येणे गरजेचे आहे.

उदा., 17.5 – 8.25 या उदाहरणाची वजाबाकी करण्यासाठी दशांश चिन्हाखाली दशांश चिन्ह घ्यावे.

	0	17		4	10
	~~1~~	~~7~~	.	~~5~~	~~0~~
−	0	8	.	2	5
		9	.	2	5

ज्या ठिकाणी रिकामी घरे असतील तेथे शून्य द्यावेत. 0 तून 5 वजा होत नाही त्यामुळे 5 कडून उसने घ्यावे. त्यानंतर सरळ वजाबाकी करावी.

एककातील 7 मधून 8 वजा होत नाही. त्यामुळे पुढच्या दशकांकडून उसने घ्यावे. वजाबाकी करावी.

नमुना उदाहरणे

1. 19.05 + 3.87 = किती

① 12.92 ② 12.82 ③ 22.82 ④ 22.92

स्पष्टीकरण : वरील दशांश अपूर्णांकांची बेरीज करण्यासाठी दशांश चिन्हाखाली दशांश चिन्ह घ्यावे.

	1	9	.	0	5
+		3	.	8	7
				1	
	2	2	.	9	2

प्रथम शतांश स्थानातील अंकांची बेरीज करावी. येणारा हातचा पुढच्या दशांशाच्या घरात द्यावा. दशांश स्थानाची बेरीज दशांशस्थानी लिहावी. दशांश चिन्हाखाली दशांश चिन्ह घ्यावे.

एककाची बेरीज एककस्थानी लिहावी. हातचा पुढच्या घरात लिहावा.

∴ **उत्तर** : पर्याय क्र. ❹

2. 10.09 मीटर + 13.7 मीटर = किती ?

① 23.07 ② 23.09 ③ 23.97 ④ 23.79

स्पष्टीकरण : 10.09 मीटर + 13.7 मीटर वरील दशांश अपूर्णांकांची बेरीज करण्यासाठी दशांश चिन्हांखाली दशांश चिन्ह घ्यावे. रिकाम्या जागी शून्य घेऊन बेरीज करावी.

	1	0	.	0	9	मीटर
+	1	3	.	7	0	मीटर
	2	3	.	7	9	मीटर

शतांश स्थानाची बेरीज शतांशस्थानी लिहावी. दशांश स्थानाची बेरीज दशांशस्थानी लिहावी. एककाची बेरीज एककस्थानी लिहावी. दशकाची बेरीज दशकस्थानी लिहावी.

∴ **उत्तर** : पर्याय क्र. ❹

3. ₹ 19.7 – ₹ 8.25 = किती ?

① 11.35 ② 11.45 ③ 11.55 ④ 11.25

स्पष्टीकरण : वरील अपूर्णांकांची वजाबाकी करण्यासाठी दशांश चिन्हाखाली दशांश चिन्ह घ्यावे. त्यानंतर संख्या लेखन करावे. रिकाम्या जागी शून्य देऊन रिकाम्या जागा भरून घ्यावे.

$$\begin{array}{rrcrr} & & & 6 & 10 \\ 1 & 9 & . & \not{7} & \not{0} \\ - & 8 & . & 2 & 5 \\ \hline 1 & 1 & . & 4 & 5 \end{array}$$

शतांशस्थानी 0 असल्यामुळे त्यातून 5 वजा होत असल्यामुळे दशांशस्थानाकडून उसने घ्यावे. शतांशस्थानाची वजाबाकी शतांश-स्थानी लिहावी. दशांश स्थानाची वजाबाकी दशांशस्थानी लिहावी. एककाची वजाबाकी एककस्थानी लिहावी.

या पद्धतीने वजाबाकी केल्यास 11.45

∴ **उत्तर :** पर्याय क्र. ❷

4. 114.08 – 36.089 = किती ?

① 77.091 ② 77.009 ③ 77.991 ④ 82.009

स्पष्टीकरण : 114.08 – 36.089 याची वजाबाकी करण्यासाठी दशांश चिन्हाखाली दशांश चिन्ह घ्यावे. ज्या ठिकाणी रिकाम्या जागा आहेत त्या ठिकाणी शून्य घेऊन वजाबाकी करावी. आवश्यक त्या ठिकाणी उसना घ्यावा.

$$\begin{array}{rrrcrrr} 0 & 10 & 13 & & 9 & 17 & 10 \\ \not{1} & \not{1} & \not{4} & . & \not{0} & \not{8} & \not{0} \\ - & 3 & 6 & . & 0 & 8 & 9 \\ \hline & 7 & 7 & . & 9 & 9 & 1 \end{array}$$

सहस्रांशी वजाबाकी करण्यासाठी शतांशाकडून उसने घ्यावे. तसेच त्यापुढील घरातून उसने घ्यावे वजाबाकी करावी. दशांशातून वजा होत नसल्यामुळे एकक व दशक यांचेकडून ऊसने घेऊन वजाबाकी करावी.

∴ **उत्तर :** पर्याय क्र. ❸

5. रामने आपल्याकडील 18.75 मी. लांबीच्या दोरीचे अनुक्रमे 4.50 मी., 3.75 मी. व 5.25 मी. व उरलेला एक असे भाग केले तर सर्वात लहान भागाची लांबी किती ?

① 3.75 मी. ② 4.50 मी. ③ 5.25 मी. ④ 5.00 मी.

स्पष्टीकरण : दोरीची लांबी 18.75 मी. आहे, त्या दोरीचे अनुक्रमे 4.50 मी., 3.75 मी., 5.25 मी. व उरलेला एक भाग असे चार तुकडे करण्यात आले आणि त्यापैकी सर्वांत लहान तुकडा शोधायचा आहे. त्यासाठी चौथ्या तुकड्याची लांबी काढून लहान तुकडा शोधावा लागेल.

	4.50	मी.	पहिला तुकडा
+	3.75	मी.	दुसरा तुकडा
+	5.25	मी.	तिसरा तुकडा
	13.50	मी.	

∴ तीन तुकड्यांची लांबी 13.50 मी. आहे. एकूण तुकड्यातून तीन तुकड्यांची लांबी वजा करा.

	18.75	मी.
−	13.50	मी.
	05.25	मी.

∴ चौथा तुकडा 5.25 मी. आहे.

∴ यापैकी सर्वांत लहान तुकडा 3.75 मी. लांबीचा आहे.

∴ **उत्तर :** पर्याय क्र. ❶

प्रश्नावली

1. 0.07 + 2.53 + 3.09 = किती ?
   ① 5.069 ② 5.69 ③ 5.09 ④ 5.96
2. 35.074 – 0.089 = किती ?
   ① 35.985 ② 34.085 ③ 34.985 ④ 34.185
3. अडीच मीटर + सव्वा दोन मीटर + पाऊण मीटर = किती ?
   ① साडेचार मीटर ② साडेसहा मीटर
   ③ साडेपाच मीटर ④ पावणेपाच मीटर
4. पाच मीटर दोरीपैकी सव्वा मीटर दोरी कापली. तर किती दोरी शिल्लक राहील ?
   ① साडेतीन मीटर ② पावणेतीन मीटर
   ③ साडेतीन सें.मी. ④ पावणेचार मीटर
5. पन्नास रुपयांतून सव्वाचार रुपयांची वही, प्रत्येकी अडीच रुपयांचे 3 पेन व सव्वाआठ रुपयांचे पुस्तक घेतले, तर किती रुपये शिल्लक राहतील ?
   ① ₹ 30 ② ₹ 40 ③ ₹ 25 ④ ₹ 48

6. 14.09 + 8.75 – 4.008 = किती ?

① 17.832 ② 19.832 ③ 26.848 ④ 18.832

7. 10.009 – 0.841 = किती ?

① 9.068 ② 10.168 ③ 9.168 ④ 8.168

8. 4 × पावणेपाच रूपये = किती ?

① ₹ 19 ② ₹ 20 ③ ₹ 18 ④ ₹ 17

9. प्रत्येकी 0.15 मी. लांबीचे सहा दोर जोडून एक मोठी दोरी तयार केली. ती दोरी 100 सें.मी. लांबीची करण्यासाठी आणखी किती लांबीची दोरी जोडावी लागेल ?

① 10 सें.मी. ② 0.01 मी. ③ 10 मीटर ④ 0.1 सें.मी.

10. 3.05 मीटर + 2.85 मीटर + 1.90 मीटर = किती ?

① 5.80 मी. ② 4.80 मी. ③ 6.80 मी. ④ 6.86 मी.

11. 6.9 सें.मी. + 9 मि.मी. = किती ?

① 78 ② 76 ③ 15.9 ④ 88

12. 0.908 – 0.252 = किती ?

① 0.956 ② 0.756 ③ 0.856 ④ 0.656

13. 6.58 + 0.409 = किती ?

① 6.071 ② 6.989 ③ 6.189 ④ 6.109

14. 35.006 – 12.845 = किती ?

① 24.161 ② 22.161 ③ 23.161 ④ 21.161

15. रामने 4.80 कि.मी. अंतरापैकी 1.75 कि.मी. अंतर सायकलने, 0.85 कि.मी. अंतर पायी व उरलेले अंतर गाडीने पूर्ण केले. तर त्याने किती अंतर गाडीने पूर्ण केले ?

① 2.2 कि.मी. ② 7.40 कि.मी.

③ 2.6 कि.मी. ④ 3.2 कि.मी.

उत्तरसूची

1.	❷	2.	❸	3.	❸	4.	❹	5.	❶	6.	❹
7.	❸	8.	❶	9.	❶	10.	❸	11.	❶	12.	❷
13.	❷	14.	❷	15.	❶						

★★★

घटक 4 : मापन/महत्त्वमापन

1. लांबी, वस्तुमान, धारकता

- दैनंदिन व्यवहारात आपण वेगवेगळ्या कारणासाठी वेगवेगळ्या परिणामांचा उपयोग करत असतो.
- लांबी मोजण्यासाठी मीटर, कि.मी., सें.मी. ही एकके वापरतात.
- वस्तुमान मोजण्यासाठी ग्रॅम, कि.ग्रॅम ही एकके वापरतात.
- धारकता मोजण्यासाठी लीटर, मि.ली. ही एकके वापरतात.
- दशमान परिणामांची एकके मीटर, ग्रॅम, लीटर अशी आहेत. ही परिणामे 10–10 च्या पटीत वाढतात म्हणून त्यांना दशमान परिमाणे असे म्हणतात.
- लांबी, वजन, धारकतेसाठी खालील कोष्टक समजून घ्या व त्याचा उपयोग करा.

परिमाणे	**किलो**	**हेक्टो**	**डेका**	**मीटर, ग्रॅम, लीटर**	**डेसि**	**सेंटि**	**मिली**
अंतर	मीटर	मीटर	मीटर	मीटर	मीटर	मीटर	मीटर
वस्तुमान	ग्रॅम	ग्रॅम	ग्रॅम	ग्रॅम	ग्रॅम	ग्रॅम	ग्रॅम
धारकता	लीटर	लीटर	लीटर	लीटर	लीटर	लीटर	लीटर
5 कि.मी.	5	50	500	5,000	50,000	5,00,000	50,00,000
5 कि.ग्रॅम	5	50	500	5,000	50,000	5,00,000	50,00,000
5 कि.ली.	5	50	500	5,000	50,000	5,00,000	50,00,000

वरील कोष्टकावरून आपणास मीटरचे डेका.मी., हेक्टो.मी., सें.मी., कि.मी. तसेच कि.ग्रॅ. चे ग्रॅममध्ये, लीटरचे मि.ली.मध्ये रूपांतर करता येईल.

- कोष्टकामध्ये डावीकडून उजवीकडे जाताना प्रत्येक एकक हे मागील एककापेक्षा 10 पट मोठे असते व उजवीकडून डावीकडे येताना प्रत्येक एकक मागील एककाच्या 1/10 पट असते.
- 425 मध्ये 5 एकक, 2 दशक, 4 शतक आहेत. तसेच 425 सें.मी.मध्ये 5 सें.मी., 2 डेसि.मी., 4 मीटर आहे.

परिमाण	लांबी	वजन	द्रवमापन
एकक	कि.मी.	कि.ग्रॅम	लीटर
पाव	250 सें.मी.	200 ग्रॅम	250 मि.ली.
अर्धा	500 मी.	500 ग्रॅम	500 मि.ली.
पाऊण	750 मी.	750 ग्रॅम	750 मि.ली.
दीड	1,500 मी.	1,500 ग्रॅम	1,500 मि.ली.
अडीच	2,500 मी.	2,500 ग्रॅम	2,500 मि.ली.
पावणेतीन	2,750 मी.	2,750 ग्रॅम	2,750 मि.ली.
सव्वापाच	5,250 मी.	5,250 ग्रॅम	5,250 मि.ली.

◈ 1 क्विंटल = 100 कि.ग्रॅम

1 मे. टन = 10 क्विंटल = 1,000 कि. ग्रॅम

◈ अंतर मोजण्यासाठी मीटर हे प्रमाणित एकक वापरतात.

◈ वजन करण्यासाठी ग्रॅम हे प्रमाणित एकक वापरतात.

◈ द्रव मोजण्यासाठी लीटर हे प्रमाणित एकक वापरतात.

◈ बेरीज, वजाबाकी, गुणाकार, भागाकार या चार मूलभूत क्रिया मापनासाठी वापरता येतात.

◈ एककाचे रूपांतर गरजेवेळी करणे आवश्यक आहे.

1 कि.मी. = 1,000 मी.

1 कि. ग्रॅम = 1,000 ग्रॅम

1 मी. = 100 सें.मी.

1 ली. = 1,000 मि.ली.

◈ वजाबाकी करण्यासाठी उसना घ्यायची गरज पडल्यास मीटरचे रूपांतर सें.मी. मध्ये म्हणजेच आवश्यक एककात करावे लागते. तसेच बेरीज केल्यानंतर हातचा योग्य त्या ठिकाणी देऊन बेरीज करावी लागते.

नमुना उदाहरणे

1. 5 कि. 5 ग्रॅमचे रूपांतर ग्रॅममध्ये करा.

① 5,500 ② 5,005 ③ 505 ④ 5,050

स्पष्टीकरण : 5 कि. 5 ग्रॅमचे रूपांतर ग्रॅममध्ये करावयाचे आहे. यासाठी 1 कि. ग्रॅम = 1,000 ग्रॅम

याप्रमाणे 5 कि. ग्रॅम = 5 × 1,000

= 5,000 ग्रॅम

5 ग्रॅम त्यामध्ये मिळविणे.

$$\begin{array}{r} 5000 \\ +\quad 5 \\ \hline 5005 \text{ ग्रॅम} \end{array}$$

∴ **उत्तर :** पर्याय क्र. ❷

2. पावणेचार मीटर = किती सें.मी. ?

① 375 ② 475 ③ 450 ④ 350

स्पष्टीकरण : पावणेचार मीटरचे रूपांतर सें.मी. मध्ये करायचे आहे.

पावणेचार मीटर = 3 मी. 75 सें.मी.

∴ 3 मी. चे सें.मी. मध्ये रूपांतर करायचे आहे.

1 मी. = 100 सें.मी.

3 मी. = 100 × 3

= 300 सें.मी.

आणि 75 सें.मी. त्यामध्ये मिळवायचे आहेत.

$$\therefore \begin{array}{r} 300 \text{ सें.मी.} \\ +\quad 75 \text{ सें.मी.} \\ \hline 375 \text{ सें.मी.} \end{array}$$

∴ **उत्तर :** पर्याय क्र. ❶

3. एका पुडीचे वजन 220 ग्रॅम अशा 22 पुड्यांचे वजन किती होईल ?

① 48 कि. 400 ग्रॅम ② 4 कि. 840 ग्रॅम

③ 44 कि. 300 ग्रॅम ④ 5 कि. 840 ग्रॅम

स्पष्टीकरण : एका पुडीचे वजन 220 ग्रॅम आहे. अशा 22 पुड्यांचे वजन करण्यासाठी त्यांचा गुणाकार करणे आवश्यक आहे.

कि.	ग्रॅम
× 4	220 22
4	④840

∴ 4 कि. 840 ग्रॅम

∴

$$\begin{array}{r} 220 \\ \times \quad 22 \\ \hline 4{,}840 \text{ ग्रॅम} \end{array}$$

∴ 4,840 ग्रॅमचे रूपांतर कि.ग्रॅ. मध्ये करायला हवे.

∴ 4,840 ग्रॅम म्हणजेच 4 कि. 840 ग्रॅम होय.

∴ **उत्तर :** पर्याय क्र. ❷

4. 37 कि.मी. 250 मी + 15 कि.मी. 050 मी. = ?

① 52 कि.मी. 300 मी. ② 52 कि.मी. 30 मी.

③ 42 कि.मी. 500 मी. ④ 52 कि.मी. 750 मी.

स्पष्टीकरण :

कि.मी.	मी
1	1
37 + 15	250 050
52	300

उत्तर : 52 कि.मी. 300 मी.

∴ **उत्तर :** पर्याय क्र. ❶

5. 40 कि.मी. 255 मी – 17 कि.मी. 970 मी. = ?

① 23 कि.मी. 085 मी. ② 24 कि.मी. 485 मी.

③ 22 कि.मी. 385 मी. ④ 22 कि.मी. 285 मी.

स्पष्टीकरण :

कि.मी.	मीटर
39	1115
40 + 17	255 970
22	285

उत्तर : 22 कि.मी. 285 मी.

∴ **उत्तर :** पर्याय क्र. ❹

6. 3 कि.ग्रॅ. साखरेतील 2 कि.ग्रॅ. 200 ग्रॅ. साखर संपली तर किती ग्रॅम साखर शिल्लक राहिली ?

① 8 ② 80 ③ 800 ④ 8,000

स्पष्टीकरण : प्रथम किलोग्रॅमचे ग्रॅम करू.

3 कि.ग्रॅ. = 3,000 ग्रॅम

तसेच 2 कि.ग्रॅ. = 2000 ग्रॅम

2 कि.ग्रॅ. + 2 ग्रॅम = $2 \times 1,000$ ग्रॅ. + 200 ग्रॅ.

= 2,000 ग्रॅ. + 200 ग्रॅ.

= 2,200 ग्रॅ.

आता 3,000 – 2,200 = 800 ग्रॅ.

∴ 800 ग्रॅम साखर शिल्लक राहिली.

∴ **उत्तर :** पर्याय क्र. ❸

7. प्रत्येकास 800 ग्रॅम याप्रमाणे 9 कि. ग्रॅ. 600 ग्रॅ. धान्य जास्तीत जास्त किती जणांना देता येईल?

① 1 ② 2 ③ 12 ④ 21

स्पष्टीकरण : प्रथम किलोग्रॅमचे ग्रॅम करू.

9 कि.ग्रॅ. = $9 \times 1,000$ ग्रॅम = 9,000 ग्रॅ.

∴ 9 कि.ग्रॅ. 600 ग्रॅम = 9,000 ग्रॅ. + 600 ग्रॅ. = 9,600 ग्रॅ.

आता $9,600 \div 800$ = 12

∴ ते धान्य 12 जणांना देता येईल.

∴ **उत्तर :** पर्याय क्र. ❸

8. 2 कि.मी. लांबीच्या रस्त्यापैकी 600 मी. रस्त्याचे डांबरीकरण राहिले आहे; तर किती लांबीच्या रस्त्याचे डांबरीकरण पूर्ण झाले आहे ?

① 14 मी. ② 140 मी.

③ 1,400 मी. ④ 14,000 मी.

स्पष्टीकरण : प्रथम 2 कि.मी. चे मीटर करू.

2 कि.मी. = $2 \times 1,000$ मी.

= 2,000 मी.

∴ डांबरीकरण झालेल्या रस्त्याची लांबी = 2,000 मी. – 600 मी.

= 1,400 मी.

∴ **उत्तर :** पर्याय क्र. ❸

9. रोज 25 मीटर याप्रमाणे 2 कि. मी. 300 मी. लांबीचा रस्ता तयार करण्यास किती दिवस लागतील?

① 92 ② 29 ③ 23 ④ 2,325

स्पष्टीकरण : प्रथम किलोमीटरचे मीटर करू.

2 कि.मी. 300 मीटर = 2 × 1,000 मी. + 300 मी.

= 2,300 मी.

आता दिवसांची संख्या = 2,300 ÷ 25

= 92

∴ रस्ता तयार करण्यास 92 दिवस लागतील.

∴ **उत्तर :** पर्याय क्र. ❶

10. एका आयताची लांबी 3 सें.मी. व रुंदी 1 सें.मी. 8 मि.मी. आहे तर त्याची लांबी त्याच्या रुंदीपेक्षा किती मि.मी. जास्त आहे ?

① 12 ② 21 ③ 30 ④ 18

स्पष्टीकरण : प्रथम सेंटिमीटरचे मिलिमीटर करू.

लांबी = 3 सें.मी.

= 3 × 10 मि.मी.

= 30 मि.मी.

रुंदी = 1 सें.मी. + 8 मि.मी.

= 10 मि.मी. + 8 मि.मी.

= 18 मि.मी.

आता

लांबी व रुंदीमधील फरक = 30 मि.मी. – 18 मि.मी.

= 12 मि.मी.

∴ लांबी रुंदीपेक्षा 12 मि.मी. जास्त आहे.

∴ **उत्तर :** पर्याय क्र. ❶

11. 12 सें.मी. 5 मि.मी. लांबीच्या रेषाखंडाचे 5 मि.मी. लांबीचे समान भाग केले, तर किती भाग तयार झाले ?

① 125 ② 5 ③ 20 ④ 25

स्पष्टीकरण : प्रथम सेंटिमीटरचे मिलिमीटर करू.

12 सें.मी. = 12 × 10 मि.मी.

= 120 मि.मी.

रेषाखंडाची लांबी = 12 सें.मी. + 5 मि.मी.

= 120 मि.मी. + 5 मि.मी.

= 125 मि.मी.

आता रेषाखंडाच्या भागांची संख्या = 125 ÷ 5 = 25

∴ रेषाखंडाचे 25 भाग तयार होतील.

∴ **उत्तर :** पर्याय क्र. ❹

12. एका पिशवीत 500 मि.ली. दूध याप्रमाणे 100 लीटर दुधासाठी किती पिशव्या लागतील ?

① 2 ② 20 ③ 200 ④ 2,000

स्पष्टीकरण : प्रथम लीटरचे मिलिलीटर करू.

1 लीटर = 1,000 मिलिलीटर

म्हणून 100 लीटर = 100 × 1,000 मि.ली.

= 1,00,000 मि.ली.

आता पिशव्यांची संख्या = 1,00,000 ÷ 500

= 200

∴ **उत्तर :** पर्याय क्र. ❸

13. एका बाटलीत 1 ली. 750 मि.ली. पाणी मावते व दुसऱ्या बाटलीत 2,000 मि.ली. पाणी मावते, तर कोणत्या बाटलीत जास्त पाणी मावते व कितीने जास्त मावते ?

① 2 लीटर ② 25 मि.ली.

③ 250 मि.ली. ④ 2,500 मि.ली.

स्पष्टीकरण : पहिल्या बाटलीतील पाणी 1 ली. 750 मि.ली.

= 1,000 मि.ली. + 750 मि.ली.

= 1,750 मि.ली.

आता 2,000 मि.ली. – 1,750 मि.ली. = 250 मि.ली.

यावरून दुसऱ्या बाटलीत 250 मि.ली. पाणी जास्त मावते.

∴ **उत्तर** : पर्याय क्र. ❸

14. 5,000 ग्रॅम = किती किलोग्रॅम ?

① 50 किलोग्रॅम ② 5 किलोग्रॅम

③ 500 किलोग्रॅम ④ 55 किलोग्रॅम

स्पष्टीकरण : ग्रॅमचे किलोग्रॅममध्ये रूपांतर करण्यासाठी खालील कोष्टकाचा उपयोग होतो.

किलो.	हेक्टो.	डेका.	ग्रॅम.	डेसि.	सेंटि.	मिलिग्रॅम
5	0	0	0			

5,000 ग्रॅम ही संख्या लिहिताना ग्रॅमपासून अंक डावीकडे लिहीत जावे. ग्रॅमचे रूपांतर किलोग्रॅममध्ये करण्यासाठी किलोग्रॅमच्या घराच्या डावीकडील अंक घेऊन त्याचे रूपांतर किलोग्रॅममध्ये होते.

म्हणून 5,000 ग्रॅम = 5 किलोग्रॅम

∴ **उत्तर** : पर्याय क्र. ❷

15. 455 सें.मी. = किती मीटर ?

① 4.55 मीटर ② 45.5 मीटर

③ 455 मीटर ④ 0.455 मीटर

स्पष्टीकरण : सें.मी. चे मीटरमध्ये रूपांतर करण्यासाठी खालील कोष्टकाचा उपयोग होतो.

किलो.	हेक्टो.	डेका.	मीटर.	डेसि.	सें.मी.	मि.ली.
			4	5	5	

सें.मी. च्या घरापासून अंक डावीकडे लिहावेत. मीटरमध्ये रूपांतर करावयाचे असल्यामुळे मीटरच्या घरात दशांश चिन्ह देऊन रूपांतर करावे.

455 सें.मी. = 4.55 मीटर

∴ **उत्तर** : पर्याय क्र. ❶

16. 4,050 मि.ली. = किती लीटर ?

① 4 ली. 50 मि.ली. ② 40 ली. 50 मि.ली.

③ 4 ली. 500 मि.ली. ④ 4 ली. 5 मि.ली.

स्पष्टीकरण : लीटरचे मि.ली. मध्ये रूपांतर करण्यासाठी खालील कोष्टकाचा उपयोग होतो.

किलो.	हेक्टो.	डेका.	लीटर	डेसि.	सें.मी.	मि.ली.
			4	0	5	0

4,050 मि.ली. चे लीटरमध्ये रूपांतर करण्यासाठी मि.ली. पासून डावीकडे संख्या लिहावी.

लीटरच्या घरात 4 हा अंक असल्यामुळे 4 लीटर व उरलेले 50 हे मि.ली. आहेत. म्हणून 4 लीटर 50 मि.ली. होय.

∴ **उत्तर :** पर्याय क्र. ❶

17. 250 मि.ली. ची एक पिशवी याप्रमाणे 5 लीटर दुधाच्या किती पिशव्या होतील ?

① 20 ② 25 ③ 15 ④ 40

स्पष्टीकरण : एकूण दूध 5 लीटर आहे. 5 लीटर दूध म्हणजे 5,000 मि.ली. दूध होय. एक पिशवी 250 मि.ली.ची करायची आहे.

$$\text{एकूण पिशव्या} = \frac{\text{एकूण दूध}}{\text{एका पिशवीचे दूध}}$$

$$= \frac{5{,}000}{250} = 20$$

∴ **उत्तर :** पर्याय क्र. ❶

18. 5 कि. 50 ग्रॅम = किती ग्रॅम

① 5,500 ② 50,500 ③ 5,050 ④ 5,005

स्पष्टीकरण : 5 किलो म्हणजे = 5,000 ग्रॅम

50 ग्रॅम + 50 ग्रॅम

5,050 ग्रॅम

5 कि. 50 ग्रॅम = 5,050 ग्रॅम

∴ **उत्तर :** पर्याय क्र. ❸

प्रश्नावली–1

1. 850 सें.मी. = किती मीटर ?
   ① 8 मी. 5 सें.मी. ② 8 मी. 50 सें.मी.
   ③ 85 मी. ④ 80 मी. 5 सें.मी.
2. 8,005 ग्रॅम = किती कि. ग्रॅम ?
   ① 8 कि. 50 ग्रॅम ② 8 कि. 500 ग्रॅम
   ③ 8 कि. 5 ग्रॅम ④ 80 कि. 50 ग्रॅम
3. 4,005 मि.ली = किती लीटर ?
   ① 4 ली. 500 मिली. ② 40 ली. 5 मिली.
   ③ 4 ली. 5 मिली. ④ 4 ली. 50 मिली.
4. 25.2 कि. ग्रॅम म्हणजे किती ग्रॅम ?
   ① 25,200 ② 2,520 ③ 2,502 ④ 2,52,000
5. 9 मी. 14 सें.मी. = किती सें.मी. ?
   ① 9,014 ② 9,140 ③ 914 ④ 941
6. पाऊण मीटर = किती सें.मी. ?
   ① 75 ② 750 ③ 500 ④ 250
7. 40 मी. 5 सें.मी. = किती सें.मी ?
   ① 4,050 ② 4,005 ③ 40,050 ④ 4,500
8. 75 मी. 5 मि.ली. = किती मिलिमीटर ?
   ① 75,050 ② 75,500 ③ 75,005 ④ 7,550
9. 18 किमी 50 मीटर = किती मीटर ?
   ① 18,500 ② 18,050 ③ 1,850 ④ 18,005
10. 14 कि. ग्रॅ. 50 ग्रॅम : किती ग्रॅम ?
    ① 14,500 ② 1,40,050 ③ 14,050 ④ 14,005
11. 3,000 मीटर अंतर पाणी नेण्यासाठी पाईपचे 8 समान तुकडे जोडले, तर प्रत्येक तुकड्याची लांबी किती ?
    ① 500 मी. ② 450 मी. ③ 375 मी. ④ 350 मी.

उत्तरसूची

1. ❷	2. ❸	3. ❸	4. ❶	5. ❸	6. ❶	7. ❷
8. ❸	9. ❷	10. ❸	11. ❸			

प्रश्नावली–2

1. 25 कि.ग्रॅ. तांदूळ 8 जणांत समान वाटले तर प्रत्येकाला किती तांदूळ मिळतील ?

   ① 3 कि. 250 ग्रॅम ② 3 कि. 150 ग्रॅम
   ③ 3 कि. 200 ग्रॅम ④ 3 कि. 125 ग्रॅम

2. एका बाटलीत 500 मि.ली. पाणी मावते तर 15 ली. पाण्यामध्ये किती बाटल्या भरतील ?

   ① 25 ② 30 ③ 20 ④ 40

3. 5 विद्यार्थ्यांना दररोज प्रत्येकी 100 ग्रॅम तांदूळ याप्रमाणे 18 किलो तांदूळ किती दिवस पुरेल?

   ① 9 दिवस ② 27 दिवस ③ 36 दिवस ④ 72 दिवस

4. 50 मीटर कापडापैकी 25 मी. 40 सें.मी. कापड वापरले तर किती कापड शिल्लक राहिले ?

   ① 25 मी. 60 सें.मी. ② 24 मी. 60 सें.मी.
   ③ 75 मी. 40 सें.मी. ④ 14 मी. 60 सें.मी.

5. 7 किलोग्रॅम = ☐ ग्रॅम

   ① 7 ② 70 ③ 700 ④ 7,000

6. 8 कि.ग्रॅ. 50 ग्रॅम = किती ग्रॅम ?

   ① 8,050 ② 850 ③ 85 ④ 8,500

7. 250 ग्रॅम तांदूळ एका पिशवीत याप्रमाणे 20 कि.ग्रॅ. तांदूळ भरण्यास किती पिशव्या लागतील?

   ① 35 ② 15 ③ 80 ④ 2,500

8. 20 कि.मी. 85 मी. = किती मी. ?

   ① 285 ② 2,850 ③ 20,085 ④ 28,500

9. 7 कि. मी. 200 मी. = किती मी. ?

   ① 720 ② 200 ③ 7,000 ④ 7,200

10. 7 कि.मी. तारेपैकी काही तार कामासाठी वापरली. 3 कि.मी. 750 मी. तार शिल्लक आहे. तर किती मीटर तार वापरली ?

   ① 9,750 मी. ② 3,250 मी. ③ 3.25 मी. ④ 7.750 मी.

11. 60 सें.मी. कागदाचे एक फूल तयार केले तर 5 मी. 40 सें.मी. कागदाची किती फुले होतील ?

① 9 ② 10 ③ 11 ④ 12

12. $\frac{1}{8}$ कि.मी = किती मीटर ?

① 120 ② 125 ③ 1,250 ④ 12,500

13. एका गावात गेल्या वर्षी 73 सें.मी. 9 मि.मी. पाऊस पडला, तर किती मि.मी. पाऊस पडला?

① 73.9 ② 7,390 ③ 739 ④ 7.39

14. एका गावात 650 मि.मी. व दुसऱ्या गावात 9 सें.मी. पाऊस पडला, तर 2 गावांमध्ये मिळून एकूण किती पाऊस पडला ?

① 9.650 सें.मी. ② 659 सें.मी.

③ 965 सें.मी. ④ 740 मि.मी.

15. 17 लीटर 125 मि.ली. = ? मि.ली.

① 17.125 ② 17,125 ③ 171.25 ④ 1.7125

16. 100 मि.ली. मापाच्या भांड्याने 3 लीटर दूध घेण्यास ते भांडे किती वेळा वापरावे लागेल ?

① 3 ② 30 ③ 300 ④ 3,000

17. ☐ मिली. = 4 ली. 9 मिली.

① 13 ② 49 ③ 4.9 ④ 4,009

18. 9,275 मी. = किती कि.मी. ?

① 927.5 ② 92.75 ③ 9.275 ④ 9,275

उत्तरसूची

1. ❹	2. ❷	3. ❸	4. ❷	5. ❹	6. ❶	7. ❸
8. ❸	9. ❹	10. ❷	11. ❶	12. ❷	13. ❸	14. ❹
15. ❷	16. ❷	17. ❹	18. ❸			

★★★

2. कालमापन

- घड्याळावरून आपण तास, मिनिटे म्हणजेच वेळ सांगत असतो.
- आपले घड्याळ 12 तासांचे असते. रात्रीसाठी 1 ते 12 व दिवसासाठी 1 ते 12 तास.
- 1 मिनिट = 60 सेकंद 60 सेकंद = 1 मिनिट
  60 मिनिट = 1 तास 24 तास = 1 दिवस
  7 दिवस = 1 आठवडा
  लीप वर्ष नसल्यास 1 वर्ष = 365 दिवस
  लीप वर्ष असल्यास 1 वर्ष = 366 दिवस
  1 वर्ष = 12 महिने
  $\therefore$ 1 तास = 3,600 सेकंद
- मिनिटांचे सेकंद व तासाची मिनिटे करताना त्या संख्येस 60 ने गुणावे.
- सेकंदाची मिनिटे व मिनिटांचे तास करताना त्या संख्येला 60 ने भागावे.
- 15 मिनिटे = सव्वा उदा., 10 वा. 15 मि. = सव्वादहा
  30 मिनिटे = साडे 10 वा. 30 मि. = साडेदहा
  45 मिनिटे = पावणे 10 वा. 45 मि. = पावणेअकरा
- सेकंद हे अगदी लहान एकक आहे.
- दुपारचे 12 वाजले म्हणजे माध्यान्ह झाली असे म्हणतात.
- दुपारी 12 ते रात्रीचे 12 या काळास दुपारनंतरचा (माध्यान्होत्तर) काळ म्हणजेच PM असे म्हणतात.
- रात्रीचे 12 ते दुपारचे 12 या काळास दुपारपूर्व (माध्यान्हपूर्व) काळ म्हणजेच AM असे म्हणतात.
- माध्यान्हपूर्व आणि माध्यान्होत्तर यांचा उपयोग 12 ताशी घड्याळात करता येतो.
- **24 ताशी कालमापन**
  - माध्यान्हपूर्व आणि माध्यान्होत्तर अशी विभागणी टाळण्यासाठी 24 ताशी कालमापन पद्धतीचा वापर करतात.

- रेल्वे, विमान, बस, लांबच्या बोटी यांच्यासाठी ही कालमापन पद्धती वापरतात.
- या पद्धतीत दुपारी 12 नंतर पुन्हा 1, 2, 3, 4, ... 12 याऐवजी 13, 14, 15, ... 24 असे तास मोजतात.
- 24 तासांच्या डिजिटल घड्याळात वेळ केवळ अंकात दाखविली जाते.
- संध्याकाळचे 6 वाजून 20 मिनिटे 18:20 अशी दाखविली जाते.
- मध्यरात्रीचे 12 म्हणजेच 24 वाजले. डिजिटल घड्याळात 00:00 अशी वेळ दाखविता येते.

नमुना उदाहरणे

1. 1 तास 30 मिनिटे 40 सेकंद यांची एकूण सेकंद किती ?

① 5,400 ② 54,000 ③ 5,440 ④ 5,000

स्पष्टीकरण : 1 तास 30 मिनिटे 40 सेकंद यांची एकूण सेकंद किती हे काढावयाचे आहे.

1 तास = 60 मिनिटे $= 60 \times 60 =$ 3,600 सेकंद

30 मिनिटे $= 30 \times 60 =$ 1,800 सेकंद

40 सेकंद

$$\begin{array}{r} 3600 \\ +\ 1800 \\ +\ 40 \\ \hline 5440 \end{array}$$

∴ 5,440 सेकंद

∴ **उत्तर** : पर्याय क्र. ❸

2. माध्यान्होत्तर 4 वा 30 मिनिटे हे 24 ताशी घड्याळात किती वेळ दाखवेल ?

① 4 वा 30 मिनिटे ② 16 वा 30 मिनिटे

③ 8 वा 30 मिनिटे ④ 20 वा 30 मिनिटे

स्पष्टीकरण : माध्यान्होत्तर 4 वा 30 मिनिटे हे वेळ 24 ताशी घड्याळात किती दाखवेल हे शोधायचे आहे.

माध्यान्होत्तर 4 वाजून 30 मि. म्हणजेच दुपारनंतरचे 4 वा. 30 मि. होय.

24 ताशी घड्याळातील दुपारनंतरची वेळ काढण्यासाठी त्यामध्ये 12 तास मिळवावे.

तास	मिनिटे
4	30
+ 12	00
16	30

∴ 16 वा. 30 मि.

∴ **उत्तर :** पर्याय क्र. ❷

3. 4 तास 45 मिनिटे + 3 तास 35 मिनिटे = किती ?

① 7 तास 8 मिनिटे ② 8 तास 80 मिनिटे

③ 8 तास 20 मिनिटे ④ 7 तास 50 मिनिटे

स्पष्टीकरण : 4 तास 45 मिनिटे + 3 तास 35 मिनिटे = किती ?

तास	मिनिटे
4	45
+ 3	35
7	80
8	20

7 तास 80 मिनिटे

80 मिनिटांचे तासांमध्ये रूपांतर करावे लागणार आहे. 60 मिनिटे म्हणजे 1 तास होय.

80
− 60
1 तास 20 मिनिटे

∴ पहिले

तास	मिनिटे
7	00
+ 1	20
8	20

∴ **उत्तर :** पर्याय क्र. ❸

4. 8 तास 20 मिनिटे या काळात 40 कि.मी. अंतर गाडीने जातो. तर 25 तासांत किती अंतर जाईल ?

① 100 कि.मी. ② 120 कि.मी.

③ 140 कि.मी. ④ 80 कि.मी.

स्पष्टीकरण : 8 तास 20 मिनिटे या काळात 40 कि.मी. अंतर गाडीने जातो. 25 तासांत किती अंतर जाईल हे काढायचे आहे.

8 तास 20 मिनिटे - 40

यांचे 25 तासांमध्ये 3 टप्पे होतील.

8 तास 20 मिनिटे - 40

8 तास 20 मिनिटे - 40

8 तास 20 मिनिटे - 40

\+ 24 तास 60 मिनिटे - 120

∴ 60 मिनिटांचा एक तास

∴ 24 तास + 1 तास

∴ 25 तास = 120 कि.मी.

∴ **उत्तर** : पर्याय क्र. ❷

5. 9 तास 15 मिनिटे – 4 तास 38 मिनिटे = किती ?

① 4 तास 37 मिनिटे ② 4 तास 87 मिनिटे

③ 5 तास 23 मिनिटे ④ 5 तास 37 मिनिटे

तास	मिनिटे
8 ~~9~~ – 4	75 ~~15~~ 38
4	37

∴ **उत्तर** : पर्याय क्र. ❶

6. पावणेबारा वाजले म्हणजे किती वाजले ?

① 11 वा. 45 मि. ② 12 वा. 45 मि.

③ 12 वा. 15 मि. ④ 11 वा. 15 मि.

स्पष्टीकरण : येथे पावणेबारा म्हणजे 12 ला 15 मिनिटे कमी म्हणजेच 11.45 वाजले.

∴ **उत्तर :** पर्याय क्र. ❶

7. 1 वा. 30 मि. म्हणजे किती वाजले?

① सव्वा ② दीड ③ पावणेदोन ④ अडीच

स्पष्टीकरण : येथे 1 वाजून 30 मिनिटे म्हणजेच दीड वाजले.

∴ **उत्तर :** पर्याय क्र. ❷

8. 9 ला 15 मि. कमी म्हणजे किती वाजले ?

① सव्वानऊ ② साडेनऊ ③ पावणेनऊ ④ नऊ

स्पष्टीकरण : येथे 9 ला 15 मिनिटे कमी म्हणजेच 8.45 वाजले, म्हणजेच पावणेनऊ वाजले.

∴ **उत्तर :** पर्याय क्र. ❸

9. एक दिवस 14 तास = किती तास ?

① 26 ② 38 ③ 114 ④ 36

स्पष्टीकरण : एका दिवसात 24 तास असतात व त्यात 14 तास मिळविले असता उत्तर 38 येते.

∴ **उत्तर :** पर्याय क्र. ❷

10. 7 तास 12 मिनिटे = किती मिनिटे ?

① 420.12 ② 408 ③ 432 ④ 712

स्पष्टीकरण : एका तासात 60 मिनिटे असतात म्हणजेच 7 तासाचे 420 मिनिटे झाली. त्यात 12 मिनिटे मिळविली असता 432 मिनिटे होतात.

∴ **उत्तर :** पर्याय क्र. ❸

11. 915 सेकंद = किती मिनिटे, किती सेकंद ?

① 9, 15 ② 6, 15 ③ 15, 0 ④ 15, 15

स्पष्टीकरण : एका मिनिटात 60 सेकंद असतात म्हणजेच 915 सेकंदांची 15 मिनिटे व 15 सेकंद होतात.

∴ **उत्तर :** पर्याय क्र. ❹

12. ☐ आठवडे = 6 महिने

① 42 ② 24 ③ 26 ④ 52

स्पष्टीकरण : एका वर्षात 52 आठवडे असतात. 6 महिने म्हणजेच अर्धे वर्ष म्हणून 6 महिन्यांचे 26 आठवडे होतात.

∴ **उत्तर :** पर्याय क्र. ❸

13. 5 तास 35 मिनिटे + 2 तास 35 मिनिटे = किती तास, किती मिनिटे ?

① 8, 10 ② 7, 10 ③ 7, 35 ④ 8, 35

स्पष्टीकरण : एका तासात 60 मिनिटे असतात. 5 तास 35 मिनिटे म्हणजे 335 मिनिटे व 2 तास 35 मिनिटे म्हणजे 155 मिनिटे. यांची बेरीज 335 + 155 = 490 मिनिटे झाली. त्याचे तास करण्यासाठी 60 ने भागले असता उत्तर 8 तास 10 मिनिटे येते.

∴ **उत्तर :** पर्याय क्र. ❶

14. दुपारपूर्व सव्वाअकरानंतर 3 तास 15 मिनिटांनी किती वाजतील ?

① 2 वा. 15 मि. ② 2 वा. 30 मि.

③ 3 वा. 30 मि. ④ 2 वा. 45 मि.

स्पष्टीकरण : दुपारपूर्व सव्वाअकरानंतर म्हणजे दुपारला 45 मिनिटे कमी. दुपारनंतर 3 तास 15 मिनिटे म्हणजेच 3 तास 15 मिनिटांतून 45 मिनिटे वजा करावी लागतात. म्हणजेच उत्तर 2 वाजून 30 मिनिटे येईल.

∴ **उत्तर :** पर्याय क्र. ❷

15. 5 तास = किती सेकंद ?

① 180 ② 1,800 ③ 18,000 ④ 1,80,000

स्पष्टीकरण : एका तासात 60 मिनिटे म्हणजेच 60×60 सेकंद असतात. म्हणून 5 तासांचे $5 \times 60 \times 60 = 18,000$ सेकंद होतात.

∴ **उत्तर :** पर्याय क्र. ❸

16. घड्याळात तास काटा 3 व 4 च्या मध्ये व मिनिट काटा 6 वर आहे तर त्या घड्याळात किती वाजले असतील ?

① साडेचार वाजले ② साडेतीन वाजले

③ साडेपाच वाजले ④ पाऊणेचार वाजले

स्पष्टीकरण : घड्याळात तास काटा 3 व 4 च्या मध्ये म्हणजे 3 वाजून गेले आहेत. मिनिट काटा 6 वर आहे. 6 वर म्हणजे 30 मिनिटे झाली. 3 वा. 30 मिनिटे म्हणजेच साडेतीन होय.

∴ **उत्तर :** पर्याय क्र. ❷

17. सकाळचे 5 वा. 15 मिनिटे म्हणजे 24 ताशी घड्याळात किती वाजले असतील ?

① 17 वा. 15 मिनिटे ② 16 वा. 15 मिनिटे

③ 5 वा. 15 मिनिटे ④ 15 वा. 15 मिनिटे

स्पष्टीकरण : 24 ताशी घड्याळ्यात सकाळचे 5 वा. 15 मिनिटे झाली आहेत. त्यामुळे 24 ताशी घड्याळात 5 वा. 15 मिनिटेच मोजतात.

∴ **उत्तर :** पर्याय क्र. ❸

18. 8 तास 15 मिनिटे = किती मिनिटे ?

① 480 मि. ② 495 मि.

③ 465 मि. ④ 485 मि.

स्पष्टीकरण : 1 तास = 60 मिनिटे.

8 तासांची मिनिटे = $60 \times 8 = 480$ मिनिटे.

480 मिनिटे + 15 मिनिटे = 495 मिनिटे.

8 तास 15 मिनिटे म्हणजे 495 मिनिटे.

∴ **उत्तर :** पर्याय क्र. ❷

19. 6 तास 35 मिनिटे + 4 तास 38 मिनिटे = किती ?

① 10 तास 63 मिनिटे ② 11 तास 3 मिनिटे

③ 11 तास 13 मिनिटे ④ 11 तास 70 मिनिटे

स्पष्टीकरण :

तास	मिनिटे
6 + 4	35 38
10	73

73 मिनिटे = 60 मिनिटे + 13 मिनिटे
= 1 तास 13 मिनिटे
= 10 तास + 1 तास + 13 मिनिटे
= 11 तास 13 मिनिटे.

∴ उत्तर : पर्याय क्र. ❸

20. सकाळी 8 वा. 15 मिनिटांनी शाळा भरली. दुपारपूर्व 11 वा. 40 मिनिटांनी शाळा सुटली तर शाळा किती वेळ भरली ?

① 19 तास 55 मिनिटे ② 3 तास 55 मिनिटे
③ 3 तास 35 मिनिटे ④ 3 तास 25 मिनिटे

स्पष्टीकरण : शाळा सकाळी 8 वा. 15 मिनिटांनी भरली व नंतर 11 वा. 40 मिनिटांनी सुटली. या दोन्ही वेळांतील फरक म्हणजे तेवढी शाळा भरली होती.

तास	मिनिटे
11 – 8	40 15
3	25

3 तास 25 मिनिटे.

∴ उत्तर : पर्याय क्र. ❹

प्रश्नावली–1

प्रश्न 1 ते 3 सूचना : खालील तासांचे मिनिटांमध्ये रूपांतर करा.

1. 3 तास 45 मिनिटे

① 180 मिनिटे ② 225 मिनिटे
③ 210 मिनिटे ④ 195 मिनिटे

2. 2 तास 35 मिनिटे

① 140 मिनिटे ② 155 मिनिटे
③ 165 मिनिटे ④ 160 मिनिटे

3. 5 तास 5 मिनिटे

① 350 मिनिटे ② 325 मिनिटे

③ 305 मिनिटे ④ 355 मिनिटे

प्रश्न 4 ते 6 : खालील मिनिटांचे तासामध्ये रूपांतर करा.

4. 255 मिनिटे

① 2 तास 55 मिनिटे ② 4 तास 5 मिनिटे

③ 4 तास 25 मिनिटे ④ 4 तास 15 मिनिटे

5. 135 मिनिटे

① 2 तास 5 मिनिटे ② 2 तास 10 मिनिटे

③ 2 तास 15 मिनिटे ④ 2 तास 25 मिनिटे

6. 265 मिनिटे

① 2 तास 65 मिनिटे ② 4 तास 15 मिनिटे

③ 4 तास 25 मिनिटे ④ 4 तास 35 मिनिटे

प्रश्न 7 ते 9 : खालील वेळेचे वाचन करा.

7. 4 तास 45 मिनिटे

① साडेचार तास ② सव्वाचार तास

③ पावणेचार तास ④ पावणेपाच तास

8. 3 तास 15 मिनिटे

① सव्वातीन तास ② साडेतीन तास

③ पावणेचार तास ④ सव्वाचार तास

9. 5 तास 45 मिनिटे

① सव्वापाच तास ② साडेपाच तास

③ पावणेसहा तास ④ सव्वासहा तास

प्रश्न 10 ते 14 : खालील तासांची व मिनिटांची बेरीज-वजाबाकी करा.

10. 5 तास 35 मिनिटे + 6 तास 45 मिनिटे

① 12 तास 80 मिनिटे ② 12 तास 20 मिनिटे

③ 12 तास 30 मिनिटे ④ 12 तास 10 मिनिटे

11. 8 तास 45 मिनिटे + 3 तास 35 मिनिटे

① 11 तास 80 मिनिटे ② 12 तास 10 मिनिटे

③ 12 तास 20 मिनिटे ④ 12 तास 15 मिनिटे

12. 9 तास 45 मिनिटे - 4 तास 28 मिनिटे

① 5 तास 27 मिनिटे ② 5 तास 17 मिनिटे

③ 5 तास 20 मिनिटे ④ 5 तास 7 मिनिटे

13. क्रिकेटची मॅच सकाळी 8 वा. 45 मिनिटांनी सुरू झाली. ती मॅच 11 वा. 55 मिनिटांनी संपली तर मॅच किती वेळ चालू होती ?

① 3 तास 25 मिनिटे ② 3 तास 20 मिनिटे

③ 3 तास 10 मिनिटे ④ 3 तास 5 मिनिटे

14. दुपारनंतर 2 वा. 45 मिनिटे म्हणजे 24 ताशी घड्याळात किती वाजले असतील ?

① 13 वा. 45 मिनिटे ② 26 वा. 45 मिनिटे

③ 14 वा. 45 मिनिटे ④ 15 वा. 45 मिनिटे

15. 5 तास 47 मिनिटे - 4 तास 48 मिनिटे = किती मिनिटे ?

① 29 ② 39 ③ 59 ④ 49

16. 2 तास 16 मिनिटे + 1 तास 56 मिनिटे = किती तास, किती मिनिटे ?

① 3, 12 ② 2, 12 ③ 5, 12 ④ 4, 12

17. दुपारपूर्व 9 वा. 10 मिनिटांनी सुरू केलेला अभ्यास 5 तास चालू होता तर किती वाजेपर्यंत अभ्यास केला ?

① दुपारपूर्व 2 वा.10 मि. ② दुपारनंतर 2 वा.10 मि.

③ 4 वा. 10 मि. ④ 2 वाजेपर्यंत

18. दुपारी 3 वा. 15 मिनिटांनी घड्याळाचे तास काटा व मिनिट काटा कोणत्या अंकावर असतील ?

① 3 ② 6 ③ 9 ④ 12

19. घड्याळातील तास काटा 10 वर आणि मिनिट काटा 12 वर आहे, तर किती वाजले असतील?

① 2 ② 12 ③ 10 ④ 11

20. माधव आणि सुरेश यांनी 2 तास 30 मिनिटांत 150 धावा काढल्या, तर ते किती मिनिटे खेळत होते ?

① 230 ② 23 ③ 300 ④ 150

21. दीड तास अभ्यास केला म्हणजे किती सेकंद अभ्यास केला ?

① 15 ② 5,400 ③ 540 ④ 54

उत्तरसूची

1. ❷	2. ❷	3. ❸	4. ❹	5. ❸	6. ❸	7. ❹
8. ❶	9. ❸	10. ❷	11. ❸	12. ❷	13. ❸	14. ❸
15. ❸	16. ❹	17. ❷	18. ❶	19. ❸	20. ❹	21. ❷

★★★

3. दिनदर्शिका

◈ 1 दिवस = 24 तास

दिवसाचे तास करताना दिवसाच्या संख्येला 24 ने गुणावे. तासाचे दिवस करताना तासांच्या संख्येला 24 ने भागावे.

◈ 1 आठवडा = 7 दिवस

आठवड्याचे दिवस करताना आठवड्याच्या संख्येला 7 ने गुणावे.

दिवसांचे आठवडे करताना दिवसांच्या संख्येला 7 ने भागावे.

◈ 1 महिना = 30 दिवस

◈ 1 वर्ष = 52 आठवडे

◈ 1 वर्ष = 365 दिवस

◈ 1 वर्ष = 12 महिने

वर्षाचे महिने करताना वर्षाच्या संख्येला 12 ने गुणावे.

महिन्याचे वर्षात रूपांतर करताना महिन्याच्या संख्येला 12 ने भागावे.

◈ इंग्रजी 12 महिन्यांचे दिवस पाठ करावेत. लीप वर्ष असताना फेब्रुवारीचे दिवस 29 असतात तेव्हा वर्षाचे 366 दिवस असतात.

◈ वर्षाचे दिवस 365 असतात पण ज्या इसवी सनाला 4 ने निःशेष भाग जातो, त्या वर्षास लीप वर्ष असे म्हणतात व त्या वर्षी फेब्रुवारीचे दिवस 29 असतात व वर्षाचे दिवस 366 होतात.

त्यानुसार 1988, 1992, 1996, 2000, 2004, 2008 ही लीप वर्षे आहेत.

◈ प्रत्येक 7 दिवसांनंतर परत तोच वार येतो.

◈ प्रत्येक 28 वर्षांनंतर पुन्हा तीच दिनदर्शिका येते.

◈ जे लीप वर्ष नाही त्या वर्षी स्वातंत्र्य दिनी जो वार असतो त्याच्या लगतचा पुढचा वार त्याच वर्षाच्या प्रजासत्ताक दिनी असतो.

◈ एकाच वर्षाचे स्वातंत्र्य दिन, टिळक पुण्यतिथी, बालदिन व शिक्षक दिन एकाच वारी येतात.

◈ एकाच तारखेला पुढील वर्षाचा वार एक दिवसाने पुढे जातो व लीप वर्ष असल्यास मध्ये एक दिवस सोडून त्यापुढील वार येतो.

◈ 28 दिवसांच्या महिन्यात सर्व वार चार–चार वेळा येतात.

◈ 29 दिवसांच्या महिन्यात फक्त 1 तारखेचा वार पाच वेळा येतो.

◈ 30 दिवसांच्या महिन्यात फक्त 1 व 2 तारखेचा वार पाच वेळा येतो.

◈ 31 दिवसांच्या महिन्यात फक्त 1, 2 व 3 तारखेचा वार पाच वेळा येतो.

नमुना उदाहरणे

1. 2000 सालची अखेर मंगळवारने होत असेल तर 2005 सालची सुरुवात कोणत्या वाराने होईल ?

① बुधवार ② गुरुवार ③ मंगळवार ④ सोमवार

स्पष्टीकरण : 2000 सालाची अखेर मंगळवारने झाली. 2005 सालाची सुरुवात कोणत्या वाराने होईल हे काढायचे आहे. यासाठी -

31 डिसेंबर, 2000 सालाचा शेवट - मंगळवार

1 जानेवारी, 2001 सालाची सुरुवात - बुधवार

एकच तारीख असल्यास पुढच्या वर्षाचा वार हा पुढचा वार येतो व लीप वर्ष असल्यास एक वार मध्ये सोडून पुढचा वार घ्यावा.

1 जानेवारी, 2001 - बुधवार

1 जानेवारी, 2002 - गुरुवार

1 जानेवारी, 2003 - शुक्रवार

1 जानेवारी, 2004 - शनिवार

2004 लीप वर्ष असल्यामुळे एक वार मध्ये सोडून पुढचा वार घ्यावा.

रविवार मध्ये सोडून पुढचा वार घ्यावा.

1 जानेवारी, 2005 - सोमवार

∴ 1 जानेवारी, 2005 रोजी सोमवार येईल.

∴ 2005 सालची सुरुवात सोमवारने होईल.

∴ **उत्तर :** पर्याय क्र. ❹

2. 31 जानेवारी, 2004 रोजी बुधवार होता, तर फेब्रुवारी महिन्यात कोणता वार पाच वेळा येईल ?

① शुक्रवार ② रविवार ③ गुरुवार ④ शनिवार

स्पष्टीकरण : 31 जानेवारी, 2004 रोजी बुधवार होता. 2004 ला 4 ने नि:शेष भाग जातो. या ठिकाणी 4 ची विभाज्यतेची कसोटी वापरावी.

4 ची कसोटी : दशक व एकक स्थानच्या अंकांचा विचार करावा. या अंकापासून तयार होणाऱ्या या संख्येला 4 ने भाग गेल्यास पूर्ण संख्येला 4 ने भाग जातो.

∴ 2004 साली लीप वर्ष असल्यामुळे या वर्षांतील फेब्रुवारीचे दिवस 29 येतील.

∴ फेब्रुवारी 29 दिवसांचा असल्यामुळे त्या महिन्यात '1' तारखेचा वार पाच वेळा येईल.

∴ 1 तारखेला गुरुवार येईल त्यामुळे फेब्रुवारी महिन्यात गुरुवार पाच वेळा येईल.

∴ **उत्तर :** पर्याय क्र. ❸

3. 4 वर्षे 4 महिने म्हणजे एकूण किती महिने ?

① 48 महिने ② 60 महिने ③ 52 महिने ④ 40 महिने

स्पष्टीकरण : 4 वर्षे 4 महिने म्हणजे एकूण किती महिने हे काढावयाचे आहे. यासाठी प्रथम वर्षांचे महिन्यात रूपांतर करू.

1 वर्ष = 12 महिने

∴ 4 वर्षे = 4 × एका वर्षाचे महिने

= 4 × 12

= 48 महिने

आणखी 4 महिने त्यामध्ये मिळवावे.

= 48 + 4

= 52 महिने

∴ **उत्तर :** पर्याय क्र. ❸

4. 1,095 दिवस म्हणजे किती महिने ?

① 36 महिने ② 48 महिने ③ 30 महिने ④ 24 महिने

स्पष्टीकरण : 1,095 दिवस यांचे महिन्यात रूपांतर करायचे आहे.

∴ 1 वर्ष = 365 दिवस

∴ 1,095 ÷ 365 = 3 वर्षे

या ठिकाणी 365 ने नि:शेष भाग जाण्यासाठी भागाकारांचा अंदाज घ्यावा.

∴ 3 वर्षे यांचे महिन्यात रूपांतर करावे.

1 वर्षे = 12 महिने

∴ 3 वर्षे = 3 × 12

= 36 महिने

∴ **उत्तर :** पर्याय क्र. ❶

5. एका महिन्याचा शेवट मंगळवारने झाला. त्या महिन्यात तीन वार पाच वेळा येत असल्यामुळे त्या महिन्याची सुरुवात कोणत्या वाराने होईल ?

① मंगळवार ② रविवार ③ सोमवार ④ शनिवार

स्पष्टीकरण : एका महिन्याचा शेवट मंगळवारने होतो. त्या महिन्यात तीन वार पाच वेळा येतात. त्यामुळे तो महिना 31 दिवसांचा येतो.

∴ 31 दिवसांचा महिना असल्यामुळे त्याचा शेवट मंगळवाराने होईल.

31 - मंगळवार, 30 - सोमवार, 29 - रविवार

1, 8, 15, 22, 29 चा वार एकच असतो.

जर 29 ला रविवार असेल तर 1 लाच रविवार येतो.

∴ **उत्तर :** पर्याय क्र. ❷

6. जून महिन्याची सुरुवात बुधवारने झाली तर त्या महिन्यात तो वार किती वेळा येईल ?

① 5 वेळा ② 4 वेळा ③ 6 वेळा ④ 3 वेळा

स्पष्टीकरण : जून महिन्याचे एकूण दिवस 30 असतात. त्यामुळे या महिन्यात पाच वेळा दोनच वार येतात.

1, 8, 15, 22 व 29 पाच वेळा बुधवार.

∴ **उत्तर :** पर्याय क्र. ❶

7. सन 2008 वर्षातील फेब्रुवारी महिन्याचे दिवस किती ?

① 29 दिवस ② 28 दिवस ③ 30 दिवस ④ 31 दिवस

स्पष्टीकरण : सन 2008 हे लीप वर्ष आहे. त्यामुळे फेब्रुवारी महिन्यांचे दिवस 29 असतात.

∴ **उत्तर :** पर्याय क्र. ❶

8. सन 2009 चा महाराष्ट्र दिन बुधवारी होता तर 1 जून, 2009 रोजी कोणता वार येईल ?

① शनिवार ② गुरुवार ③ रविवार ④ मंगळवार

स्पष्टीकरण : 1 मे हा महाराष्ट्र दिन बुधवारी आला आहे. 1 जूनचा वार काढावयाचा आहे.

मे चे दिवस	31
1 जून	+ 1
	32

$$\begin{array}{r} 4 \\ 7\overline{)\,32} \\ -\,28 \\ \hline 04 \end{array}$$

या ठिकाणी बाकी 4 आहे.

बुध	गुरु	शुक्र	शनि
1	1	1	1

1 जून, 2009 ला शनिवार येतो.

∴ **उत्तर :** पर्याय क्र. ❶

9. मंगळवारी 7 तारीख होती तर किती तारखेला दुसरा शनिवार येईल ?

① 16 ② 17 ③ 18 ④ 19

स्पष्टीकरण : मंगळवारनंतर चौथ्या दिवशी शनिवार येतो, तर दुसरा शनिवार 7 दिवसांनी म्हणजेच 18 तारखेला येईल.

∴ **उत्तर :** पर्याय क्र. ❸

10. खालीलपैकी चुकीची तारीख कोणती ?

① 30/9/1995 ② 29/02/1995

③ 31/07/1995 ④ 31/08/1995

स्पष्टीकरण : येथे 1995 हे लीप वर्ष नाही. फक्त लीप वर्षातच फेब्रुवारी महिन्यात 29 दिवस असतात.

29/02/1995 हा पर्याय चुकीचा आहे.

∴ **उत्तर :** पर्याय क्र. ❷

11. 2 ऑगस्टला महिन्यातील पहिला गुरुवार होता, तर 23 तारखेला कोणता वार असेल ?

① मंगळवार ② बुधवार ③ गुरुवार ④ शुक्रवार

स्पष्टीकरण : येथे 2 ऑगस्टला महिन्यातील पहिला गुरुवार होता. एका आठवड्यात 7 दिवस असतात. 2 + 7 + 7 + 7 = 23. म्हणजेच 23 तारखेला गुरुवार असेल.

∴ **उत्तर :** पर्याय क्र. ❸

प्रश्नावली–1

1. खालीलपैकी कोणत्या महिन्यात नेहमी 5 वेळा तीन वार येतात ?
① एप्रिल ② जून ③ नोव्हेंबर ④ डिसेंबर
2. पुढील गटात न बसणारा महिना कोणता ?
① एप्रिल ② जुलै ③ सप्टेंबर ④ नोव्हेंबर
3. 11 सप्टेंबर, 1995 रोजी सोमवार होता, तर 11 सप्टेंबर, 1996 रोजी कोणता वार असेल ?
① मंगळवार ② रविवार ③ गुरुवार ④ बुधवार
4. 1 ऑगस्टला सोमवार होता, तर त्याच वर्षातील बालदिन कोणत्या वारी येईल ?
① मंगळवार ② गुरुवार ③ शुक्रवार ④ सोमवार
5. शाळेला 11 मे रोजी उन्हाळी सुट्टी सुरू झाली. 27 दिवसांच्या सुट्टीनंतर कोणत्या तारखेला शाळा सुरू होईल ?
① 5 जून ② 6 जून ③ 7 जून ④ 8 जून
6. 12 मे, 1996 रोजी शुक्रवार असल्यास त्या महिन्यात कोणता वार पाच वेळा आला होता?
① शनिवार ② शुक्रवार ③ सोमवार ④ रविवार
7. खालीलपैकी कोणते लीप वर्ष नाही ?
① 2004 ② 1996 ③ 1988 ④ 1990
8. खालीलपैकी कोणत्या वर्षाचे दिवस 366 होते ?
① सन 1978 ② सन 1982 ③ सन 1980 ④ सन 1986
9. 2 जानेवारीला बुधवार होता, तर त्याच महिन्यात गुरुवार किती वेळा येतो ?
① 5 वेळा ② 4 वेळा ③ 3 वेळा ④ 6 वेळा
10. 1 जुलै, 2008 रोजी बुधवार होता, तर त्या वर्षीचा स्वातंत्र्य दिन कोणत्या वारी येईल ?
① शनिवार ② सोमवार ③ शुक्रवार ④ रविवार

11. 2003 ची सुरुवात सोमवारने झाली तर 2005 चा शेवट कोणत्या वाराने होईल ?

① मंगळवार ② गुरुवार ③ बुधवार ④ शुक्रवार

12. जुलै महिन्यात पाच वेळा किती वार येतात ?

① एक ② दोन ③ तीन ④ चार

13. 2010 सालानंतर लगतचे येणारे लीप वर्ष कोणते ?

① 2011 ② 2016 ③ 2014 ④ 2012

उत्तरसूची

1. ❹	2. ❷	3. ❶	4. ❹	5. ❸	6. ❸	7. ❹
8. ❸	9. ❷	10. ❶	11. ❷	12. ❸	13. ❹	

प्रश्नावली–2

1. 1 तारखेला मंगळवारी सुरू केलेले वर्तमानपत्र 3 आठवडे पूर्ण होताच बंद केले तर त्या दिवशी वार कोणता ?

① सोमवार ② मंगळवार ③ बुधवार ④ गुरुवार

2. सोमवारी प्रजासत्ताक दिन आहे. तर 1 फेब्रुवारीला कोणता वार असेल ?

① सोमवार ② मंगळवार ③ रविवार ④ गुरुवार

3. 1 जानेवारी, 1991 रोजी गुरुवार होता तर 31 डिसेंबरला कोणता वार असेल ?

① गुरुवार ② शुक्रवार ③ शनिवार ④ रविवार

4. बालदिन केव्हा साजरा करतात ?

① 1 मे ② 15 ऑगस्ट

③ 5 सप्टेंबर ④ 14 नोव्हेंबर

5. शिक्षक दिन केव्हा साजरा करतात ?

① 1 मे ② 15 ऑगस्ट

③ 5 सप्टेंबर ④ 14 नोव्हेंबर

6. 10 तारखेला सोमवार आहे, तर 2 तारखेला कोणता वार होता ?

① रविवार ② सोमवार ③ मंगळवार ④ बुधवार

7. खालीलपैकी लीप वर्ष कोणते ?

① 1993 ② 1994 ③ 1995 ④ 1996

8. खालीलपैकी कोणता महिना एकतीस दिवसांचा असावा ?

① फेब्रुवारी ② मार्च ③ एप्रिल ④ जून

9. खालीलपैकी कोणता महिना तीस दिवसांचा असावा?

① जानेवारी ② फेब्रुवारी ③ मार्च ④ एप्रिल

10. दर ☐ दिवसानंतर तोच वार येतो ?

① 5 ② 6 ③ 7 ④ 8

11. मार्च महिन्याच्या शेवटच्या दिवशी शनिवार होता, तर एप्रिल महिन्याच्या शेवटच्या दिवशी कोणता वार असावा ?

① रविवार ② सोमवार ③ मंगळवार ④ बुधवार

12. 15 तारखेपासून आठव्या दिवशी बुधवार आहे तर 15 तारखेला कोणता वार होता ?

① मंगळवार ② बुधवार ③ गुरुवार ④ शुक्रवार

13. 23 जुलैला शुक्रवार असेल तर ऑगस्टच्या 2 तारखेला कोणता वार असेल ?

① रविवार ② सोमवार ③ मंगळवार ④ बुधवार

14. खालीलपैकी कोणत्या तारखांना एकच वार येतो ?

① 4, 11, 18, 25 ② 2, 9, 16, 23

③ 3, 11, 19, 27 ④ 4, 12, 19, 26

15. खालीलपैकी कोणत्या महिन्यात नेहमी 5 वेळेला 3 वार येतात ?

① फेब्रुवारी ② सप्टेंबर

③ ऑक्टोबर ④ नोव्हेंबर

16. खालीलपैकी बरोबर दिनांक कोणता ?

① 31 एप्रिल ② 31 मे

③ 31 जून ④ 31 सप्टेंबर

17. 15 ऑगस्ट रोजी सोमवार आहे तर 1 सप्टेंबर रोजी कोणता वार असावा ?
① मंगळवार ② बुधवार ③ गुरुवार ④ शुक्रवार

उत्तरसूची

1. ❶	2. ❸	3. ❶	4. ❹	5. ❸	6. ❶	7. ❹
8. ❷	9. ❹	10. ❸	11. ❷	12. ❷	13. ❷	14. ❷
15. ❸	16. ❷	17. ❸				

★★★

4. कागदमापन (रीम, दस्ता)

◈ **डझन** : 12 कागदांच्या समूहास 'एक डझन' कागद असे म्हणतात.

◈ **दस्ता** : 24 कागदांच्या समूहास 'एक दस्ता' कागद असे म्हणतात.

◈ **ग्रोस** : 12 डझन कागदांच्या समूहास 'एक ग्रोस' कागद असे म्हणतात.

◈ **रीम** : 20 दस्ते किंवा 480 कागदांच्या समूहास 'एक रीम' कागद असे म्हणतात.

1 डझन = 12 कागद (वस्तू)

1 दस्ता = 24 कागद (वस्तू) = 2 डझन (वस्तू)

1 ग्रोस = 144 कागद (वस्तू) = 12 डझन

1 रीम = 480 कागद = 20 दस्ते

नमुना उदाहरणे

1. 4 ग्रोस म्हणजे किती कागद होतील ?

① 566 कागद ② 586 कागद ③ 576 कागद ④ 590 कागद

स्पष्टीकरण : 4 ग्रोस म्हणजे किती कागद हे शोधायचे आहे.

या ठिकाणी

1 ग्रोस = 144 कागद या सूत्राचा वापर करू.

1 ग्रोस = 144 कागद

4 ग्रोस $= 144 \times 4$

$= 576$ कागद

∴ 4 ग्रोस $= 576$ कागद

∴ **उत्तर :** पर्याय क्र. ❸

2. 2 रीम 2 ग्रोस म्हणजे एकूण किती कागद होतील ?

① 960 कागद ② 1,488 कागद

③ 288 कागद ④ 1,248 कागद

स्पष्टीकरण : 2 रीम 2 ग्रोस म्हणजे एकूण किती कागद शोधायचे आहेत.

2 रीम 2 ग्रोस

1 रीम $= 480$ कागद

∴ 2 रीम $= 2 \times 480$

$= 960$ कागद ... (1)

1 ग्रोस $= 12$ डझन

$= 144$ कागद

∴ 2 ग्रोस $= 2 \times 144$

$= 288$ कागद ... (2)

(1) व (2) यांची बेरीज करून.

$$\begin{array}{r} 960 \\ +\ 288 \\ \hline 1248 \end{array}$$ कागद

∴ **उत्तर :** पर्याय क्र. ❹

3. एका कागदाची किंमत ₹ 3 आहे, तर अशा 3 ग्रोस कागदांची किंमत किती ?

① ₹ 1,440 ② ₹ 600

③ ₹ 532 ④ ₹ 1,596

स्पष्टीकरण : एका कागदाची किंमत ₹ 3. अशा 3 ग्रोस कागदाची किंमत काढावयाची आहे. यासाठी प्रथम 3 ग्रोस म्हणजे किती कागद हे काढू.

1 ग्रोस = 144 कागद

∴ 3 ग्रोस = 144×3

= 532 कागद

∴ 3 ग्रोस = 532 कागद

∴ 1 कागद = ₹ 3

∴ 3 ग्रोसची किंमत = 532×3 = ₹ 1,596

∴ 3 ग्रोस कागदाची किंमत ₹ 1,596 आहे.

∴ **उत्तर :** पर्याय क्र. ❹

4. 3,600 कागद म्हणजे किती दस्ते होतील ?

① 180 दस्ते ② 150 दस्ते ③ 300 दस्ते ④ 240 दस्ते

स्पष्टीकरण : 3,600 कागद म्हणजे किती दस्ते हे शोधावयाचे आहे. यासाठी,

1 दस्ता = 2 डझन कागद = 24 कागद

∴ 24 कागद = 1 दस्ता

∴ 3,600 कागदाचे रूपांतर दस्तेमध्ये करावयाचे आहे.

∴ $\text{दस्ते} = \dfrac{\text{एकूण कागद}}{24}$

$= \dfrac{3600}{24} = 150$

∴ 3,600 कागद = 150 दस्ते

∴ **उत्तर :** पर्याय क्र. ❷

5. समीरने 2 रुपयास एक कागद याप्रमाणे 4 रीम कागद खरेदी केले. त्याने ते कागद प्रत्येकी 3 रुपयास याप्रमाणे 4 रीम कागद विकले, तर व्यवहारात किती नफा अगर तोटा झाला ?

① ₹ 960 नफा ② ₹ 1,920 तोटा

③ ₹ 1,920 नफा ④ ₹ 480 नफा

स्पष्टीकरण : समीरने 2 रुपयास एक कागद याप्रमाणे 4 रीम कागद खरेदी केले.

रीत I :

∴ 1 रीम = 480 कागद

∴ 4 रीम = 480×4

= 1920 कागद

4 रीम कागदाची किंमत = एकूण कागद × किंमत

= 1920×2

= ₹ 3840 ... (1)

तेच कागद ₹ 3 दराने विकले.

∴ 4 रीम कागदांची किंमत = एकूण कागद × किंमत

= 1920×3

= 5760 ... (2)

या ठिकाणी (2) व (1) यांची वजाबाकी करावी. विक्री किंमत जादा असल्यामुळे नफा होईल.

नफा = विक्री – खरेदी

= $5760 - 3840$

= ₹ 1920

∴ नफा = ₹ 1920

रीत II :

∴ 4 रीम = 1920 कागद

1 कागदांची खरेदी = ₹ 2

1 कागदाची विक्री = ₹ 3

∴ 1 कागदात ₹ 1 नफा

∴ 1920 कागदांच्या विक्रीत ₹ 1920 नफा

∴ **उत्तर :** पर्याय क्र. ❸

प्रश्नावली–1

1. खालील रिकाम्या चौकटीत कोणते चिन्ह येईल ?

   10 ग्रोस ☐ 5 रीम

   ① > ② < ③ = ④ ∨

2. खालीलपैकी मापनाचा चढता क्रम लावल्यास मध्यभागी कोणते मापन येईल ?

   1 रीम, 1 कागद, 1 दस्ता, 1 ग्रोस, 1 डझन

   ① 1 ग्रोस ② 1 डझन ③ 1 दस्ता ④ 1 रीम

3. 40 दस्ते = ... रीम

   ① 2 रीम ② 4 रीम ③ 1 रीम ④ 10 रीम

4. चार दस्ते = ... डझन

   ① 24 ② 8 ③ 48 ④ 12

5. रामने आपल्याकडील 4 रीम कागदांपैकी 10 ग्रोस कागद वापरले. 4 दस्ते कागद शेखरला दिले, तर त्याच्याजवळ किती कागद शिल्लक आहेत ?

   ① 32 डझन ② 480 कागद

   ③ 384 कागद ④ पर्याय 1 व 3

6. आठ रीम = ... दस्ते

   ① 160 ② 40 ③ 80 ④ 100

7. प्रकाशने 20 डझन कागदांपैकी 4 दस्ते कागद विकले, 2 दस्ते कागद खराब झाले व उरलेले किती कागद त्याने आपल्याजवळ ठेवले ?

   ① 4 डझन ② 8 दस्ते ③ 4 दस्ते ④ 6 दस्ते

8. 25 डझन ☐ 25 दस्ते

रिकाम्या चौकटीत कोणते चिन्ह येईल ?

① $>$ ② $<$ ③ $\vee$ ④ $=$

9. 9 रीम 10 डझन = ... दस्ते

① 180 ② 185 ③ 190 ④ 175

10. 2 डझन = ... दस्ते

① 1 ② 2 ③ 4 ④ 1/2

11. 504 कागद = ...

① 1 रीम 1 दस्ता ② 1 रीम 1 डझन

③ 1 रीम 1 ग्रोस ④ 1 दस्ता 1 ग्रोस

12. 4 दस्ते = ... कागद

① 576 ② 566 ③ 96 ④ 48

13. 10 रीम = ... कागद

① 1,440 ② 480 ③ 4,800 ④ 240

14. खालीलपैकी अयोग्य पर्याय कोणता ?

① 4 दस्ते = 8 डझन ② 1/2 रीम = 10 दस्ते

③ 1/2 रीम = 20 डझन ④ 1/2 रीम = 40 डझन

15. 1/4 रीम = किती कागद ?

① 120 ② 240 ③ 480 ④ 160

उत्तरसूची

1. ❷	2. ❸	3. ❶	4. ❷	5. ❹	6. ❶	7. ❸
8. ❷	9. ❷	10. ❶	11. ❶	12. ❸	13. ❸	14. ❹
15. ❶						

★★★

5. नाणी व नोटा

◈ दशांश चिन्हाचा वापर करून रुपये-पैसे लिहिताना दशांश चिन्हाच्या डावीकडे रुपये व उजवीकडे पैसे लिहितात. दशांश चिन्हाचा वापर केल्यावर रुपये-पैशांचे रूपांतर रुपयात होते. दशांश चिन्हाचा लोप होऊन त्याचे रूपांतर रुपये-पैशात होते.

∴ 3 रु. 25 पैसे = ₹ 3.25

∴ 50 पैसे = ₹ 0.50

∴ 80 पैसे = ₹ 0.80

5 पैसे = ₹ 0.05

₹ 4.75 = 4 रु. 75 पैसे

पाव रुपया = ₹ $\frac{1}{4}$ = ₹ 0.25

अर्धा रुपया = ₹ $\frac{1}{2}$ = ₹ 0.50

पाऊण रुपया = ₹ $\frac{3}{4}$ = ₹ 0.75

सव्वा रुपया = ₹ $1\frac{1}{4}$ = ₹ 1.25 = 1 रु. 25 पैसे

∴ 1 रुपया = 100 पैसे

∴ नाणी, नोटा यांचे परस्परात रूपांतर करता येते.

नमुना उदाहरणे

1. 90 रुपये 50 पैसे = किती पैसे ?

① 9,500 ② 9,050 ③ 9,000 ④ 950

स्पष्टीकरण : 90 रुपये 50 पैसे यांचे पैशात रूपांतर करावयाचे आहे.

1 रुपये = 100 पैसे

∴ ₹ 90 त्याचे पैशात रूपांतर करावयाचे आहे.

एकूण पैसे = 90 × 100

= 9,000 पैसे

त्यामध्ये 50 पैसे मिळवायचे आहेत.

= 9,000 + 50

= 9,050 पैसे

∴ **उत्तर :** पर्याय क्र. ❸

2. ₹ 5,745 देण्यासाठी 50 रुपयांच्या जास्तीत जास्त किती नोटा देता येतील ?

① 120 ② 134 ③ 114 ④ 110

स्पष्टीकरण : ₹ 5,745 देण्यासाठी 50 रुपयांच्या किती नोटा द्याव्यात हे काढायचे आहे. जास्तीत जास्त नोटा द्यावयाच्या आहेत.

यासाठी रूपांतर पूर्ण दशकात करून घ्यावे. ₹ 5,740 होतील पण आपल्याला 40 रुपयांची नोट देता येत नाही.

∴ 50 च्या नोटांनी ₹ 5,700 देता येतील. त्यासाठी -

5,700 ÷ 50

$\frac{5,700}{50} = 114$

∴ **उत्तर :** पर्याय क्र. ❸

3. ₹ 8796 देताना रामने 20 रुपयांच्या 100 नोटा, 50 रुपयांच्या 60 नोटा व उरलेल्या 2 रुपयांच्या दिल्या तर 2 रुपयांच्या किती नोटा द्याव्या लागतील ?

① 898 ② 1,900 ③ 1,898 ④ 1,870

स्पष्टीकरण : ₹ 8796 देताना 20 रुपयांच्या 100 नोटा, 50 रुपयांच्या 60 नोटा व उरलेल्या 2 रुपयांच्या नोटा द्यावयाच्या आहेत.

20 रुपयांच्या 100 नोटा = 20×100 = 2,000

50 रुपयांच्या 60 नोटा = 50×60 = 3,000

एकूण ₹ 5,000

व उरलेल्या 2 रुपयांच्या नोटा द्यावयाच्या आहेत.

एकूण रुपये = ₹ 8,796

= ₹ 5,000

₹ 3,796

∴ 3,796 रुपये 2 रुपयांच्या नोटा द्यावयाच्या आहेत.

$\therefore \quad \frac{3,796}{2} = 1,898$

∴ ₹ 1,898 द्यावे लागतील.

∴ **उत्तर :** पर्याय क्र. ❸

4. 17.50 रुपयांपैकी साडेतीन रुपयांचे दोन पेन व पावणे दोन रुपयांना एक याप्रमाणे 4 पेन्सिल घेतल्या व उरलेले पैसे दुकानदाराने परत दिले तर दुकानदाराने किती रुपये दिले ?

① ₹ 3.25 ② ₹ 3.50

③ ₹ 4.50 ④ ₹ 4.25

स्पष्टीकरण : 17.50 रुपयांपैकी पेन व पेन्सिली घेतल्या व उरलेले पैसे दुकानदाराने परत दिले. दुकानदाराने किती पैसे परत द्यावयाचे हे काढायचे आहे.

साडेतीन रुपयांचे दोन पेन = 3.50 × 2

= ₹ 7.00

$$\begin{array}{r} 3.50 \\ \times \quad 2 \\ \hline ₹\ 7.00 \end{array}$$

∴ पावणेदोन रुपयांच्या 4 पेन्सिली

1.75 × 4 = ₹ 7.00

$$\begin{array}{r} 1.75 \\ \times \quad 4 \\ \hline ₹\ 7.00 \end{array}$$

∴ 7 + 7 = ₹ 14

∴ 17.50 – 14 = ₹ 3.50

∴ **उत्तर :** पर्याय क्र. ❹

5. ₹ 100 देण्यासाठी 50 पैशांची किती नाणी द्यावीत ?

① 100 ② 200 ③ 350 ④ 150

स्पष्टीकरण : ₹ 100 द्यावयाचे आहेत त्यासाठी 50 पैशांची नाणी द्यावयाची आहेत. ती किती द्यावयाची आहेत हे काढावयाचे आहे.

₹ देण्यासाठी 50 पैशांची नाणी द्यावीत. यामध्ये 2 नाणी द्यावी लागतात.

∴ ₹ 100 × 2 = 200 नाणी

∴ **उत्तर :** पर्याय क्र. ❷

6. 8 रुपये 5 पैसे = किती रुपये ?

① 8.50 ② 0.85 ③ 8.05 ④ 8.50

स्पष्टीकरण : येथे ₹ 8 म्हणजे 800 पैसे व 5 पैसे यांची बेरीज 805 येते. त्याचे रुपये करण्यासाठी 100 ने भागावे लागेल.

$\frac{805}{100}$ = ₹ 8.05 उत्तर येईल.

∴ **उत्तर :** पर्याय क्र. ❸

7. 6 रुपये 75 पैसे – 5.50 रुपये = ₹ ....

① 12.25 ② 1.25 ③ 125 ④ 12.5

स्पष्टीकरण : येथे 6 रुपये 75 पैसे म्हणजे ₹ 6.75. यातून ₹ 5.50 वजा केल्यास वजाबाकी ₹ 1.25 येते.

∴ **उत्तर :** पर्याय क्र. ❷

8. 5 रु. 50 पैसे म्हणजे एकूण किती पैसे ?

① 505 पैसे ② 555 पैसे ③ 550 पैसे ④ 525 पैसे

स्पष्टीकरण : 5 रु. 50 पैसे यांचे रूपांतर पैशांमध्ये करायचे आहे

₹ 5 = 5 × 100 = 500 पैसे

+ 50 पैसे

550 पैसे

∴ **उत्तर :** पर्याय क्र. ❸

9. 675 पैसे म्हणजे किती रुपये व किती पैसे ?

① 67 रु. 5 पैसे ② 6 रु. 57 पैसे

③ 6 रु. 75 पैसे ④ 7 रु. 75 पैसे

स्पष्टीकरण : 675 पैशांचे रूपांतर रुपयांमध्ये करायचे आहे.

$\frac{675}{100}$ = 6.75 = 6 रु. 75 पैसे

∴ **उत्तर :** पर्याय क्र. ❸

10. 1 रुपयांची 40 नाणी देऊन 25 पैशांची किती नाणी घ्यावीत ?

① 80 ② 120 ③ 20 ④ 160

स्पष्टीकरण : 1 रुपयांची 40 नाणी देऊन 25 पैशांची नाणी घ्यायची आहेत.

1 रुपयामध्ये 25 पैशांची 4 नाणी येतात.

$4 \times 40 = 160$

∴ **उत्तर :** पर्याय क्र. ❹

11. सीमाजवळ 25 पैशांची 20 नाणी व 50 पैशांची 60 नाणी आहेत तर सीमाजवळ किती रुपये आहेत ?

① ₹ 35 ② ₹ 40 ③ ₹ 50 ④ ₹ 43

स्पष्टीकरण : सीमाजवळ 25 पैशांची 20 नाणी म्हणजे

$25 \times 20 = 500$ पैसे = ₹ 5 व

$50 \times 6 = 3,000$ पैसे = ₹ 30

एकूण रुपये : 30 + 5 = ₹ 35.

∴ **उत्तर :** पर्याय क्र. ❶

12. ₹ 1, ₹ 2, ₹ 5 ची प्रत्येकी 20 नाणी दिली तर किती रुपये दिले ?

① ₹ 150 ② ₹ 140 ③ ₹ 160 ④ ₹ 180

स्पष्टीकरण : ₹ 1 + ₹ 2 + ₹ 5 = ₹ 8 अशी एकूण प्रत्येकी 20 नाणी घेतली.

20×8 = ₹ 160

∴ **उत्तर :** पर्याय क्र. ❸

प्रश्नावली–1

प्रश्न 1 ते 4 सूचना : खालील रुपयांचे पैशांमध्ये रूपांतर करा.

1. ₹ 4.50

① 45 ② 4,500 ③ 450 ④ 405

2. ₹ 12.25

① 1,252 ② 1,225 ③ 1,250 ④ 1,220

3. ₹ 8.75

① 850 ② 855 ③ 875 ④ 785

4. ₹ 10.75

① 1,750 ② 1,075 ③ 1,705 ④ 1,050

प्रश्न 5 ते 7 सूचना : खालील पैशांचे रूपांतर रुपयांमध्ये करा.

5. 1,025 पैसे

① ₹ 10.50 ② ₹ 10.75

③ ₹ 10.25 ④ ₹ 10.55

6. 975 पैसे

① ₹ 8.57 ② ₹ 9.75

③ ₹ 9.05 ④ ₹ 9.55

7. 805 पैसे

① ₹ 8.50 ② ₹ 8.55

③ ₹ 8.5 ④ ₹ 80.5

8. ₹ 9.25 □ ₹ 9.52 या रिकाम्या चौकटीत खालीलपैकी कोणते चिन्ह येईल ?

① > ② < ③ v ④ =

9. ₹ 35 देण्यासाठी 25 पैसे, 50 पैसे व 1 रुपयांची समान नाणी द्यायची आहेत तर एकूण किती नाणी द्यावीत ?

① 20 ② 60 ③ 40 ④ 30

10. ₹ 1.50 याप्रमाणे 20 पेन व 50 पैशांच्या 15 पेन्सिली घेतल्या. जर 50 रुपयांची नोट दिल्यास किती रुपये परत मिळतील ?

① ₹ 12.50 ② ₹ 37.50

③ ₹ 13.50 ④ ₹ 11.50

11. सचिनने 13,341 ते 13,370 क्रमांकाच्या 5 रुपयांच्या नोटा यशला दिल्या तर सचिनने यशला किती रुपये दिले ?

① ₹ 145 ② ₹ 150 ③ ₹ 255 ④ ₹ 175

12. 370 रुपयांचा अर्धा भाग म्हणजे किती ?

① 165 ② 135 ③ 185 ④ 67

13. मधूने अडीच रुपयांची पेन्सिल आणि साडेचार रुपयांची वही घेतली तर त्याने किती रुपये खर्च केले ?

① ₹ 6 ② ₹ 2.5 ③ ₹ 4.5 ④ ₹ 7

14. 7.65 रुपयांतून किती रुपये खर्च केल्यावर अडीच रुपये शिल्लक राहतात ?

① ₹ 5.15 ② ₹ 515 ③ ₹ 51.5 ④ ₹ 0.515

15. 4 रुपये 50 पैसे + 9 रुपये 25 पैसे = किती रुपये ?

① ₹ 137.5 ② ₹ 13.75 ③ ₹ 1.375 ④ ₹ 1,375

16. पावणेतेरा रुपयांची भाजी आणली तर 15 रुपयांतून किती रुपये परत येतील ?

① ₹ 225 ② ₹ 22.5 ③ ₹ 2.25 ④ ₹ 2.5

17. दररोज सव्वा रुपया याप्रमाणे एका आठवड्यात किती दानधर्म होईल ?

① ₹ 87.5 ② ₹ 875 ③ ₹ 8.75 ④ ₹ 870

18. रमेशला पावणेपाच रुपये मागितले असता त्याने ₹ 5.75 दिले. त्याने किती रक्कम जास्त दिली ?

① ₹ 1 ② ₹ 5.75 ③ ₹ 4.75 ④ 50 पैसे

उत्तरसूची

1. ❸	2. ❷	3. ❸	4. ❷	5. ❸	6. ❷	7. ❸
8. ❷	9. ❷	10. ❶	11. ❷	12. ❸	13. ❹	14. ❶
15. ❷	16. ❸	17. ❸	18. ❶			

★★★

घटक 5 : व्यावहारिक गणित

1. नफा-तोटा

◈ **खरेदी किंमत** : एखादी वस्तू ज्या किमतीस घेतो त्या किमतीला 'खरेदी किंमत' असे म्हणतात.

◈ **विक्री किंमत** : ज्या किमतीला वस्तू विकतो त्या किमतीस 'विक्री किंमत' असे म्हणतात.

◈ **नफा** : विक्री किंमत खरेदी किमतीपेक्षा जास्त असते त्या वेळी नफा होतो.

तोटा : खरेदी किंमत विक्री किमतीपेक्षा जास्त असते त्या वेळी तोटा होतो.

◈ **नफा** = विक्री किंमत – खरेदी किंमत

◈ **तोटा** = खरेदी किंमत – विक्री किंमत

◈ **खरेदी** = विक्री किंमत – नफा

◈ **खरेदी** = विक्री किंमत + तोटा

◈ **विक्री** = खरेदी + नफा

◈ **विक्री** = खरेदी – तोटा

नमुना उदाहरणे

1. एका गाडीची खरेदी किंमत ₹ 88,485 आहे. ती गाडी 98,480 रुपयांना विकली तर या व्यवहारात नफा झाला की तोटा व किती ?

① ₹ 9,995 तोटा ② ₹ 10,005 नफा

③ ₹ 9,995 नफा ④ ₹ 10,000 नफा

स्पष्टीकरण : शाब्दिक उदाहरण प्रथम काळजीपूर्वक वाचावे. यावरून खरेदी किंमत व विक्री किंमत शोधावी.

खरेदी किंमत = ₹ 88,485

विक्री किंमत = ₹ 98,480

या ठिकाणी विक्री किंमत खरेदी किमतीपेक्षा जास्त आहे त्यामुळे या ठिकाणी नफा होतो.

नफा = विक्री किंमत – खरेदी किंमत

= 98,480 – 88,485

= ₹ 9,995 नफा

या व्यवहारात ₹ 9,995 नफा झाला.

∴ **उत्तर :** पर्याय क्र. ❸

2. रामने 1,00,050 रुपयांना विकत घेतलेली कार ₹ 98,275 समीरला विकली तर या व्यवहारात रामला नफा झाला की तोटा ? व किती ?

① ₹ 1,885 तोटा ② ₹ 1,775 नफा

③ ₹ 1,785 तोटा ④ ₹ 1,775 तोटा

स्पष्टीकरण : उदाहरणाचे वाचन करून त्यावरून खरेदी किंमत व विक्री किंमत काढावी.

खरेदी किंमत = ₹ 1,00,050

विक्री किंमत = ₹ 98,275

या व्यवहारात खरेदी किंमत विक्री किमतीपेक्षा जास्त असल्यामुळे या व्यवहारात तोटा होतो.

∴ तोट = खरेदी किंमत – विक्री किंमत

= 1,00,050 – 98,275

= ₹ 1,775 तोटा

या व्यवहारात ₹ 1,775 तोटा झाला.

∴ **उत्तर :** पर्याय क्र. ❹

3. समीरने 1,00,500 रुपयांना घेतलेली शेत जमीन त्याच्या निमपट नफा मिळवून विकली तर त्या शेतजमिनीची विक्री किंमत किती ?

① ₹ 1,50,000 ② ₹ 1,50,750

③ ₹ 50,250 ④ ₹ 1,50,500

स्पष्टीकरण : उदाहरणाचे वाचन करून त्यावरून खरेदी किंमत व विक्री किंमत काढावी.

खरेदी किंमत = ₹ 1,00,500

नफा = खरेदीच्या निमपट झाला आहे.

नफा = $\frac{1,00,500}{2}$ = ₹ 50,250

∴ नफा = ₹ 50,250

विक्री किंमत = खरेदी किंमत + नफा

= 1,005,00 + 50,250

= ₹ 1,50,750

∴ या व्यवहारात विक्री किंमत ₹ 1,50,750 होईल.

∴ **उत्तर** : पर्याय क्र. ❷

4. रामने 9,89,000 रुपयांना घेतलेला बंगला किती रुपयांना विकावा म्हणजे ₹ 2,75,000 तोटा होईल ?

① ₹ 12,64,000 ② ₹ 11,64,000

③ ₹ 7,14,000 ④ ₹ 12,65,000

स्पष्टीकरण : या उदाहरणाचे वाचन करून किमती शोधाव्यात.

खरेदी किंमत = ₹ 9,89,000

तोटा = ₹ 2,75,000

विक्री किंमत = ?

या ठिकाणी विक्री किंमत काढण्याचा सूत्राचा वापर करू.

विक्री किंमत = खरेदी किंमत – तोटा

= 9,89,000 – 2,75,000

= ₹ 7,14,000

∴ त्या बंगल्याची विक्री किंमत ₹ 7,14,000 असेल.

∴ **उत्तर** : पर्याय क्र. ❸

5. शांतारामने 500 रुपयांना घेतलेले घड्याळ 700 रुपयांना विकले. रामरावाने 1,000 रुपयांना घेतलेले घड्याळ 1,100 रुपयांना विकले तर या व्यवहारात कोणाला अधिक नफा झाला ?

① शांतारामला तोटा ② निश्चित सांगता येत नाही.

③ रामरावांना नफा ④ शांतारामला नफा

स्पष्टीकरण : उदाहरणाचे वाचन करून किमती शोधाव्यात.

शांतारामच्या घड्याळाची किंमती

खरेदी = ₹ 500

विक्री = ₹ 700

नफा = ?

नफा = विक्री किंमत – खरेदी किंमत

= 700 – 500

= ₹ 200

∴ शांतारामला ₹ 200 नफा झाला.

रामरावांच्या घड्याळाची किंमती

खरेदी किंमत = ₹ 1,000

विक्री किंमत = ₹ 1,100

नफा = ?

नफा = विक्री किंमत – खरेदी किंमत

= 1,100 – 1,000

नफा = ₹ 100

शांतारामला ₹ 200 नफा खरेदी किंमत ₹ 500

रामरावला ₹ 100 नफा खरेदी किंमत ₹ 1,000

वरील खरेदी किंमत दुप्पट आहे.

∴ 500×2 = ₹ 1,000

∴ 200×2 = ₹ 400 नफा होईल.

∴ शांतारामला जास्त नफा झाला.

∴ **उत्तर :** पर्याय क्र. ❹

प्रश्नावली

1. ₹ 15,000 किमतीची वस्तू किती रुपयांना विकावी म्हणजे खरेदीच्या $\frac{1}{10}$ पट नफा होईल ?

① ₹ 16,000 ② ₹ 17,500 ③ ₹ 16,500 ④ ₹ 17,200

2. 800 रुपयांची वस्तू पावणेचौदाशे रुपयांना विकल्यामुळे किती नफा होईल ?

① ₹ 575 ② ₹ 675 ③ ₹ 475 ④ ₹ 550

3. 1,00,000 रुपयांची गाडी सव्वालाख रुपयांना विकल्यास किती नफा होईल ?

① ₹ 25,000 ② ₹ 2,500
③ ₹ 50,000 ④ ₹ 75,000

4. 18,000 रुपयांचे कपाट साडेएकोणीस हजार रुपयांना विकल्यास किती नफा अगर तोटा होईल ?

① ₹ 1,500 नफा ② ₹ 2,500 नफा
③ ₹ 1,500 तोटा ④ ₹ 1,750 नफा

5. 9,000 रुपयांची वस्तू किती रुपयांना विकावी म्हणजे ₹ 1,750 तोटा होईल ?

① ₹ 10,750 ② ₹ 8,250 ③ ₹ 7,250 ④ ₹ 7,500

6. एक वस्तू 90 रुपयांस विकल्यास जेवढा तोटा होतो. तीच वस्तू 150 रुपयांस विकल्यास तेवढाच नफा होतो तर त्या वस्तूची खरेदी किंमत किती ?

① ₹ 120 ② ₹ 130 ③ ₹ 140 ④ ₹ 100

7. 850 रुपयांची वस्तू किती रुपयांना विकावी म्हणजे खरेदीचा $\frac{1}{5}$ पट नफा होईल ?

① ₹ 150 ② ₹ 1,000 ③ ₹ 170 ④ ₹ 1,020

8. 100 रुपयांस विकत घेतलेली वस्तू 140 रुपयांस विकली आणि तीच दुसऱ्यांदा वस्तू 60 रुपयांस विकली तर या व्यवहारात नफा अगर तोटा झाला ?

① ₹ 40 नफा ② ₹ 80 नफा
③ ना नफा ना तोटा ④ ₹ 40 तोटा

9. 1,200 रुपयांची वस्तू 1,500 रुपयांना विकली तर या व्यवहारात किती नफा होईल ?

① ₹ 300 ② ₹ 200 ③ ₹ 400 ④ ₹ 500

10. 1.50 रुपयांस एक याप्रमाणे 10 डझन घेतलेली केळी 22 रुपयांस एक डझन विकली तर या व्यवहारात नफा झाला की तोटा ?

① ₹ 40 नफा ② ₹ 70 नफा

③ ₹ 150 नफा ④ ₹ 180 नफा

उत्तरसूची

1. ❸	2. ❶	3. ❶	4. ❶	5. ❸	6. ❶	7. ❹
8. ❸	9. ❶	10. ❶				

★★★

2. शेकडेवारी

◈ शेकडा म्हणजे 100. शेकडेवारी म्हणजे दिलेल्या अपूर्णांकाची 100 शी केलेली तुलना होय.

◈ दिलेल्या अपूर्णांकाचा छेद हा शेकडेवारीत नेहमी 100 असतो. शेकडा 25 म्हणजेच 25%. हे अपूर्णांकात $\frac{25}{100}$ असे लिहितात.

◈ दिलेल्या अपूर्णांकाचे शेकडेवारीत रूपांतर करण्यासाठी त्याला 100 ने गुणतात तर शेकडेवारीचे अपूर्णांकात रूपांतर करण्यासाठी शेकडेवारीला 100 ने भागतात.

◈ काही शेकडेवारी व त्यांचे अपूर्णांक रूप पुढीलप्रमाणे :

$100\% = \frac{1}{1}$, $50\% = \frac{1}{2}$, $25\% = \frac{1}{4}$,

$75\% = \frac{3}{4}$, $200\% = \frac{1}{5}$, $12.5\% = \frac{1}{8}$,

$6.25\% = \frac{1}{16}$

नमुना उदाहरणे

1. 720 चा शेकडा 25 किती ?

① 360 ② 180 ③ 144 ④ 270

स्पष्टीकरण : 720 चा शेकडा 25 = $720 \times \frac{25}{100} = 180$

∴ **उत्तर :** पर्याय क्र. ❷

2. रमेशला गणितात 80 पैकी 60 गुण मिळाले तर त्याला गणितात शेकडा किती गुण मिळाले ?

① 20 ② 25 ③ 75 ④ 60

स्पष्टीकरण : 80 पैकी 60 तर शेकडा म्हणजे 100 पैकी -

∴ $\frac{60}{80} \times 100 = 75\%$

∴ रमेशला गणितात शेकडा 75 गुण मिळाले.

∴ **उत्तर :** पर्याय क्र. ❸

3. 10% मलईचे 120 लीटर दूध व 8% मलईचे 200 लीटर दूध एकत्र मिसळल्यास मिश्रणातील दुधात मलईचे प्रमाण किती ?

① 9 ② 8.75 ③ 8.50 ④ 8.25

स्पष्टीकरण : 120 ली. दुधातील मलई = $120 \times \frac{10}{100} = 12$

200 ली. दुधातील मलई = $200 \times \frac{8}{100} = 16$

आता (120 + 200) = 320 ली. दुधातील मलई = 16 + 12 = 28

∴ 320 ली. दुधातील मलई = $\frac{28}{320} \times 100 = 8.75$

∴ **उत्तर :** पर्याय क्र. ❷

4. 1200 चा 20% = M चा 80% तर M = ?

① 300 ② 600 ③ 450 ④ 900

स्पष्टीकरण : 1200 चा 20%=M चा 80%

$$1200 \times \frac{20}{100} = M \times \frac{80}{100}$$

$\therefore \quad 240 = M \times \frac{4}{5}$

$\therefore \quad M = \frac{240 \times 5}{4}$

$= 300$

∴ उत्तर : पर्याय क्र. ❶

5. 150 चा शेकडा 30 काढून आलेल्या संख्येचा शेकडा 30 किती ?

① 9 ② 12.75 ③ 13.50 ④ 18

स्पष्टीकरण : 150 चा शेकडा = 30

$150 \times \frac{30}{100} = 45$

45 चा शेकडा = 30

$\therefore \quad 45 \times \frac{30}{100} = 13.5$

∴ उत्तर : पर्याय क्र. ❸

प्रश्नावली

1. 30% = ?

① 0.3 ② 0.6

③ 0.03 ④ यांपैकी नाही

2. 50% = ?

① 1/2 ② 3/2

③ 1/4 ④ यांपैकी नाही

3. 0.08% = ?

① 0.08 ② 0.8

③ 0.0008 ④ यांपैकी नाही

4. 0.5% = ?

① 3/100 ② 1/500

③ 1/200 ④ यांपैकी नाही

5. 3/4% = ?

① 0.75 ② 0.075

③ 0.0075 ④ यांपैकी नाही

6. 1/4 = ?
① 25% ② 30%
③ 50% ④ यांपैकी नाही

7. 1/5 = ?
① 10% ② 30% ③ 20% ④ 40%

8. 3/4 = ?
① 25% ② 20%
③ 75% ④ यांपैकी नाही

9. 700 चे 50% = ?
① 350 ② 450
③ 400 ④ यांपैकी नाही

10. 1500 चे 25% = ?
① 275 ② 475 ③ 400 ④ 375

11. 840 चे 20% = ?
① 162 ② 268
③ 168 ④ यांपैकी नाही

12. 12% चे 30% = ?
① 3.5 ② 4.6 ③ 0.036 ④ 4.8

13. 30% चे 70% = ?
① 0.21 ② 2.1
③ 0.021 ④ यांपैकी नाही

14. 64 चे x% = 8
① 12.5 ② 1.25 ③ 5 ④ 7

15. 40% चे x% = 12.4
① 32 ② 31
③ 41 ④ यांपैकी नाही

उत्तरसूची

1. ❶	2. ❷	3. ❸	4. ❸	5. ❸	6. ❶	7. ❸
8. ❸	9. ❶	10. ❹	11. ❸	12. ❸	13. ❶	14. ❶
15. ❷						

✣ प्रश्नमाला ✣

1. 250 ml हे 2 lit चे शेकडा किती ?

① 12.5 ② 3.5 ③ 14.5 ④ 45

2. 2 kg हे 10 kg चे शेकडा किती ?

① 20 ② 30 ③ 40 ④ 50

3. 50 पैसे हे 2 रुपयांचे शेकडा किती ?

① 25% ② 30% ③ 40% ④ 20%

4. सिताला गितापेक्षस 50% गुण कमी आहेत तर गिताला सितापेक्षा किती टक्के गुण जास्त आहेत ?

① 50% ② 100%

③ $33\frac{1}{3}\%$ ④ यांपैकी नाही

5. A चा पगार B पेक्षा 24% नी कमी आहे, तर B चा पगार A पेक्षा किती टक्क्यांनी जास्त आहे ?

① $33\frac{1}{2}$ ② 33.33 ③ 32.43 ④ 31.57

6. चहाच्या किमती 30% नी कमी झाल्यास त्यामुळे खर्च तेवढाच राहण्यासाठी किती टक्के जास्त खरेदी करावा ?

① 42.8 ② 40 ③ 20 ④ 15

7. मालाचा पगार शीलापेक्षा 20% नी जास्त आहे, तर शीलाचा पगार मालापेक्षा किती टक्क्यांनी कमी आहे ?

① $16\frac{1}{2}$ ② $16\frac{2}{3}$ ③ $16\frac{1}{3}$ ④ $17\frac{1}{3}$

8. एका गावची लोकसंख्या 1,76,400 असून दरवर्षी 5% नी वाढते तर दोन वर्षांनंतर त्या गावची लोकसंख्या किती होईल ?

① 1,94,481 ② 60,000

③ 1,94,480 ④ यांपैकी नाही

9. एका गावची लोकसंख्या दरवर्षी 2% नी वाढते. जर आज लोकसंख्या 26,010 असेल तर दोन वर्षांपूर्वीची लोकसंख्या किती ?

① 26,010 ② 25,000

③ 27,000 ④ यांपैकी नाही

10. एका गावची लोकसंख्या दरवर्षी 20% नी वाढते. जर आज लोकसंख्या 72,000 असेल तर दोन वर्षांपूर्वीची लोकसंख्या किती ?

① 50,000 ② 60,000
③ 70,000 ④ यांपैकी नाही

11. वस्तूंच्या किमती पहिल्या वर्षी 20 टक्क्यांनी वाढल्या, दुसऱ्या वर्षी पुन्हा 20 टक्क्यांनी वाढल्या, तर एकूण किमती किती टक्क्यांनी वाढल्या ?

① 44% ② 34% ③ 32% ④ 4%

12. वस्तूंच्या किमती पहिल्या वर्षी 20% नी वाढल्या, दुसऱ्या वर्षी 10% नी कमी झाल्या तर एकूण किमती किती टक्क्यांनी वाढल्या किंवा घटल्या ?

① 8% घट ② 8% वाढ
③ 18% वाढ ④ 108% वाढ

13. एका गावची लोकसंख्या 15,000 असून दरवर्षी ती 10% नी वाढते तर तीन वर्षांनंतर त्या गावची लोकसंख्या किती होईल ?

① 19,900 ② 19,000 ③ 19,960 ④ 19,965

14. एका गावची लोकसंख्या 20,000 असून दरवर्षी ती 5% नी वाढते तर $1\frac{1}{2}$ वर्षांनंतर त्या गावची लोकसंख्या किती होईल ?

① 20,000 ② 21,525
③ 25,500 ④ यांपैकी नाही

15. एका गावची लोकसंख्या दरवर्षी 5% नी वाढते. जर आज लोकसंख्या 17,640 असेल तर दोन वर्षांपूर्वीची लोकसंख्या किती ?

① 20,000 ② 16,400
③ 16,000 ④ यांपैकी नाही

उत्तरसूची

1. ❶	2. ❶	3. ❶	4. ❷	5. ❹	6. ❶	7. ❷
8. ❶	9. ❷	10. ❶	11. ❶	12. ❷	13. ❹	14. ❷
15. ❸						

★★★

3. सरळव्याज

◈ आपण गरज भागविण्यासाठी बँकेकडून अथवा संस्थेकडून कर्जाऊ म्हणून काही रक्कम घेतो, पण ती रक्कम वापरल्याबद्दल वर्षाकाठी ₹ 100 रकमेच्या पटीवर काही मोबदला द्यावा लागतो. या रकमेला व्याज असे म्हणतात.

◈ **मुद्दल (म)** : कर्जाऊ म्हणून घेतलेली रक्कम.

◈ **दर (द)** : दर साल दर शेकडा (द.सा.द.शे.) ₹ 100 मुद्दलावर वर्षासाठी आकारली जाणारी रक्कम.

◈ **काळ (क)** : कर्जाऊ रक्कम ज्या मुदतीसाठी वापरली जाणार आहे ती मुदत.

◈ **रास** : मुद्दल आणि सरळव्याज मिळून येणारी रक्कम होय.

◈ **सरळव्याज** $= \dfrac{\text{मुद्दल} \times \text{दर} \times \text{काळ}}{100}$

सरळव्याज $= \dfrac{\text{म} \times \text{द} \times \text{क}}{100}$

◈ **रास** = मुद्दल + सरळव्याज

◈ **सरळव्याज** = रास – मुद्दल

◈ **मुद्दल** = रास – सरळव्याज

◈ **दामदुप्पट** : मुद्दलाएवढेच काही मुदतीमध्ये जर व्याज मिळत असेल तर त्या मूळ मुद्दलाची दामदुप्पट झाली असे म्हणतात.

नमुना उदाहरणे

1. 15,000 रूपये 10% दराने 3 वर्षांसाठी घेतल्यास किती व्याज होईल ?

① ₹ 4,500 ② ₹ 1,500 ③ ₹ 19,500 ④ ₹ 3,000

स्पष्टीकरण : वरील उदाहरणाचे काळजीपूर्वक वाचन केल्यानंतर खालीलप्रमाणे म, द, क यांच्या किमती काढू या.

मुद्दल (म) = ₹ 15,000, दर (द) = 10%, काळ (क) = 3 वर्षे

∴ सरळव्याज = ?

या ठिकाणी सरळव्याजाचे सूत्र वापरून सरळव्याज काढू.

$$\therefore \quad \text{व्याज} = \frac{\text{म} \times \text{द} \times \text{क}}{100}$$

$$= \frac{15{,}0\not{0}\not{0} \times 10 \times 3}{1\not{0}\not{0}}$$

$$= 150 \times 10 \times 3$$

$$= 1{,}500 \times 3$$

$$= ₹\ 4{,}500$$

∴ सरळव्याज ₹ 4,500

∴ **उत्तर :** पर्याय क्र. ❶

2. 2,40,000 रुपयांचे किती टक्के दराने 5 वर्षांची रास ₹ 3,36,000 होईल ?

① 6 वर्षे ② 12 वर्षे ③ 8 वर्षे ④ 9 वर्षे

स्पष्टीकरण : उदाहरणाचे वाचन करून काळजीपूर्वक खालील किमती काढाव्यात.

म = 2,40,000; क = 5 वर्षे, द = ?, रास = 3,36,000; सरळव्याज = ?

प्रथम सरळव्याज काढू.

$$\therefore \quad \text{सरळव्याज} = \text{रास} - \text{मुद्दल}$$

$$= 3{,}36{,}000 - 2{,}40{,}000$$

$$= ₹\ 96{,}000$$

$$\text{सरळव्याज} = ₹\ 96{,}000$$

$$\text{व्याज} = \frac{\text{म} \times \text{द} \times \text{क}}{100}$$

$$96{,}000 = \frac{2{,}40{,}0\not{0}\not{0} \times \text{द} \times 5}{1\not{0}\not{0}}$$

$$\therefore \quad 96{,}000 = 2{,}400 \times \text{द} \times 5$$

$$\therefore \quad \frac{96{,}0\not{0}\not{0}}{2{,}4\not{0}\not{0} \times 5} = \text{द}$$

∴ $द = \frac{40}{5}$

∴ द = 8 वर्षे

∴ **उत्तर :** पर्याय क्र. ❸

3. 12,000 रुपयांची दामदुप्पट 4 वर्षांमध्ये होण्यासाठी व्याजाचा दर किती असावा ?

① 20% ② 15% ③ 25% ④ 40%

स्पष्टीकरण : उदाहरणाचे वाचन करून खालील माहिती मिळवावी.

म = ₹ 12,000; क = 4 वर्षे; द = ?; सरळव्याज = ?

या ठिकाणी दामदुप्पट होण्यासाठी मुद्दलाएवढीच व्याजाची रक्कम मिळाल्यास त्या रकमेची दामदुप्पट होईल.

सरळव्याज = ₹ 12,000

∴ $सरळव्याज = \frac{म \times द \times क}{100}$

$12{,}000 = \frac{12{,}000 \times द \times 4}{100}$

∴ $\frac{12{,}\cancel{000} \times 100}{12{,}\cancel{000} \times 4} = द$

∴ द = 25%

∴ **उत्तर :** पर्याय क्र. ❸

4. एका रकमेचे एका वर्षाचे ठरावीक दराने व्याज ₹ 1,200 होते, तर त्याच दराने त्याच रकमेचे 8 वर्षांचे व्याज किती होईल ?

① ₹ 8,400 ② ₹ 10,800

③ ₹ 9,600 ④ ₹ 12,000

स्पष्टीकरण : वरील उदाहरणात असलेल्या माहितीवरून

म = समान रक्कम	म = समान रक्कम
द = समान दर	द = समान दर
क = 1 वर्ष	क = 8 वर्षे
सरळव्याज = ₹ 1,200	सरळव्याज = ?

मुद्दल, दर समान असताना सरळव्याज काळाच्या पटीत असते.

क = 1 वर्ष; व्याज = 1,200; क = 8 वर्षे

∴ व्याज = $1,200 \times 8$

= ₹ 9,600

∴ दर वर्षाचे व्याज समान असते.

∴ **उत्तर :** पर्याय क्र. ❸

5. प्रत्येकी ₹ 24,000 राम आणि शामने अनुक्रमे 10% ते 12% दराने अनुक्रमे 3 वर्षे आणि 4 वर्षांसाठी घेतले, तर त्यांच्या रासीतील फरक किती ?

① ₹ 1,200 ② ₹ 4,200 ③ ₹ 2,400 ④ ₹ 3,120

स्पष्टीकरण : राम आणि शाम यांनी घेतलेल्या कर्जाची माहिती अनुक्रमे

रामचे कर्ज	शामचे कर्ज
म = ₹ 24,000	म = ₹ 24,000
द = 10%	द = 12%
क = 3 वर्षे	क = 4 वर्षे
व्याज = ?	व्याज = ?

∴ रामचे सरळव्याज = $\dfrac{\text{म} \times \text{द} \times \text{क}}{100}$

$= \dfrac{24,0\cancel{00} \times 10 \times 3}{1\cancel{00}}$

$= 2,400 \times 3$

= ₹ 7,200

∴ रामची रास = मुद्दल + व्याज

= 24,000 + 7,200

= ₹ 31,200 ... (1)

$$\therefore \quad \text{शामचे सरळव्याज} = \frac{\text{म} \times \text{द} \times \text{क}}{100}$$

$$= \frac{24,0\cancel{00} \times 12 \times 4}{1\cancel{00}}$$

$$= 240 \times 12 \times 4$$

$$= 960 \times 12$$

$$= ₹\ 10,320$$

$$\therefore \quad \text{शामची रास} = \text{मुद्दल} + \text{व्याज}$$

$$= 24,000 + 10,320$$

$$= ₹\ 34,230 \qquad \text{... (2)}$$

∴ रासीतील फरक काढायचा आहे.

$$\text{रासीतील फरक} = \text{शामची रास} - \text{रामची रास}$$

$$= 34,320 - 31,200$$

$$= ₹\ 3,120$$

∴ रासीतील फरक 3,120 रुपयांचा आहे.

∴ **उत्तर :** पर्याय क्र. ❹

प्रश्नावली–1

1. 1,200 रुपयांची रास 12% दराने 1,344 रुपये किती वर्षात होईल ?

   ① 2 वर्षे ② 1 वर्ष ③ 11 वर्षे ④ 10 वर्षे

2. 18,000 रुपयांची 10% दराने किती वर्षांमध्ये दामदुप्पट होईल ?

   ① 10 वर्षे ② 20 वर्षे ③ 5 वर्षे ④ 8 वर्षे

3. एका रकमेचे एका वर्षाचे व्याज ₹ 900 होते, तर 12% दराने त्याच रकमेचे 4% दराने एका वर्षात किती व्याज होईल ?

   ① ₹ 10,800 ② ₹ 1,800 ③ ₹ 2,700 ④ ₹ 3,600

4. एका रकमेची 12% दराने 2 वर्षांची रास ₹ 18,600 होते, तर ती रक्कम किती ?

① ₹ 15,000 ② ₹ 14,000

③ ₹ 12,000 ④ ₹ 18,000

5. 12,000 रुपयांची काही दराने 10 वर्षांचे व्याज ₹ 9,000 होते, तर त्याच रकमेची त्याच दराने 5 वर्षांचे व्याज किती होईल ?

① ₹ 3,000 ② ₹ 4,500

③ ₹ 6,000 ④ ₹ 5,000

6. 24,000 रुपयांच्या 15% दराने 4 वर्षे व 6 वर्षे या दराने रासीत कितीचा फरक होईल ?

① 7,200 ② 10,800 ③ 3,600 ④ 9,000

7. रामने सहकारी सोसायटी व राष्ट्रीयकृत बँकेकडून अनुक्रमे प्रत्येकी ₹ 30,000 कर्ज 12% व 15% दराने 4 वर्षांत फेडले, तर कोणाचे व्याज कितीने जास्त द्यावे लागेल ?

① 36,000 राष्ट्रीयकृत बँकेचे ② 3,600 सहकारी सोसायटीचे

③ 2,400 राष्ट्रीयकृत बँकेचे ④ 4,400 सहकारी सोसायटीचे

8. 9,00,000 रुपयांची किती वर्षांत 5% दराने दामतिप्पट होईल ?

① 20 वर्षांमध्ये ② 40 वर्षांमध्ये

③ 10 वर्षांमध्ये ④ 15 वर्षांमध्ये

9. 9% दराने 9 वर्षांचे व्याज ₹ 81 होते, तर ती मुद्दल किती ?

① ₹ 50 ② ₹ 81 ③ ₹ 90 ④ ₹ 100

10. 10,000 रुपयांचे दोन वर्षांमध्ये काही दराने ₹ 2,000 व्याज होते, तर 20,000 रुपयांचे दोन वर्षांमध्ये त्याच दराने किती व्याज होईल ?

① ₹ 2,000 ② ₹ 1,000 ③ ₹ 4,000 ④ ₹ 3,000

उत्तरसूची

1. ❷	2. ❶	3. ❸	4. ❶	5. ❷	6. ❶	7. ❶
8. ❷	9. ❹	10. ❸				

★★★

घटक 6 : भूमिती

1. कोन व त्यांचे प्रकार

◈ **बिंदू :** अतिशय अणकुचीदार अशा टोकाने कागदावर टिंब काढल्यास बिंदू मिळतो.

पुढील आकृतीत बिंदू A, B, C दाखविले आहेत.

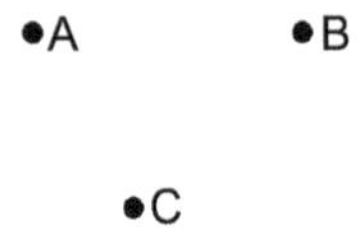

◈ **रेषा :** रेषा ही अमर्याद असते, हे दर्शविण्यासाठी रेषेच्या दोन्ही टोकांना बाणाच्या खुणा केलेल्या असतात. रेषा हा बिंदूंचा समूह असतो.

सोबतच्या आकृतीत रेषा AB दाखवली आहे.

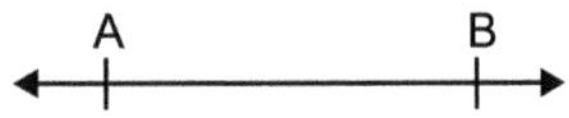

◈ **रेषाखंड :** रेषाखंड हा मर्यादित असतो. रेषाखंड हा रेषेचाच एक भाग असतो. रेषाखंडाला अंत्यबिंदू असतात, जे त्याचे नाव दर्शवितात.

सोबतच्या आकृतीत रेषाखंड PQ दाखविला आहे.

◈ **किरण :** किरण हा एका बाजूला अमर्याद वाढतो. किरणचे नाव आरंभबिंदूपासून सुरुवात करून लिहितात. सोबतच्या आकृतीत किरण XY दाखविला आहे.

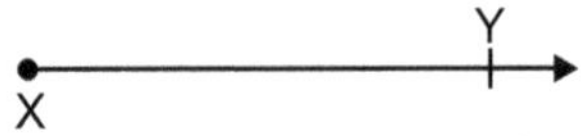

रेषा, रेषाखंड व किरण हे बिंदूंचे समूह आहेत.

◈ सोबतची आकृती कोनाची आहे.

◈ **बाजू किंवा भुजा :** सोबतच्या कोनाला बाजू AB व बाजू BC या दोन बाजू आहेत.

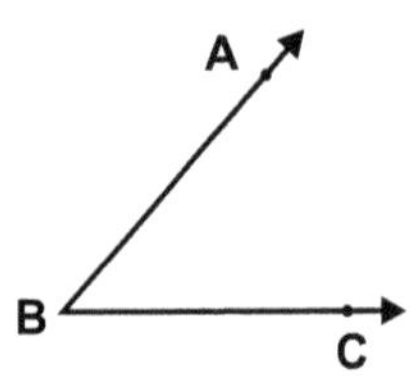

◈ सोबतच्या कोनांचे वाचन ∠ABC किंवा ∠CBA असे करतात.

◈ कोनांसाठी हे '∠' चिन्ह वापरतात.

◈ सोबतच्या कोनांचा 'B' हा आरंभबिंदू आहे. किरण BA व किरण BC हे दोन किरण निघाले आहेत. त्यामुळे वाचन करताना आरंभबिंदूचे नाव मध्यभागी घ्यावे.

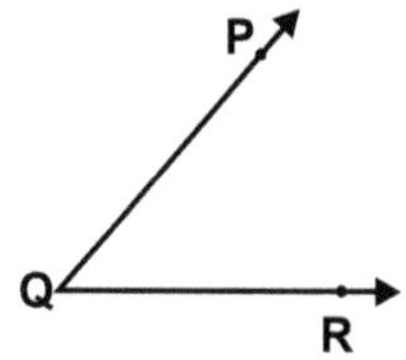

कोनाचे नाव	कोनाचा शिरोबिंदू	कोनाच्या बाजू/भुजा
∠PQR किंवा ∠RQP	बिंदू Q	बाजू PQ किंवा QP बाजू QR किंवा RQ

◈ **कोनमापक :** दिलेल्या कोनाचे माप मोजण्यासाठी व दिलेल्या मापाचा कोन काढण्यासाठी 'कोनमापक' या साधनाचा वापर करतात.

- कोनमापक म्हणजे वर्तुळाचा निम्मा भाग असतो.
- वर्तुळाच्या 'केंद्राला' कोनमापकाचे केंद्र असे म्हणतात.
- कोनमापकाच्या व्यासाला कोनमापकाची 'संदर्भ रेघ' किंवा 'तळरेघ' असे म्हणतात.
- कोनमापकात 0°, 10°, 20°, ..., 180° पर्यंत कोनांची मापे असतात.

◈ भुजा वाढविल्यामुळे कोनाचे माप बदलत नाही.

◈ **कोनाचे प्रकार :** मापावरून कोनाचे तीन प्रकार पडतात.

(1) काटकोन (2) लघुकोन (3) विशाल कोन

- **काटकोन :** 90° मापाच्या कोनाला 'काटकोन' असे म्हणतात.

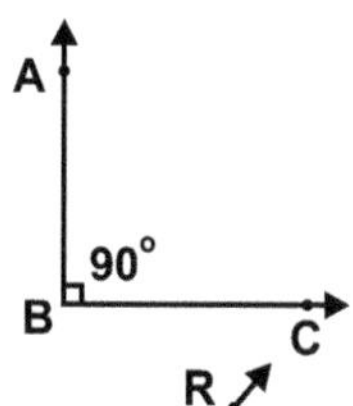

- **लघुकोन :** ज्या कोनाचे माप 90° पेक्षा कमी असते. त्या कोनाला 'लघुकोन' असे म्हणतात. ∠RST हा लघुकोन आहे.

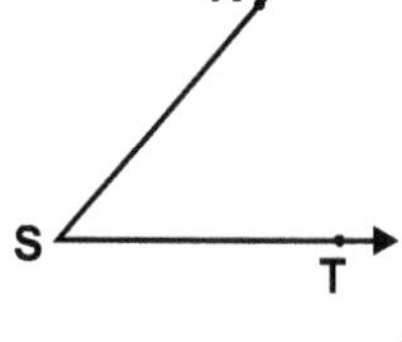

- **विशालकोन :** ज्या कोनाचे माप 90° पेक्षा जास्त असते. त्या कोनाला 'विशाल कोन' असे म्हणतात.

  ∠LMN हा विशालकोन आहे.

नमुना उदाहरणे

1. खालीलपैकी काटकोन नसणारा कोनाचा पर्याय कोणता ?

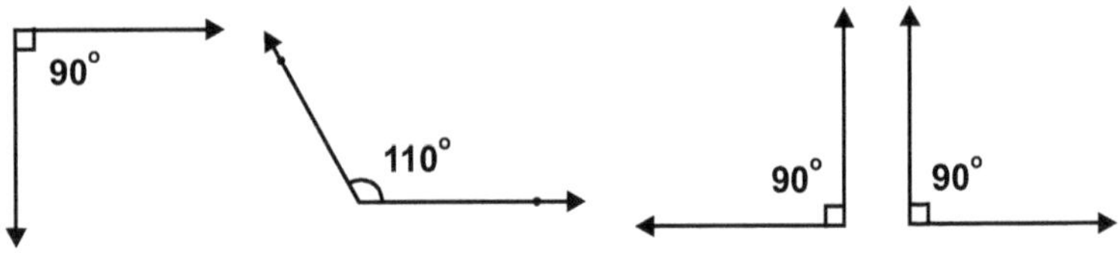

① ② ③ ④

स्पष्टीकरण : काटकोन नसणारा कोन शोधायचा आहे. काटकोन म्हणजे ज्या कोनाचे माप 90° असते त्या कोनाला 'काटकोन' असे म्हणतात.

या ठिकाणी पर्याय क्र. 1, 3 व 4 या पर्यायांतील कोनाचे माप 90° आहे. पर्याय क्र. 2 मधील कोनाचे माप 110° आहे. त्यामुळे हा विशालकोन आहे तो काटकोन नाही.

∴ **उत्तर :** पर्याय क्र. ❹

2. कोनमापकाचा उपयोग करून जास्तीत जास्त किती अंशापर्यंत मोठ्या कोनाचे मापन करता येते ?

① 150° ② 140° ③ 210° ④ 180°

स्पष्टीकरण : कोनमापकाचा उपयोग कोन मोजण्यासाठी करता येतो. या ठिकाणी 0°, 10° ...., 180° पर्यंत कोनांचे मापन करता येते.

कोनमापकाचा उपयोग करून जास्तीत जास्त 180° पर्यंतच्या कोनाचे मापन करता येते. 210° अंशाचा कोन असत नाही. त्यामुळे सर्वांत मोठा कोन 180° मापाचा असतो.

∴ **उत्तर :** पर्याय क्र. ❹

3. खालीलपैकी वेगळा कोन असणारा पर्याय कोणता ?

① 110° ② 175° ③ 125° ④ 65°

स्पष्टीकरण : वरील प्रश्नात वेगळा कोन असणारा पर्याय म्हणजे वेगळा प्रकार असणारा कोन शोधायचा आहे. या ठिकाणी -

पर्याय क्र. ① : 110° - हा कोन विशालकोन आहे.

पर्याय क्र. ② : 175° - हा कोन विशालकोन आहे.

पर्याय क्र. ③ : 125° - हा कोन विशालकोन आहे.

पर्याय क्र. ④ : 65° - हा कोन लघुकोन आहे.

पर्याय क्र. ①, ② व ③ हे विशालकोनाचे माप आहे. पण पर्याय क्र. ④ मध्ये लघुकोन आहे.

∴ **उत्तर :** पर्याय क्र. ❹

प्रश्नावली

1. कोनमापकाच्या व्यासाला काय म्हणतात ?
   ① संदर्भ रेषा ② तळ रेषा
   ③ आडवी रेषा ④ पर्याय ① व ②

2. सोबतच्या आकृतीत कोनाच्या अंतरभागात असलेला बिंदू कोणता ?
   ① बिंदू P ② बिंदू Q
   ③ बिंदू R ④ बिंदू M

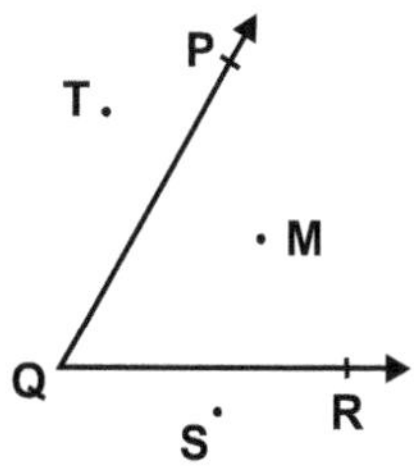

3. काटकोनापेक्षा लहान असणाऱ्या कोनाला काय म्हणतात ?
   ① काटकोन ② लघुकोन ③ विशालकोन ④ सरळकोन

4. खालीलपैकी कोणता कोन लघुकोन नाही ?
   ① 89° ② 91° ③ 5° ④ 75°

5. पुढील आकृतीत काटकोन असणाऱ्या कोनांची संख्या किती ?
   ① 6 ② 5
   ③ 4 ④ 7

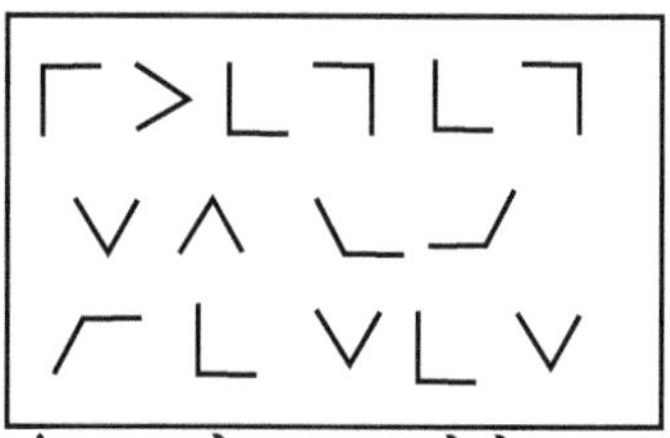

6. लंबरेषा एकमेकींना छेदल्यास किती अंशाचा कोन तयार होतो ?
   ① 90° ② 100° ③ 120° ④ 80°

7. सर्वांत मोठा कोन कोणता ?
   ① विशालकोन ② लघुकोन ③ काटकोन ④ शून्यकोन

8. घड्याळात 9 वाजता कोणत्या प्रकारचा कोन असेल ?
   ① काटकोन ② विशालकोन ③ सरळकोन ④ लघुकोन

उत्तरसूची

1. ❹	2. ❹	3. ❷	4. ❷	5. ❸	6. ❶	7. ❶
8. ❶						

2. समांतर व लंब रेषा

◈ **समांतर रेषा :** समांतर रेषा कोणत्याही बाजूला कितीही वाढविल्या तरी एकमेकींना छेदत नाही. समांतर रेषा सारख्या लांबीच्या नसतात.

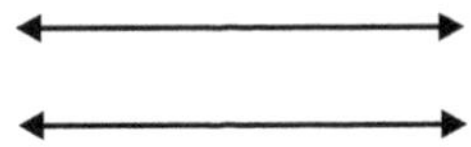

◈ **लंब रेषा :** जेव्हा दोन रेषा एकमेकांशी 90° मापाचा कोन करतात, तेव्हा त्या रेषा एकमेकींना लंब असतात. लंब रेषा दाखविण्यासाठी काटकोनाच्या चिन्हांचा वापर करतात. उदा., सरळ उभा खांब आणि त्याची जमिनीवरील सावली.

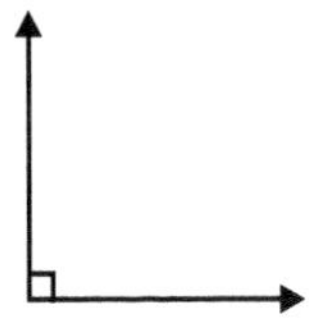

नमुना उदाहरणे

1. खालीलपैकी समांतर रेषा नसलेला पर्याय कोणता ?

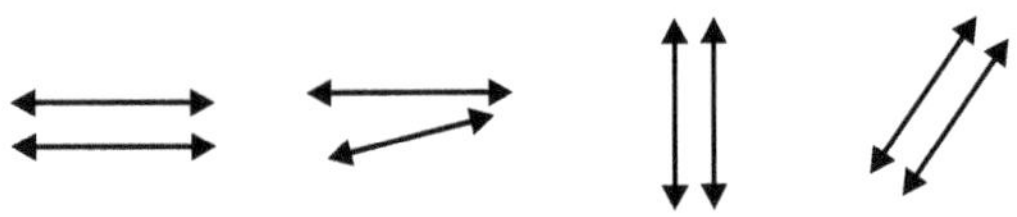

① ② ③ ④

स्पष्टीकरण : वरील प्रश्नांत समांतर रेषा नसलेल्या आकृतीचा पर्याय शोधायचा आहे.

समांतर रेषा : कोणत्याही बाजू या कितीही वाढविल्या तरी एकमेकींना छेदत नाहीत अशा रेषांना 'समांतर रेषा' असे म्हणतात.

पर्याय क्र. ①, ③ व ④ मध्ये रेषा वाढविल्यास त्या एकमेकींना छेदत नाहीत. त्यामुळे या समांतर रेषा आहेत. पर्याय क्र. ② मध्ये रेषा वाढविल्यास त्या एकमेकींना छेदतात त्यामुळे या समांतर रेषा नाहीत.

∴ **उत्तर :** पर्याय क्र. ❷

2. लंबरेषा एकमेकींना छेदल्यास किती अंशाचा कोन तयार होतो ?

① 180° ② 60° ③ 120° ④ 90°

स्पष्टीकरण : लंबरेषा : जेव्हा दोन रेषा एकमेकींना छेदल्यास 90° कोन तयार होतो. या रेषांना 'लंबरेषा' असे म्हणतात. त्यामुळे ज्या रेषा लंबरेषा आहेत त्या एकमेकींना छेदल्यास 90° कोन तयार होतो.

∴ **उत्तर :** पर्याय क्र. ❹

3. दिलेल्या आकृतीतील समांतर रेषांच्या जोडीचा योग्य पर्याय कोणता ?

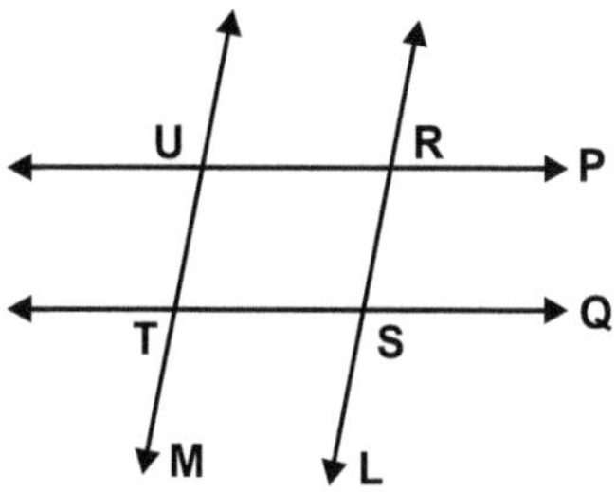

① रेषा P समांतर रेषा L

② रेषा Q समांतर रेषा P

③ रेषा M समांतर रेषा P

④ रेषा L समांतर रेषा P

स्पष्टीकरण : वरील प्रश्नात रेषा L रेषा M ला समांतर आहे. तसेच रेषा P व रेषा Q एकमेकीस समांतर आहेत.

∴ **उत्तर :** पर्याय क्र. ❷

4. आयताच्या समोरासमोरील बाजू एकमेकीस .... असतात.

① लंब ② समांतर

③ पर्याय ① व ② ④ यांपैकी नाही.

स्पष्टीकरण : आयताच्या समोरासमोरील बाजू समांतर असतात.

∴ **उत्तर :** पर्याय क्र. ❷

5. ΔPQR मध्ये,

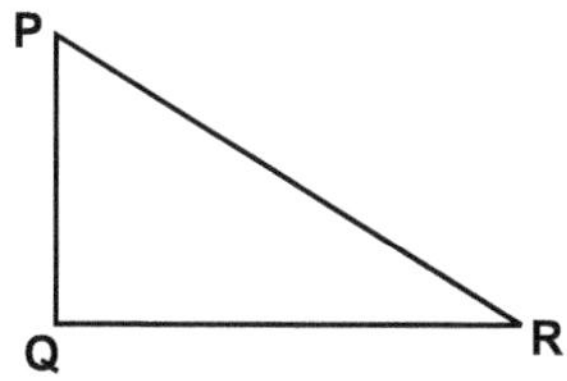

① बाजू PR ∥ बाजू PQ

② बाजू PR ⊥ बाजू QR

③ बाजू PQ ⊥ बाजू QR

④ यांपैकी नाही.

स्पष्टीकरण : ΔPQR हा काटकोन त्रिकोण आहे. काटकोन त्रिकोणात दोन बाजू एकमेकीस लंब असतात. दिलेल्या आकृतीत बाजू QR ला बाजू PQ लंब आहे.

∴ **उत्तर :** पर्याय क्र. ❸

प्रश्नावली

1. खालीलपैकी कोणत्या रेषा एकमेकींना छेदत नाहीत ?

① लंबरेषा ② असमांतर रेषा

③ समांतर रेषा ④ सर्व पर्याय बरोबर

2. खालीलपैकी समांतर रेषा असणारा पर्याय कोणता ?

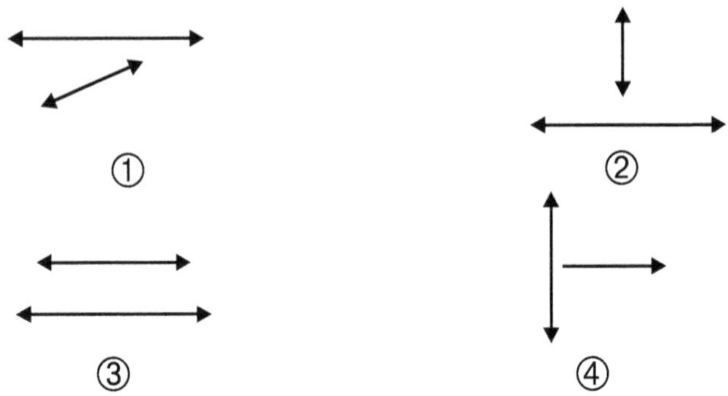

3. चौरसाच्या समोरासमोरील बाजू ....

① समांतर असतात. ② समांतर नसतात.

③ लंब असतात. ④ लंब नसतात.

4. आयताच्या लगतच्या बाजू परस्परांना .... असतात.

① समांतर ② पर्याय क्र. ① व ③

③ लंब ④ यांपैकी नाही

5. दिलेल्या आकृतीतील समांतर रेषांच्या जोड्या असणारा योग्य पर्याय निवडा.

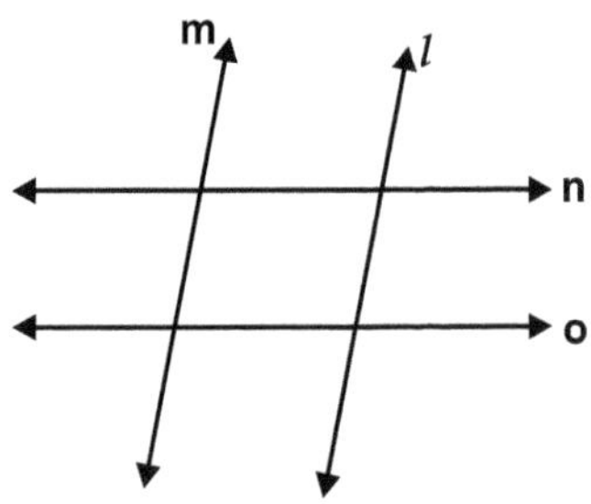

① रेषा $l \parallel$ रेषा m

रेषा n $\parallel$ रेषा l

② रेषा $l \parallel$ रेषा n

रेषा o $\parallel$ रेषा o

③ रेषा m $\parallel$ रेषा o

रेषा $l \parallel$ रेषा n

④ रेषा $l \parallel$ रेषा m

रेषा o $\parallel$ रेषा n

उत्तरसूची

1. ❸	2. ❸	3. ❶	4. ❸	5. ❹	

★★★

3. त्रिकोण, चौरस, बाजू, शिरोबिंदू

◈ **त्रिकोण :** एका रेषेत नसणारे तीन बिंदू रेषाखंडांनी जोडून जी आकृती तयार होते त्या आकृतीला 'बंदिस्त त्रिकोण' असे म्हणतात. त्रिकोणात तीन शिरोबिंदू, तीन बाजू, तीन कोन असतात.

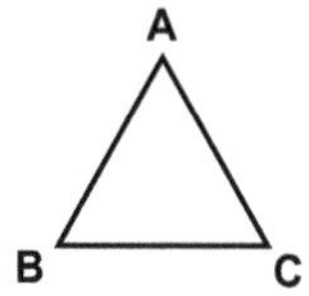

सोबतच्या Δ ABC वरून,

शिरोबिंदू	→	बिंदू A,	बिंदू B,	बिंदू C
बाजू	→	बाजू AB किंवा बाजू BA	बाजू AC किंवा CA	बाजू BC किंवा बाजू CB
कोन	→	∠ A किंवा ∠ BAC	∠ B किंवा ∠ ABC	∠ C किंवा ∠ BCA

◈ **त्रिकोणाच्या बाजूवरून पडणारे प्रकार :**

1. **समभुज त्रिकोण :** सर्व बाजू समान लांबीच्या असतात, त्या त्रिकोणाला 'समभुज त्रिकोण' असे म्हणतात.

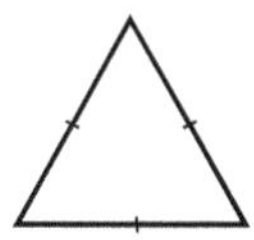

2. **समद्विभुज त्रिकोण :** कोणत्याही दोन बाजू समान असणारा त्रिकोण त्याला 'समद्विभुज त्रिकोण' असे म्हणतात.

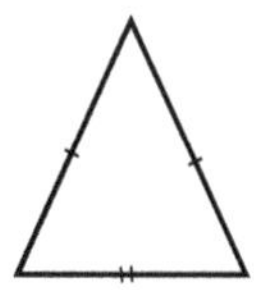

3. **विषमभुज त्रिकोण :** कोणतीही बाजू समान नसणारा त्रिकोण त्याला 'विषमभुज त्रिकोण' असे म्हणतात.

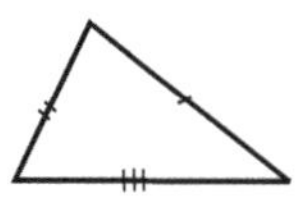

◈ **त्रिकोणाच्या कोनावरून पडणारे प्रकार :**

1. काटकोन त्रिकोण : त्रिकोणात एक कोन काटकोन असतो म्हणजे 90° असतो. त्या त्रिकोणाला 'काटकोन त्रिकोण' असे म्हणतात.

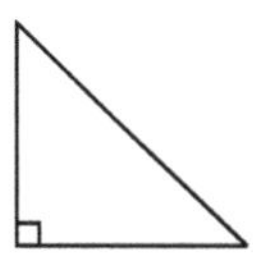

2. लघुकोन त्रिकोण : त्रिकोणात तिन्ही कोन लघू असतात. त्या त्रिकोणाला 'लघुकोन त्रिकोण' असे म्हणतात.

3. **विशालकोन त्रिकोण :** विशालकोन त्रिकोणात एक कोन विशाल असतो त्या त्रिकोणाला 'विशालकोन त्रिकोण' असे म्हणतात.

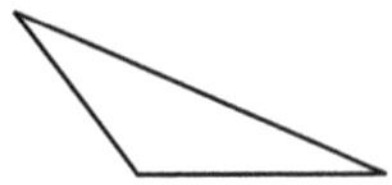

◈ **चौरस :** ज्या चौकोनाच्या सर्व बाजू समान लांबीच्या व सर्व कोन काटकोन असतात. त्या चौकोनाला 'चौरस' असे म्हणतात.

पुढील आकृतीत □PQRS ही चौरसाची आकृती आहे.

चौरसाला चार शिरोबिंदू, चार बाजू, चार काटकोन व दोन कर्ण आहेत.

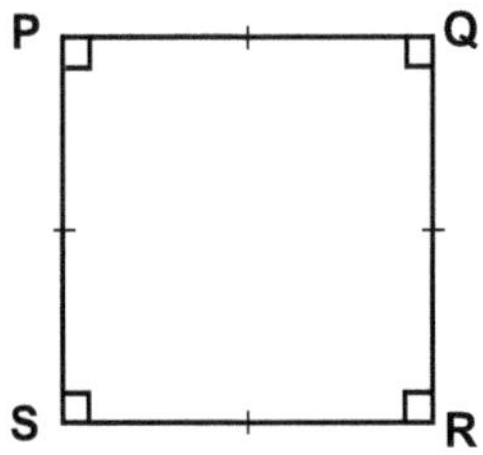

चौरसाचे शिरोबिंदू	बिंदू P,	बिंदू Q,	बिंदू R,	बिंदू S
चौरसाचे चार काटकोन	∠P,	∠Q,	∠R,	∠S
चौरसाच्या चार बाजू	बाजू PQ	बाजू QR	बाजू RS	बाजू SP
चौरसाचे दोन कर्ण	कर्ण PR		कर्ण SQ	

◈ **आयत :** ज्या चौकोनाच्या समोरासमोरील बाजू समान असतात. त्या चौकोनाला 'आयत' असे म्हणतात.

□ABCD ही आयताची आकृती आहे.

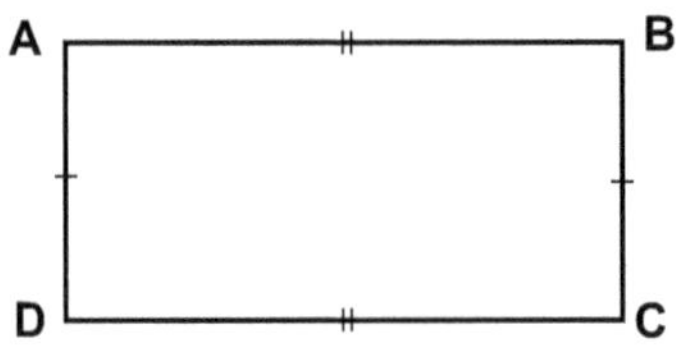

आयताचे शिरोबिंदू	बिंदू A,	बिंदू B,	बिंदू C,	बिंदू D
आयताचे चार काटकोन	∠A	∠B	∠C	∠D
आयताच्या बाजू	बाजू AB = बाजू DC		बाजू AD = बाजू BC	
आयताचे कर्ण	रेख AC		रेख BD	

◈ **समभुज चौकोन :** ज्या चौकोनाच्या चार बाजू समान असतात त्या चौकोनाला 'समभुज चौकोन' असे म्हणतात.

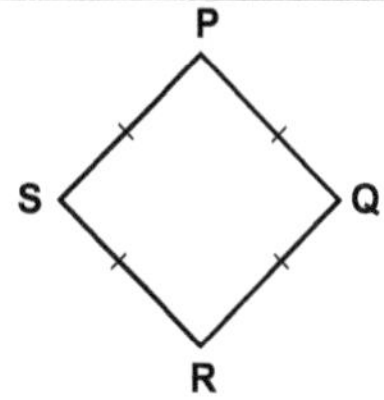

◈ **पतंगाकृती चौकोन :** ज्या चौकोनाच्या लगतच्या दोन लहान बाजू समान व लगतच्या दोन मोठ्या बाजू समान आहेत त्यांना 'पतंगाकृती चौकोन' असे म्हणतात.

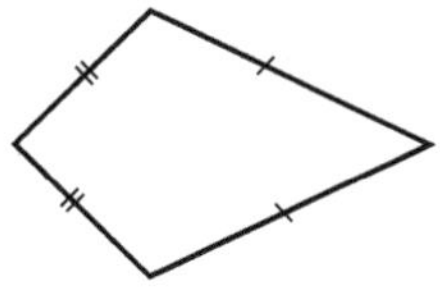

◈ **इष्टिकाचितीचे घटक :** (1) इष्टिकाचितीला 8 शिरोबिंदू असतात. (2) इष्टिकाचितीला 12 कडा असतात. (3) इष्टिकाचितीला 6 पृष्ठे असतात. (4) ही पृष्ठे आयताकृती किंवा चौरसाकृती असतात.

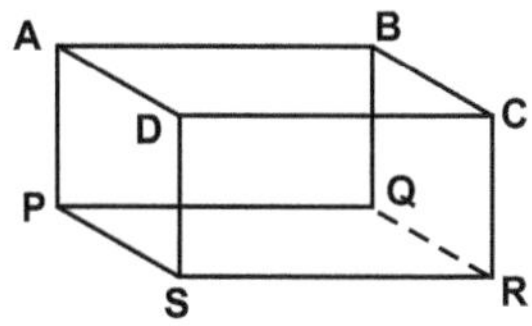

◈ **घन :** (1) घनाला 8 शिरोबिंदू असतात.
(2) घनाला 12 कडा असतात.
(3) घनाला 6 पृष्ठे असतात.
(4) घनाची पृष्ठे चौरसाकृती असतात.

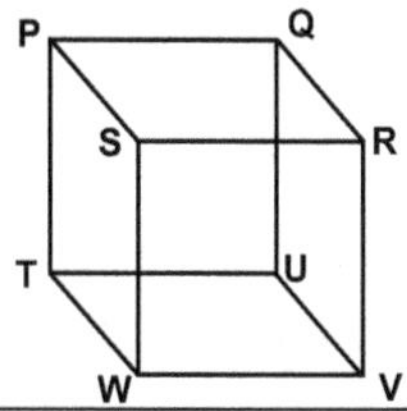

नमुना उदाहरणे

1. **सोबतच्या □ABCD हा आयत असून रेख AB ची लांबी 8 सें.मी. आहे. तर रेख CD ची लांबी किती ?**

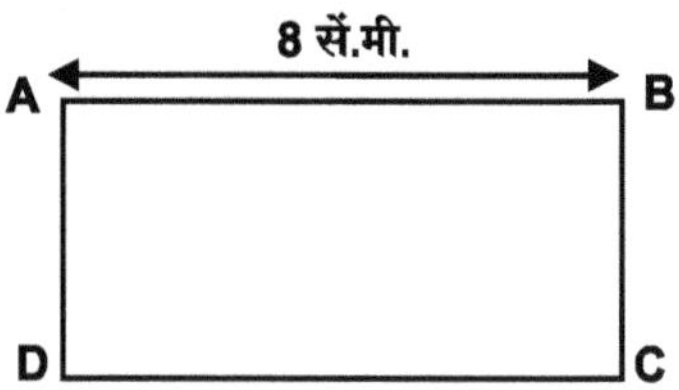

① 6 सें.मी. ② 4 सें.मी. ③ 8 सें.मी. ④ 12 सें.मी.

स्पष्टीकरण : □ABCD हा आयत आहे. आयताचा गुणधर्म आहे की आयताच्या समोरासमोरील बाजू समान लांबीच्या असतात.

रेख AB च्या समोरील बाजू CD आहे. रेख AB ची लांबी 8 सें.मी. आहे. त्यामुळे रेख CD ची लांबी 8 सें.मी. आहे.

∴ **उत्तर :** पर्याय क्र. ❸

2. खालीलपैकी त्रिकोणाविषयी अयोग्य वाक्य कोणते ?

① काटकोन त्रिकोणात एक कोन काटकोन असतो.

② त्रिकोणाला तीन शिरोबिंदू असतात.

③ विशालकोन त्रिकोणात दोन कोन लघुकोन असतात.

④ विषमभुज त्रिकोणात सर्व बाजू समान मापाच्या असतात.

स्पष्टीकरण : पर्याय क्र. ① : काटकोन त्रिकोणात एक कोन काटकोन असतो. हे विधान योग्य आहे.

पर्याय क्र. ② : त्रिकोणाला तीन शिरोबिंदू असतात. हे विधान योग्य आहे.

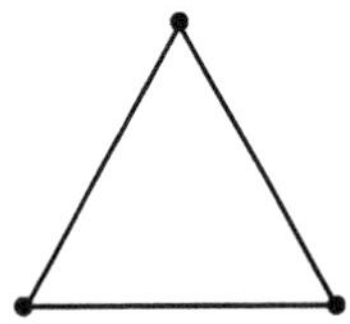

पर्याय क्र. ③ : विशाल कोन त्रिकोणात एक कोन विशाल कोन व इतर दोन कोन लघुकोन असतात. त्यामुळे हेही विधान बरोबर आहे.

पर्याय क्र. ④ : विषमभुज त्रिकोणात तिन्ही बाजू समान मापाच्या नसतात. तिन्ही बाजूंची लांबी वेगवेगळी असते.

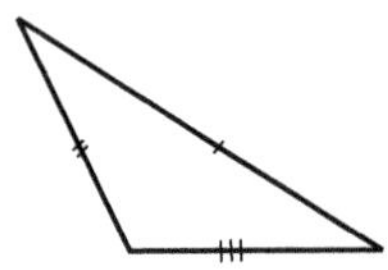

त्यामुळे या पर्यायात सर्व बाजू समान मापाच्या असतात असे आहे. त्यामुळे हे विधान अयोग्य आहे.

∴ **उत्तर :** पर्याय क्र. ❹

3. सोबतची आकृती चौरसाची असून समान बाजू नसणारा पर्याय कोणता ?

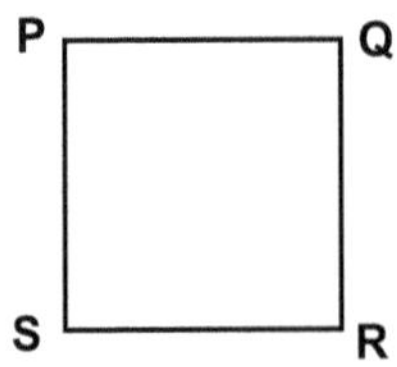

① बाजू PQ ② बाजू QR

③ बाजू PS ④ रेख PR

स्पष्टीकरण : सोबतच्या आकृतीत □PQRS हा चौरस आहे. चौरसाच्या चार बाजू समान मापाच्या असतात. चौरसाचा कर्ण हा चौरसाच्या बाजूपेक्षा मोठा असतो. वरील पर्यायात बाजू PQ, बाजू QR व बाजू PS या चौरसाच्या बाजू आहेत. त्यामुळे त्या समान मापाच्या आहेत. रेख PR हा चौरसाचा कर्ण आहे. त्यामुळे त्यांची लांबी इतर बाजूपेक्षा जास्त असते.

∴ **उत्तर :** पर्याय क्र. ❹

4. सोबतच्या आकृतीला किती शिरोबिंदू आहेत ?

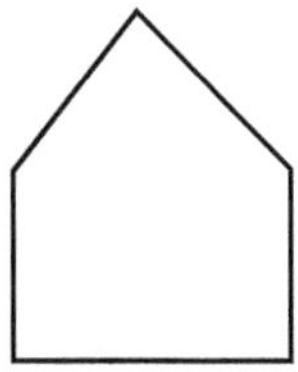

① 4 ② 5

③ 6 ④ 7

स्पष्टीकरण : वरील आकृतीत पाच बाजू असून त्या पाच बाजू पाच ठिकाणी एकमेकांना जोडून बंदिस्त पंचकोनाची आकृती आहेत. त्यामुळे या आकृतीला 5 शिरोबिंदू आहेत.

∴ **उत्तर :** पर्याय क्र. ❷

5. तीन शिरोबिंदू असणारी आकृती कोणती ?

① आयत ② चौरस

③ त्रिकोण ④ समभुज चौकोन

स्पष्टीकरण : तीन शिरोबिंदू असणाऱ्या आकृतीस 'त्रिकोण' असे म्हणतात. त्रिकोणाला तीन कोन, तीन बाजू, तीन शिरोबिंदू असतात.

∴ **उत्तर :** पर्याय क्र. ❸

6. चौरसाला किती शिरोबिंदू असतात ?

① तीन ② चार ③ दोन ④ एक

स्पष्टीकरण : चौरसाला चार बाजू व चार कोपरे असतात. त्यामुळे चौरसाला चार शिरोबिंदू असतात.

∴ **उत्तर :** पर्याय क्र. ❷

7. खालीलपैकी कोणत्या आकृतीच्या चारही बाजू समान मापाच्या असतात ?

① आयत ② त्रिकोण

③ चौरस ④ पतंगाकृती चौकोन

स्पष्टीकरण : चौरसाच्या चार बाजू समान मापाच्या असतात.

∴ **उत्तर :** पर्याय क्र. ❸

8. खालील आकृतीचे नाव काय ?

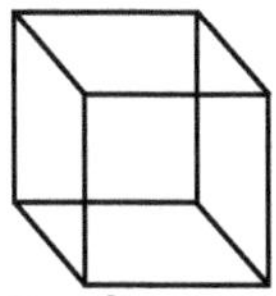

① चौरस ② घन

③ इष्टिकाचिती ④ आयत

स्पष्टीकरण : वरील आकृतीला 6 पृष्ठे असून ही पृष्ठे चौरसाकृती आहेत. त्यामुळे आकृतीचे नाव घन आहे.

∴ **उत्तर :** पर्याय क्र. ❷

9. **इष्टिकाचितीला किती पृष्ठे असतात ?**

① चार ② पाच ③ सहा ④ सात

स्पष्टीकरण : इष्टिकाचितीला सहा पृष्ठे असतात. ही पृष्ठे आयताकृती किंवा चौरसाकृती असतात.

∴ **उत्तर :** पर्याय क्र. ❸

प्रश्नावली

1. त्रिकोणाला किती बाजू असतात ?

① एक ② दोन ③ तीन ④ चार

2. चौरसाला किती शिरोबिंदू असतात ?

① एक ② दोन ③ तीन ④ चार

3. इष्टिकाचितीची पृष्ठे कोणत्या आकाराची असतात ?

① त्रिकोणाकृती ② वर्तुळाकृती ③ आयताकृती ④ रेखाकृती

4. घनाला किती कडा असतात ?

① 10 ② 8 ③ 12 ④ 14

5. इष्टिकाचितीला किती पृष्ठे असतात ?

① 4 ② 8 ③ 6 ④ 12

6. खालीलपैकी कोणत्या आकृतीला जास्त शिरोबिंदू असतात ?

① आयत ② चौरस ③ त्रिकोण ④ घन

7. चौरसाकृती पृष्ठे कोणत्या आकृतीला असतात ?

① चौरस ② आयत ③ घन ④ त्रिकोण

8. आयताला किती शिरोबिंदू असतात ?

① तीन ② पाच ③ चार ④ सहा

उत्तरसूची

1. ❸	2. ❹	3. ❸	4. ❸	5. ❸	6. ❹	7. ❸
8. ❸						

★★★

4. वर्तुळ-त्रिज्या, जीवा, व्यास, केंद्र, परिघ, अंतर्भाग, बाह्यभाग, वर्तुळकंस

◈ **केंद्रबिंदू :** वर्तुळाच्या मध्यबिंदूला 'केंद्रबिंदू' असे म्हणतात. तो एकच असतो.

◈ **त्रिज्या :** वर्तुळाचा केंद्रबिंदू आणि वर्तुळावरील बिंदू यांना जोडणारी रेषा म्हणजे 'वर्तुळाची त्रिज्या' होय.

- एका वर्तुळाला असंख्य त्रिज्या काढता येतात.
- एका वर्तुळाच्या सर्व त्रिज्या समान लांबीच्या असतात.

◈ **जीवा :** वर्तुळावरील कोणतेही दोन बिंदू जोडणारी रेघ म्हणजेच 'वर्तुळाची जीवा' होय.

- एका वर्तुळाला असंख्य जीवा असतात.

◈ **व्यास :** वर्तुळ केंद्रातून जाणाऱ्या जीवेला 'व्यास' असे म्हणतात.

- एका वर्तुळाला असंख्य व्यास असतात. सर्व व्यास समान मापाचे असतात.
- व्यासाची लांबी त्रिज्येच्या दुप्पट असते.

व्यास = 2 × त्रिज्या.

सोबतच्या वर्तुळात
'P' हा केंद्रबिंदू आहे.
रेख PQ ही त्रिज्या आहे.
रेख AB हा व्यास आहे.
रेख CD ही जीवा आहे.

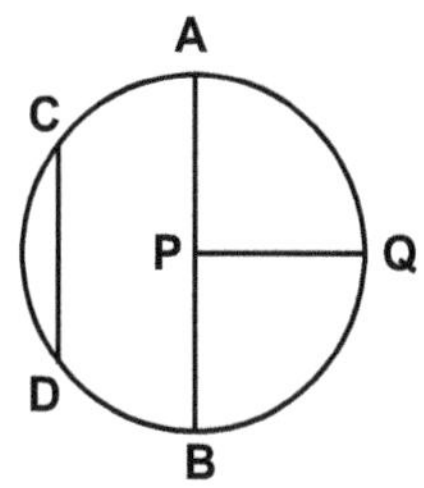

◈ व्यास ही वर्तुळाची सर्वांत मोठी जीवा असते.

◈ **वर्तुळाचा अंतर्भाग व बाह्यभाग :**

'C' हा वर्तुळाचा केंद्रबिंदू आहे.

अंतर्भाग : वर्तुळाच्या आत असलेल्या भागाला 'वर्तुळाचा अंतर्भाग' असे म्हणतात. बिंदू A, बिंदू B, बिंदू C हे वर्तुळाच्या अंतर्भागातील बिंदू आहेत.

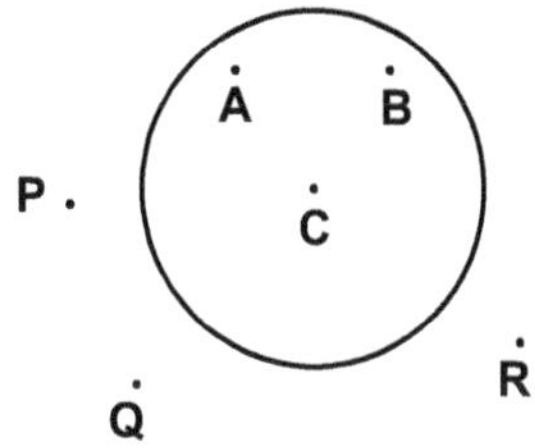

बाह्यभाग : वर्तुळाबाहेरील भागाला त्या वर्तुळाचा 'बाह्यभाग' असे म्हणतात. बिंदू P, बिंदू Q, बिंदू R हे वर्तुळाच्या बाह्यभागातील बिंदू आहेत.

◈ **वर्तुळकंस :** वर्तुळावर असणाऱ्या बिंदूमुळे वर्तुळाचे कंस तयार होतात.

या ठिकाणी वर्तुळावरील बिंदूमुळे वर्तुळकंस AB, वर्तुळकंस AC, वर्तुळकंस CD, वर्तुळकंस BD, तयार झाले आहेत.

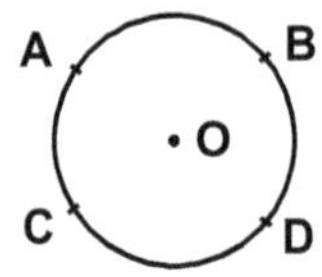

दोन बिंदूमुळे निश्चित वर्तुळकंस लक्षात येत नसल्यामुळे मध्यभागी तिसरा बिंदू घेऊन तीन अक्षरी नाव लिहावे.

◈ **वर्तुळाचा परीघ :** वर्तुळाचा परीघ मोजण्यासाठी रेषेचा वापर करतात.

नमुना उदाहरणे

1. एका वर्तुळाची त्रिज्या 8 सें.मी. आहे. तर त्या वर्तुळाची सर्वांत मोठी जीवा किती मापाची असते ?

① 12 सें.मी. ② 16 सें.मी. ③ 18 सें.मी. ④ 24 सें.मी.

स्पष्टीकरण : एका वर्तुळाची त्रिज्या 8 सें.मी. आहे. वर्तुळाची सर्वांत मोठी जीवा म्हणजे 'वर्तुळाचा व्यास' होय. व्यास ही वर्तुळाची सर्वांत मोठी जीवा आहे.

व्यास = $2 \times$ त्रिज्या

= 2×8

= 16 सें.मी.

∴ त्या वर्तुळाची सर्वांत मोठी जीवा म्हणजे व्यास 16 सें.मी. आहे.

∴ **उत्तर :** पर्याय क्र. ❷

2. 10 सें.मी. त्रिज्या असणाऱ्या वर्तुळात 20 सें.मी. लांबीच्या किती जीवा काढता येतील ?

① 10 ② 8 ③ 25 ④ असंख्य

स्पष्टीकरण : एका वर्तुळाची त्रिज्या 10 सें.मी. आहे. वर्तुळाची सर्वांत मोठी जीवा ही व्यास असते.

$$व्यास = 2 \times त्रिज्या$$
$$= 2 \times 10$$
$$= 20 \text{ सें.मी.}$$

20 सें.मी. लांबीची जीवा म्हणजे व्यास होय.

एकाच वर्तुळातील व्यास समान मापाचे असतात. त्या वर्तुळात असंख्य व्यास काढता येतात.

∴ **उत्तर :** पर्याय क्र. ❹

3. सोबतच्या वर्तुळाचे निरीक्षण करून मोठा कंस असणारा पर्याय कोणता ?

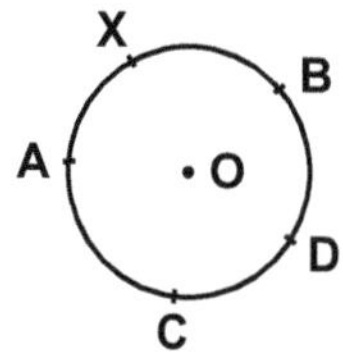

① कंस AX ② कंस AXB

③ कंस ACD ④ कंस ADB

स्पष्टीकरण : वरील प्रश्नात मोठा कंस असणारा पर्याय शोधायचा आहे.

पर्याय क्र. ① : कंस AX यांचे निरीक्षण करा.

पर्याय क्र. ② : कंस AXB यांचे निरीक्षण करा.

पर्याय क्र. ③ : कंस ACD यांचे निरीक्षण करा.

पर्याय क्र. ④ : कंस ADB यांचे निरीक्षण करा.

कंस AX < कंस AXB < कंस ACD < कंस ADB

कंस ADB हा सर्वांत मोठा कंस आहे.

∴ **उत्तर :** पर्याय क्र. ❹

4. खालीलपैकी असत्य विधान कोणते ?

① एकाच वर्तुळाला भिन्न लांबीच्या जीवा असतात.

② एका वर्तुळात भिन्न लांबीचा व्यास असतो.

③ एका वर्तुळात समान मापाच्या त्रिज्या असतात.

④ एका वर्तुळात एकच केंद्रबिंदू असतो.

स्पष्टीकरण : पर्याय क्र. ① : एकाच वर्तुळात असंख्य जीवा काढता येतात. जीवा म्हणजे वर्तुळावरील कोणतेही दोन बिंदू जोडणारी रेख होय. सर्व जीवांची लांबी समान नसते. एकाच वर्तुळाला भिन्न लांबीच्या जीवा असतात हे विधान सत्य आहे.

पर्याय क्र. ② : एका वर्तुळात असंख्य व्यास काढता येतात. व्यास हे समान मापाचे असतात. वर्तुळाचे व्यास भिन्न मापाचे नसतात. त्यामुळे हे विधान असत्य आहे.

पर्याय क्र. ③ : एकाच वर्तुळात असंख्य त्रिज्या काढता येतात. त्रिज्या म्हणजे वर्तुळाचा केंद्रबिंदू आणि वर्तुळावरील बिंदू यांना जोडणारी रेघ होय. त्यामुळे त्रिज्या या समान लांबीच्या असतात. त्यामुळे हे विधान सत्य आहे.

पर्याय क्र. ④ : एका वर्तुळाला एकच केंद्रबिंदू असतो. त्यामुळे हे विधान सत्य आहे.

∴ **उत्तर** : पर्याय क्र. ❹

5. एका वर्तुळाचा व्यास 36 सें.मी. आहे तर त्या वर्तुळाची त्रिज्या किती मापाची असते ?

① 9 सें.मी. ② 12 सें.मी. ③ 18 सें.मी. ④ 10 सें.मी.

स्पष्टीकरण : एका वर्तुळाचा व्यास 36 सें.मी. आहे. त्या वर्तुळाची त्रिज्या काढायची आहे.

व्यास व त्रिज्या यातील संबंध

$$\text{व्यास} = 2 \times \text{त्रिज्या}$$

$$36 = 2 \times \text{त्रिज्या}$$

∴ त्रिज्या ही व्यासाच्या निमपट असते.

$$\therefore \quad \text{त्रिज्या} = \frac{36}{2}$$

$$\therefore \quad \text{त्रिज्या} = 18 \text{ सें.मी.}$$

∴ **उत्तर** : पर्याय क्र. ❸

6. सोबतच्या वर्तुळाचा 'क' हा केंद्रबिंदू आहे. तर रेख 'कय' हा वर्तुळाचा कोणता भाग आहे ?

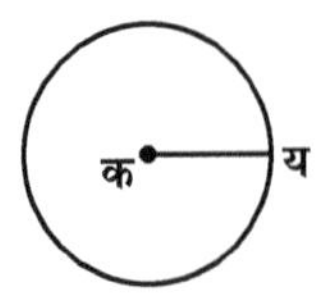

① व्यास ② जीवा

③ परीघ ④ त्रिज्या

स्पष्टीकरण : वर्तुळाचा केंद्रबिंदू व वर्तुळावरील कोणत्याही बिंदूला जोडणाऱ्या रेषेला 'त्रिज्या' असे म्हणतात. सोबतच्या आकृतीत 'क' हा केंद्रबिंदू व 'य' हा वर्तुळावरील बिंदू असून या दोन बिंदूंना जोडणाऱ्या रेषेला 'त्रिज्या' असे म्हणतात.

∴ **उत्तर** : पर्याय क्र. ❹

7. सोबतच्या वर्तुळाचा 'क' हा केंद्रबिंदू असून आकृतीचे निरीक्षण करून पुढील गटात न बसणारा पर्याय ओळखा.

① रेख 'मन' ② रेख 'अब'
③ रेख 'बग' ④ रेख 'अक'

स्पष्टीकरण : वरील आकृतीत पहिले तीन पर्याय दिलेले आहेत. ते तिन्ही रेषा वर्तुळाच्या जीवा आहेत. रेख अक वर्तुळाची त्रिज्या आहे.

∴ **उत्तर :** पर्याय क्र. ❹

8. वर्तुळाची सर्वांत मोठी जीवा कोणती ?

① त्रिज्या ② व्यास ③ परीघ ④ रेख

स्पष्टीकरण : व्यास ही वर्तुळाची सर्वांत मोठी जीवा आहे. कारण तो वर्तुळाच्या केंद्रबिंदूतून जाऊन वर्तुळावरील बिंदूंना समावून घेतात.

∴ **उत्तर :** पर्याय क्र. ❷

प्रश्नावली

1. एका वर्तुळाची त्रिज्या 12 सें.मी. आहे. तर त्या वर्तुळातील सर्वांत मोठी जीवा किती मापाची असेल ?

① 18 सें.मी. ② 24 सें.मी. ③ 22 सें.मी. ④ 20 सें.मी.

2. एका वर्तुळाचा व्यास 22 सें.मी. आहे. तर त्या वर्तुळाची त्रिज्या किती ?

① 10 सें.मी. ② 12 सें.मी. ③ 11 सें.मी. ④ 8 सें.मी.

3. खालीलपैकी अयोग्य विधान कोणते ?

① एका वर्तुळाला असंख्य जीवा काढता येतात.
② एका वर्तुळाला असंख्य व्यास काढता येतात.
③ एका वर्तुळाला असंख्य त्रिज्या काढता येतात.
④ एका वर्तुळात असंख्य केंद्रबिंदू काढता येतात.

4. खालीलपैकी अयोग्य विधान कोणते ?

① एकाच वर्तुळाच्या सर्व त्रिज्या समान असतात.
② एकाच वर्तुळाच्या सर्व जीवा समान असतात.
③ एकाच वर्तुळाच्या सर्वांत मोठ्या जीवा समान असतात.
④ एकाच वर्तुळाचे सर्व व्यास समान असतात.

प्रश्न 5 ते 7 : सोबतच्या आकृतीचे निरीक्षण करून पुढील प्रश्नांच्या उत्तराच्या पर्याय क्रमांकाचे वर्तुळ काळे करा.

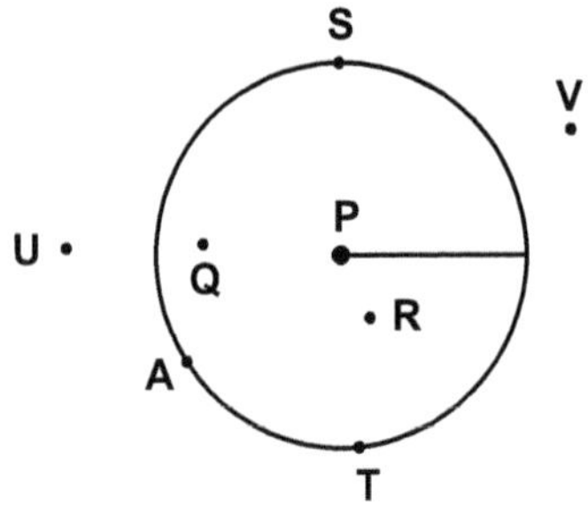

5. वरील आकृतीतील वर्तुळाच्या बाह्य भागात असणारा बिंदू कोणता ?
   ① बिंदू P ② बिंदू Q ③ बिंदू S ④ बिंदू V
6. वर्तुळावर असणारा बिंदू कोणता ?
   ① बिंदू P ② बिंदू Q ③ बिंदू V ④ बिंदू T
7. वर्तुळाच्या अंतर्भागात असणारा बिंदू कोणता ?
   ① बिंदू V ② बिंदू U ③ बिंदू P ④ बिंदू T
8. ज्या कंसाची टोके P आणि S नाहीत असा कंस असणारा पर्याय कोणता ?
   ① कंस PQS ② कंस PRS
   ③ कंस PTS ④ कंस QST

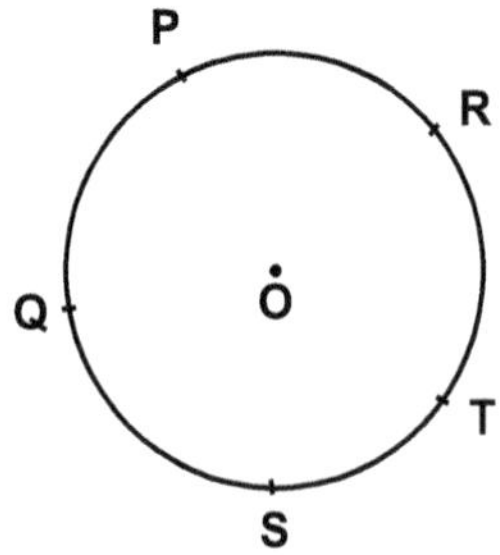

9. एका वर्तुळाकार मैदानाची त्रिज्या 22 सें.मी. आहे. तर त्या वर्तुळाचा व्यास किती असेल ?
   ① 11 सें.मी. ② 44 सें.मी. ③ 33 सें.मी. ④ 55 सें.मी.
10. खालीलपैकी मोठा कंस कोणता ?
   ① कंस PTS
   ② कंस QST
   ③ कंस PQ
   ④ कंस PSQ

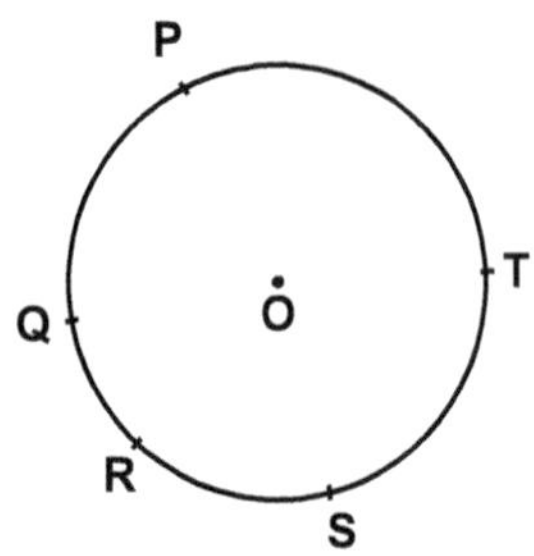

11. वर्तुळाला किती केंद्रबिंदू असतात ?
   ① एकच ② असंख्य ③ अनेक ④ दोन

प्रश्न 12 ते 15 : खालील आकृतीचे निरीक्षण करून पुढील प्रश्नांच्या उत्तराच्या पर्याय क्रमांकाचे वर्तुळ काळे करा.

12. वर्तुळाचा केंद्रबिंदू कोणता आहे ?

① बिंदू 'ब' ② बिंदू 'म'

③ बिंदू 'ग' ④ बिंदू 'अ'

13. वर्तुळाची जीवा कोणती ?

① रेख 'अग' ② रेख 'पब'

③ रेख 'अब' ④ सर्व पर्याय बरोबर

14. खालीलपैकी कोणती वर्तुळाची त्रिज्या नाही ?

① रेख 'मअ' ② रेख 'मन'

③ रेख 'अब' ④ रेख 'मब'

15. दिलेल्या आकृतीतील वर्तुळाची सर्वांत मोठी जीवा कोणती ?

① रेख 'अब' ② रेख 'अग'

③ रेख 'पब' ④ रेख 'मस'

16. वर्तुळाला किती त्रिज्या काढता येतात ?

① एक ② दोन ③ असंख्य ④ दहा

17. एका वर्तुळाच्या सर्वांत मोठ्या जीवेची लांबी 12 सें.मी. आहे. तर वर्तुळाच्या व्यासाची लांबी किती ?

① 12 सें.मी. ② 8 सें.मी. ③ 6 सें.मी. ④ 10 सें.मी.

उत्तरसूची

1. ❷	2. ❸	3. ❹	4. ❷	5. ❹	6. ❹
7. ❸	8. ❹	9. ❷	10. ❹	11. ❶	12. ❷
13. ❹	14. ❸	15. ❶	16. ❸	17. ❶	

★★★

5. परिमिती - त्रिकोण, आयत, चौरस, बहुभुजाकृती

◈ **परिमिती :** बंदिस्त आकृतीला परिमिती असते. बंदिस्त आकृतीच्या सर्व बाजूंच्या लांबीची बेरीज म्हणजे त्या आकृतीची 'परिमिती' होय.

◈ **त्रिकोणाची परिमिती :** त्रिकोणाच्या सर्व बाजूंच्या लांबीची बेरीज म्हणजे त्रिकोणाची परिमिती होय.

◈ **त्रिकोणाची परिमिती** = तिन्ही बाजूंच्या लांबीची बेरीज

त्रिकोणाचे प्रकार :

समभुज त्रिकोण परिमिती = तिन्ही बाजूंच्या लांबीची बेरीज (तिन्ही बाजू समान)

समभुज त्रिकोणाची परिमिती = $3 \times$ बाजू

समद्विभूज त्रिकोण = दोन समान बाजूंच्या लांबीची बेरीज + असमान बाजूची लांबी

विषमभुज त्रिकोण परिमिती = तिन्ही बाजूंच्या लांबीची बेरीज

◈ **चौरसाची परिमिती :** चौरसाच्या चार बाजूंच्या लांबीची बेरीज म्हणजे 'चौरसाची परिमिती' होय. चौरसाच्या सर्व बाजूंची लांबी सारखी असते.

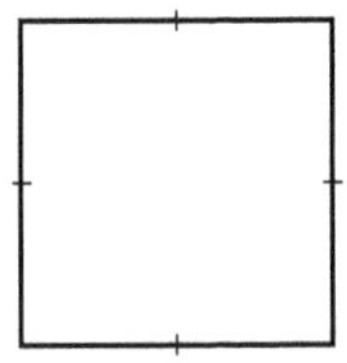

चौरसाची परिमिती = एका बाजूच्या लांबीची चौपट

चौरसाची परिमिती = $4 \times$ एका बाजूची लांबी

चौकोनाची परिमिती = चार बाजूंच्या लांबीची बेरीज

◈ **आयताची परिमिती :** आयताची परिमिती म्हणजे आयताच्या सर्व बाजूंच्या लांबीची बेरीज होय. आयताच्या समोरासमोरील बाजूंची लांबी समान असते.

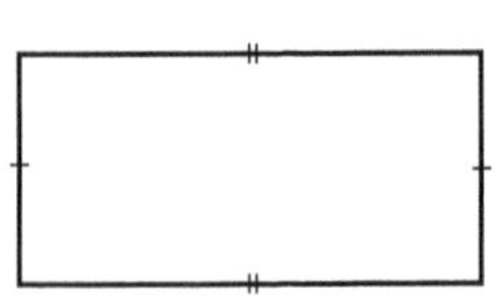

आयताची परिमिती = दुप्पट लांबी + दुप्पट रुंदी
= 2 × लांबी + 2 × रुंदी
= 2 × (लांबी + रुंदी)

समभुज चौकोनाची परिमिती = चारही समान बाजूंच्या लांबीची बेरीज
= 4 × बाजू

सूत्र :

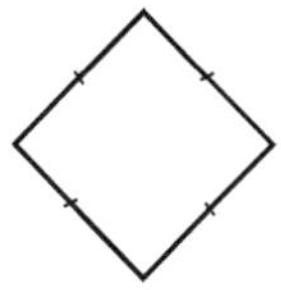

समभुज त्रिकोणाची परिमिती = 3 × बाजू

चौरसाची परिमिती = 4 × बाजू

आयताची परिमिती = 2 × (लांबी + रुंदी)

समभुज चौकोनाची परिमिती = 4 × बाजू

◈ **बहुभुजाकृती परिमिती :** बहुभुजाकृतीची परिमिती काढण्यासाठी त्याला बंदिस्त करण्यासाठी असणाऱ्या सर्व बाजूंची बेरीज होय.

बहुभुजाकृतीची परिमिती = सर्व बाजूंच्या लांबीची बेरीज

सोबतची आकृती षट्कोनाची आहे. सर्व बाजू समान आहेत. एका बाजूची लांबी 8 सें.मी. आहे.

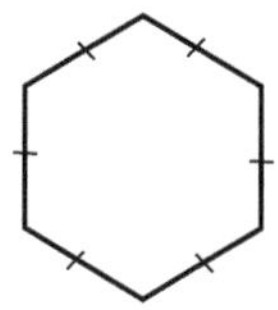

∴ षट्कोनाची परिमिती = 8 + 8 + 8 + 8 + 8 + 8
= 8 × 8
= 48 सें.मी.

∴ बहुभुजाकृतीची परिमिती काढण्यासाठी त्याच्या सर्व बाजूंची बेरीज करणे आवश्यक आहे.

नमुना उदाहरणे

1. सोबतची आकृतीत आयताची लांबी 9 मी. व रुंदी 5 मी. आहे. तर त्या आयताची परिमिती किती ?

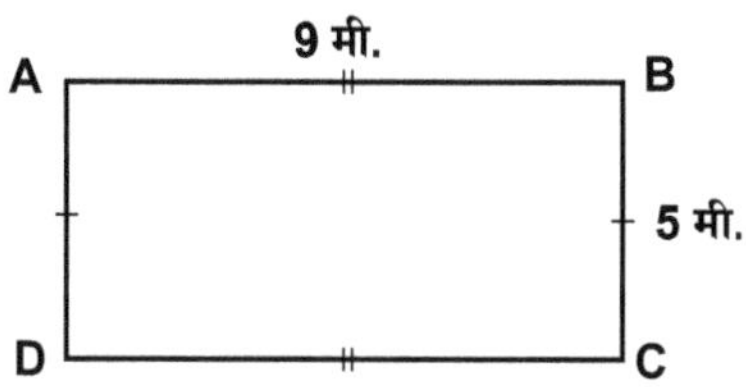

① 30 सें.मी. ② 36 सें.मी. ③ 28 सें.मी. ④ 40 सें.मी.

स्पष्टीकरण : वरील आकृती आयताची असून त्या आयताची परिमिती काढायची आहे. आयताची लांबी 9 मी. व रुंदी 5 मी. आहे.

∴ आयताच्या परिमिती = $2 \times$ (लांबी + रुंदी)

= $2 \times (9 + 5)$

= 2×14

= 28 सें.मी.

∴ **उत्तर :** पर्याय क्र. ❸

2. एका चौरसाची परिमिती 120 मी. आहे. तर त्या चौरसाची एक बाजू किती असेल ?

① 25 सें.मी. ② 40 सें.मी. ③ 30 सें.मी. ④ 35 सें.मी.

स्पष्टीकरण : एका चौरसाची परिमिती 120 मी. आहे. त्या चौरसाची एक बाजू काढावयाची आहे. त्यासाठी चौरसाच्या परिमितीचे सूत्र वापरावे लागणार आहे.

∴ चौरसाची परिमिती = $4 \times$ बाजू

120 = $4 \times$ बाजू

∴ $\frac{120}{4}$ = बाजू

∴ बाजू = 30 सें.मी.

∴ **उत्तर :** पर्याय क्र. ❸

3. एका समभुज त्रिकोणाकृती बागेभोवती तारेचे पाचपदरी कुंपण घालण्यासाठी 600 मी. तार लागली. तर त्या बागेच्या एका बाजूची लांबी किती ?

① 30 मी. ② 35 मी. ③ 40 मी. ④ 50 मी.

स्पष्टीकरण : एका समभुज त्रिकोणाकृती बागेभोवती पाच पदरी तारेचे कुंपण घातले. या ठिकाणी कुंपण घालताना लागलेली तार काढण्यासाठी परिमिती काढावी लागते. पण या ठिकाणी तारेचे पाच पदरी कुंपण आहे. ते एक पदरी कुंपण घालण्यासाठी लागलेली तार काढावी लागेल.

∴ पाच पदरी कुंपणासाठी लागणारी तार = परिमिती $\times 5$

∴ 600 = परिमिती $\times 5$

∴ परिमिती $= \frac{600}{5}$

$= 120$ मी.

∴ त्या समभुज त्रिकोणाची परिमिती 120 मी. आहे.

∴ समभुज त्रिकोणाची परिमिती $= 3 \times$ बाजू

∴ $120 = 3 \times$ बाजू

∴ बाजू $= \frac{120}{3}$

∴ बाजू $= 40$ मी.

∴ त्या बागेची लांबी 40 मी. आहे.

∴ **उत्तर :** पर्याय क्र. ❸

4. सोबतच्या आकृतीची परिमिती किती ?

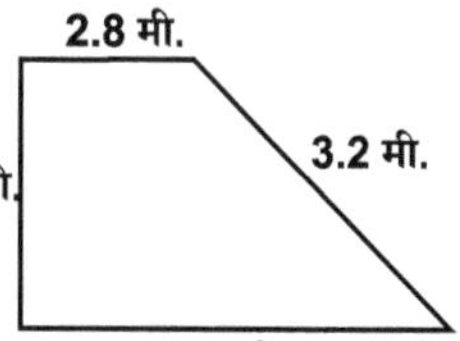

① 11.8 मी. ② 12.8 मी.

③ 13.8 मी. ④ 11.5 मी.

स्पष्टीकरण : वरील आकृती चौकोनाची असून चौकोनाची परिमिती काढावयाची आहे. चौकोनाची परिमिती म्हणजे सर्व बाजूंच्या लांबीची बेरीज होय.

∴ चौकोनाची परिमिती = सर्व बाजूंच्या लांबीची बेरीज

$= 2.8 + 3.2 + 5.9 + 1.9$

$= 13.8$ मी.

∴ **उत्तर :** पर्याय क्र. ❸

5. 108 मी. बाजू असणाऱ्या चौरसाकृती मैदानाभोवती 3 फेऱ्या घातल्यास किती अंतर चालून होईल ?

① 1,104 मी. ② 1,032 मी. ③ 926 मी. ④ 1,296 मी.

स्पष्टीकरण : मैदानाचा आकार चौरसाकृती आहे. त्यांची एक बाजू 108 मी. आहे. या ठिकाणी चौरसाच्या परिमितीची सूत्र वापरायचे आहे.

∴ चौरसाची परिमिती $= 4 \times$ बाजू

$= 4 \times 108$ मी. $= 432$ मी.

∴ चौरसाची परिमिती 432 मी. होईल. या चौरसाकृती मैदानाभोवती 3 फेऱ्या माराव्या लागणार आहेत. यासाठी किती अंतर चालावे लागणार आहे. हे काढावे लागणार आहे.

∴ यासाठी परिमितीचा वापर करावा.

∴ 3 फेऱ्यांचे अंतर = 3 × परिमिती

= 3 × 432 = 1296 मी.

∴ 3 फेऱ्यांचे अंतर 1296 मी. होईल.

∴ **उत्तर** : पर्याय क्र. ❹

6. सोबतच्या आकृतीची परिमिती काढा.

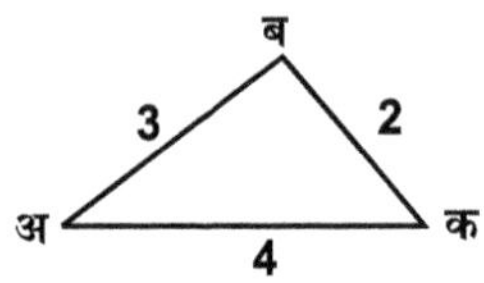

① 8 सें.मी. ② 9 सें.मी.

③ 10 सें.मी. ④ 11 सें.मी.

स्पष्टीकरण : दिलेल्या आकृतीतील त्रिकोणाची परिमिती काढण्यासाठी आपल्याला त्रिकोणाच्या तिन्ही बाजूंच्या लांबची बेरीज करावी लागेल. म्हणून 3 + 2 + 4 = 9 सें.मी.

∴ **उत्तर** : पर्याय क्र. ❷

7. पुढील आयताची परिमिती किती ?

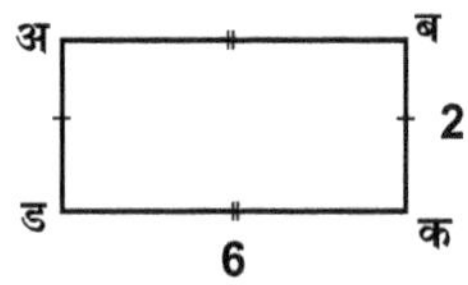

① 12 सें.मी. ② 16 सें.मी.

③ 17 सें.मी. ④ 20 सें.मी.

स्पष्टीकरण :

आयताची परिमिती = 2 × (लांबी + रुंदी)

= 2 × (2 + 6) = 16 सें.मी.

∴ **उत्तर** : पर्याय क्र. ❷

8. पुढील समभुज त्रिकोणाची परिमिती काढा.

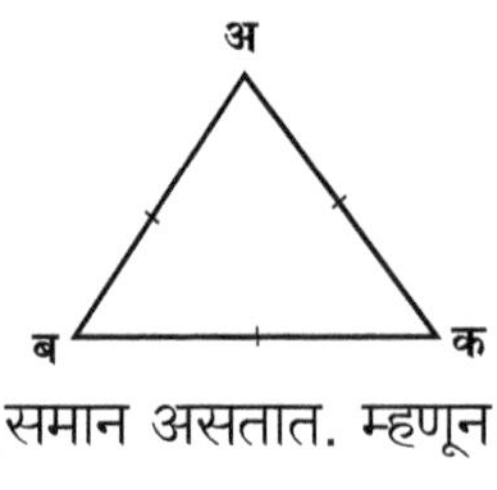

① 6 सें.मी. ② 7 सें.मी.

③ 8 सें.मी. ④ 9 सें.मी.

स्पष्टीकरण : समभुज त्रिकोणाच्या तिन्ही बाजू समान असतात. म्हणून परिमिती : 3 + 3 + 3 = 9 सें.मी.

∴ **उत्तर** : पर्याय क्र. ❹

9. **खालील समद्विभुज त्रिकोणाची परिमिती काढा.**

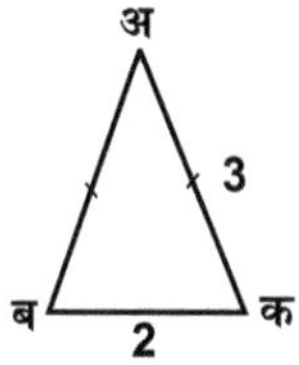

① 6 सें.मी. ② 7 सें.मी.
③ 8 सें.मी. ④ 9 सें.मी.

स्पष्टीकरण : समद्विभुज त्रिकोणाच्या दोन बाजू सारख्या असतात.
म्हणून परिमिती = 3 + 3 + 2 = 8 सें.मी.

∴ **उत्तर :** पर्याय क्र. ❸

10. **खालील चौरसाची परिमिती काढा.**

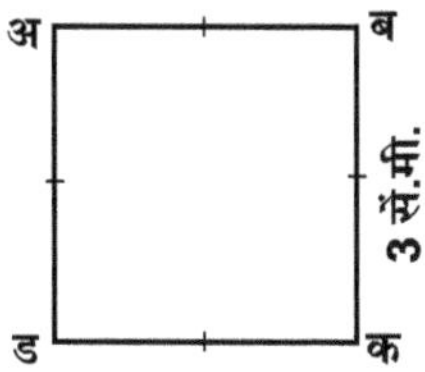

① 9 सें.मी. ② 10 सें.मी.
③ 11 सें.मी. ④ 12 सें.मी.

स्पष्टीकरण : चौरसाची परिमिती = 4 × बाजू = 4 × 3 = 12 सें.मी.

∴ **उत्तर :** पर्याय क्र. ❹

11. **खालील चौकोनाची परिमिती काढा.**

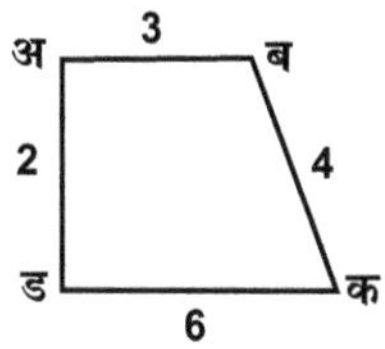

① 10 सें.मी. ② 12 सें.मी.
③ 15 सें.मी. ④ 18 सें.मी.

स्पष्टीकरण :

चौकोनाची परिमिती = चारही बाजूंच्या लांबीची बेरीज
= 3 + 4 + 6 + 2 = 15 सें.मी.

∴ **उत्तर :** पर्याय क्र. ❸

12. **सोबतच्या समभुज चौकोनाची परिमिती किती ?**

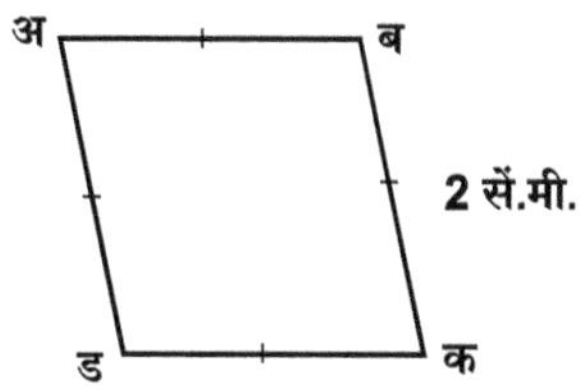

① 8 सें.मी. ② 7 सें.मी.
③ 6 सें.मी. ④ 5 सें.मी.

स्पष्टीकरण :

समभुज चौकोनाची परिमिती = 4 × बाजूंची लांबी
= 4 × 2 = 8 सें.मी.

∴ **उत्तर :** पर्याय क्र. ❶

13. सोबतच्या आकृतीतील पतंगाकृती चौकोनाची परिमिती किती ?

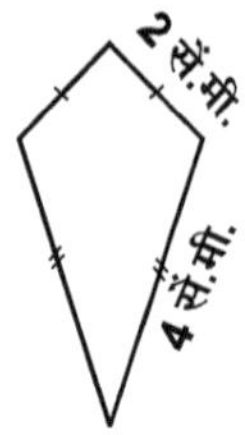

① 10 सें.मी. ② 12 सें.मी.

③ 14 सें.मी. ④ 8 सें.मी.

स्पष्टीकरण :

पतंगाकृती चौकोनाची परिमिती = चारही बाजूंची बेरीज

= 2 + 2 + 4 + 4

= 12 सें.मी.

∴ **उत्तर :** पर्याय क्र. ❷

14. एका आयताची परिमिती 12 सें.मी. व लांबी 4 सें.मी. आहे. तर रुंदी किती ?

① 2 सें.मी. ② 3 सें.मी. ③ 4 सें.मी. ④ 1 सें.मी.

स्पष्टीकरण :

आयताची परिमिती = 2 (लांबी + रुंदी)

∴ 12 = 2 (4 + रुंदी)

6 = 4 + रुंदी

∴ 4 + रुंदी = 6

∴ रुंदी = 6 – 4

= 2 सें.मी.

∴ **उत्तर :** पर्याय क्र. ❶

प्रश्नावली

1. सोबतच्या आकृतीत किती शिरोबिंदू आहेत ?

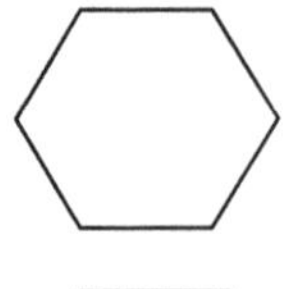

① 5 ② 6

③ 7 ④ 8

2. सोबतच्या आकृतीची परिमिती किती ?

① 40 सें.मी. ② 32 सें.मी.

③ 48 सें.मी. ④ 44 सें.मी.

3. सोबतच्या आकृतीत किती आंतरकोन तयार होतात ?

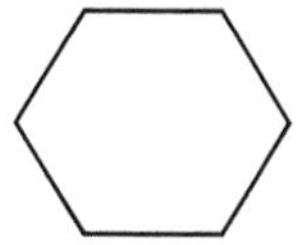

① 5 ② 6

③ 4 ④ 7

4. सोबतच्या आकृतीत किती आंतरकोन तयार होतात ?

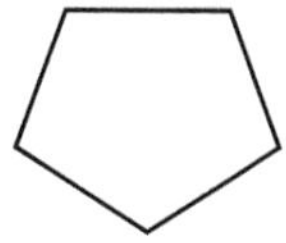

① 4 ② 6

③ 5 ④ 7

5. सोबतच्या आकृतीला किती भुजा आहेत ?

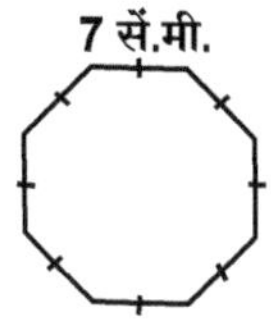

① 5 ② 7

③ 8 ④ 6

6. वरील अष्टभुजाकृतीची बाजू 7 सें.मी. आहे. तर त्या आकृतीची परिमिती किती ?

① 56 सें.मी. ② 42 सें.मी. ③ 49 सें.मी. ④ 63 सें.मी.

7. या आकृतीचे नाव काय ?

① पंचकोन ② अष्टकोन

③ चौकोन ④ षटकोन

8. अष्टकोन आकृतीला किती बाजू असतात ?

① 7 ② 6 ③ 9 ④ 8

9. सोबतच्या आकृतीची परिमिती किती ?

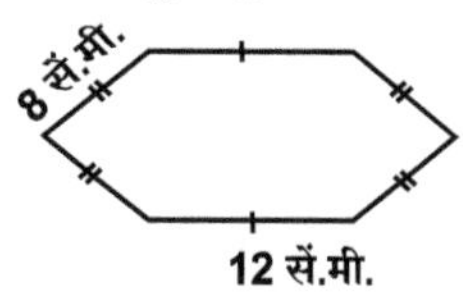

① 40 सें.मी. ② 32 सें.मी.

③ 56 सें.मी. ④ 44 सें.मी.

10. एका बंद आकृतीला पाच भुजा व पाच कोन आहेत तर त्या आकृतीचे नाव काय ?

① पंचकोन ② षटकोन ③ अष्टकोन ④ सप्तकोन

11. 12 मी. बाजू असणाऱ्या चौरसाची परिमिती किती ?

① 48 मी. ② 50 मी. ③ 60 मी. ④ 36 मी.

12. एका त्रिकोणाकृती बागेची लांबी अनुक्रमे 25 मी., 20 मी. व 30 मी. आहे. अशा बागेभोवती पाचपदरी तारेचे कुंपण घालण्यासाठी किती तार लागेल ?

① 55 मी. ② 11 मी. ③ 250 मी. ④ 375 मी.

13. एका आयताची लांबी 40 मी. व रुंदी 22 मी. आहे. अशा आयताची परिमिती किती ?

① 62 मी. ② 120 मी. ③ 124 मी. ④ 150 मी.

14. एका चौरसाची परिमिती 88 मी. आहे तर त्या चौरसाच्या बाजूंची लांबी किती ?

① 44 मी. ② 22 मी. ③ 11 मी. ④ 18 मी.

15. एका आयताची लांबी 35 मी. आहे. त्या आयताची परिमिती 100 मी. आहे, तर त्या आयताची रुंदी किती ?

① 30 मी. ② 60 मी. ③ 70 मी. ④ 15 मी.

16. एका त्रिकोणाच्या दोन बाजू अनुक्रमे 40 मी. व 35 मी. आहेत. जर त्या त्रिकोणाची परिमिती 110 मी. असेल तर तिसऱ्या बाजूची लांबी किती ?

① 185 मी. ② 35 मी. ③ 40 मी. ④ 25 मी.

17. एका चौरसाची बाजू 14 सें.मी. आहे. त्याच्या दुप्पट बाजू असणाऱ्या चौरसाची परिमिती किती ?

① 28 सें.मी. ② 56 सें.मी.

③ 112 सें.मी. ④ 120 सें.मी.

18. सोबतच्या आकृतीची परिमिती किती ?

① 35 सें.मी. ② 40 सें.मी.

③ 25 सें.मी. ④ 30 सें.मी.

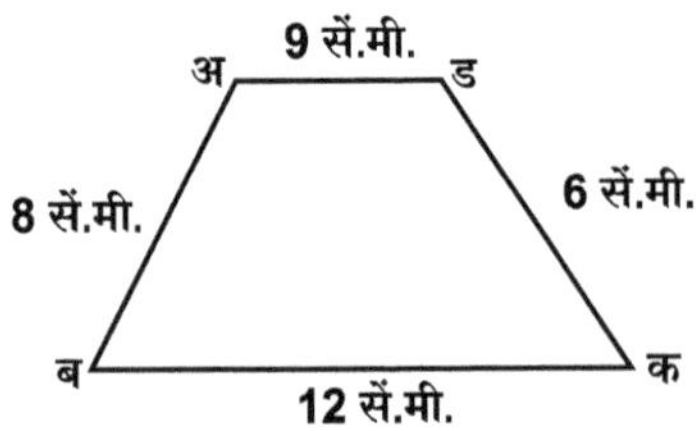

19. एका आयताकृती मंदिराची लांबी 45 मी. व रुंदी 30 मी. आहे. तर या आयताकृती मंदिराची परिमिती काढा.

① 75 मी. ② 150 मी. ③ 225 मी. ④ 240 मी.

20. सोबतच्या आकृतीत त्रिकोणाची परिमिती 27 मी. आहे. तर 'बकडई' या आयताची परिमिती किती ?

① 48 मी. ② 34 मी.

③ 51 मी. ④ 40 मी.

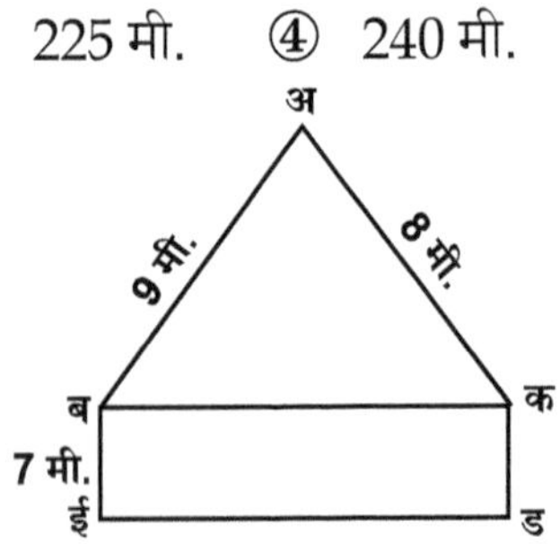

21. 80 मी. बाजू असणाऱ्या चौरसाकृती बागेवर 4 मीटरवर एक याप्रमाणे झाडे लावायची आहेत तर किती झाडे लागतली.

① 80 ② 20 ③ 40 ④ 60

22. एका समभुज त्रिकोणाची परिमिती 15 सें.मी. असल्यास त्याच्या बाजूची लांबी किती असेल ?

① 5 सें.मी. ② 6 सें.मी. ③ 7 सें.मी. ④ 8 सें.मी.

23. एका चौरसाची परिमिती 12 सें.मी. असल्यास त्याची बाजू किती सें.मी. असेल ?

① 2 सें.मी. ② 3 सें.मी. ③ 4 सें.मी. ④ 5 सें.मी.

24. एका समद्विभुज त्रिकोणाची एक बाजू 3 सें.मी. व त्याची परिमिती 8 सें.मी. आहे. त्याच्या बाजूपैकी एका बाजूची लांबी किती सें.मी. असेल ?

① 2 सें.मी. ② 3 सें.मी. ③ 4 सें.मी. ④ 5 सें.मी.

25. एका पतंगाकृती चौकोनाची एक बाजू 5 सें.मी. व परिमिती 26 सें.मी. असल्यास राहिलेल्या एका बाजूची लांबी किती सें.मी. असेल ?

① 8 सें.मी. ② 9 सें.मी. ③ 10 सें.मी. ④ 11 सें.मी.

26. आयताची एक बाजू 6 सें.मी. आहे. परिमिती 28 सें.मी. आहे तर राहिलेल्या एका बाजूची लांबी किती सें.मी. असेल ?

① 6 सें.मी. ② 8 सें.मी. ③ 10 सें.मी. ④ 12 सें.मी.

उत्तरसूची

1.	❷	2.	❸	3.	❷	4.	❸	5.	❸	6.	❶
7.	❹	8.	❹	9.	❸	10.	❶	11.	❶	12.	❹
13.	❸	14.	❷	15.	❹	16.	❷	17.	❸	18.	❶
19.	❷	20.	❷	21.	❶	22.	❶	23.	❷	24.	❶
25.	❶	26.	❷								

★★★

6. क्षेत्रफळ - आयत, चौरस

◈ **क्षेत्रफळ :** क्षेत्रफळ म्हणजे आकृतीने व्यापलेली जागा होय.

◈ क्षेत्रफळ काढण्यासाठी आलेख कागदाचा वापर करता येतो, त्यासाठी त्या आकृतीने आलेखावरील किती चौरस व्यापले आहे. ते 1 चौ.सें.मी. चे चौरस मोजून त्या आकृतीचे क्षेत्रफळ काढता येते.

◈ **चौरसाचे क्षेत्रफळ :** चौरसाचे क्षेत्रफळ = बाजू $\times$ बाजू

उदा., एका चौरसाची बाजू 3 सें.मी. आहे. त्या चौरसाच्या सर्व बाजू समान मापाच्या असतात. त्या ठिकाणी 1 चौ.सें.मी. किती चौरस होतील हे मोजून क्षेत्रफळ काढता येते.

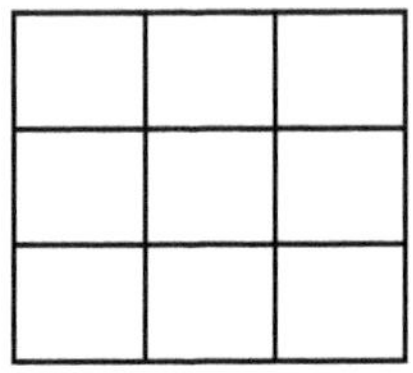

या ठिकाणी 1 चौ.सें.मी. चे 9 चौरस तयार होतील. म्हणून या आकृतीचे क्षेत्रफळ 9 चौ.सें.मी.

$\therefore$ चौरसाचे क्षेत्रफळ = बाजू $\times$ बाजू

= 3×3

= 9 चौ. सें.मी.

◈ **आयताचे क्षेत्रफळ :** आयताचे क्षेत्रफळ = लांबी $\times$ रुंदी

उदा., एका आयताची लांबी 3 सें.मी. आहे व रुंदी 2 सें.मी. आहे. या आयताने 1 चौ. सें.मी. चे किती चौरस व्यापले आहेत. हे मोजून क्षेत्रफळ काढता येते.

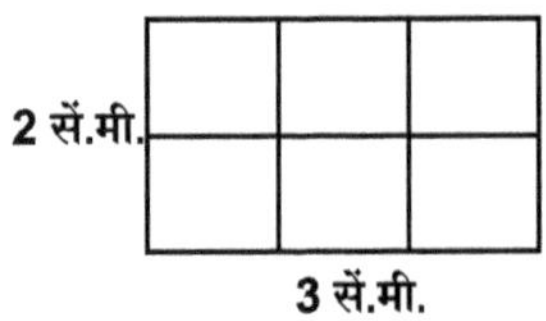

या ठिकाणी 1 चौ.सें.मी. चे 6 चौरस व्यापले आहेत. म्हणून या आकृतीचे क्षेत्रफळ 6 चौ. सें.मी.

एका आयताचे क्षेत्रफळ = लांबी $\times$ रुंदी

= $3 \times 2 = 6 = 6$ चौ. सें.मी.

◈ कोणत्याही आकृतीचे क्षेत्रफळ लिहीत असताना चौरस एककात लिहावे. उदा., चौरस सें.मी. (चौ.सें.मी.), चौरस मीटर (चौ.मी.)

नमुना उदाहरणे

1. एका चौरसाची बाजू 18 सें.मी. आहे. तर त्या चौरसाचे क्षेत्रफळ किती ?

① 324 चौ. सें.मी. ② 284 चौ. सें.मी.

③ 324 चौ. सें.मी. ④ 225 चौ. सें.मी.

स्पष्टीकरण : एका चौरसाची बाजू 18 सें.मी. आहे. त्या चौरसाचे क्षेत्रफळ काढावयाचे आहे. त्यासाठी चौरसाच्या क्षेत्रफळाचे सूत्र वापरावयाचे आहे

∴ चौरसाचे क्षेत्रफळ = बाजू × बाजू

$= 18 \times 18$

$= 324$

∴ चौरसाचे क्षेत्रफळ 324 चौ. सें.मी. आहे. क्षेत्रफळाचे एकक काळजीपूर्वक पाहावे.

∴ **उत्तर :** पर्याय क्र. ❸

2. एका आयताची लांबी 18 सें.मी. आहे. त्या आयताचे क्षेत्रफळ 216 चौ. सें.मी. असल्यास त्या आयताची रुंदी किती ?

① 12 सें.मी. ② 10 सें.मी. ③ 9 सें.मी. ④ 14 सें.मी.

स्पष्टीकरण : एका आयताची लांबी 18 सें.मी. व त्या आयताचे क्षेत्रफळ 216 चौ. सें.मी. दिलेले आहे त्या आयताची रुंदी काढावयाची आहे.

∴ आयताचे क्षेत्रफळ = लांबी × रुंदी

$216 = 18 \times x$

$\frac{216}{18} = x$

∴ $x = 12$ सें.मी.

∴ आयताची रुंदी 12 सें.मी. आहे.

∴ **उत्तर :** पर्याय क्र. ❶

3. एका आयताची लांबी 5 मीटर व रुंदी 40 सें.मी. आहे. तर त्या आयताचे क्षेत्रफळ किती ?

① 200 चौ. मी. ② 20,000 चौ. सें.मी.

③ 20,000 चौ. मी. ④ 2,000 चौ. सें.मी.

स्पष्टीकरण : एका आयताची लांबी 5 मीटर व रुंदी 40 सें.मी. आहे. या ठिकाणी आयताचे क्षेत्रफळ काढावयाचे आहे. परंतु लांबी व रुंदी यांची एकके भिन्न आहेत. ती एकके एकसारखी करून घ्यावी.

लांबी = 5 मी. = 500 सें.मी.

रुंदी = 40 सें.मी.

∴ आयताचे क्षेत्रफळ = लांबी $\times$ रुंदी

= 500×40

= 20,000 चौ. सें.मी.

∴ आयताचे क्षेत्रफळ 20,000 चौ. सें.मी. आहे.

∴ **उत्तर** : पर्याय क्र. ❷

4. एका आयताकृती बागेची लांबी 50 मीटर आणि रुंदी 30 मीटर आहे. या जमिनीवर 25 सें.मी. बाजूच्या चौरसाकृती फरश्या बसवायच्या आहेत तर एकूण किती फरश्या लागतील ?

① 24,000 ② 2,000 ③ 2,400 ④ 200

स्पष्टीकरण : एका आयताकृती बागेची लांबी 50 मीटर आणि रुंदी 30 मीटर आहे. या जमिनीवर 25 सें.मी. आकाराच्या फरश्या बसवायच्या आहेत. सर्वांची एकके एकसारखी असावीत.

जमिनीची लांबी = 50 मीटर = $50 \times 100 = 5{,}000$ सें.मी.

रुंदी = 30 मीटर = $30 \times 100 = 3{,}000$ सें.मी.

फरशीची बाजू = 25 सें.मी.

$$\text{फरश्यांची संख्या} = \frac{\text{जमिनीचे क्षेत्रफळ}}{\text{फरशीचे क्षेत्रफळ}}$$

$$= \frac{5{,}000 \times 3{,}000}{25 \times 25}$$

$$= 200 \times 120$$

$$= 24{,}000$$

∴ आयताकृती बागेतील जमिनीवर बसविण्यासाठी एकूण 24,000 फरश्या लागतील.

∴ **उत्तर** : पर्याय क्र. ❶

5. एका आयताची लांबी रुंदीच्या दुप्पट आहे. जर त्या आयताचे क्षेत्रफळ 72 मीटर असल्यास आयताची लांबी व रुंदी किती ?

① 24 मी., 3 मी. ② 8 मी., 9 मी.

③ 12 मी., 6 मी. ④ 10 मी., 6 मी.

स्पष्टीकरण : एका आयताची रुंदी x मानू

त्या आयताची लांबी रुंदीच्या दुप्पट म्हणजे 2x होय.

एका आयताचे क्षेत्रफळ = लांबी × रुंदी

$= 2x \times x$

∴ आयताचे क्षेत्रफळ 72 मीटर आहे.

∴ $72 = 2x \times x$

∴ $\frac{72}{2} = x \times x$

∴ $36 = x \times x$

∴ $x = 6$

रुंदी 6 मीटर आहे. लांबी 12 मीटर आहे.

∴ **उत्तर :** पर्याय क्र. ❸

प्रश्नावली

1. एका आयताची लांबी 15 सें.मी. व रुंदी 12 सें.मी. आहे. तर त्या आयताचे क्षेत्रफळ किती ?

① 54 चौ.सें.मी. ② 180 चौ.सें.मी.

③ 180 सें.मी. ④ 150 चौ.सें.मी.

2. एका चौरसाची बाजू 12 सें.मी. आहे. तर त्या चौरसाचे क्षेत्रफळ किती ?

① 48 चौ.सें.मी. ② 144 चौ.सें.मी.

③ 24 चौ.सें.मी. ④ 180 चौ.सें.मी.

3. 1 चौरस मीटर भूखंडाची किंमत ₹ 1,200 आहे. तर 40 मी. लांब व 15 मी. रुंद अशा आयताकार भूखंडाची किंमत किती ?

① ₹ 7,20,000 ② ₹ 1,20,000

③ ₹ 6,00,000 ④ ₹ 4,80,000

4. एका चौरसाची बाजू 12 सें.मी. व दुसऱ्या आयताची लांबी 10 सें.मी. व रुंदी 8 सें.मी. आहे. तर त्याच्या क्षेत्रफळातील फरक किती ?

① 40 सें.मी. ② 64 चौ.सें.मी.

③ 40 चौ.सें.मी. ④ 44 चौ.सें.मी.

5. शेजारील आकृतीतील चौरस 1 चौ.सें.मी. आहेत. तर त्या आकृतीत आणखी किती चौरस बसतील ?

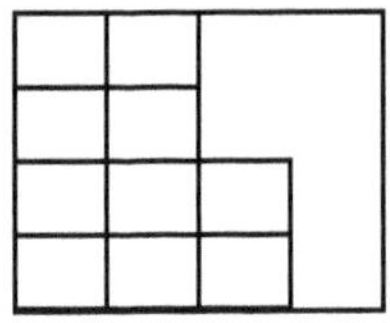

① 4 चौरस ② 6 चौरस

③ 8 चौरस ④ 9 चौरस

6. एका चौरसाची बाजू दुप्पट केल्यास त्या चौरसाचे क्षेत्रफळ किती पट होईल ?

① निमपट ② दुप्पट ③ पावपट ④ चारपट

7. एका आयताचे क्षेत्रफळ 360 चौ.सें.मी. असून त्या आयताची रुंदी 12 सें.मी. आहे. तर त्या आयताची लांबी किती ?

① 25 सें.मी. ② 20 सें.मी. ③ 30 सें.मी. ④ 24 सें.मी.

8. 15 मी. लांब व 8 मी. रुंदी अशा आयताकृती खोलीत 25 × 25 सें.मी. आकाराच्या चौरसाकृती किती फरशा बसतील ?

① 5 ② 1,920 ③ 1,820 ④ 1,500

9. 1 चौ.मी. जागेच्या सफाईसाठी ₹ 5 खर्च येतो. तर 120 मी. आकाराच्या चौरसाकृती जागेच्या सफाईसाठी किती रुपये खर्च येईल ?

① ₹ 7,20,000 ② ₹ 72,000

③ ₹ 14,400 ④ ₹ 7,200

10. एका चौरसाकृती बागेचे क्षेत्रफळ 324 चौ.सें.मी. आहे. तर त्या चौरसाकृती बागेची परिमिती किती ?

① 144 सें.मी. ② 72 सें.मी. ③ 18 सें.मी. ④ 60 सें.मी.

उत्तरसूची

1. ❷	2. ❶	3. ❶	4. ❷	5. ❷	6. ❹	7. ❸
8. ❷	9. ❷	10. ❷				

★★★

7. त्रिमिती वस्तू व घडणी

◈ **त्रिमितीय वस्तू :** ज्या वस्तूंची लांबी, रुंदी व उंची ही तीनही मापे मोजता येतात किंवा जाणवतात, त्यांना 'त्रिमितीय वस्तू' असे म्हणतात. उदा., पुस्तक, ग्लास व टेबल या त्रिमितीय वस्तू आहेत.

◈ **द्विमितीय वस्तू :** फक्त लांबी व रुंदी असणाऱ्या, उंची नसलेल्या किंवा नगण्य उंचीच्या वस्तूंना 'द्विमितीय वस्तू' असे म्हणतात. उदा., कागद, कागदावरील चित्र व जमिनीवर पडलेली सावली.

◈ व्यवहारात सगळ्या वस्तू त्रिमितीय असतात. त्यांची कागदावरील चित्रे द्विमितीय असतात.

वस्तू	वस्तूचे चित्र		
	समोरुन दिसणारे	बाजूने दिसणारे	वरुन दिसणारे
हत्ती			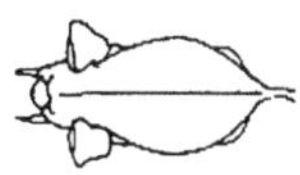
कपाट		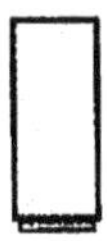	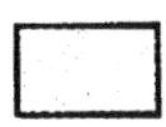

◈ साधारणपणे डोंगर पाहताना त्यांची रुंदी व उंची आपल्याला कळते पण हेलिकॉप्टरमधून त्याच्यावर जाऊन पाहिले तर त्याची लांबी समजते.

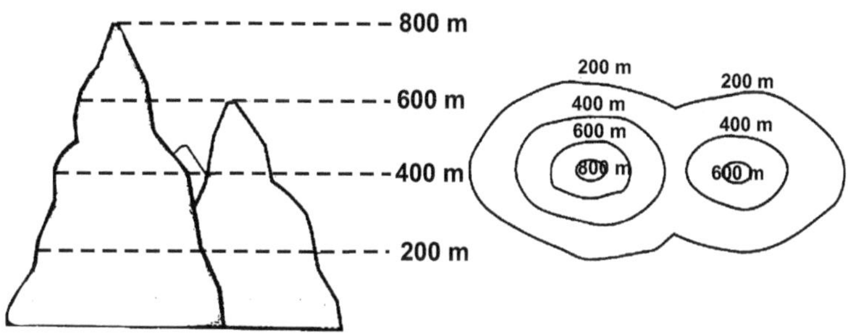

◈ ठोकळ्यांची रचना समोरून, बाजूने आणि वरून अशा तीन प्रकारे पहाता येते, त्यावरून त्या उत्तराचा पर्याय क्रमांक लिहावा.

◈ **घडणी :** एका खोक्याच्या काही कडा कापून ते सपाट करून ठेवल्यास खोक्याची घडण मिळते.
त्रिमितीय आकाराच्या वस्तूचा द्विमितीय आराखडा म्हणजे त्या वस्तूची घडण होय.

◈ द्विमितीय आराखड्यात सर्व पृष्ठे आयताकार असतील तर त्यापासून इष्टिकाचिती तयार होते. इष्टिका म्हणजे वीट.

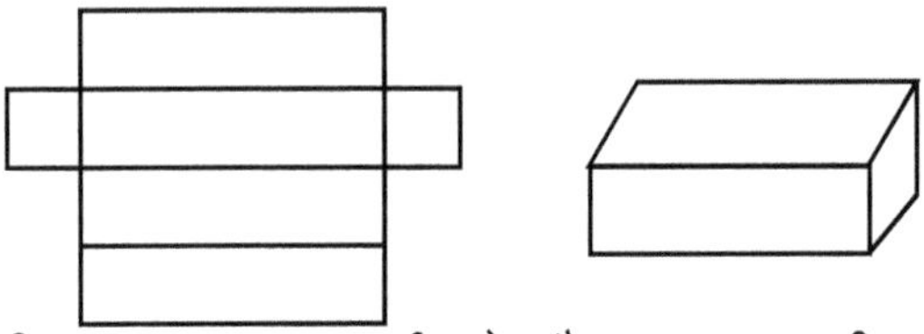

◈ द्विमितीय आराखड्यात सर्व पृष्ठे चौरसाकार असतील तर त्यापासून घडणी केल्यास घन तयार होतो.

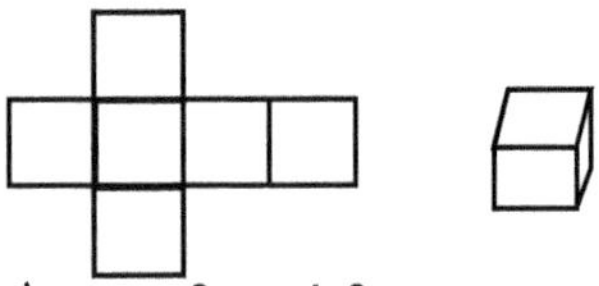

या ठिकाणी 6 चौरसाकृती पृष्ठांची गरज असते.

◈ पाच चौरसांची घडण (पेंटोमिनो)

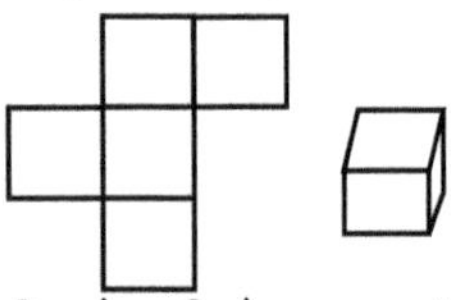

वरील पाच चौरसांची जोडणी केल्यास 'पाच चौरसांची घडण' किंवा 'पेंटोमिनो' तयार होतो. उघडा डबा तयार होतो.

नमुना उदाहरणे

1. त्रिमितीय वस्तू तयार होण्यासाठी कशाची गरज असते ?

① लांबी ② रुंदी

③ उंची ④ सर्व पर्याय बरोबर

स्पष्टीकरण : त्रिमितीय वस्तू तयार होण्यासाठी आपण त्या त्रिमितीय शब्दांचा अर्थ समजावून घेऊ. त्रि म्हणजे तीन.

∴ तीन म्हणजेच लांबी, रुंदी व उंची अशा तीन बाजू असणारी वस्तू. आता या तीनपैकी एक बाजू घेतल्यास वस्तू त्रिमिती होत नाही. त्यासाठी तिन्ही लांबी, रुंदी व उंची यांची गरज असते.

∴ **उत्तर :** पर्याय क्र. ❹

2. खालीलपैकी कोणत्या घडणीतून घन तयार होत नाही.

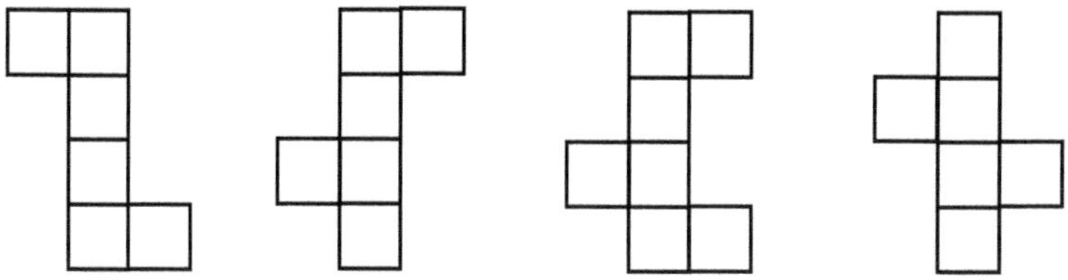

① ② ③ ④

स्पष्टीकरण : वरीलपैकी घडणीनुसार घन तयार न होणाऱ्या आकृतीचा पर्याय ओळखायचा आहे.

पर्याय क्र. ① : द्विमितीय आराखड्यातील लांबी, रुंदी व उंची समान आहे. पृष्ठांचा आकार चौरसाकृती आहे. त्यामुळे यांच्या घडणीपासून घनांची आकृती तयार होते.

पर्याय क्र. ② : पर्याय क्र. ② मधील आराखड्यातील पृष्ठांचा आकार चौरसाकृती असल्यामुळे घडणीपासून घनांची आकृती तयार होते.

पर्याय क्र. ③ : पर्याय क्र. ③ मधील आराखड्यातील पृष्ठांचा आकार चौरसाकृती असल्यामुळे परंतु पृष्ठांची संख्या 7 असल्यामुळे यापासून घनाची आकृती तयार होणार नाही. वेगळी आकृती तयार होते.

पर्याय क्र. ④ : 6 पृष्ठे एकमेकांना जोडून तसेच चौरसाकृती पृष्ठे असल्यामुळे यांच्यापासून घनाचा आकार तयार होतो.

∴ **उत्तर :** पर्याय क्र. ❸

3. 'पँटोमिनो' ही घडणी तयार करण्यासाठी चौरसाकृती किती पृष्ठांची गरज आहे ?

① 6 ② 4 ③ 5 ④ 3

स्पष्टीकरण : पँटोमिनोची घडणी तयार करण्यासाठी चौरसाकृती पृष्ठांची गरज असते. पँटोमिनो या शब्दाचा अर्थ उघडा डबा होय. एक पृष्ठ कमी असलेला म्हणजेच उघडा डबा होय.

घन तयार करण्यासाठी 6 पृष्ठांची गरज असते. परंतु उघडा डबा करण्यासाठी एक पृष्ठ कमी असावे लागते.

∴ पँटोमिनो तयार करण्यासाठी '5' पृष्ठांची गरज असते.

∴ **उत्तर :** पर्याय क्र. ❸

4. 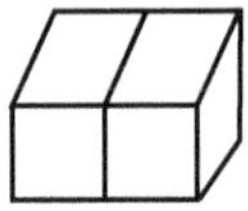 **या त्रिमितीय चित्र डाव्या बाजूने कसे दिसेल ?**

①  ② 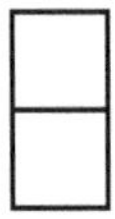 ③  ④ 

स्पष्टीकरण : वरील वस्तू डाव्या बाजूने पाहिल्यास 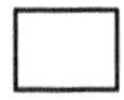 अशा प्रकारचे चित्र दिसेल.

∴ **उत्तर :** पर्याय क्र. ❸

5. 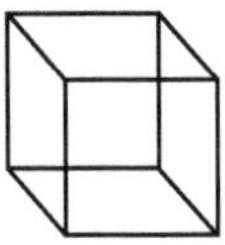 **याची घडणी खालीलपैकी कोणत्या पर्यायांपासून तयार होईल ?**

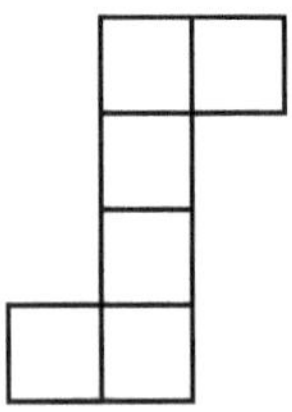 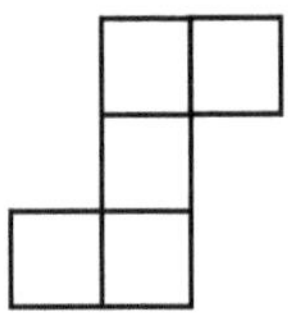 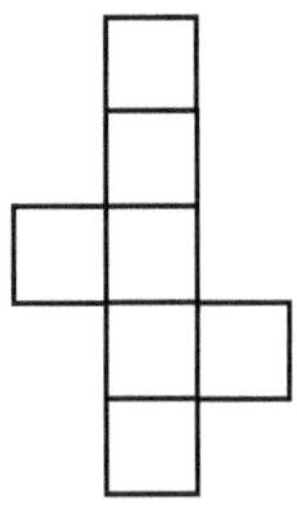 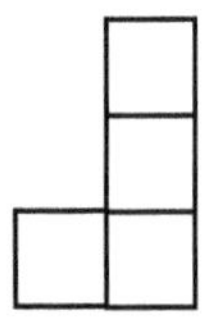

① ② ③ ④

स्पष्टीकरण : घनाची घडणी पर्याय क्र. ① मधून तयार होईल.

∴ **उत्तर :** पर्याय क्र. ❶

प्रश्नावली

1. त्रिमितीय वस्तूमध्ये कशाचे मापन करतात ?
   ① लांबी, रुंदी ② लांबी, उंची
   ③ लांबी, रुंदी, उंची ④ रुंदी, उंची
2. द्विमितीय वस्तूमध्ये कशाचे मापन करतात ?
   ① लांबी, रुंदी ② लांबी ③ उंची ④ जाडी

3. या आकृतीच्या घडणीपासून कोणती आकृती तयार होईल ?

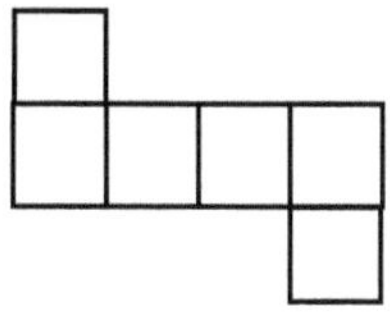

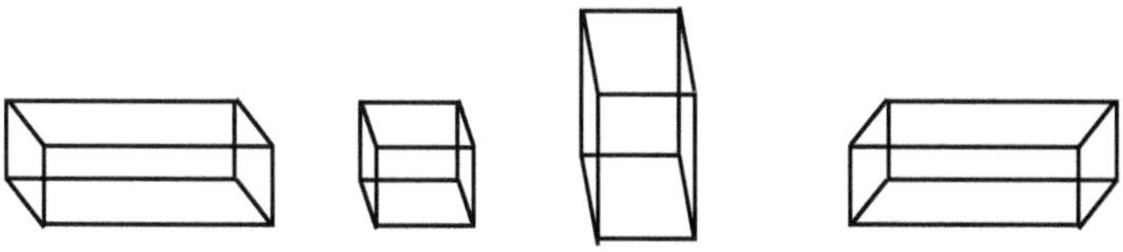

① ② ③ ④

4. या घडणीपासून कोणती आकृती तयार होईल ?

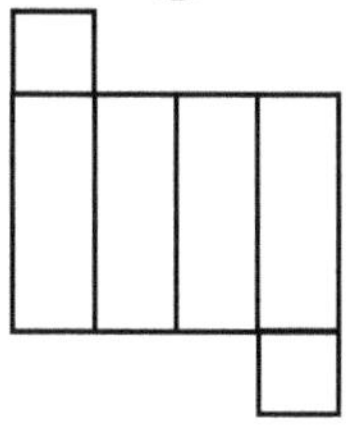

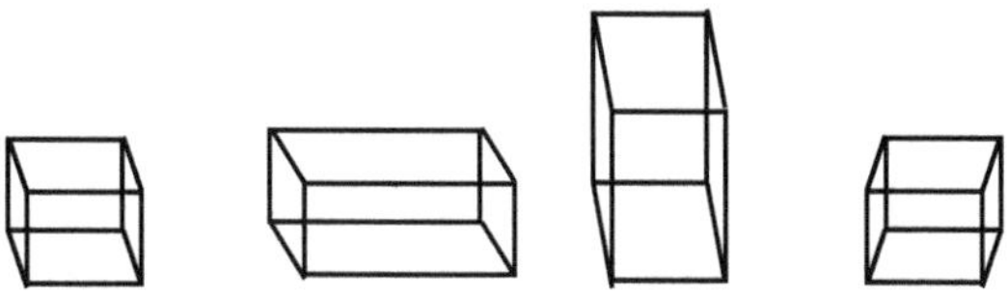

① ② ③ ④

5. या आकृतीची घडणी केल्यास 'c' च्या पृष्ठासमोर कोणते पृष्ठ येईल ?

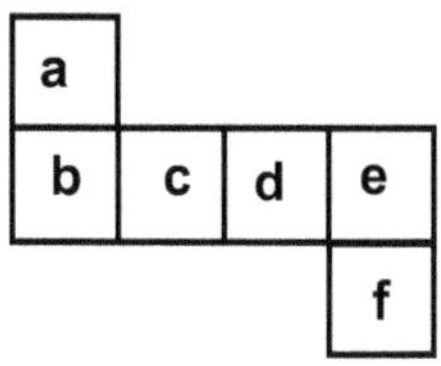

① d ② e
③ a ④ f

6. या आकृतीची घडणी केल्यास एकमेकांसमोर कोणते पृष्ठ येईल यांचे पर्याय दिले आहेत त्यांपैकी अयोग्य पर्याय कोणता ?

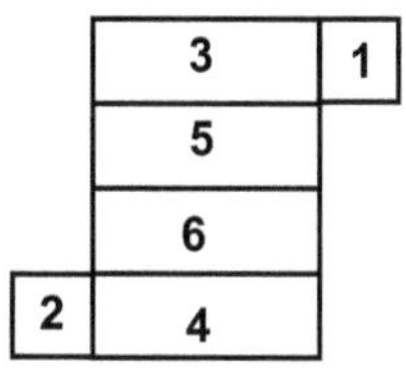

① 1 व 2 ② 3 व 6
③ 5 व 6 ④ 3 व 4

7. या आकृतीची घडणी केल्यास पृष्ठ 5 समोर कोणते पृष्ठ येईल ?

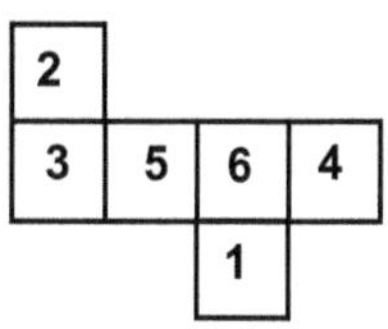

① 4 ② 6
③ 1 ④ 3

8. खालीलपैकी कोणत्या आकृतीपासून घडणी केल्यास घन तयार होत नाही ?

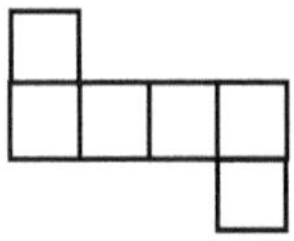
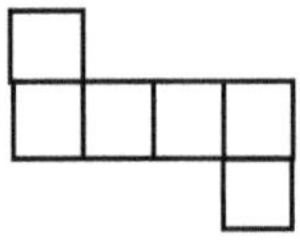
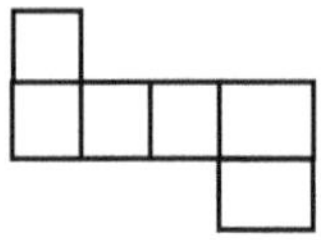
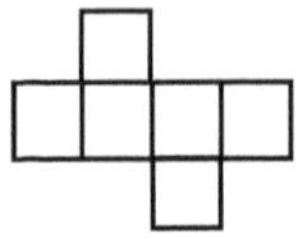

① ② ③ ④

9. या आकृतीची घडणी केल्यास कोणत्या प्रकारची आकृती तयार होईल ?

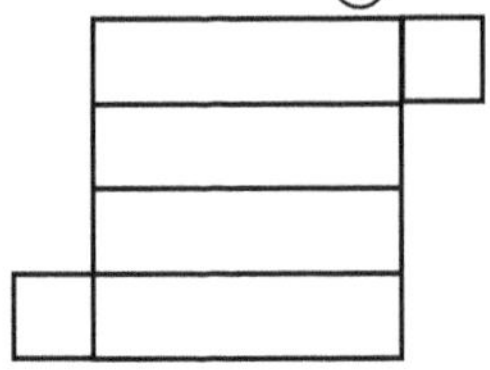

① षटकोन ② पेंटोमिनो
③ घन ④ इष्टिकाचिती

10. घनाला किती पृष्ठे असतात ?

① 6 ② 5 ③ 4 ④ 7

उत्तरसूची

1. ❸	2. ❶	3. ❷	4. ❸	5. ❷	6. ❹	7. ❶
8. ❸	9. ❹	10. ❶				

★★★

8. आकृतिबंध

◈ **आकृतिबंध :** आकृत्यांची साखळी मालिका ठरावीक आकृत्या, चिन्हे, अक्षरे, संख्या आहे त्या क्रमाने पुन:पुन्हा येणे म्हणजे 'आकृतिबंध' होय. उदा., × + –, × + –, × + – याप्रमाणे × + – ही चिन्हे क्रमाने येतात म्हणून यांचा आकृतिबंध × + –

◈ **चौरस संख्या :** उदा., 4 ठिपक्यांची रचना ∷ या पद्धतीने चौरसाकार मांडणीत दाखविता येतात.

चौरस संख्या ओळखण्यासाठी ठिपकांच्या आडव्या ओळी व उभ्या ओळी समान असतात.

∴ चौरस संख्या 4, 9, 16, 25, 36, 49, 64, 81, 100 या संख्या आहेत.

◈ वर्गसंख्या या चौरस संख्या असतात. म्हणजेच एका संख्येला त्याच संख्येने गुणणे.

∴ $5 \times 5 = 25$ ही वर्गसंख्या आहे.

◈ **त्रिकोणी संख्या :**

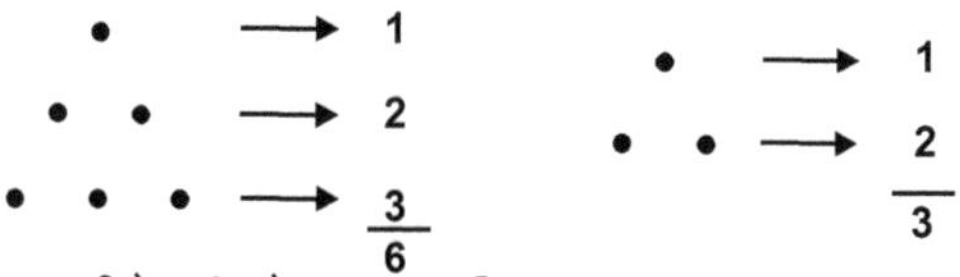

वरील पद्धतीने संख्येएवढ्या ठिपक्या मारून त्यांची मांडणी केल्यास त्रिकोण तयार झाल्यास त्या संख्येच्या बेरजेइतकी संख्या म्हणजे 'त्रिकोणी संख्या' होय. उदा., 3, 6, 10, 15, 21, 28, 36, 45, 54 क्रमाने संख्या मिळत जातील.

◈ त्रिकोणी संख्या शोधण्यासाठी आपल्या घरातील भांड्यांची मांडणी, रस्त्याच्या कडेला एकावर एक ठेवलेल्या नळांची, बुद्धिबळांचा पट इत्यादी.

◈ **फरश्यांच्या जुळणीतील आकृतिबंध :** फरश्यांच्या प्रत्येक जुळणीत एक आकृतिबंध दिसतो काळजीपूर्वक निरीक्षण क्रमाक्रमाने येणारी आकृत्यांची मालिका पूर्ण करणे.

◈ **संख्यांचा आकृतिबंध :** पाढ्यातील संख्या म्हणजेच क्रमाने येणाऱ्या संख्यांची मालिका होय. हाच संख्यांचा आकृतिबंध होय.
उदा., 9 च्या पाढ्यातील संख्या 9, 18, 27, 36, 45, 54, 63, 72, 81, 90 हा संख्यांचा आकृतिबंध आहे.

नमुना उदाहरणे

1. खालीलपैकी चौरस संख्या कोणत्या नाहीत ?

① 121 ② 100 ③ 400 ④ 350

स्पष्टीकरण : चौरस संख्या म्हणजे एक संख्या घेऊन तिला त्याच संख्येने गुणणे म्हणजेच वर्गसंख्या होय.

पर्याय क्र. ① मध्ये 121 हा 11×11 चा गुणाकार आहे. म्हणजेच 11 ची वर्गसंख्या आहे.

पर्याय क्र. ② मध्ये 100 हा 10×10 चा गुणाकार आहे. म्हणजे 10 ची वर्गसंख्या आहे.

पर्याय क्र. ③ मध्ये 400 हा 20×20 चा गुणाकार आहे. म्हणजे 20 ची वर्गसंख्या आहे.

पर्याय क्र. ④ मध्ये 350 ही वर्गसंख्या नाही. 18 चा वर्ग 324 व 19 चा वर्ग 361 आहे. 324 व 361 च्या मध्ये ही संख्या येते. त्यामुळे ही संख्या कोणत्याही संख्येचा वर्ग नाही.

∴ **उत्तर** : पर्याय क्र. ❹

2. 1 ते 10 संख्या क्रमाने घेतल्यास कोणती त्रिकोणी संख्या मिळेल ?

① 45 ② 55 ③ 50 ④ 40

स्पष्टीकरण : 1 ते 10 संख्या क्रमाने घेतल्यास मिळणारी त्रिकोणी संख्या काढायची आहे. यासाठी 1 ते 10 संख्यांची क्रमाने बेरीज करावी लागणार आहे.

$1 + 2 + 3 + 4 + 5 + 6 + 7 + 8 + 9 + 10 = 55$

सूत्र : त्रिकोणी संख्या $= \frac{\text{शेवटची संख्या} \times \text{पुढची संख्या}}{2}$

$= \frac{10 \times 11}{2}$

$= 55$

∴ **उत्तर** : पर्याय क्र. ❷

3. 14, 28, 42, 56, 70, ..., ... या आकृतिबंधात क्रमाने येणाऱ्या दोन संख्या कोणत्या ?

① 84, 108 ② 80, 90 ③ 84, 98 ④ 98, 112

स्पष्टीकरण : 14, 28, 42, 56, 70, ..., ... या आकृतिबंधाने येणाऱ्या दोन संख्या काढावयाच्या आहेत. वरील आकृतिबंधात 14 च्या पाढ्यातील संख्या आहेत.

∴ 14, 28, 42, 56, 70 त्यानंतर क्रमाने 84, 98 या संख्या येतात.

∴ **उत्तर** : पर्याय क्र. ❸

4.

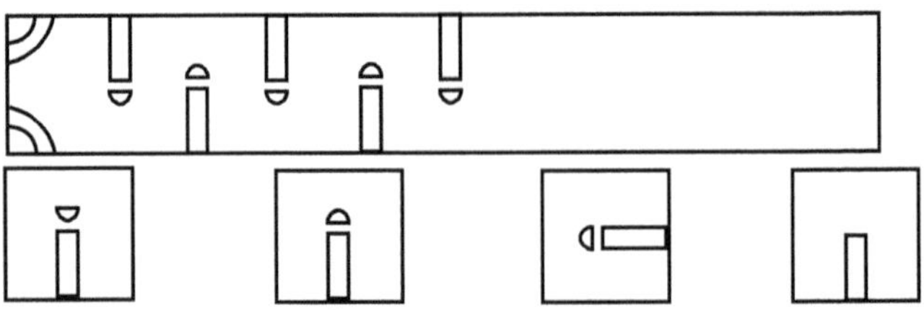

① ② ③ ④

स्पष्टीकरण : वरील आकृतीमध्ये निरीक्षण केल्यानंतर चौकोनाची नक्षी खाली-वर झालेली आहे. त्यांचे काळजीपूर्वक निरीक्षण केल्यानंतर

चौकोनाच्या वर अर्धगोल आहे. त्या अर्धगोलाची दिशा पाहा या सर्वांचा विचार केल्यानंतर उत्तराचा पर्याय क्र. ④.

∴ **उत्तर :** पर्याय क्र. ❹

5. 1 ते 20 पर्यंतची संख्याची त्रिकोणी संख्या कोणती ?

① 21 ② 210 ③ 420 ④ 200

स्पष्टीकरण : 1 ते 20 पर्यंत क्रमाने संख्या घेतल्यास त्या संख्यांची त्रिकोणी संख्या काढावयाची आहे.

1 ते 20 पर्यंत संख्या घेऊन त्यांची बेरीज करावयाची आहे. यासाठी वरील सूत्राचा वापर करावा लागेल.

$$\therefore \quad \text{त्रिकोणी संख्या} = \frac{\text{शेवटची संख्या} \times \text{पुढची संख्या}}{2}$$

$$= \frac{20 \times 21}{2}$$

$$= \frac{420}{2}$$

$$= 210$$

∴ **उत्तर :** पर्याय क्र. ❷

6. Δ + 0, Δ + 0, Δ + 0, ? वरील उदाहरणात प्रश्नचिन्हाच्या जागी कोणता पर्याय योग्य ठरेल ?

① + 0 Δ ② 0 Δ + ③ Δ + 0 ④ + 0 Δ

स्पष्टीकरण : या उदाहरणात Δ + 0, Δ + 0, Δ + 0 या क्रमाने आकृत्यांचा गट पुन:पुन्हा आला आहे. म्हणून या प्रश्नातील आकृतिबंध Δ + 0 आहे.

∴ **उत्तर :** पर्याय क्र. ❸

7. EFABEFABEFAB .... या मालिकेत पुढे येणारा योग्य आकृतिबंध कोणता ?

① FEAB ② EAFB ③ EEAB ④ EFAB

स्पष्टीकरण : या अक्षरमालेतील E, F, A, B ही अक्षरे पुन:पुन्हा त्याच क्रमाने येतात. या ठिकाणी 4 अक्षरांचा गट आहे. त्यामुळे यांचा आकृतिबंध EFAB हा आहे.

∴ **उत्तर :** पर्याय क्र. ❹

8. ABBCC DDEEF E या मालेत पुढे येणारा योग्य आकृतिबंध कोणता ?

① GG ② GG ③ GG ④ GG

स्पष्टीकरण : या प्रश्नात A, B, C, D, E, F अक्षरे व या अक्षरांची पाण्यातील प्रतिबिंबे यापासून आकृतिबंध तयार झाला आहे. या क्रमाने G हे अक्षर येते. त्याचे पाण्यातील प्रतिबिंब व अक्षर यापासून आकृतिबंध तयार होतो. आकृतिबंधनानुसार योग्य पर्याय.

∴ **उत्तर :** पर्याय क्र. ❷

9. पुढील सारणीनुसार वेगळा आकृतिबंध कोणता ?

1	2	3
4	5	6
7	8	9

① 1, 4, 7 ② 4, 5, 3

③ 1, 5, 6 ④ 7, 5, 3

स्पष्टीकरण : पर्याय क्र. ① मधील संख्यांची बेरीज 1 + 4 + 7 = 12

पर्याय क्र. ② मधील संख्यांची बेरीज 4 + 5 + 3 = 12

पर्याय क्र. ③ मधील संख्यांची बेरीज 1 + 5 + 6 = 12

पर्याय क्र. ④ मधील संख्यांची बेरीज 7 + 5 + 3 = 15

वरील पर्याय क्र. 1, 2 व 3 या पर्यायांची बेरीज 12 येते व पर्याय क्र. ④ ची बेरीज 15 येते. त्यामुळे पर्याय क्र. ④ वेगळा गट आहे.

∴ **उत्तर :** पर्याय क्र. ❹

10. आकृतिबंध पूर्ण करा.

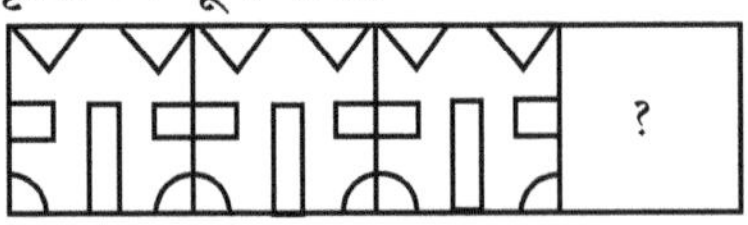

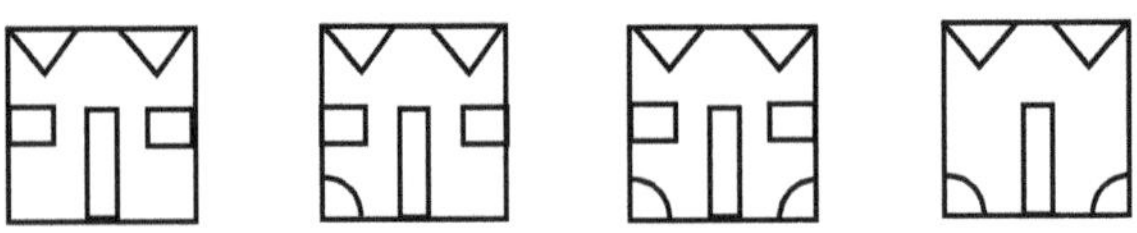

① ② ③ ④

स्पष्टीकरण :  हा गट पुनः पुन्हा येतो.

∴ **उत्तर :** पर्याय क्र. ❸

11. 13, 26, 39, 52, 65, 78, 91, 104, 130 या 13 च्या पाढ्यातील संख्यांमध्ये एककस्थानी कोणता आकृतिबंध येतो ?

① 3, 6, 9 ② 2, 5, 8 ③ 1, 4, 0 ④ सर्व पर्याय बरोबर

स्पष्टीकरण : वरील 13 च्या पाढ्याच्या एकक जागी अनुक्रमे 3, 6, 9, 2, 5, 8, 1, 4, 0 या क्रमाने पुन: पुन्हा येते.

∴ **उत्तर :** पर्याय क्र. ❹

प्रश्नावली

1. 5, 10, 15, 20, 25, 30, 35, 40, 45, 50 या 5 च्या पाढ्यातील संख्यांमध्ये एककस्थानी कोणता आकृतिबंध येतो ?

① 5, 0 ② 0, 5 ③ 1, 5 ④ 4, 5

2. $2 \times 2 =$
$22 \times 22 =$
$222 \times 222 =$
$2222 \times 2222 =$

या सारणीत गुणाकाराच्या एककस्थानी कोणता आकृतिबंध येईल ?

① 8 ② 4
③ 2 ④ 6

3. $1 \times 1 =$
$11 \times 11 =$
$111 \times 111 =$
$1111 \times 1111 =$

या सारणीत गुणाकाराच्या एककस्थानी कोणता आकृतिबंध येईल ?

① 1 ② 4
③ 2 ④ 6

4. 4, 8, 12, 16, 20, 24, 28 या 4 च्या पाढ्यामध्ये एककस्थानी कोणता आकृतिबंध येईल ?

① 8, 2, 6, 0 ② 4, 8, 2, 6, 0
③ 8, 2, 6 ④ 8, 2, 6, 0, 4

5. 13 च्या पाढ्यात एकक स्थानच्या आकृतिबंधात कोणता अंक येणार नाही ? ① 5 ② 9 ③ 3 ④ 2

6. विषम संख्या पाहून एकक स्थानच्या आकृतिबंधात कोणते अंक येतील ?

① 3, 5, 7, 9 ② 1, 3, 5, 7
③ 5, 7, 9, 1, 3 ④ 1, 3, 5, 7, 9

7. समसंख्या पाहून त्या संख्यांच्या एकक स्थानच्या आकृतिबंधात कोणते अंक येतील ?

① 2, 4, 6, 8, 0 ② 0, 2, 4, 6, 8
③ 2, 4, 8, 0 ④ 0, 2, 4

8. 20 च्या पाढ्यातील संख्या पाहून दशक स्थानच्या व एकक स्थानच्या अंकात कोणता आकृतिबंध येईल ?

① सम अंक ② विषम अंक
③ मूळ अंक ④ संयुक्त अंक

9. $50 \times 5 =$
   $500 \times 5 =$
   $5000 \times 5 =$
   $50000 \times 5 =$

   या सारणीत गुणाकाराच्या एककस्थानी कोणता आकृतिबंध येईल.

   ① 5 ② 0
   ③ 2 ④ 1

10. 11 च्या पाढ्यातील संख्यांमध्ये एककस्थानी कोणता आकृतिबंध येईल ?

    ① 1, 2, 3 ② 4, 5, 6
    ③ 7, 8, 9, 0 ④ सर्व पर्याय बरोबर

11. 25 च्या पाढ्यातील संख्या पाहून एककस्थानी येणाऱ्या अंकात कोणता आकृतिबंध येईल ?

    ① 5, 0 ② 0, 5 ③ 1, 5 ④ 2, 5

12. 9 चा पाढा वाचून त्या संख्यांतील एककस्थानी कोणता आकृतिबंध येईल ?

    ① 1, 2, 3, 4, 5, 6, 7, 8, 9 ② 2, 3, 4, 5, 6, 7, 8, 9
    ③ 9, 8, 7, 6, 5, 4, 3, 2, 1, 0 ④ 8, 7, 6, 5, 4, 3, 2, 1, 0

13. 7 चा पाढा वाचून त्या संख्यांतील एककस्थानी कोणता आकृतिबंध येईल ?

    ① 7, 4, 1, 8, 5, 2, 9, 6, 3, 0 ② 4, 1, 8, 5, 2, 9, 6, 3, 0
    ③ 7, 4, 1, 8, 5, 2, 9, 4, 3, 0 ④ 7, 1, 8, 5, 2, 9, 6, 3, 0

प्रश्न 14 ते 28 : खालील आकृतिबंध पूर्ण करा. (रिकाम्या जागी येणाऱ्या आकृतीचा क्रमांक निवडा).

14. 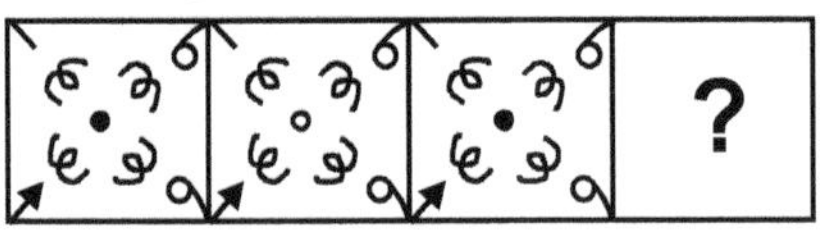

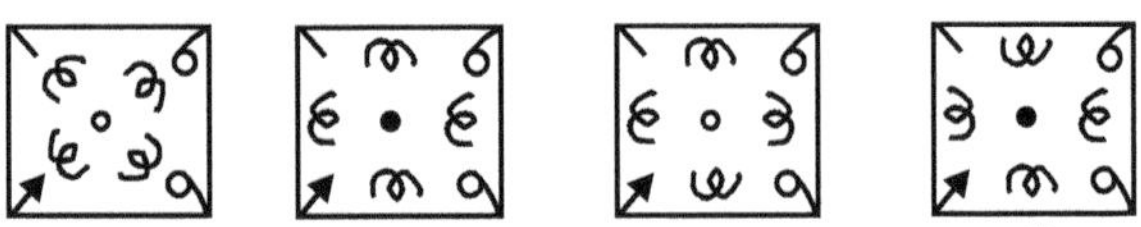

① ② ③ ④

15. 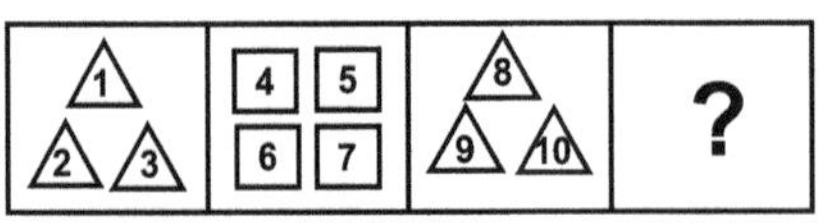

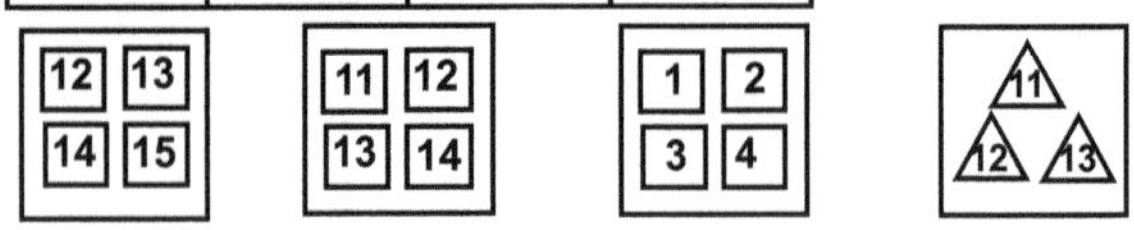

① ② ③ ④

16.

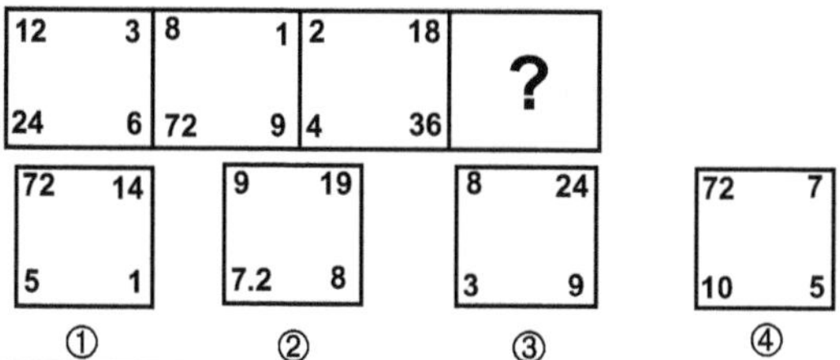

17.

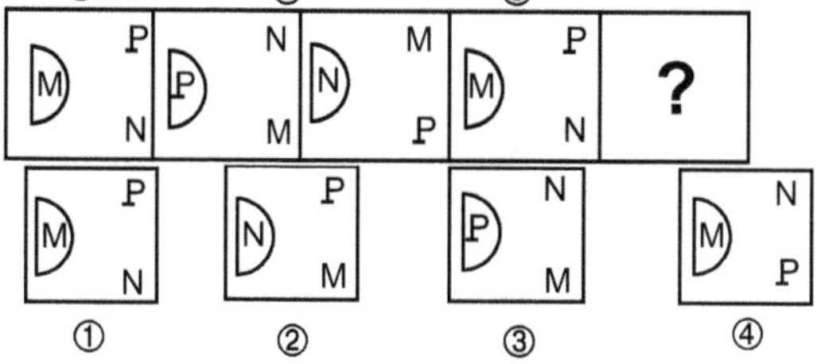

18.

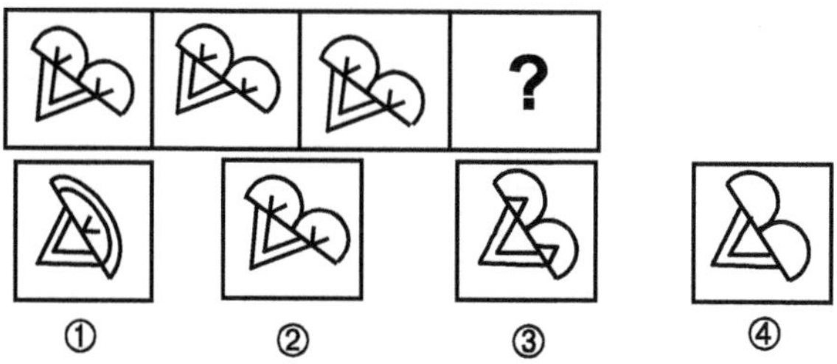

19.

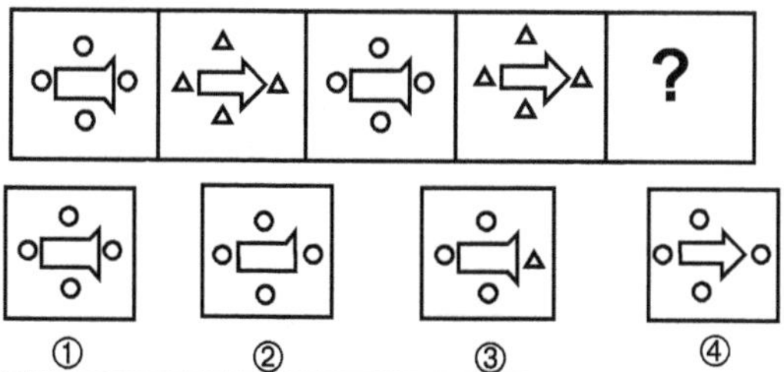

20.

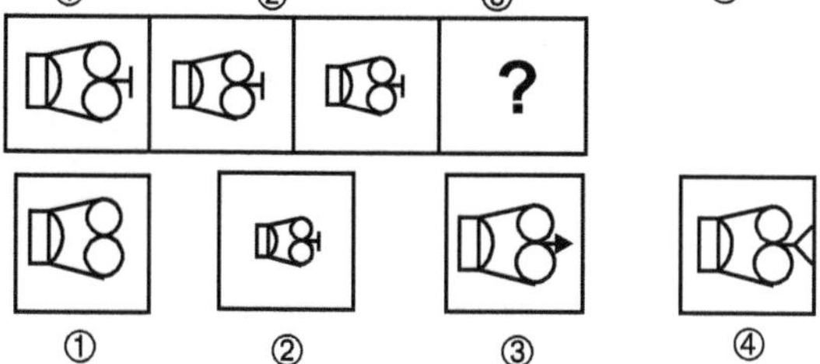

21.

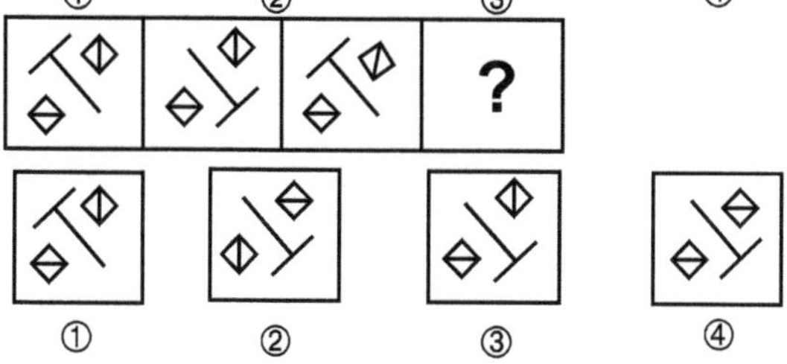

22.

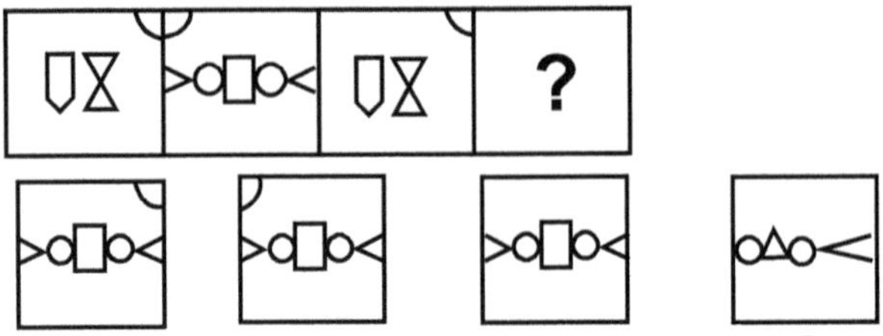

① ② ③ ④

23.

① ② ③ ④

24.

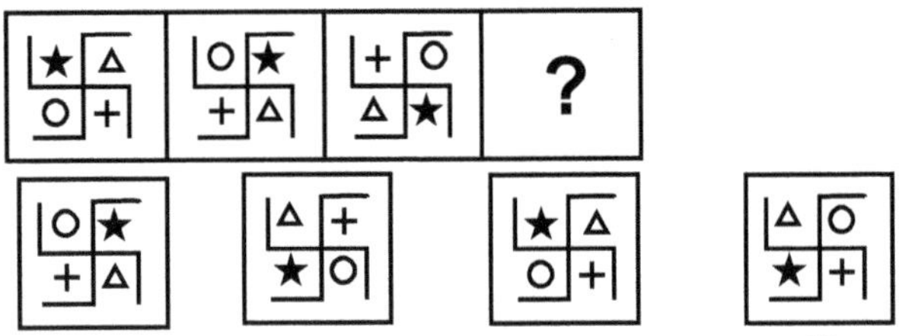

① ② ③ ④

25.

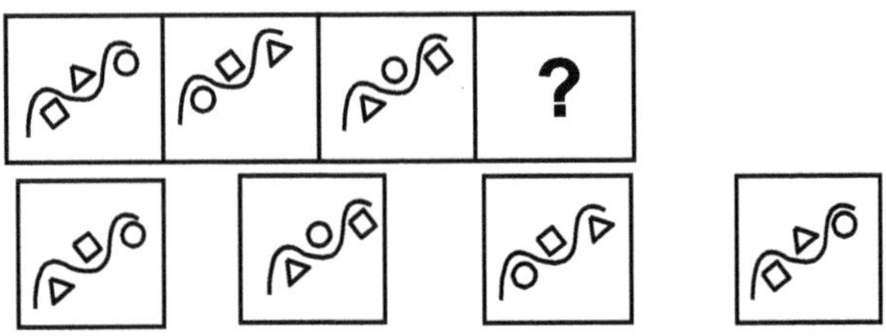

① ② ③ ④

26.

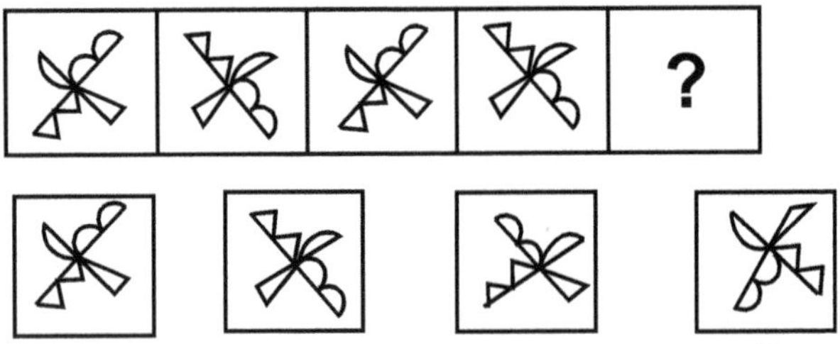

① ② ③ ④

27. 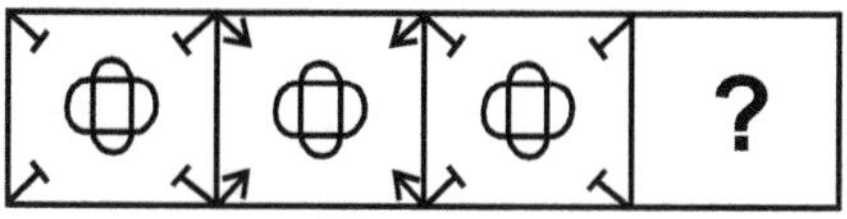

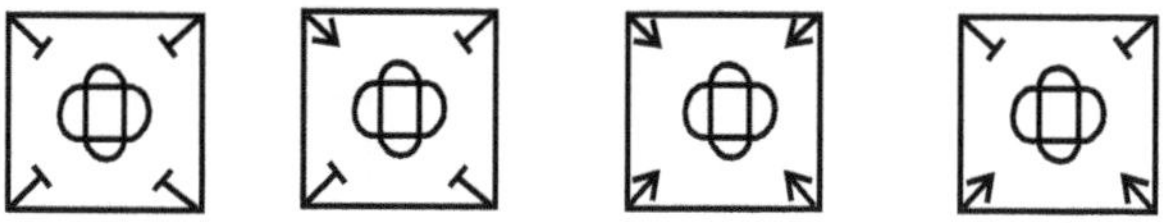

① ② ③ ④

28. 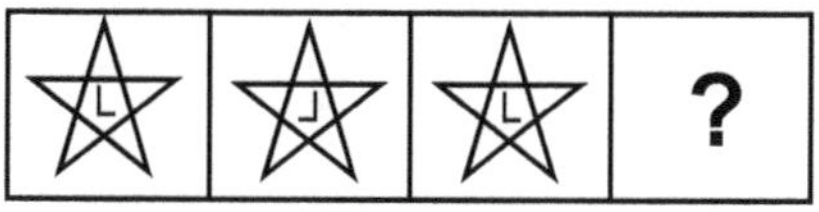

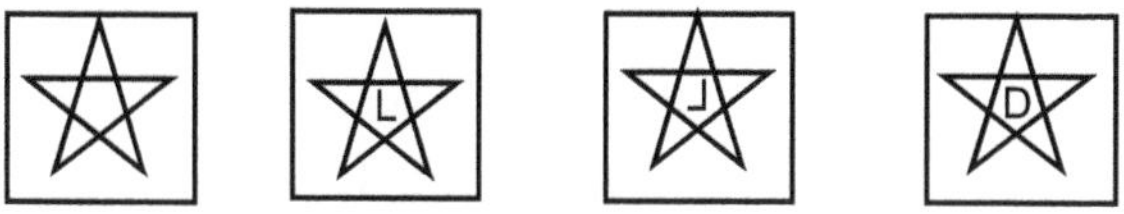

① ② ③ ④

प्रश्न 29 ते 32 : खालील प्रश्नांच्या चित्रातील आकृतिबंध पूर्ण करण्यासाठी खाली दिलेल्या पर्यायांतील कोणत्या फरशीचा उपयोग केला आहे हे लक्षात घेऊन त्या चित्रासमोर त्याचा पर्याय क्रमांक निवडा.

① ② ③ ④

29. 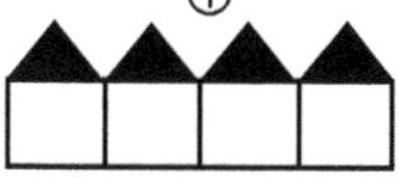

30. 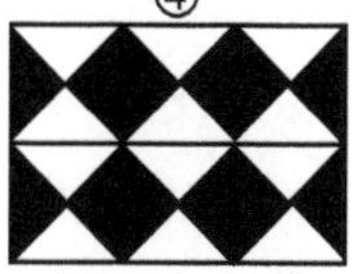

31. 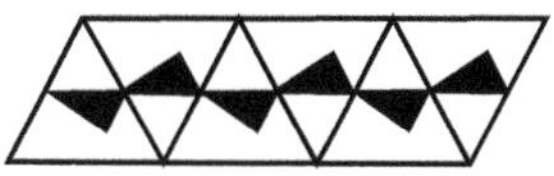

32. 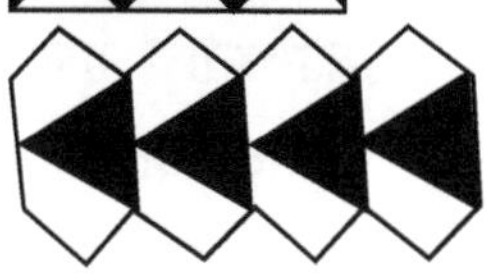

उत्तरसूची

1.	❶	2.	❷	3.	❶	4.	❷	5.	❸	6.	❹
7.	❷	8.	❶	9.	❷	10.	❹	11.	❶	12.	❸
13.	❶	14.	❸	15.	❷	16.	❸	17.	❸	18.	❷
19.	❶	20.	❷	21.	❸	22.	❷	23.	❸	24.	❷
25.	❹	26.	❶	27.	❸	28.	❸	29.	❹	30.	❸
31.	❶	32.	❷								

9. इष्टिकाचिती व घन (कडा, शिरोबिंदू, पृष्ठे)

◈ **इष्टिकाचिती** : इष्टिकाचितीचा आकार विटेसारखा असतो. ज्याची लांबी, रुंदी व उंची समान नसते. त्या आकृतीला 'इष्टिकाचिती' असे म्हणतात.

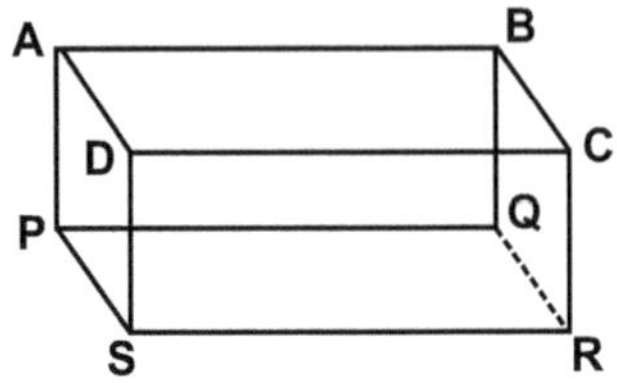

इष्टिकाचितीची ओळख :

1. शिरोबिंदू 8 बिंदू A, बिंदू B, बिंदू C, बिंदू D, बिंदू P, बिंदू Q, बिंदू R, बिंदू S
2. कडा 12 रेख AB, रेख AD, रेख AP, रेख BC, रेख BQ, रेख CR, रेख RQ, रेख PS, रेख PQ, रेख SR, रेख DS, रेख DC
3. पृष्ठे 6 पृष्ठांचा आकार आयताकृती असतो.
   □ABCD, □ADSP, □DCRS, □ABQP, □BCQR, □PQSR
4. इष्टिकाचितीचे पृष्ठफळ =
   2 × (लांबी + रुंदी) + 2 × (रुंदी + उंची) + 2 (लांबी + उंची)
5. इष्टिकाचितीचे घनफळ = लांबी × रुंदी × उंची

इष्टिकाचितीचे गुणधर्म :

- इष्टिकाचितीची कडा इतर दोन कडांना लंब असते.
- इष्टिकाचितीची पृष्ठे आयताकार असतात.
- इष्टिकाचितीच्या समान 4 कडांचे वेगवेगळे तीन गट असतात.
- समोरासमोरील आयाताकार पृष्ठांचे क्षेत्रफळ समान असते.

◈ **घन** : लांबी, रुंदी व उंची समान असणाऱ्या आकृतीला 'घन' असे म्हणतात.

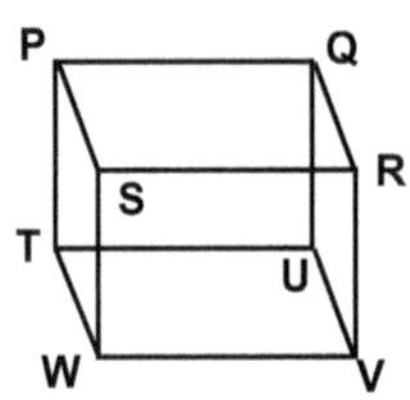

घनाची ओळख :

1. शिरोबिंदू 8 बिंदू P, बिंदू Q, बिंदू R, बिंदू S, बिंदू T, बिंदू U, बिंदू V, बिंदू W
2. कडा 12 रेख PQ, रेख QR, रेख SR, रेख PS, रेख PT, रेख SW, रेख QU, रेख RV, रेख TW, रेख TU, रेख UV, रेख VW
3. पृष्ठे 6 पृष्ठांचा आकार चौरसाकृती असतो. □PQRS, □TUVW, □SRVW, □PTVQ, □PSWT, □QRVU
4. घनाचे पृष्ठफळ = $6 \times (\text{बाजू})^2 = 6 \times$ बाजू $\times$ बाजू
5. घनाचे घनफळ = बाजू $\times$ बाजू $\times$ बाजू

घनाचे गुणधर्म :

- घनाची प्रत्येक कडा इतर दोन कडांना लंब असते.
- सर्व कडा समान लांबीच्या असतात.
- घनाची पृष्ठे चौरसाकार आहेत.
- सर्व चौरसाकार पृष्ठांचे क्षेत्रफळ समान आहे.
- प्रत्येक पृष्ठाचे क्षेत्रफळ म्हणजेच पृष्ठफळ होय.

आकृतीचे नाव	शिरोबिंदूची संख्या	कडांची संख्या	पृष्ठांची संख्या
घन	8	12	6
इष्टिकाचित्ती	8	12	6

नमुना उदाहरणे

1. घनाच्या पृष्ठांचा आकार कसा असतो ?

① घनाकृती ② आयताकृती

③ चौरसाकृती ④ त्रिकोणाकृती

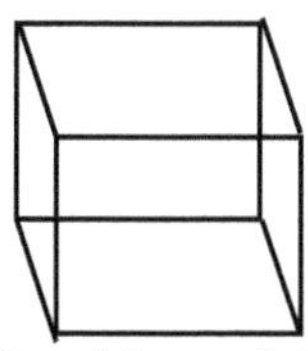

स्पष्टीकरण : घन म्हणजे ज्याची लांबी, रुंदी व उंची समान आहे. अशा त्रिमितीय आकाराला घन म्हणतात.

चौरसाच्या चारही बाजू समान असतात. घनाच्या लांबी, रुंदी व उंची समान असल्यामुळे त्याच्या सर्व कडा समान मापाच्या असतात. त्यामुळे घनाच्या पृष्ठांचा आकार चौरसाकृती असतो.

∴ **उत्तर :** पर्याय क्र. ❸

2. घनाचे पृष्ठफळ काय येईल ?

① $6 \times (\text{बाजू})^2$ ② $(\text{बाजू})^3$

③ $(\text{बाजू})^2$ ④ $6 \times (\text{बाजू})^3$

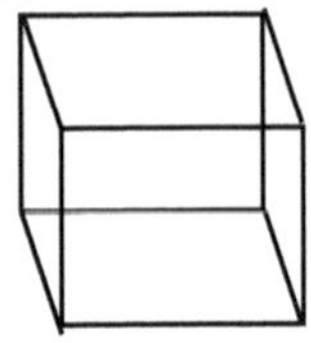

स्पष्टीकरण : घनाची लांबी, रुंदी व उंची समान असते. घनाच्या सर्व कडा समान असतात. त्यामुळे घनाच्या पृष्ठांचा आकार चौरसाकृती असतो.

घनाला एकूण 6 पृष्ठे असतात. पृष्ठफळ म्हणजे घनांच्या सर्व पृष्ठांच्या क्षेत्रफळाची बेरीज होय. घनांच्या पृष्ठांचा आकार चौरसाकृती असतो.

∴ एका पृष्ठाचे क्षेत्रफळ = बाजू × बाजू

= $(\text{बाजू})^2$

∴ अशा 6 पृष्ठांचे क्षेत्रफळ = $6 \times (\text{बाजू})^2$

∴ घनांचे पृष्ठफळ = $6 \times (\text{बाजू})^2$

∴ **उत्तर :** पर्याय क्र. ❶

3. घनाच्या किती कडा समान मापाच्या असतात ?

① 6 ② 8 ③ 12 ④ 10

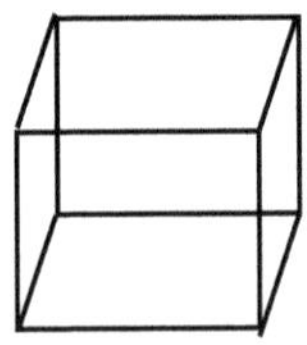

स्पष्टीकरण : घनाला एकूण 6 पृष्ठे असतात. यामध्ये खालचे पृष्ठ सर्वांत वरचे पृष्ठ यांच्या कडा एकूण 8 होतात.

मधल्या कडा 4. अशा एकूण घनाला 12 कडा येतात.

∴ **उत्तर :** पर्याय क्र. ❸

4. इष्टिकाचितीच्या पृष्ठांचा आकार कसा असतो ?

① आयताकृती ② त्रिकोणाकृती

③ चौरसाकृती ④ वर्तुळाकृती

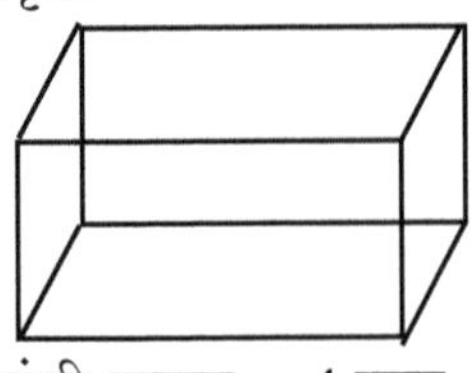

स्पष्टीकरण : इष्टिकाचितीचा आकार विटेसारखा असतो. त्यांची लांबी, रुंदी व उंची समान नसते. एकूण कडा 12 असतात.

लांबी समान - 4 कडा, रुंदी समान - 4 कडा, उंची समान - 4 कडा त्यामुळे समोरासमोरील कडा समान येतात. त्यामुळे इष्टिकाचितीच्या पृष्ठांचा आकार आयताकृती येईल.

∴ **उत्तर :** पर्याय क्र. ❶

5. इष्टिकाचितीला किती शिरोबिंदू असतात ?

① 4 ② 8 ③ 12 ④ 10

स्पष्टीकरण : इष्टिकाचितीला 8 शिरोबिंदू असतात.

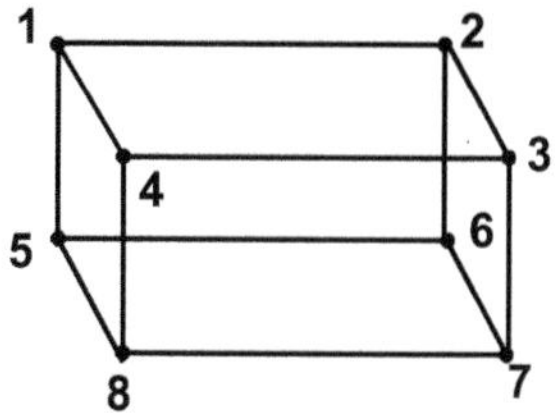

∴ **उत्तर :** पर्याय क्र. ❷

6. घनाविषयी अयोग्य वाक्य कोणते ?

① घनाची लांबी, रुंदी व उंची समान असते.

② घनाला 12 कडा असतात.

③ घनाला आयताकृती पृष्ठे असतात.

④ घनाला 8 शिरोबिंदू असतात.

स्पष्टीकरण : पर्याय क्र. ① : घनाची लांबी, रुंदी व उंची समान असते. हे विधान बरोबर आहे. कारण लांबी, रुंदी व उंची समान असणाऱ्या आकृतीला 'घन' असे म्हणतात.

पर्याय क्र. ② : घनाला 12 कडा असतात हे विधान बरोबर आहे.

पर्याय क्र. ③ : घनाची पृष्ठे आयताकृती असतात हे विधान चुकीचे आहे. कारण घनाची पृष्ठे चौरसाकृती असतात.

पर्याय क्र. ④ : घनाला 8 शिरोबिंदू असतात. हे विधान बरोबर आहे.

∴ वरील पर्यायांपैकी पर्याय क्र. ③ हे विधान अयोग्य आहे.

∴ **उत्तर :** पर्याय क्र. ❸

7. घनाची पृष्ठे कशी असतात ?

① त्रिकोणाकृती ② आयताकृती

③ चौकोनाकृती ④ चौरसाकृती

स्पष्टीकरण : घनाची लांबी, रुंदी व उंची समान असते. त्यामुळे तिला घन म्हणतात. घनाला 6 पृष्ठे असतात. त्या पृष्ठांची लांबी, रुंदी व उंची समान असते. त्यामुळे पृष्ठांच्या सर्व बाजू समान असतात.

∴ घनाच्या पृष्ठांची लांबी, रुंदी व उंची समान असते. त्यामुळे घनाच्या पृष्ठांचा आकार चौरसाकृती असतो.

∴ **उत्तर :** पर्याय क्र. ❹

8. इष्टिकाचितीची पृष्ठे कोणत्या आकाराची असतात ?

① आयताकृती ② चौरसाकृती ③ घनाकृती ④ त्रिकोणाकृती

स्पष्टीकरण : इष्टिकाचितीची लांबी, रुंदी व उंची समान नसते. इष्टिकाचितीला 6 पृष्ठे असतात. इष्टिकाचितीच्या पृष्ठांच्या समोरा-समोरील बाजू समान मापाच्या असतात.

∴ इष्टिकाचितीच्या पृष्ठांचा आकार आयताकृती असतो.

∴ **उत्तर :** पर्याय क्र. ❶

9. खालीलपैकी घनाची आकृती असणारा पर्याय कोणता ?

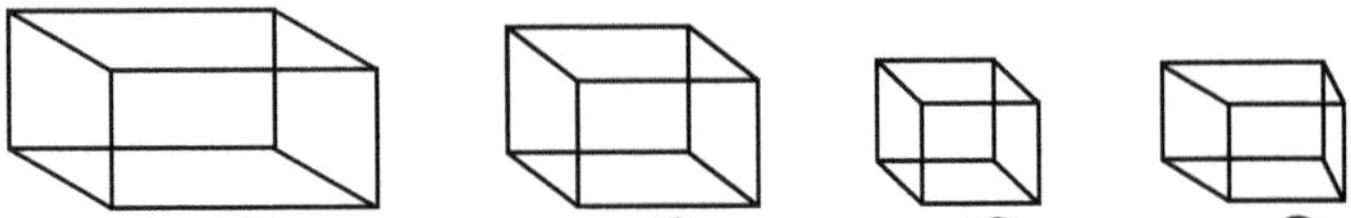

① ② ③ ④

स्पष्टीकरण : वरीलपैकी घनाची आकृती असणारा पर्याय शोधायचा आहे. घन म्हणजे लांबी, रुंदी व उंची समान असणारी आकृती.

पर्याय क्र. ① : मध्ये लांबी, रुंदी व उंची समान नाही. त्यामुळे इष्टिकाचितीची आकृती आहे. घनाची आकृती नाही.

पर्याय क्र. ② : मध्ये लांबी, रुंदी व उंची समान नाही त्यामुळे ही इष्टिकाचितीची आकृती आहे. घनाची आकृती नाही.

पर्याय क्र. ③ : मध्ये लांबी, रुंदी व उंची समान आहे. त्यामुळे ही आकृती घनाची आहे.

पर्याय क्र. ④ : मध्ये लांबी, रुंदी व उंची समान नाही त्यामुळे ही इष्टिकाचितीची आकृती आहे. घनाची आकृती नाही.

∴ पर्याय क्र. ③ मधील आकृती घनाची आकृती आहे.

∴ **उत्तर :** पर्याय क्र. ❸

10. खालीलपैकी कोणत्या प्रकारात घन व इष्टिकाचितीत फरक आहे ?

① शिरोबिंदूची संख्या ② पृष्ठांची संख्या

③ कडांची संख्या ④ पृष्ठांचा आकार

स्पष्टीकरण : घन व इष्टिकाचितीमधील असणारा फरक शोधायचा आहे.

पर्याय क्र. ① : शिरोबिंदूची संख्या. शिरोबिंदूची संख्या घन व इष्टिकाचिती यामध्ये 6 असते. त्यामुळे फरक नाही.

पर्याय क्र. ② : पृष्ठांची संख्या. पृष्ठांची संख्या घन व इष्टिकाचिती यामध्ये 6 असते. त्यामुळे यात फरक नाही.

पर्याय क्र. ③ : कडांची संख्या. कडांची संख्या घन व इष्टिकाचिती यामध्ये असते. त्यामुळे यात फरक नाही.

पर्याय क्र. ④ : पृष्ठांचा आकार. घनामध्ये पृष्ठांचा आकार चौरसाकृती व इष्टिकाचितीमध्ये आयताकृती आहे. यामध्ये दोघांत फरक आहे.

∴ **उत्तर :** पर्याय क्र. ❹

प्रश्नावली

1. घनाची किती पृष्ठे समान असतात ?
   ① 6 ② 4 ③ 3 ④ 2
2. इष्टिकाचितीला किती शिरोबिंदू असतात ?
   ① 8 ② 10 ③ 12 ④ 6
3. इष्टिकाचितीच्या किती पृष्ठांचे क्षेत्रफळ समान येईल ?
   ① 6 ② 2 पृष्ठांचे 3 गट
   ③ 3 पृष्ठांचे 2 गट ④ 4
4. इष्टिकाचितीच्या पृष्ठांचे क्षेत्रफळ काढण्याचे सूत्र कोणते ?
   ① $(\text{बाजू})^3$ ② $(\text{बाजू})^2$
   ③ लांबी × रुंदी × उंची ④ लांबी × रुंदी
5. घनाच्या पृष्ठांचे क्षेत्रफळ काढण्याचे सूत्र कोणते ?
   ① $6 \times (\text{बाजू})^2$ ② $(\text{बाजू})^2$
   ③ $(\text{बाजू})^3$ ④ लांबी × रुंदी × उंची
6. घनाच्या किती कडा समान असतात ?
   ① 8 ② 6 ③ 12 ④ 10
7. घनाच्या पृष्ठांचा आकार कसा असतो ?
   ① आयताकृती ② चौरसाकृती ③ त्रिकोणाकृती ④ वर्तुळाकृती
8. घनाला किती शिरोबिंदू असतात ?
   ① 6 ② 8 ③ 10 ④ 12
9. घनाच्या कडा एकमेकींना कशा असतात ?
   ① लंब ② सरळ ③ वक्र ④ चक्र
10. विटेसारखा आकार असणाऱ्या आकृतीला काय म्हणतात ?
    ① घन ② इष्टिकाचिती ③ चौरस ④ आयत

उत्तरसूची

1. ❶	2. ❶	3. ❷	4. ❹	5. ❷	6. ❸	7. ❷
8. ❷	9. ❶	10. ❷				

★★★

घटक 7 : चित्रालेख

1. चित्ररूप माहितीचे आकलन

◈ चित्ररूप माहितीमध्ये काही प्रकारची चित्रे देऊन त्यांच्याशी संबंधित घटक त्यांच्यापुढे योग्य संख्येने दिलेले असतात. त्यांच्यातील संबंध लक्षात घेऊन त्यांची संख्या सांगणे अपेक्षित आहे.

◈ माहितीच्या तक्त्यांना माहितीचा चित्रालेख किंवा माहितीचे चित्ररूप असे म्हणतात.

◈ चित्रालेखावर आधारित प्रश्नांची उत्तरे लिहावी लागतात. त्यासाठी चित्रांचे निरीक्षण करावे. प्रमाण विचारात घ्यावे आणि मगच प्रश्नांची उत्तरे शोधावीत.

◈ माहितीवरून चित्रालेख काढण्यासाठी आवश्यक सूचना.

- सांख्यिकी माहितीतील संख्यांचे निरीक्षण करावे लागेल.
- त्या संख्या कोणकोणत्या संख्यांच्या पाढ्यांमध्ये आहेत हे पाहावे लागेल.
- योग्य प्रमाण निश्चित करावे लागेल.
- योग्य चित्र चिन्ह म्हणून निवडावे लागेल.
- योग्य ते रकाने करून चित्रालेख काढावा लागेल.
- चित्रालेखाच्या खाली प्रमाण लिहावे लागेल.

नमुना उदाहरणे

1. शाळेतील 200 विद्यार्थ्यांना त्यांना आवडणाऱ्या खेळांची माहिती दर्शविलेली आहे. त्याआधारे चित्रालेख काढण्यासाठी योग्य प्रमाण कोणते ?

विद्यार्थ्यांचा आवडता खेळ	हॉकी	क्रिकेट	कबड्डी	व्हॉलीबॉल	फुटबॉल
विद्यार्थी संख्या	20	30	40	90	20

① 20 ② 30 ③ 10 ④ 8

स्पष्टीकरण : वरील चित्रालेखाचे निरीक्षण केले असता, चित्रालेखाच्या माहितीवरून चित्रालेख काढण्यासाठी योग्य प्रमाण कोणते घ्यावे याचा

विचार करावा लागतो. प्रमाण घेण्यासाठी माहितीचे आकलन होण्या-साठी संख्यांचे निरीक्षण करावे.

विद्यार्थी संख्येचा विचार केला असता 20, 30, 40, 90 व 20 या संख्यांचा विचार करता या संख्या कोणत्या पाढ्यातील आहेत याचा विचार करावा.

20, 30, 40, 90 या संख्या 10 च्या पाढ्यातील आहेत.

∴ **उत्तर** : पर्याय क्र. ❸

2. खालील चित्रालेखाचे निरीक्षण करून खालील प्रश्नांचे उत्तर लिहा.

शाळेतील क्रीडा स्पर्धेतील विजेत्या विद्यार्थ्यांची संख्या

प्रमाण :  **= 4 विद्यार्थी**

	शाळा	विद्यार्थी संख्या
(1)	अर्जुनवाडा	
(2)	तुरंबे	
(3)	यंद्रे	
(4)	फणसवाडी	

क्रीडास्पर्धेत तुरंबेपेक्षा फणसवाडी शाळेचे किती जास्त विद्यार्थी विजेते झाले ?

① 8 ② 6 ③ 10 ④ 5

स्पष्टीकरण : तुरंबेपेक्षा फणसवाडी शाळेचे किती जास्त विद्यार्थी विजेते झाले हे काढायचे आहे. यासाठी चित्रांचे निरीक्षण खालील पद्धतीने माहिती वितरण करा.

चित्रांची संख्या मोजा.

अर्जुनवाडा - 4 तुरंबे - 3

चंद्रे - 2 फणसवाडी - 5

या ठिकाणी प्रमाण 4 असल्यामुळे त्यांना 4 ने गुणावे.

तुरंबे $= 3 \times 4 = 12$

फणसवाडी $= 5 \times 4 = 20$

यातील फरक काढू.

$20 - 12 = 8$

∴ फणसवाडी शाळेचे 8 विद्यार्थी जादा विजेते झाले.

∴ **उत्तर** : पर्याय क्र. ❶

3. खालील चित्रावरून 22 विद्यार्थी कोणता खेळ खेळतात ?

प्रमाण :  = 11 विद्यार्थी

	क्रीडा प्रकार	विद्यार्थी
(1)	कबड्डी	
(2)	हॉकी	
(3)	व्हॉलिबॉल	
(4)	क्रिकेट	

① कबड्डी ② हॉकी ③ व्हॉलीबॉल ④ क्रिकेट

स्पष्टीकरण : वरील तक्त्याचे निरीक्षण करून 22 विद्यार्थी खेळणारा क्रीडा प्रकार शोधायचा आहे. यासाठी संपूर्ण चित्रालेखाचे निरीक्षण करावे. प्रमाणांचा विचार करावा.

कबड्डी - 4 हॉकी - 2

व्हॉलीबॉल - 1 क्रिकेट - 3

या ठिकाणी प्रमाण 11 असल्यामुळे त्यांना 11 ने गुणावे.

कबड्डी $= 4 \times 11 = 44$ व्हॉलीबॉल $= 1 \times 11 = 11$

हॉकी $= 2 \times 11 = 22$ क्रिकेट $= 3 \times 11 = 33$

या ठिकाणी 22 विद्यार्थी असणारा पर्याय हॉकीचा आहे.

∴ **उत्तर :** पर्याय क्र. ❷

4. खालील चित्रालेखाचे निरीक्षण करून खालील प्रश्नांचे उत्तर शोधा. खालील चित्रात फळे आवडणाऱ्या विद्यार्थ्यांची संख्या दर्शविली आहे.

प्रमाण :  = 3 विद्यार्थी

	फळांचे नाव	विद्यार्थी संख्या
(1)	पेरू	
(2)	सिताफळ	
(3)	डाळींब	
(4)	संत्री	

वरील चित्रालेखात डाळिंब आवडणाऱ्या विद्यार्थ्यांची संख्या किती ?

① 12 ② 10 ③ 8 ④ 7

स्पष्टीकरण : वरील चित्रालेखाचे काळजीपूर्वक निरीक्षण करावे. फळांचे नाव, चित्रांची संख्या व प्रमाण यांचा विचार करावा. वरील आलेखातील डाळिंब आवडणाऱ्या विद्यार्थ्यांची संख्या काढायची आहे. डाळिंब आवडणाऱ्या चित्रांची संख्या 4 आहे. या ठिकाणी प्रमाण एक चित्र म्हणजे 3 विद्यार्थी होय.

∴ 4 चित्र = 4×3 = विद्यार्थी

∴ डाळिंब आवडणाऱ्या विद्यार्थ्यांची संख्या 12 येते.

∴ **उत्तर :** पर्याय क्र. ❶

5. खालील रिकामी जागा पूर्ण करा.

प्रमाण :  **= 6 विद्यार्थी**

	पुस्तकाचे नाव	आवडणारे विद्यार्थी	विद्यार्थी संख्या
(1)	शामची आई	30	
(2)	मृत्युंजय	48	
(3)	छावा	24	....
(4)	संभाजीराजे	18	

①  ② 

③  ④ 

स्पष्टीकरण : वरील आलेखात पुस्तकाचे नाव, आवडणारे विद्यार्थी व चित्र यांची माहिती दिलेली आहे. यावरून रिकाम्या जागी कोणता पर्याय येईल हे ठरवायचे आहे.

पुस्तकाचे नाव	आवडणारे विद्यार्थी	चित्र
1. श्यामची आई	30	5
2. मृत्युंजय	48	8
3. छावा	24	...
4. संभाजीराजे	18	3

या ठिकाणी प्रमाण 6 विद्यार्थी आहे. त्यामुळे छावा आवडणाऱ्या

विद्यार्थ्यांची संख्या $= \frac{24}{6} = 4$

4 चित्र होतील. ∴ 4 चित्र = 

∴ **उत्तर :** पर्याय क्र. ❸

2. स्तंभालेख

- ◈ चित्रमय माहिती दाखविण्यासाठी स्तंभालेखाचा वापर केला जातो. स्तंभालेखामुळे माहिती एकाच दृष्टिक्षेपात समजते.
- ◈ अनेक गोष्टींची एकाच वेळी तुलना करून अभ्यास केला जातो.
- ◈ स्तंभालेख काढण्यासाठी दोन रेषा ठळक असतात. रेषा X ला x अक्ष व रेषा Y ला y अक्ष आणि छेदनबिंदूला 'O' ला आरंभबिंदू असे म्हणतात.
- ◈ एखाद्या वेळी दोन वेगवेगळ्या गोष्टींची माहिती एकाच आलेखावर काढता येणे सोईचे व्हावे त्यासाठी एकाच कागदावर दोन्ही स्तंभालेख परस्परांना जोडून काढतात.
- ◈ प्रमाणाचे निरीक्षण करून त्यावरून माहिती काढावी.

नमुना उदाहरणे

1. खालील आलेखात शाळेतील शिष्यवृत्तीत आलेल्या विद्यार्थ्यांची संख्या दर्शविली आहे.

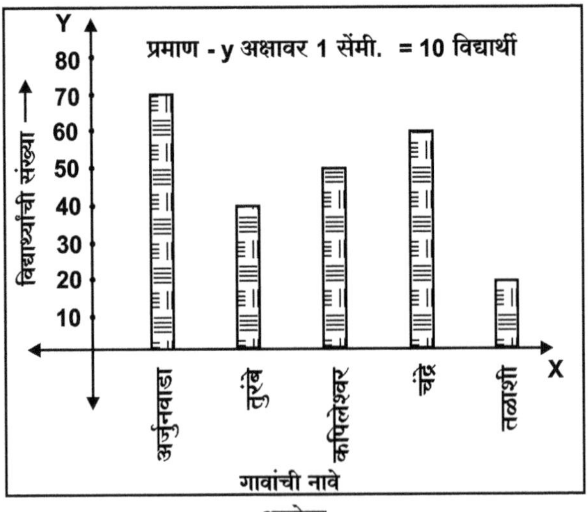

आलेख

सर्व शाळेतील विद्यार्थ्यांची सरासरी किती ?

① 54 ② 52 ③ 48 ④ 58

स्पष्टीकरण : स्तंभालेखाचे निरीक्षण करून वरील सर्व शाळेतील शिष्यवृत्तीला आलेल्या सर्व विद्यार्थ्यांची सरासरी काढायची आहे.

यासाठी प्रमाणाचा विचार करून पट्टीचा उपयोग करून सर्व शाळेतील विद्यार्थ्यांची संख्या निश्चित करावी. अर्जुनवाडा, तुरंबे, कपिलेश्वर, चंद्रे, तळाशी अशा पाच शाळा आहेत.

शाळा	विद्यार्थ्यांची संख्या
अर्जुनवाडा	70
तुरंबे	+ 40
कपिलेश्वर	+ 50
चंद्रे	+ 60
तळाशी	+ 20
एकूण शाळा 5	**240**

$\therefore$ सरासरी $= \frac{\text{विद्यार्थ्यांची संख्या}}{\text{शाळा}}$

$= \frac{240}{5}$

$= 48$

$\therefore$ **उत्तर :** पर्याय क्र. ❸

2. अर्जुनवाडा शाळेतील विद्यार्थी चंद्रे शाळेपेक्षा कितीने कमी अगर जास्त संख्या आहे ?

① 10 ने जास्त ② 20 ने जास्त

③ 10 ने कमी ④ 5 ने जास्त

स्पष्टीकरण : अर्जुनवाडा शाळेतील विद्यार्थीसंख्या ही चंद्रे शाळेपेक्षा कितीने कमी अगर जास्त आहे ते पाहू.

अर्जुनवाडा शाळेतील विद्यार्थ्यांची संख्या - 70

चंद्रे शाळेतील विद्यार्थ्यांची संख्या - 60

या दोन शाळांमधील विद्यार्थ्यांच्या संख्येतील फरक 10 आहे.

या ठिकाणी चंद्रे शाळेपेक्षा कितीने कमी-जास्त असे विचारले आहे. त्यामुळे 10 ने जास्त असा पर्याय येईल.

∴ **उत्तर :** पर्याय क्र. ❶

3. सर्व शाळांमधील विद्यार्थ्यांच्या सरासरीपेक्षा कमी असे किती शाळेतील विद्यार्थी आहेत ?

① 4 ② 3 ③ 5 ④ 2

स्पष्टीकरण : सर्व शाळेच्या विद्यार्थ्यांची सरासरी काढायची आहे.

या ठिकाणी सर्व शाळेतील विद्यार्थ्यांची सरासरी 48 आहे.

अर्जुनवाडा	70
तुरंबे	40
कपिलेश्वर	50
चंद्रे	60
तळाशी	20

या ठिकाणी तळाशी आणि तुरंबे या दोन शाळेतील विद्यार्थ्यांची संख्या सरासरी विद्यार्थ्यांपेक्षा कमी आहे.

∴ **उत्तर :** पर्याय क्र. ❹

4. स्तंभालेखात सर्वांत जास्त शाळेतील विद्यार्थी व सर्वांत कमी असणाऱ्या शाळेतील विद्यार्थी यातील फरक किती ?

① 60 ② 30 ③ 40 ④ 50

स्पष्टीकरण : सर्वांत जास्त विद्यार्थी असणारी शाळा अर्जुनवाडा व सर्वांत कमी विद्यार्थी असणारी शाळा तळाशी आहे.

अर्जुनवाडा शाळेतील विद्यार्थी – 70

तळाशी शाळेतील विद्यार्थी – 20

फरक 50

या दोन शाळांमधील फरक 50 आहे.

∴ **उत्तर :** पर्याय क्र. ❹

5. खालीलपैकी कोणत्या शाळांमधील विद्यार्थ्यांच्या संख्येतील फरक कमी आहे ?

① अर्जुनवाडा व तळाशी

② तुरंबे व तळाशी

③ तुरंबे व चंद्रे

④ चंद्रे व कपिलेश्वर

स्पष्टीकरण : शाळांमधील विद्यार्थ्यांच्या संख्येतील फरक कमी असणारी शाळा शोधायची आहे.

अर्जुनवाडा	70
तुरंबे	40
कपिलेश्वर	50
चंद्रे	60
तळाशी	20

पर्याय (1) अर्जुनवाडा व तळाशी

अर्जुनवाडा – 70
तळाशी – 20

50 चा फरक

(2) तुरंबे व तळाशी

तुरंबे – 50
तळाशी – 20

30 चा फरक

(3) तुरंबे व चंद्रे

तुरंबे – 40   60
चंद्रे – 60   – 40

20 चा फरक

(4) चंद्रे व कपिलेश्वर

चंद्रे – 60
कपिलेश्वर – 50

10 चा फरक

या पर्यायांपैकी पर्याय क्र. ④ मधील फरक कमी आहे.

∴ **उत्तर** : पर्याय क्र. ❹

प्रश्नावली

प्रश्न 1 ते 4 साठी सूचना : खालील आलेख पाहून विचारलेल्या प्रश्नांची उत्तरे पर्यायातून शोधून लिहा.

शाळेने एका वर्षात लावलेल्या वृक्षांची संख्या दर्शविली आहे.

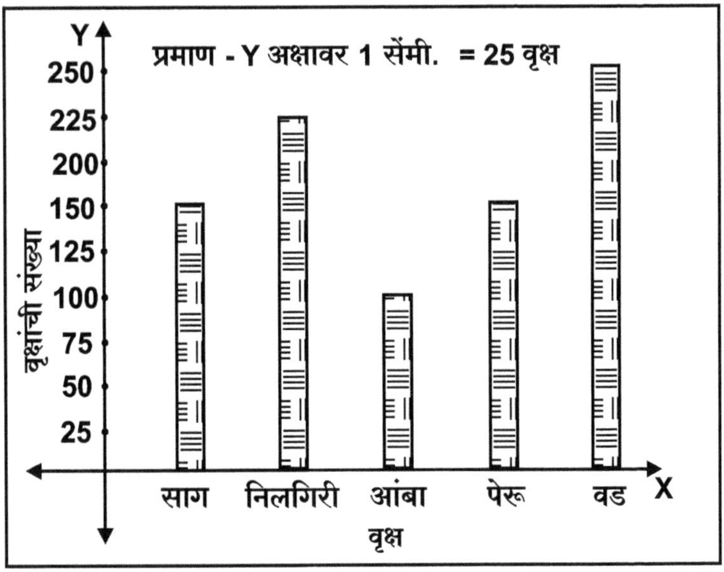

आलेख

1. शाळेने लावलेल्या वृक्षांची सरासरी किती ?

① 180 ② 165 ③ 175 ④ 155

2. सर्वांत जास्त कोणत्या प्रकारचे वृक्ष लावले आहेत ?

① पेरू ② आंबा ③ वड ④ साग

3. आंब्यापेक्षा वडांची संख्या कितीने जास्त आहे ?

① 150 ② 125 ③ 75 ④ 175

4. आलेखात कोणत्या प्रकारच्या वृक्षांची संख्या समान आहे ?

① आंबा व पेरू ② साग व पेरू

③ वड व पेरू ④ आंबा व साग

प्रश्न 5 ते 7 साठी सूचना : पुढील आलेख पाहून विचारलेल्या प्रश्नांची उत्तरे पर्यायातून शोधून लिहा.

कारखान्यातील कामगारांची संख्या दर्शविली आहे.

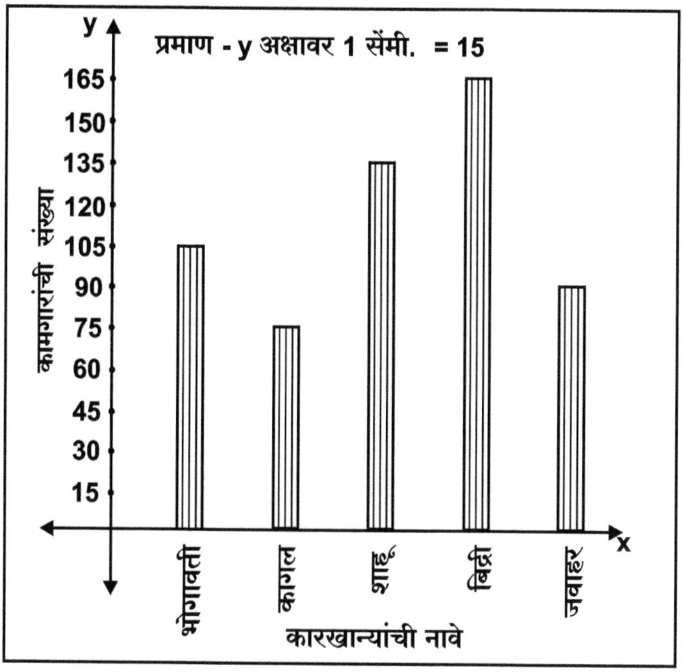

आलेख

5. कागलपेक्षा बिद्रीमध्ये कामगारांची संख्या कितीने जास्त आहे ?

① 240 ने ② 90 ने

③ 100 ने ④ 85 ने

6. सर्वांत जास्त कामगार व सर्वांत कमी कामगार असणाऱ्या कारखान्यांची नावे कोणती ?

① जवाहर व शाहू ② कागल व बिद्री

③ बिद्री व कागल ④ भोगावती व कागल

7. शाहू, बिद्री व जवाहर कारखान्यांच्या कामगारांची सरासरी किती ?

① 58 ② 96.66% ③ 48 ④ 95

प्रश्न 8 ते 10 साठी सूचना : पुढील आलेखात जून ते ऑक्टोबर या महिन्यात जन्मलेल्या मुलींची संख्या दर्शविली आहे.

जून ते ऑक्टोबर महिन्यात जन्मलेल्या मुलींची संख्या दर्शविली आहे.

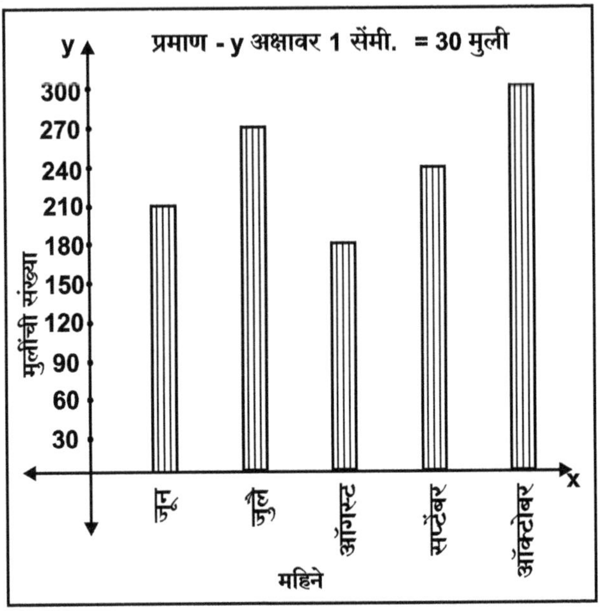

आलेख

8. कोणत्या महिन्यात जास्त मुली जन्माला आल्या आहेत ?
   ① सप्टेंबर ② ऑगस्ट ③ जुलै ④ ऑक्टोबर

9. जून ते ऑक्टोबर या महिन्यात जन्मलेल्या मुलींच्या संख्येची सरासरी किती ?
   ① 240 ② 260 ③ 300 ④ 230

10. कोणत्या महिन्यात कमी मुली जन्माला आल्या आहेत ?
   ① जून ② ऑगस्ट ③ ऑक्टोबर ④ जुलै

उत्तरसूची

1. ❸	2. ❸	3. ❶	4. ❷	5. ❷	6. ❸	7. ❷
8. ❹	9. ❶	10. ❷				

★★★

www.ingramcontent.com/pod-product-compliance
Ingram Content Group UK Ltd.
Pitfield, Milton Keynes, MK11 3LW, UK
UKHW021239031026
15588UKWH00001B/155

9 789386 084811